ഗ്രീൻ ബുക്സ്

മനുഷ്യൻ, പരിണാമം, രോഗം ഇന്നും നാളെയും

എതിരൻ കതിരവൻ

ജവർഹർലാൽ നെഹ്രു യൂണിവേഴ്സിറ്റിയിൽനിന്ന് സെൽ ബയോളജിയിൽ പിഎച്ച്.ഡി. നേടിയശേഷം ജോൺസ് ഹോപ്കിൻസ് യൂണിവേഴ്സിറ്റി, യൂണിവേഴ്സിറ്റി ഓഫ് ഷിക്കാഗൊ എന്നിവിടങ്ങളിൽ മോളിക്യുലാർ ബയോളജിയിലും ജെനെറ്റിക്സിലും ഗവേഷണത്തിൽ ഏർപ്പെട്ടു. ചില ഗവേഷണ ഫലങ്ങൾക്ക് പേറ്റെന്റ് ലഭിച്ചിട്ടുണ്ട്.
കേരള സാഹിത്യ അക്കാഡമി അവാർഡ്, ഫിലിം ക്രിറ്റിക്സ് അവാർഡ്, ഫൊക്കാന അവാർഡ് എന്നിവ ലഭിച്ചിട്ടുണ്ട്.
ആനുകാലികങ്ങളിലും പത്രങ്ങളിലും ഓൺലൈൻ മീഡിയയിലും ആധുനികശാസ്ത്രം, സാമൂഹ്യ/രാഷ്ട്രീയ വിഷയങ്ങൾ, സിനിമ, കല എന്നിവ സംബന്ധിയായ ലേഖനങ്ങൾ എഴുതുന്നു. ഈ വിഷയങ്ങളുമായി ബന്ധപ്പെട്ട് നിരവധി ഗ്രന്ഥങ്ങൾ രചിച്ചിട്ടുണ്ട്.

Email: ethiran@gmail.com

ലേഖനം

മനുഷ്യൻ, പരിണാമം, രോഗം
ഇന്നും നാളെയും

എതിരൻ കതിരവൻ

ഗ്രീൻ ബുക്സ്

green books private limited
gb building, civil lane road, ayyanthole,
thrissur- 680 003, kerala, ph: +91 487-2381066, 2381039
website: www.greenbooksindia.com
e-mail: info@greenbooksindia.com

branches:
thrissur 8589095302
thiruvananthapuram 8589095301
calicut 8589095307

malayalam
manushian, parinamam, rogam innum naleyum
article
by
ethiran kathiravan

published august 2024

cover design : s mahendra

printed in india
repro india ltd

isbn : 978-81-977651-9-3

₹ 270.00
GBPL/1372/2024

മുഖക്കുറി

ശാസ്ത്രം അനുദിനം പുരോഗമിച്ചുകൊണ്ടേയിരിക്കുകയാണ്. വിവിധ ശാസ്ത്രശാഖകളിലൂടെ ഉരുത്തിരിഞ്ഞുവരുന്ന പുതിയ പുതിയ അറിവുകൾ ഉപയോഗിച്ചുള്ള മനുഷ്യന്റെ മുന്നേറ്റങ്ങൾ വ്യത്യസ്ത ദിശകളിലും പരസ്പരപൂരകങ്ങളല്ലാത്ത അവസ്ഥകളിലേക്കും ചില മേഖലകളിലെങ്കിലും എത്തിനില്ക്കുന്നതായി കാണാം. ഇതിനോടൊപ്പം ശാസ്ത്രനേട്ടങ്ങളെ സ്വാർത്ഥതാല്പര്യങ്ങൾക്കായി ഉപയോഗിക്കുക വഴി വന്നുചേരുന്ന അപചയങ്ങൾ വേറെയുമുണ്ട്. ഭൂമിയെക്കുറിച്ചുള്ള നൂതന അറിവുകൾ അതിന്റെ സംരക്ഷണത്തിലൂന്നിയുള്ള പ്രവർത്തനങ്ങളേക്കാളുപരി ലാഭേച്ഛയോടെ നോക്കിക്കാണുന്ന, ദുര കലർന്ന ചൂഷണങ്ങൾക്കും അതുമൂലമുള്ള പാരിസ്ഥിതിക പ്രശ്നങ്ങളിലേക്കും വഴിവെയ്ക്കുന്നതായി കാണാം. മനുഷ്യശരീരത്തിന്റെ ഘടനയെക്കുറിച്ചും പരിണാമങ്ങളെക്കുറിച്ചും വൈദ്യശാസ്ത്രത്തിലെ പുതിയ പുതിയ കണ്ടെത്തലുകളെക്കുറിച്ചുമുള്ള അറിവുകൾ കൂടുതൽ ഉപയോഗപ്പെടുത്തുന്നത് സ്ഥാപിത താല്പര്യക്കാരായ കോർപ്പറേറ്റു സ്ഥാപനങ്ങളും വ്യവസ്ഥിതികളുമാണെന്നു കാണാം. ഇന്ന് ലോകം ആശങ്കയോടെ കണ്ടുതുടങ്ങിയിട്ടുള്ള നിർമ്മിതബുദ്ധി (AI) യുടെ കുതിച്ചുകയറ്റം ഇപ്പോഴുള്ള നിലയിൽ അനിയന്ത്രിതമായി ഉപയോഗിക്കപ്പെടുന്ന സാഹചര്യം തുടർന്നുപോയാൽ, മനുഷ്യന്റെ ജീവിതാവസ്ഥകൾതന്നെ പ്രവചനാതീതമാകുന്ന അവസ്ഥയുണ്ടാകാം.

പരിണാമത്തിലൂന്നിയ നൂതന കണ്ടുപിടുത്തങ്ങളുടെ വെളിച്ചത്തിൽ ഇന്ന് മനുഷ്യകുലം എത്തിനിൽക്കുന്ന അവസ്ഥയെക്കുറിച്ച് കൃത്യമായി അപഗ്രഥിക്കുന്ന ലേഖനങ്ങളാണ് പ്രശസ്ത ശാസ്ത്ര അദ്ധ്യാപകനും ചിന്തകനുമായ എതിരൻ കതിരവൻ ഈ ഗ്രന്ഥത്തിലൂടെ പ്രബുദ്ധരായ മലയാളി വായനക്കാർക്ക് പകർന്നു നല്കുന്നത്.

എഡിറ്റർ

ഉള്ളടക്കം

മനുഷ്യർക്കു മുൻപേ
ബുദ്ധിജീവികൾ ഉണ്ടായത്   09

ഒരു കോശത്തിൽനിന്ന് പൂർണ്ണ മനുഷ്യൻ -
ഭ്രൂണവളർച്ച എന്ന അത്ഭുതം   19

വൈറസുകൾ സ്വാധീനിച്ച മനുഷ്യപരിണാമം   29

കടലിൽനിന്ന് കരയിലേക്ക് -
നടക്കാനാകുന്ന ജീനുകൾ   36

മനുഷ്യചരിത്രം -
ഡി.എൻ.എ. കഥാമാലയിൽ   41

ഡി.എൻ.എ. -
പുരാവൃത്തങ്ങളുടെ സഞ്ചയം   51

സമയമാം രഥത്തിൽ -
നിങ്ങളുടെ ഡി.എൻ.എ.   63

മധുരം അറിയുന്നത് -
നാക്ക് എന്ന പരിണാമവിസ്മയം   70

പാൽ ദഹിക്കാൻ സാധിച്ച പരിണാമം   78

ഓടുന്ന മനുഷ്യന് ഒരു മുഴം മുൻപേ
വൈറസുകൾ   88

വവ്വാലുകൾ - വൈറസുകളുടെ
സുഖവാസകേന്ദ്രങ്ങൾ   97

ലോങ്ങ് കോവിഡ് - കോവിഡ് ബാധയ്ക്കു
ശേഷം തലച്ചോറിനു സംഭവിക്കുന്നത്   99

പന്നിഹൃദയം മനുഷ്യരിൽ   110

അർബുദചികിത്സയിലെ
നൂതന പദ്ധതികൾ   117

സ്കിറ്റ്സോഫ്രീനിയ -
ചികിത്സയിലെ വെല്ലുവിളികൾ 126
എരിവ്, ചൂട്, സ്പർശം
അനുഭവങ്ങളുടെ ജീനുകൾ 139
സ്വപ്നം കാണുന്നതെന്തിന്? 147
ആഗോളതാപനം - ആരു പേടിക്കണം? 152
അനായാസേന മരണം 161
ചാറ്റ് ജിപിറ്റി, നിർമ്മിതബുദ്ധി -
വിജയങ്ങളും പരാജയങ്ങളും 168
നിർമ്മിതബുദ്ധി വിജയിക്കുന്നു,
മാനുഷികതയോ? 180
അവസാനത്തെ മനുഷ്യൻ 186

മനുഷ്യർക്കു മുൻപേ ബുദ്ധിജീവികൾ ഉണ്ടായത്

ബോധജ്ഞാനം (consciousness) എവിടുന്ന് ഉദിച്ചു വന്നു? പരിണാമവഴിയിൽ അവസാനകാലത്ത് വന്നുചേർന്നതാണോ അത്? അതോ ആദ്യത്തെ നാഡീവ്യവസ്ഥ രൂപപ്പെടുന്ന സമയത്തുതന്നെ അതിന്റെ തുടക്കമായിരുന്നോ?

ബുദ്ധി എന്നത് പെട്ടെന്ന് ഒരിക്കൽ ചില ജീവികളുടെ തലച്ചോറിൽ കയറിക്കൂടിയതൊന്നുമല്ല. കാഴ്ചയും കേൾവിയും മറ്റു ഇന്ദ്രിയാനുഭവങ്ങളും ജന്തുക്കൾ സ്വാംശീകരിച്ചു തുടങ്ങിയപ്പോൾത്തന്നെ ബോധജ്ഞാനത്തിന്റെ നാമ്പുകൾ മുളച്ചു തുടങ്ങിയിരുന്നു എന്നു വേണം കരുതാൻ.

ബോധജ്ഞാനം എന്നത് മനുഷ്യേതരജീവികളിൽ നിലവിലുണ്ടോ എന്നതും അതിനെ സമീപിക്കുന്നതെങ്ങനെയെന്നും എന്തൊക്കെ മാനദണ്ഡങ്ങളാണ് അതിനെ മനസ്സിലാക്കാൻ ഉപയോഗിക്കുന്നത് എന്നതനുസരിച്ചും നിശ്ചയിക്കപ്പെടുന്നതാണ്. ചിലർ വാദിച്ചേക്കാം, ബോധജ്ഞാനം ഏറ്റവും മിടുക്കരായ ജീവികൾക്കു മാത്രം അവകാശപ്പെട്ടതാണെന്ന്. അതിൻപ്രകാരം ഈ അടുത്തകാലത്ത് മനുഷ്യന്റെ വരവോടുകൂടി മാത്രം ഉദയം ചെയ്തതാണെന്ന അനുമാനങ്ങളും ഉണ്ടായേക്കാം. ചില സൈദ്ധാന്തികർ വാദിക്കാറുള്ളത് കൂടുതൽ അവബോധശക്തി (cognitive capactiy) അളന്നെടുക്കുന്നത് ബോധജ്ഞാനവുമായി നേരിട്ട് ബന്ധപ്പെടുത്താവുന്നതാണെന്നാണ്. എന്നുവെച്ചാൽ കാഴ്ച, കേൾവി, മണം, രുചി എന്നിങ്ങനെ ഇന്ദ്രിയമായ അനുഭവങ്ങൾ സ്വരൂക്കൂട്ടി എടുക്കുന്നത് ബോധജ്ഞാനത്തിന്റെ ലക്ഷണം തന്നെ എന്ന വാദം. എന്നാൽ അടിസ്ഥാനപരമായ, കഠിനപ്രശ്നമെന്ന് വിവക്ഷിക്കാവുന്ന വിനിയോഗാത്മകമായ, ബോധപരമായ അറിവ് എന്നതിനേയും ആത്മനിഷ്ഠാപരമായ അതിന്റെ ഉണർവ്വിനേയും ഈ വാദം അഭിസംബോധന ചെയ്യുന്നില്ല എന്നത് കുറവുതന്നെയാണ്. കൂടാതെ തികഞ്ഞ ജ്ഞാന

ശേഷിയും ബോധജ്ഞാനവും തലച്ചോറിന്റെ സങ്കീർണ്ണതയും പരിണാമവും തമ്മിൽ ബന്ധപ്പെടുത്താവുന്നതാണെന്ന് പരികൽപ്പനകൾ നിർദ്ദേശിക്കപ്പെട്ടിട്ടുണ്ടെങ്കിലും അത് അങ്ങനെത്തന്നെ ആയിരിക്കണം എന്നതിനു കാരണങ്ങളൊന്നുമില്ല. ഉദാഹരണത്തിനു മനുഷ്യന് ഒരു സ്പീഷീസ് എന്ന നിലയ്ക്ക് മറ്റ് പ്രൈമേറ്റുകളേക്കാൾ ബുദ്ധിയുണ്ടെങ്കിലും ഒരു മരത്തെ മനുഷ്യൻ കാണുന്നത് ഒരു ഉറാങ്ങുട്ടാൻ കാണുന്നതിൽനിന്ന് കൂടുതൽ തീവ്രമായോ അടിസ്ഥാനപരമായ ബോധജ്ഞാനപരമായ വ്യത്യാസങ്ങളോടെയോ ആകണമെന്നില്ല.

സങ്കീർണ്ണമായി പരിണമിച്ച തലച്ചോറോടെ ജനിക്കുന്ന ഒരു കുഞ്ഞ് പക്ഷേ ബുദ്ധിവികാസം പ്രാപിച്ചിട്ടില്ലെങ്കിലും അതിന്റെ ഇന്ദ്രിയാവബോധങ്ങൾ പ്രായപൂർത്തിയായവരുടേതാണ്. അവബോധം അളന്നെടുക്കാൻ ഉപയുക്തമാക്കുന്ന സൂചകങ്ങൾ ആകട്ടെ, യുക്തിപൂർവ്വം ന്യായവാദം ചെയ്യുക, സംവേദനം സാദ്ധ്യമാക്കുക, പഠിച്ചെടുക്കുകയും ഓർമ്മിക്കുകയും ചെയ്യുക തുടങ്ങിയവ മിക്കപ്പോഴും ബോധജ്ഞാനത്തിന്റെ വികാരസംബന്ധിയായ വൈദഗ്ദ്ധ്യങ്ങളുടെ (അസഹനീയമായ വേദന, വിശപ്പ്, തണുപ്പറിയൽ ഒക്കെ) സ്വഭാവമോ ഉറവിടമോ കണക്കിലെടുക്കാറുമില്ല. ബോധജ്ഞാനത്തിന്റെ ഈ വികാരപരത എന്ത്, എങ്ങനെ എന്ന് അറിയേണ്ടതുണ്ട്.

മനുഷ്യനു മാത്രമല്ല ബോധജ്ഞാനപ്രാപ്തി കൈവന്നിട്ടുള്ളതെന്ന ആശയം കൂടുതൽ പ്രബലമായ കാലമാണിത്. നീരാളി (ഒക്റ്റോപ്പസ്)കൾക്കും തേനീച്ചകൾക്കും പക്ഷികൾക്കും അവബോധാത്മകമായ പെരുമാറ്റങ്ങളും സ്വാംശീകരണങ്ങളും ഉണ്ടെന്ന് തെളിഞ്ഞുകൊണ്ടിരിക്കയാണ്. ചിമ്പാൻസികളുടേയും ഗൊറില്ലകളുടേയും ബോധജ്ഞാനത്തെക്കുറിച്ച് ധാരാളം പഠനങ്ങളും പുറത്തുവന്നിട്ടുണ്ട്. ഈ പ്രതിഭാസത്തെക്കുറിച്ച് പഠിക്കണമെങ്കിൽ ചോദ്യം ഇങ്ങനെ മാറ്റപ്പെടേണ്ടിയിരിക്കുന്നു: ഒരു നാഡീവ്യവസ്ഥയ്ക്ക് അവബോധപരമായ, ആത്മനിഷ്ഠാപരമായ പ്രവർത്തനങ്ങൾ നിർവ്വഹിച്ചെടുക്കാൻ എന്തുതരം ന്യൂറോൺ സംവിധാനങ്ങളും ഘടനയും ആവശ്യമാണ്?

ഏറ്റവും സങ്കീർണ്ണമായ തലച്ചോർ അത്യാവശ്യമാണെന്നാണ് മനുഷ്യന്റെ അതിബുദ്ധിശക്തി തെളിയിക്കുന്നത്. പഞ്ചേന്ദ്രിയങ്ങളിൽനിന്ന് സ്വാംശീകരിക്കുന്ന അവബോധങ്ങൾ സ്വരൂപിച്ച് നിർമ്മിച്ചെടുക്കുന്ന സംവിധാനം ലളിതമായിരിക്കും എന്ന് പൊതുവേ പറയാൻ സാധിക്കുകയില്ല. എന്നാൽ ബുദ്ധി എന്നതിന്റെ പല പ്രകടനങ്ങളും ദർശിതമാക്കുന്ന ഒക്റ്റോപ്പസിനു സങ്കീർണ്ണമായ തലച്ചോറേ ഇല്ല. ന്യൂറോൺസ് കൂടുതലും 'നീണ്ട കൈകൾ' ആയ റ്റെന്റക്കിളുകളിലാണ്. അതായത്, തലച്ചോറിന്റെ ഘടനയും

ബുദ്ധിയും തമ്മിലുള്ള ബന്ധം നിർവ്വചിക്കാൻ പ്രയാസമുണ്ടെന്ന് സാരം. ഇവിടെ നാലു മാനദണ്ഡങ്ങൾ പ്രധാനമായും കണക്കിലെടുക്കേണ്ടിയിരിക്കുന്നു:

1. പരസ്പര ഇടപഴകൽ, അവയിൽനിന്ന് കിട്ടുന്ന പ്രതികരണങ്ങൾ ഇവയെ സ്വരൂപിക്കൽ
2. വിവിധ ഇന്ദ്രിയങ്ങളുടെ അനുഭൂതികളേയും അറിവുകളേയും ഒരു ബിന്ദുവിൽ എത്തിക്കുക (convergence), ബോധജ്ഞാനം സമഗ്രമാക്കി ഒന്നിപ്പിക്കുക
3. ഓർമ്മയുടെ കേന്ദ്രത്തിന്റെ വികാസം.
4. വ്യതിരിക്തമായ ശ്രദ്ധാപദ്ധതികൾ (attention schema). പല പ്രാണി(insects)കൾക്കും ഒക്റ്റോപ്പസിനും ഇവയിൽ പലതുമുണ്ട്.

ബുദ്ധിയും ബോധജ്ഞാനവും ജീവികളിൽ പരന്നു പടർന്നിട്ടുണ്ട്. സ്വതന്ത്രമായി പരിണമിച്ചതാണ് അവ. ആർത്രോപ്പോഡുകൾക്കൊ ഒക്റ്റോപ്പസ്സിനോ ലഭിച്ച ബുദ്ധി പരിണമിച്ചല്ല മനുഷ്യന്റെ അതിബുദ്ധിയിൽ എത്തിയത്. പക്ഷേ തലച്ചോറിന്റെ ഘടനയും പ്രവർത്തനവും ഇതിലെല്ലാം സാമ്യമുള്ളവയാണുതാനും.

നീരാളിയുടെ ബുദ്ധിചാതുര്യം

അകശേരുകികളുടെ (invertebrates) ഇടയിൽ ഏറ്റവും വലിയ തലച്ചോർ ഉള്ളവയാണ് ഒക്റ്റോപ്പസ്സുകൾ. അവരുടെ പെരുമാറ്റം വളരെ സങ്കീർണ്ണമാണ്, പഠിച്ചെടുക്കാനുള്ള കഴിവ് ഏറെയുണ്ട്, പെരുമാറ്റങ്ങളിൽ വഴക്കം കാണാം, ജ്ഞാനശേഷി (cognition) ധാരാളമുണ്ട്. ഉപകരണങ്ങൾ ഉപയോഗിക്കാനുള്ള പൂർവ്വജ്ഞാനം, കൗശലങ്ങൾക്കും സൂത്രപ്പണികൾക്കുമുള്ള പാടവം ഇവയൊക്കെ എട്ടുകയ്യുകളുമായി നീന്തി നടക്കുന്ന ഈ ജീവികൾക്കുണ്ട്. ഇന്ദ്രിയപരമായ ബോധജ്ഞാനം (sensory consciousness) ഇവയ്ക്കുണ്ടെന്നാണ് ശാസ്ത്രാഭിമതം. 300 മില്യൺ ന്യൂറോണുകളാണ് ഇവയുടെ കേന്ദ്രനാഡീ വ്യവസ്ഥ (central nervous system)യിൽ. ഇതിൽ മൂന്നിൽ രണ്ട് ഭാഗവും കൈകളിലാണ്, 50 മില്യൺ തലച്ചോറിലും. ഇത് മീനുകളിലും ഉഭയജീവികളിലും ഉള്ളതിനേക്കാൾ കൂടുതലാണ്. കശേരുകി (vertebrates)കളെപ്പോലെ ദൂരം വ്യക്തമായി കാഴ്ച വഴി ഗണിക്കാൻ പ്രാപ്തിയുണ്ടിവയ്ക്ക്. കണ്ണുകൾ അത്രമാത്രം പരിണമിച്ച് മുന്നേറിയിട്ടുണ്ട്. മണമറിയാനും സമതുലിതാവസ്ഥ നിലനിറുത്താനുമുള്ള അവയവങ്ങൾ തലയിൽത്തന്നെ ഘടിപ്പിച്ചിട്ടുണ്ട്. ശബ്ദതരംഗങ്ങൾ അറിയാൻ 'പാർശ്വരേഖ'യും ഉണ്ട്. 'കേൾവി' സാദ്ധ്യമാണ്.

എല്ലാ ഇന്ദ്രിയങ്ങളും തലച്ചോറുമായി ബന്ധപ്പെടുത്തിയിട്ടുണ്ട്. പക്ഷേ കൈകളുടെ നിയന്ത്രണം ഏറക്കുറെ സ്വതന്ത്രമാണ്. പല ദിശകളിലും പല രീതികളിലും ഒരുമിച്ചല്ലാതെ, സ്വതന്ത്രമായി ചലിക്കാൻ കഴിയുന്ന കൈകളെ ഒരേ ഒരു കേന്ദ്രം നിയന്ത്രിക്കുന്നില്ല എന്നതുകൊണ്ട് എല്ലാ സംവേദനങ്ങളേയും ഒരുമിച്ച് കൂട്ടുന്ന ഒരു നിശ്ചിത ഇടത്തിനു സാദ്ധ്യതയില്ലാതെ വരുന്നു. ബോധജ്ഞാനം ഉണ്ടെന്നുള്ളതിന്റെ മാനദണ്ഡം പാലിക്കപ്പെടുന്നില്ല എന്നർത്ഥം. പക്ഷേ, മറ്റെല്ലാ സംവേദനങ്ങളും തലച്ചോർ സ്വീകരിച്ച് വിശ്ലേഷണം ചെയ്യുന്നതിനാൽ, ഈ വാദം വിലപ്പോകുന്നില്ല എന്നാണ് പുതിയ അവകാശവാദം. കാഴ്ച കൈകളുടെ ചലനങ്ങളെ നിയന്ത്രിക്കുന്നുണ്ട് എന്ന് ചില പരീക്ഷണങ്ങൾ തെളിയിച്ചിട്ടുമുണ്ട്. കുപ്പിയുടെ അടപ്പ് തുറക്കുന്നതും അതിന്റെ അടപ്പുകൊണ്ട് കളിക്കുന്നതും ബുദ്ധിയുടെ ലക്ഷണങ്ങളായിട്ട് കരുതേണ്ടതുണ്ട്. അക്വേറിയം ടാങ്കിന്റെ പൈപ്പ് അടച്ച് ടാങ്കിലെ വെള്ളത്തിന്റെ വിതാനം കൂട്ടാൻ ശ്രമിക്കുന്നതായി നിരീക്ഷണങ്ങൾ ഉണ്ട്. കാഴ്ച, ചലനങ്ങൾ, ഓർമ്മ എന്നിവയുള്ളതും പെരുമാറ്റങ്ങളെ നിയന്ത്രിക്കാനും വരാൻ പോകുന്ന അപകടങ്ങളെ ഒഴിവാക്കാനും കഴിയുന്ന ഒക്റ്റോപ്പസ്സുകൾക്ക് ബുദ്ധി ഉണ്ടെന്ന കാര്യത്തിൽ സംശയമില്ല. ബോധജ്ഞാനത്തിന്റെ പേരിലേ സന്ദേഹമുള്ളൂ.

പക്ഷേ, പരിണാമപരമായി ഒരു അടഞ്ഞ വഴിയാണ് ഒക്റ്റോപ്പസ്സുകൾക്ക് പ്രകൃതി വച്ചുകൊടുത്തത്. ബുദ്ധിയും വിവേകവും വേണ്ടത്ര ഉണ്ടെങ്കിലും ചെറിയ ജീവിതദൈർഘ്യമേ ഉള്ളൂ ഇവയ്ക്ക്. കശേരു ഉള്ള ജീവികളെ(മീൻ ഉദാഹരണം)പ്പോലെ നീന്തൽവിദഗ്ധരാണ്, ഒതുക്കമുള്ള ശരീരവുമുണ്ട്. ആർത്രോപ്പോഡുകളെപ്പോലെ കാലുകൾ ധാരാളം, വസ്തുക്കൾ, ഭക്ഷണം ഉൾപ്പടെ കൈകാര്യം ചെയ്യാൻ എളുപ്പം. ഈ രണ്ട് പ്രത്യേക സിദ്ധികളും പരിജ്ഞാനത്തിനുതകുന്ന നാഡീവ്യവസ്ഥയും കൊണ്ട് സമുദ്രങ്ങളിൽ ആധിപത്യവും അധികാരവും നേടേണ്ടതല്ലേ ഇവർ? പക്ഷേ അങ്ങനെ സംഭവിച്ചില്ല. കട്ടിയുള്ള പുറംചട്ടയോ കുറഞ്ഞത് ശൽക്കങ്ങളെങ്കിലും ഇല്ലാത്തതും മാംസളമായ ശരീരവും എളുപ്പം കിട്ടുന്ന ഭക്ഷണവസ്തു ആക്കുകയായിരുന്നു ഇവരെ. വഴക്കമുള്ള ശരീരവും കൈകളും ഉണ്ടായതിനു കൊടുക്കേണ്ടി വന്ന വില. ജീവിതദൈർഘ്യം കുറവായ ഒക്റ്റോപ്പസ്സുകൾക്ക് അത് ജീവനതന്ത്രങ്ങൾ പഠിച്ചെടുത്ത് പ്രയോഗിക്കാൻ സാവകാശം കിട്ടാത്തതും അവരെ സാധുജീവികളാക്കി ഒതുക്കിയിരിക്കണം.

തേനീച്ചയും മറ്റ് പ്രാണികളും (Insects)

ചെറിയ തലച്ചോർ ആണെങ്കിലും ബുദ്ധിയുടെ ലക്ഷണങ്ങൾ പ്രകടിപ്പിക്കുന്നുണ്ട് 'ആർത്രോപ്പോഡ്' വംശജരായ പ്രാണികൾ.

പഠിച്ചെടുക്കാനുള്ള കഴിവ്, പരസ്പരം സംവേദനം കൈമാറാനുള്ള കഴിവ്, മനം അറിഞ്ഞ് അതിനനുസരിച്ച് പെരുമാറാനുള്ള കഴിവ്, ഓർമ്മ ഇവയൊക്കെ ഈ പ്രാണികളിൽ രൂഢമൂലമായിട്ടുണ്ട്. തല ച്ചോറിൽ ഒരു ലക്ഷം മുതൽ പത്തുലക്ഷംവരെ ന്യൂറോണുകളുണ്ട്. ഇത് കശേരുകികളുടെ തലച്ചോർ ന്യൂറോണുകളേക്കാൾ എണ്ണത്തിൽ കുറവാണ്, ശരീരത്തിന്റെ വലിപ്പക്കുറവ് കണക്കിലെടുത്താലും. പക്ഷേ കാഴ്ച്ച, കേൾവി, സ്പർശം, മണം ഇവയൊക്കെ വിശ്ലേഷി ച്ചെടുക്കാനുള്ള ഇടങ്ങൾ തലച്ചോറിൽ സജ്ജമാക്കിയിട്ടുണ്ട്. പഴ ഈച്ച (drosophila)കൾക്ക് കാഴ്ചയുടെ വിശ്ലേഷണത്തിനുള്ള തല ച്ചോർ ഭാഗം സങ്കീർണ്ണതയോടെ വികസിച്ചിട്ടുണ്ട്. ചുറ്റുപാടുമുള്ള അനക്കങ്ങളുടെ വേഗത തിരിച്ചറിയുന്നത് മനുഷ്യരുടേതിനേക്കാളും വളരെ പെട്ടെന്നാണ്. ഗന്ധങ്ങൾ തിരിച്ചറിയാനുള്ള കഴിവും മനുഷ്യ രുടെതിനേക്കാളും കൂടുതലാണ്. ഓർമ്മയ്ക്ക് വേണ്ടി ഒരു പ്രത്യേക ഇടം നിജപ്പെടുത്തിയിട്ടുണ്ട്, 'മഷ്റൂം ബോഡീസ്' (mushroom bodies) എന്നറിയപ്പെടുന്നു ഇത്. ഷഡ്പദങ്ങളുടെ ന്യൂറോണു കൾക്കും പ്രത്യേകതയുണ്ട്. അവയുടെ നീണ്ട തന്തുക്കളായ 'ആക് സോണു'കളും ശാഖോപശാഖികളായി പിരിയുന്ന 'ഡെൻഡ്രൈറ്റ്' കളും പല പ്രാവർത്തിക ഇടങ്ങളായി വിഭജിക്കപ്പെട്ടിരിക്കുന്നു. അവ യ്ക്കൊക്കെ പലേ സംവേദനങ്ങളുടെ വരവും പോക്കും നിയന്ത്രി ക്കാനുള്ള ചാതുര്യമുണ്ട്. അതുകൊണ്ട് അവയുടെ ഒരു ന്യൂറോൺ തന്നെ ഡസൻകണക്കിനു കശേരുകി ന്യൂറോണുകൾക്ക് തുല്യമാ ണെന്ന് ഒരു അനുമാനവുമുണ്ട്.

തേനീച്ചകളെക്കുറിച്ചാണ് കൂടുതൽ പഠനങ്ങളും. കാരണം ഏറ്റവും വൈവിദ്ധ്യമാർന്ന പെരുമാറ്റങ്ങളും പഠിച്ചെടുക്കലും അവയുടെ പ്രത്യേകതയാണ്. കണക്കിൽ മിടുക്കരാണത്രെ അവർ; പൂജ്യവും (ഒന്നുമില്ലായ്മയും) ഒന്നും രണ്ടും തിരിച്ചറിയാവുന്നവർ ആണവർ. പൂമ്പൊടി നിറഞ്ഞ പൂക്കൾ ഉള്ള സ്ഥലം മറ്റ് തേനീച്ചകളോട് പറഞ്ഞു കൊടുക്കുന്നത് എട്ട് എന്ന ആകൃതിയിൽ തിരിഞ്ഞും മറിഞ്ഞും നൃത്തം ചെയ്തുകൊണ്ടാണ്. ചില ട്രിക്കുകൾ പഠിച്ചെടുക്കുക മാത്ര മല്ല, കൂട്ടത്തിലുള്ളവരെ പഠിപ്പിച്ചെടുക്കാനും പ്രാപ്തിയുണ്ട്. നിറ ങ്ങൾ വേർതിരിച്ചറിയാനും നിറങ്ങളും തേൻ ഉണ്ടാവാനുള്ള സാദ്ധ്യ തയും കൂട്ടിയോജിപ്പിച്ച് തീരുമാനങ്ങൾ എടുക്കാനും തേനീച്ചകൾക്ക് കഴിവുണ്ട്. ചില ലാബ് പരീക്ഷണങ്ങൾ തെളിയിച്ചത് ചില പ്രത്യേക ഡിസൈനുകൾ ഓർത്തിരുന്ന് ആഹാരം കണ്ടുപിടിക്കാനുള്ള വൈദഗ്ധ്യം അവർക്ക് തേടാമെന്നുള്ളതാണ്. ഒരു പരീക്ഷണത്തിൽ ഒരു ചെറിയ ഗോളം ഉരുട്ടി ഒരു വൃത്തത്തിനു നടുക്ക് വെച്ചാൽ ആഹാരം കിട്ടുമെന്ന് അവർ പഠിച്ചെടുത്തു. അതു മാത്രമല്ല, മറ്റുള്ള തേനീച്ചകളെ ഇത് പഠിപ്പിച്ചെടുക്കുകയും ചെയ്തുവത്രെ. ഓർമ്മയെ പ്രായോഗികതയുമായി ബന്ധിപ്പിക്കാനുള്ള ബുദ്ധിചാതുര്യത്തിന്റെ

ഉദാഹരണമായിട്ടാണ് ഇത്തരം പരീക്ഷണഫലങ്ങൾ നിലനിൽക്കുന്നത്.

പക്ഷികൾ വേറിട്ട പരിണാമവഴി

സസ്തനികൾക്കുപോലും സാധിക്കാത്ത ബുദ്ധിചാതുര്യ പ്രയോഗം പല പക്ഷികൾക്കുമുണ്ടെന്ന് പണ്ടേ അറിവുള്ളതാണ്. നിരവധിതരം ഘടനകൾ ഉൾച്ചേർന്ന കൂട് നിർമ്മിതികൾ, മനുഷ്യ ശബ്ദം മാത്രമല്ല, സംഭാഷണവും പാട്ടും അതേ പടി ആവിഷ്കരിക്കാനുള്ള പാടവം, ദേശാടനസമയത്ത് കൃത്യമായി വഴികണ്ടുപിടിക്കാനുള്ള സങ്കീർണ്ണബുദ്ധി, പഠിച്ചെടുക്കാനുള്ള കഴിവ് ഇവയൊക്കെ പക്ഷികളെ ബുദ്ധികൂർമ്മതയുടെ ലക്ഷണമുള്ള ജന്തുക്കളിൽ പെടുത്തുന്നു. രണ്ടു വഴികളിൽ വ്യത്യസ്ത കാലങ്ങളിൽ പരിണമിച്ചു വന്നതാണ് പക്ഷികളുടേയും മനുഷ്യന്റേയും ബുദ്ധിവികാസങ്ങൾ. Convergent evolutionന്റെ ഉദാഹരണം.

പക്ഷികളുടെ തലച്ചോറ് തീരെ ചെറുതാണെന്നും അവർക്ക് ബുദ്ധി കുറവാണെന്നും പൊതുവിശ്വാസമുണ്ട്, 'bird brain' എന്നൊരു വിശേഷണംതന്നെ ഇത് സൂചിപ്പിക്കുന്നതാണ്. സസ്തനികളുടെ തലച്ചോറിലെപ്പോലെ ഒരു 'സെറിബ്രൽ കോർടെക്സ്' പക്ഷികളിൽ കാണാനില്ല എന്ന കാരണം കൊണ്ടായിരുന്നു ഈ നികൃഷ്ടവിശേഷണം. ന്യൂറോണുകൾ ചെറുതാണ് അതിബുദ്ധിയുള്ള കാക്കകളിലും പാട്ടുപക്ഷികളിലും തത്തകളിലും അതുകൊണ്ട് 'പാലിയം' (pallium) എന്നറിയപ്പെടുന്ന ഇടം ചെറുതാണ്, പക്ഷേ വിവരങ്ങൾ വ്യവഹരിച്ചെടുക്കുന്ന ന്യൂറോൺ യൂണിറ്റുകൾ കൂടുതലുണ്ട്, അതേ വലിപ്പമുള്ള സസ്തനികളെക്കാൾ. പുതിയ സ്കാനിങ് വിദ്യകളും ജനിതകപഠനങ്ങളും പാലിയം എന്ന ഇടത്തിന്റെ ബോധജ്ഞാന സമ്പാദനസാദ്ധ്യതകൾ പരിശോധിക്കുകയാണ്. കൂടുതൽ ന്യൂറോണുകൾ പാലിയത്തിൽ ഉണ്ടോ, കൂടുതൽ ബോധജ്ഞാനവും സാദ്ധ്യമാവുകയാണ്. ഒരു ആനയുടെ പാലിയത്തിന്റെ പകുതി തൂക്കമേ മനുഷ്യന്റേതിനുള്ളൂ. പക്ഷേ, മൂന്നിരട്ടിയാണ് ന്യൂറോണുകളുടെ എണ്ണം. മാത്രമല്ല ഈ ഇടത്തിൽ സർക്യൂട്ടുകൾ എത്രമാത്രം സങ്കീർണ്ണമായിരിക്കുന്നു എന്നതും പ്രധാനമാണ്. പക്ഷികളുടെ, പ്രധാനമായും കാക്കവർഗ്ഗത്തിൽപ്പെടുന്നവയുടേയും (corvids) പ്രാവുകളുടെയും ന്യൂറോൺ സർക്യൂട്ടുകൾ ഏകദേശം മനുഷ്യരുടേതുപോലെയാണ്. അവരുടെ 'പാലിയ'ത്തിൽ അര ബില്യണിൽക്കൂടുതൽ ന്യൂറോണുകളാണുള്ളത്. അവയിൽ ചിലരിൽ ഒന്നോ രണ്ടോ ബില്യൺവരെ ന്യൂറോണുകൾ കാണാംകുരങ്ങുകളിലെപ്പോലെ.

പ്രാവുകളുടേയും മൂങ്ങകളുടേയും പാലിയം ഭാഗം ത്രിമാന ധ്രുവീകൃത പ്രകാശം (three dimensional polarized light) ഉപയോഗിച്ച്

പരിശോധിച്ചപ്പോൾ സസ്തനികളുടെ കോർടെക്സിലെപ്പോലെ ന്യൂറോണുകൾ കോണോട് കോൺ അന്യോന്യം മുറിച്ചു കടക്കുന്ന വയും പല നേരിയ പാളികൾ (lamina) ആയി ഇവ നിബന്ധിക്ക പ്പെടുന്നവയുമാണെന്ന് കണ്ടുപിടിക്കുകയുണ്ടായി. ഈ ഘടനാ സാമ്യം അതിന്റെ പ്രവർത്തനക്ഷമതയുമായും സാമ്യപ്പെട്ടിരിക്കും എന്നാണ് അനുമാനം. സംവേദനങ്ങൾ സ്വീകരിക്കാനും അവയെ തിരിച്ചറിഞ്ഞ് പ്രായോഗികനടപടികൾ പ്രാവർത്തികമാക്കാനും ഓർമ്മകളുമായി ബന്ധപ്പെടുത്താനുമൊക്കെയുള്ള ഇടങ്ങൾ, ബൃഹ ത്തായി കെട്ടുപിണഞ്ഞ ബന്ധങ്ങൾ തീർത്ത് വിവരങ്ങൾ കൈ മാറുന്ന 'ഹബ്ബു'കൾ എന്നിവ നിരീക്ഷിക്കപ്പെട്ടിട്ടുണ്ട്. ചിന്തകൾക്ക നുസരിച്ച് പ്രവർത്തിക്കാനും വികാരങ്ങൾ അനുഭവിക്കാനും അത നുസരിച്ച് തീരുമാനങ്ങൾ എടുക്കാനും ഇത്തരം പക്ഷികൾക്ക് കഴിയും എന്നാണ് പുതിയ അറിവ്.

മറ്റൊരു പരീക്ഷണം കാക്കകളുടെ കാഴ്ചയും അതിന്റെ തുടർച്ച യായി സംഭവിക്കുന്ന ബോധപ്രതികരണങ്ങളും പഠിച്ചെടുക്കുക എന്നതായിരുന്നു. ഒരു നിശ്ചിതപ്രതിരൂപം കണ്ടശേഷം കാക്കകളുടെ തലച്ചോറിലെ പാലിയം ഭാഗത്ത് ന്യൂറോണുകളുടെ പ്രവർത്തനം നിരീക്ഷിക്കുന്നതായിരുന്നു പരീക്ഷണത്തിന്റെ കാതൽ. ഇതിനായി 'ഒറ്റന്യൂറോൺ പഠനം' (single neuron study) എന്ന ആധുനിക സാങ്കേതികവിദ്യയാണ് ഉപയോഗിച്ചത്. ഓരോ കാഴ്ചയിലും പാലിയ ത്തിന്റെ വ്യത്യസ്ത ഭാഗങ്ങളാണ് ഉത്തേജിപ്പിക്കപ്പെടുന്നതായി കണ്ടത്. വ്യത്യസ്ത കാഴ്ചകളിൽനിന്ന് 'അറിവ്' സമ്പാദിക്കുന്നു എന്നതിന്റെ തെളിവാണിത്. ഈ സൂചനകൾ (signals) സസ്തനി കളുടെ കോർടെക്സിനു സമാനമായ നിയോപാലിയത്തിന്റെ ഒരു ഭാഗത്താണ് പ്രത്യക്ഷപ്പെട്ടത്. ഘടനാപരമായും പ്രായോഗികമായും പക്ഷികളുടെ പാലിയം സസ്തനികളുടെ പ്രിഫ്രോണ്ടൽ കോർടെ ക്സിനു സമാനമാണെന്ന് തെളിയിക്കപ്പെടുകയായിരുന്നു ഇപ്രകാരം.

പക്ഷികൾക്ക് ബോധജ്ഞാനത്തിനുള്ള (consciousness) കഴിവ് ഉണ്ടെന്ന വാദത്തിനു തെളിവുകൾ ആണത്രെ ഈ നിരീക്ഷണ ങ്ങൾ. 320 മില്യൺ വർഷങ്ങൾക്ക് മുൻപാണ് പക്ഷികളുടേയും സസ്തനികളുടേയും പൊതുപൂർവ്വ ജീവി (common ancestor) ജീവി ച്ചിരുന്നത്. ആ ജീവികളിൽ ബോധജ്ഞാനത്തിന്റെ സങ്കീർണ്ണതകൾ ഉറവിട്ടിരുന്നു കാണുമോ? അതോ ബുദ്ധിവികാസം വെവ്വേറെ പരിണ മിച്ചു വന്നതാണോ? പ്രാവുകളിലും മൂങ്ങകളിലും നടത്തിയ പരീ ക്ഷണങ്ങൾ സൂചിപ്പിക്കുന്നത് ഈ പൊതുപൂർവ്വജീവിയുടെ ന്യൂറോൺ സർക്യൂട്ടുകൾ പരിഷ്ക്കരിക്കപ്പെട്ട് വികാസം പ്രാപിച്ചതാണ് പക്ഷി കളിലേയും സസ്തനികളിലേയും തലച്ചോറിന്റെ ഘടനകൾ എന്നാണ്. എങ്കിലും ഇക്കാര്യത്തിൽ സന്ദിഗ്ദ്ധമായ തെളിവുകൾ ഇനിയും ലഭിക്കേണ്ടിയിരിക്കുന്നു.

പരിസരങ്ങൾ നിർബ്ബന്ധപൂർവ്വം ആവശ്യപ്പെടുന്ന രീതിയിൽ പരിണാമം സഞ്ചരിക്കുകയും അതിജീവനം സാദ്ധ്യമാക്കപ്പെടുകയും ചെയ്യുന്നത് പൊതുരീതിയാണ്. പൊതു പൂർവ്വജീവി ഇല്ലെങ്കിലും തലച്ചോറിന്റെ വികസനം സംഭവിക്കുമായിരുന്നു. പക്ഷികൾക്ക് കാഴ്ചകളുടെ ഓർമ്മയ്ക്ക് പ്രാധാന്യം കിട്ടിയപ്പോൾ സസ്തനികളിൽ മണങ്ങളുടെ ഓർമ്മകൾ കൂടുതൽ സ്ഥിരീകരിക്കുന്ന സ്വഭാവമാണ് തലച്ചോറിൽ വന്നുകൂടിയത്. ഓർമ്മ കൂടിയതോടെ ഇന്ദ്രിയങ്ങൾ നൽകുന്ന അറിവുകൾ വസ്തുക്കളെ എളുപ്പം തിരിച്ചറിഞ്ഞു, അവയെ ശ്രദ്ധിക്കാനോ അവയോട് പ്രതികരിക്കാനോ വളരെ എളുപ്പവുമായി. ശ്രദ്ധ എന്നത് തെരഞ്ഞെടുക്കപ്പെടാവുന്ന ഒരു ഗുണവിശേഷമായി, പാലിയമോ കോർടെക്സോ ഇതിന്റെ മേൽനോട്ടം വഹിച്ചു. ഏതെങ്കിലും ഉത്തേജന(stimulus)ത്തിന്റെ പ്രാധാന്യം എളുപ്പം തിരിച്ചറിയുകയും അതിനോട് പ്രതികരിക്കാനുള്ള കഴിവ് നേടുകയും അതിനെ പഠിച്ചെടുക്കുക എന്ന പ്രക്രിയ ഉരുത്തിരിയുകയും ചെയ്തു. പക്ഷികളിലും സസ്തനികളിലും വെവ്വേറെ നടന്ന തലച്ചോർ പരിണാമം.

ഓർമ്മ ഇപ്രകാരം പക്ഷികളേയും സസ്തനികളേയും പ്രാഥമിക ബോധജ്ഞാനത്തിന്റെ മറ്റൊരു പടിയിലേക്ക് ഉയർത്തിയപ്പോൾ അറിവ് ഉൾക്കൊള്ളുന്നതിന്റെ മേഖലകൾ വിസ്തൃതമാക്കുകയുമായിരുന്നു. പാലിയം/കോർടെക്സ് വിവരങ്ങളെ ക്രമപ്പെടുത്തിയും സംസ്കരിച്ചും എടുക്കാൻ പാകത്തിൽ വികാസം പ്രാപിച്ചു. ഇതോടൊപ്പം ഓർമ്മയുടെ ത്വരിതപ്പെടൽ പ്രാഥമിക പ്രിതിബിംബങ്ങളേയും അനുഭവങ്ങളെയും വിശദമായി വ്യാഖ്യാനിച്ചെടുക്കാൻ പ്രാപ്തി സമ്മാനിച്ചു. ഇതോടെ വിശാലമായ ലോകപരിസരത്തെക്കുറിച്ച് കൂടുതൽ അറിവ് നിർമ്മിച്ചെടുക്കാൻ സാദ്ധ്യതകൾ തെളിഞ്ഞു. എന്നാൽ തലച്ചോറിന്റെ പല പ്രവൃത്തികളും വികാസം പ്രാപിക്കുന്നത് സാഹചര്യങ്ങളും ജീവിതപരിസരങ്ങളും ആവശ്യപ്പെടുന്നതനുസരിച്ചാണ്. ആദ്യകാല പക്ഷികളും സസ്തനികളും കാട്ടിനുള്ളിലാണ് ജീവിച്ചിരുന്നത്, പാലിയവും കോർടെക്സും പരിണമിക്കാൻ ഉതകുന്ന സാഹചര്യങ്ങളിൽ. ചെറിയ സസ്തനികൾക്ക് മണവും സ്പർശവും പോലുള്ള സംവേദനങ്ങൾ അതിജീവനത്തിന് അത്യാവശ്യമായിരുന്നു. മരത്തിനു മുകളിലുള്ള പക്ഷികൾക്ക് ദൂരക്കാഴ്ചകളും. അതും ത്രിമാനരൂപത്തിൽ. ഈ സമയത്ത് ഈ രണ്ട് വിഭാഗത്തിൽപെട്ടവർക്കും ശരീരവലിപ്പം കുറവായിരുന്നു. ഒരു വിഭാഗം ദിനസോറുകൾ (റ്റീറോഡാക്റ്റയ്ൽ) പരിണമിച്ച് പക്ഷികളായി മാറിത്തുടങ്ങുമ്പോൾ, ഈ ശരീരാകൃതി ചുരുക്കൽ അതിജീവനത്തിനു അത്യാവശ്യമായിരുന്നു. ആ സമയത്ത് തലച്ചോർ അത്ര വലുതായിരിക്കാൻ സാദ്ധ്യതയില്ല, അത് പിന്നീടായിരിക്കണം

സംഭവിച്ചത്. പക്ഷേ കൂടുതൽ സംവേദനങ്ങൾ സമാഹരിച്ചു തുടങ്ങിയ മസ്തിഷ്കം ചെറിയ ശരീരവലിപ്പം ഒരു ബാദ്ധ്യതയാകാതെ രക്ഷിച്ചു എന്നു വേണം കരുതാൻ. ഇപ്രകാരം പക്ഷികളും സസ്തനികളും ഉറവുകൊണ്ട അസാധാരണമായ ചുറ്റുപാടുകൾ ഓർമ്മ സഹായിക്കുന്ന ബോധജ്ഞാനസവിശേഷതകൾ ആർജ്ജിച്ചെടുക്കാൻ ആനുകൂല്യങ്ങൾ പ്രദാനം ചെയ്യുകയായിരുന്നു. പക്ഷികളിൽ പാലിയവും സസ്തനികളിൽ കോർടെക്സും വികാസം കൊണ്ടു, ഇത് രണ്ട് വിഭാഗങ്ങളിലും സ്വതന്ത്രമായി സംഭവിക്കുകയുമായിരുന്നു. ഏകകേന്ദ്രാഭിമുഖ പരിണാമത്തിന്റെ (Convergent evolution)ന്റെ ഉദാഹരണം.

പലവട്ടം പരിണാമത്തിൽ

കശേരുകികളിൽ കാഴ്ചയും മണവും സ്വാംശീകരിച്ചെടുക്കുന്ന കേന്ദ്രങ്ങൾ വികസിച്ചതോടെ ബോധജ്ഞാനത്തിന്റെ ആദ്യപടികൾ നിർമ്മിച്ചെടുക്കുകയായിരുന്നു. കേൾവി സ്പർശം എന്നിവയും മറ്റ് ഇന്ദ്രിയാനുഭൂതികൾക്കുള്ള ഇടങ്ങളും ഇവയോടൊപ്പം വളർന്ന് വികസിച്ചു. ഈ സംവേദനങ്ങളെ തിരിച്ചറിയുക മാത്രമല്ല, അവയെ എല്ലാം കൂട്ടിയിണക്കി പൊതുബോധം എന്നത് ഉളവാക്കാൻ സങ്കീർണ്ണമായ വലയീകൃത ഘടന (reticular formation), ഇസ്ത്മസ് (isthmus) പോലെയുള്ള സങ്കീർണ്ണ കണക്ഷനുകൾ, പെരുമാറ്റങ്ങളേയും ചലനങ്ങളേയും നിയന്ത്രിക്കുന്ന ടെക്റ്റം (tectum) ഒക്കെ വികസിച്ചു വന്നത് ബോധജ്ഞാനത്തിന്റെ മേഖലകളിലേക്കുള്ള കയറ്റത്തിന്റെ വിവിധ ഘട്ടങ്ങളായി പരിഗണിക്കാം. ഓർമ്മയുടെ കേന്ദ്രമായ ഹിപ്പോകാമ്പസ്സിനോട് ചേർന്ന് പാലിയം (pallium) വികാസം പ്രാപിച്ചതും ഇതിനു ബലമേറ്റുന്നു.

പരിണാമവ്യവസ്ഥ അനുസരിച്ച് സാഹചര്യങ്ങൾക്ക് അനുസാരിയായി അതിജീവനം സാധിച്ചെടുക്കാൻ ബുദ്ധി അനിവാര്യമാണോ എന്ന ചോദ്യം ഉദിക്കുന്നുണ്ട്. എപ്പോഴും അങ്ങനെ ആയിരിക്കണമെന്ന് നിർബ്ബന്ധമില്ല എന്നതും സത്യമാണ്. പാറയിൽ പറ്റിപ്പിടിച്ച്, ഒരിക്കലും അനങ്ങേണ്ടാത്ത, കടുത്ത തോടുള്ള നത്തയ്ക്കകൾ (clams) കൃത്യമായി അതിജീവനം സാദ്ധ്യമാക്കുന്നവയാണ്. അവയ്ക്ക് ബുദ്ധിവികാസമേ ആവശ്യമില്ല. ബോധജ്ഞാനം സാർവ്വലൗകികമായി പ്രയോജനകരമായ ഒരു പരിതസ്ഥിതിപ്പൊരുത്തം (adaptation) അല്ല എന്ന് സാരം. വളരെ സങ്കീർണ്ണമായതുകൊണ്ട് അത് ഊർജ്ജപരമായി വളരെ ചെലവു കൂടിയ ഏർപ്പാടാണ്. അകശേരുകികൾക്ക് തീരെ ചെലവു കുറഞ്ഞ സംവിധാനങ്ങളുണ്ട്. അതായത് അതിജീവനത്തിനു ബുദ്ധിവികാസം ആവശ്യമായി വരുന്നില്ല. ആർത്രോപ്പോഡ് വിഭാഗത്തിൽപ്പെടുന്ന ഒരു ജീവി (Rhizocephalan) ഞണ്ടുകളുടെ കുടലിൽ ജീവിക്കുന്ന പരാദമാണ്. ഇവയിൽ നാഡീവ്യവസ്ഥ

(nervous system) പൂർണ്ണമായും ഇല്ലാതായിരിക്കയാണ്. എളുപ്പത്തിൽ ആഹാരം ലഭിക്കുന്നു, പരിപൂർണ്ണ സംരക്ഷണം ലഭിക്കുന്ന ചുറ്റുപാടുകളുണ്ട്, അനങ്ങേണ്ട ആവശ്യം വരുന്നുമില്ല. പിന്നെയെന്തിനു തലച്ചോറ്? പിന്നെയെന്തിനു ന്യൂറോണുകൾ?

മില്യൺകണക്കിനു ന്യൂറോണുകളുടെ സംഘാതമോ അവയുടെ പരസ്പരകണ്ണിചേർക്കലുകളോ മാത്രം ബുദ്ധി ഉളവാക്കുന്നില്ല. അതിസങ്കീർണ്ണമായ കെട്ടുപിണയലുകളും ന്യൂറോഹോർമോണുകളുടെ സംവേദനചാതുര്യങ്ങളും പലപല വലയനിർമ്മിതികളും അവ തമ്മിലുള്ള കൊടുക്കൽവാങ്ങലുകളും തീവ്രവേഗ സന്ദേശങ്ങളും ഒക്കെ ഉൾപ്പെടുന്ന, ഭാഗങ്ങൾ കൂട്ടിച്ചേർക്കുമ്പോൾ മാത്രം ഉളവാകുന്ന പ്രതിഭാസമാണ് (emergent property) ബുദ്ധി എന്നത്. പരിണാമത്തിന്റെ പല ഘട്ടങ്ങളിലും സ്വതന്ത്രമായി സംഭവിച്ചതാണിത്. ആ ജീവികളിൽ പലതിന്റേയും ബുദ്ധിക്ക് സാദ്ധ്യമാകുന്നത് മനുഷ്യന്റെ തലച്ചോറ് സ്വാംശീകരിച്ചിട്ടില്ല എന്നത് സത്യമാണ്. ഒരു പക്ഷിക്ക് ദിശ കണ്ടുപിടിക്കാനുള്ള തലച്ചോർ യന്ത്രമുണ്ട്, ഒരു മണ്ണെലി (mole rat)ക്ക് കാഴ്ച ഇല്ലെങ്കിലും പിറകോട്ട് ഓടാൻ സാധിക്കുന്നുണ്ട്. ചിതലുകൾക്ക് തകർന്നുപോയ ചിതൽപ്പുറ്റുകൾ കൃത്യമായ സമ്മിതി(symmetry)യോടെ പുനർനിർമ്മിക്കാനറിയാം. ബുദ്ധിയും അനുബന്ധിച്ചുള്ള ചതുരതയും മനുഷ്യന്റെ സ്വകാര്യസ്വത്തല്ല.

■

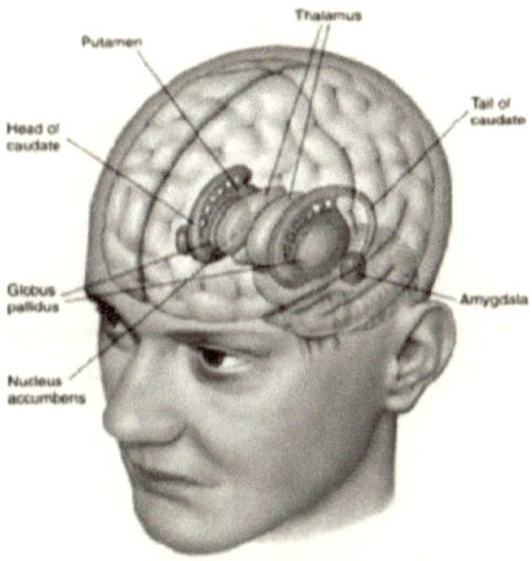

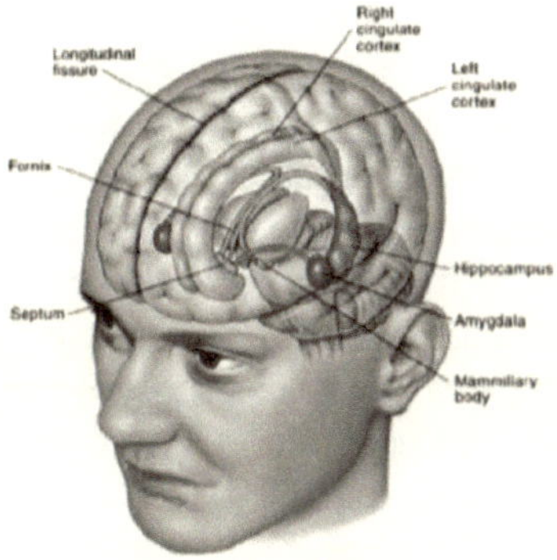

ഒരു കോശത്തിൽനിന്ന് പൂർണ്ണ മനുഷ്യൻ ഭ്രൂണവളർച്ച എന്ന അത്ഭുതം

350 അടി പൊക്കവും ഇരുപതടി വ്യാസവുമുള്ള റെഡ് വുഡ് മരങ്ങൾ ഉണ്ടായി വരുന്നത് രണ്ടോ മൂന്നോ കോശങ്ങളിൽ തുടങ്ങിയാണ്. പല ആനകളുടെ വലിപ്പമുള്ള, അതിനനുസരിച്ച് വലിപ്പമുള്ള കിഡ്നിയും ഹൃദയവും തലച്ചോറും ആമാശയവും ഒക്കെയുള്ള തിമിംഗലം കണ്ണുകൊണ്ട് കാണാൻ പറ്റാത്ത ഒരു കോശം പലതവണ വിഭജിച്ച് നിർമ്മാണം പൂണ്ടതാണ്. ഒരേയൊരു കോശത്തിൽനിന്നാണ് സങ്കീർണ്ണമായ വ്യവസ്ഥകളുള്ള മനുഷ്യൻ ഉളവായി വരുന്നത്. അകം പൊള്ളയായ ഒരു കോശഗോളമാണ് പിന്നീട് കൈയും കാലും വച്ച് ഓടുകയും തലച്ചോർകൊണ്ട് ലോകം പിടിച്ചടക്കുകയും ചെയ്യുന്നത്. ഈ ഗോളത്തിന്റെ ഉപരിതലത്തിലുള്ള കോശങ്ങൾ സ്വന്തം അജണ്ട നിശ്ചയിച്ച് പിൻതുടരുന്നു, പിന്നീട് പല സംഘങ്ങളിൽ ചേർന്ന് അവയവങ്ങൾ നിർമ്മിച്ചെടുക്കുന്നു, എല്ലാം അതിന്റേതായ ഇടങ്ങളിൽ കൃത്യതയോടെ സ്ഥിരപ്പെടുത്തിക്കൊണ്ട്. നിഗൂഢത പേറുന്നതാണ്, വിസ്മയിപ്പിക്കുന്നതാണ് ഒരു ഭ്രൂണത്തിന്റെ വളർച്ചയും അവസ്ഥാന്തരങ്ങളും. ഒരു കോശത്തെ പല ആകൃതിയും പ്രവൃത്തിയും ധർമ്മവുമുള്ള ലക്ഷക്കണക്കിനു കോശങ്ങളായി മാറ്റിയെടുക്കുന്നത് പ്രകൃതിയുടെ അത്ഭുതാവഹമായ ചെയ്തികളിലൊന്നാണ്.

അച്ഛനിൽനിന്ന് വന്ന ബീജവും അമ്മയിലെ അണ്ഡവും ചേർന്ന് ഉളവാകുന്ന സൈഗോട് (zygote, സിക്താണ്ഡം അല്ലെങ്കിൽ യുഗ്മജം)

വിഭജിച്ച് (2,4,8,16,32,64 അങ്ങനെയങ്ങനെ) ആണ് ഈ ലക്ഷക്കണെക്കിനു കോശങ്ങൾ ഉളവായി വരുന്നത്. ആദ്യവിഭജനത്തിൽ ഏകദേശം 124 കോശങ്ങൾ ആകുമ്പോൾത്തന്നെ അവ സ്വന്തം തീരുമാനങ്ങളെടുത്തുതുടങ്ങും. അവ തമ്മിൽ ചില ധാരണകൾ പങ്കുവെയ്ക്കുകയും വ്യത്യാസപ്പെട്ടതാകാൻ തീരുമാനിക്കുകയും ചെയ്യുന്നു. ചില കോശങ്ങൾ ന്യൂറോണുകളാവണം, ചില കോശങ്ങൾ മസിൽ ആകണം, ചിലവ കിഡ്നി കോശങ്ങൾ ആകണം അങ്ങനെ. എല്ലാത്തരം കോശങ്ങളുമായിത്തീരാനുള്ള സാദ്ധ്യതകൾ ആദ്യകാല കോശങ്ങളിലുണ്ട്. ഡി.എൻ.എ.യിൽ അടങ്ങിയിരിക്കുന്ന ജീനുകളിൽ ഏവയൊക്കെ എന്ന്, എപ്പോൾ, എവിടെ ഉണർന്ന് പ്രവർത്തിക്കണം എന്ന് തീരുമാനിക്കുന്നതിലൂടെയാണ് ഈ വ്യത്യാസം സംഭവിക്കുന്നത്.

വ്യത്യസ്ത അവയവങ്ങളുള്ള ഒരു മനുഷ്യനേയോ ആനയേയോ നിർമ്മിച്ചെടുക്കുന്നത് വലിപ്പത്തിന്റെ മാത്രം കാര്യമല്ല. ഈ പല തരത്തിലുള്ള അവയവങ്ങൾ രൂപീകരിക്കാനുള്ള വിവരങ്ങൾ എല്ലാം ഒരേ ഒരു കോശത്തിൽ ഉൾക്കൊള്ളിച്ചിരിക്കുന്നത് എങ്ങനെയെന്നതാണ് അത്ഭുതകരം. എല്ലാ വിവരങ്ങളും ജീനുകളായി ഡി.എൻ.എ. എന്ന നീണ്ട തന്തുവിൽ അടക്കിയിട്ടുണ്ടെങ്കിലും തികച്ചും വ്യത്യസ്തമായി അവ പ്രയോഗത്തിൽ വരുന്നത് എങ്ങനെയെന്നുള്ളതാണ് ഏറ്റവും വിസ്മയകരമായതും എങ്ങനെയെന്ന് വിശദീകരിക്കാൻ പ്രയാസമുള്ളതും. ഇന്നും ശാസ്ത്രലോകത്തെ അത്ഭുതങ്ങളിലൊന്നായും പഠിച്ചെടുക്കാൻ വിഷമം പിടിച്ച സംഭവമായും കരുതപ്പെടുന്നതാണിത്. സ്ഥലവും കാലവും ഒരുപോലെ ഇടപെടലുകൾ നടത്തുന്ന വേളയാണിത് എന്നു മാത്രമല്ല ഒരേപോലെയുള്ള നൂറുനൂറു കോശങ്ങൾ മിക്കവാറും പരന്ന ഒരു പ്രതലത്തിൽ മാറ്റങ്ങൾ സൃഷ്ടിച്ചുകൊണ്ട് ത്രിമാനരൂപം കൈവരിച്ച് വ്യത്യസ്ത ആകൃതിയുള്ള അവയവങ്ങൾ ആയി മാറിക്കൊണ്ടിരിക്കുക എന്നതും പെട്ടെന്ന് സാധിച്ചെടുക്കുകയാണ്. മത്സ്യങ്ങളിലും മറ്റും ഇത് കുറച്ച് മണിക്കൂറുകളേ എടുക്കുകയുള്ളൂ.

ഒരു കോശം ന്യൂറോൺ ആയിത്തീരാനുള്ളതാണെന്ന് കരുതുക. ന്യൂറോൺ കോശങ്ങളിൽ മാത്രം ഉണർന്ന് പ്രവർത്തിക്കുന്ന ഒരു നിശ്ചിത കൂട്ടം ജീനുകളുണ്ട്. അവയെല്ലാം കൃത്യമായി ഉണർന്ന് പ്രവർത്തിക്കാൻ തയ്യാറായാൽ ആ കോശം ഒരു ന്യൂറോൺ ആയി മാറുകയായി. അതേകോശംതന്നെ കണ്ണിലെ കൃഷ്ണമണി (lense) ആകാൻ തീരുമാനിക്കുകയാണെങ്കിൽ അതിനുള്ള സമുച്ചയജീനുകൾ ഉണരുകയായി, ബാക്കി ജീനുകൾ എന്നന്നേക്കുമായി അടഞ്ഞ് ഉറക്കത്തിലേക്ക് പ്രവേശിക്കും. ഭ്രൂണം ഒരു പുസ്തകമാണെന്ന് കരുതുക. ന്യൂറോൺ കോശങ്ങൾക്ക് ഒരു അദ്ധ്യായം നൽകിയിട്ടുണ്ട്.

ന്യൂറോൺ ആയി മാറുന്ന സമയത്ത് ആ അദ്ധ്യായം തുറക്കപ്പെടുകയാണ്, മറ്റ് അദ്ധ്യായങ്ങൾ എന്നന്നേക്കുമായി അടയുകയാണ്. ഭ്രൂണ വളർച്ചാസമയത്ത് ഇങ്ങനെ ഓരോ അദ്ധ്യായങ്ങൾ തുറക്കുകയാണ്. അങ്ങനെ പല അവയവങ്ങളുടെ അദ്ധ്യായങ്ങൾ തുറന്നിട്ടുള്ള പുസ്തകമാണ് നമ്മുടെ ശരീരം. നമ്മുടെ ശരീരം മാത്രമല്ല പല കോശങ്ങളാൽ നിർമ്മിതമായ എല്ലാ ജന്തുക്കളുടേയും സസ്യങ്ങളുടെയും ശരീരം. ഓരോ കോശവും വ്യത്യസ്തമാകുന്ന പ്രക്രിയ ആയതുകൊണ്ട് കോശവിശിഷ്ടീകരണം (Cell differentiation) എന്ന് പേര് ഇതിന്.

മനുഷ്യരിൽ ബീജസങ്കലനം കഴിഞ്ഞ് ഉടൻതന്നെ യുഗ്മജം (zygote) വിഭജിച്ചു തുടങ്ങുകയും താമസിയാതെ ഗർഭാശയഭിത്തിയിൽ ഉറപ്പിക്കപ്പെടുകയുമാണ്. രണ്ട് തരത്തിലുള്ള കോശങ്ങൾ അപ്പോൾത്തന്നെ നിരീക്ഷിക്കാം. ഭ്രൂണം ആകാനുള്ളവയും മറുപിള്ള (Placenta) ആകാനുള്ളവയും. രണ്ടാഴ്ച കഴിയുമ്പോഴേക്കും മൂന്ന് പാളികൾ (layers) നിർമ്മിച്ചെടുത്തിരിക്കും ഭ്രൂണത്തിനകത്തെ കോശങ്ങൾ. ദഹനവ്യവസ്ഥ(digestive system)യ്ക്കും ശ്വാസകോശ നിർമ്മിതിക്കും വേണ്ടിയുള്ള എൻഡോഡേം (endoderm, ആന്തര പാളി), മസിൽ, കിഡ്നിയിലെ ചെറുകുഴലുകൾ, രക്തകോശങ്ങൾ ഇവയാകാനുള്ള മീസോഡേം (mesoderm, മദ്ധ്യപാളി), ന്യൂറോണുകൾ, ത്വക്ക് ആകാനുള്ള എക്റ്റോഡേം (ectoderm, ബാഹ്യപാളി) ഇവയാണവ. (ചിത്രം 1 കാണുക) ഏകദേശം വൃത്താകൃതിയിലുള്ള ഒരു 'ഡിസ്ക്' ആണ് ഇപ്പോഴത്തെ ഭ്രൂണം. പരന്ന ഒരു ഭ്രൂണപ്രതലം ഇനി തലയും വാലുമുള്ള രൂപം പ്രാപിക്കേണ്ടിയിരിക്കുന്നു. നെടുകെ നീളത്തിലുള്ള ഒരു കുഴിയാണ് ആദ്യം ഉണ്ടാകുന്നത്. ഈ ചാലിന്റെ രണ്ട് കരകളും ഉയർന്നുവന്ന് കൂട്ടിമുട്ടി ഒരു കുഴൽ ഉണ്ടായി വരികയാണ്. നിങ്ങളുടെ നാഡീവ്യവസ്ഥ (nervous system) ഇതാ രൂപപ്പെട്ടുകഴിഞ്ഞു.

മൂന്ന് ആഴ്ച ആയ ഭ്രൂണത്തിന് ഒരു 'തല'യും 'വാലും' നിരീക്ഷിക്കപ്പെടാൻ സാധിക്കും. ഇതോടെ അവയവങ്ങൾ രൂപം പ്രാപിച്ചു തുടങ്ങുകയണ്. 18-ാം ദിവസം രക്തക്കുഴലുകൾ കാണാം. ഹൃദയമാണ് ആദ്യം രൂപപ്പെടുന്ന അവയവം. 21-ാം ദിവസം രണ്ട് ചീർത്ത കുഴലുകൾ കാണുന്നത് ഹൃദയമാകാനുള്ള തയ്യാറെടുപ്പാണ്. ഇവ രണ്ടും ഒന്നിച്ചുചേർന്ന് ഹൃദയം രൂപീകരിക്കപ്പെടുന്നു, 22-ാം ദിവസം മിടിച്ചുതുടങ്ങുന്ന ഹൃദയത്തെ കാണാം.

കേശാദിപാദം, പാദാദികേശം

അണ്ഡാകൃതിയുള്ള ഒരു ഡിസ്ക് ആയിട്ടാണ് ഭ്രൂണം കാണപ്പെടുക. ഒരു ഭാഗം തലയാകാനുള്ളതും മറ്റേ ഭാഗം 'വാൽ'

ആകാനുമുള്ളതാണ്. ഇതിനിടയ്ക്കുള്ള ഭാഗങ്ങളെല്ലാം ഓരോ അവയവങ്ങളായി വരാനുള്ളതാണ്. നിരവധി തന്മാത്രകൾ, മിക്കതും പ്രോട്ടീനുകൾ തല മുതൽ വാൽ വരെ സന്ദേശങ്ങൾ നൽകുകയാണ് കോശങ്ങളെ മാറ്റിയെടുക്കാൻ. ഇവയുടെ സാന്ദ്രത അനുസരിച്ചാണ് ഈ വ്യതിരിക്തതാ നിർമ്മാണം. പലവയും ഈ ഡിസ്കിൽ ഒരു ഗ്രേഡിയന്റ് (കൂടിയ അളവിൽ മുതൽ ഏറ്റവും കുറഞ്ഞ അളവ് വരെ) നിർമ്മിച്ചെടുക്കും. എന്നുവച്ചാൽ തലഭാഗത്ത് ഏറ്റവും സാന്ദ്രതയെങ്കിൽ അനുപാതം കുറഞ്ഞ് കുറഞ്ഞ് ഏറ്റവും പിൻഭാഗത്തെത്തുമ്പോൾ തീരെ ഇല്ല എന്ന മട്ടിൽ. അളവ് കൂടിയിടത്ത് തീവ്രമായി അവിടത്തെ കോശങ്ങളെ പുതിയ രൂപവും ധർമ്മവുമുള്ള കോശങ്ങളായി മാറ്റിയെടുക്കുകയാണ്. എന്നാൽ എല്ലാ കോശങ്ങളിലും ഒരേ പടിയുള്ള മാറ്റങ്ങളല്ല നടക്കേണ്ടത്. തല ഭാഗത്ത് തലച്ചോറാണ് രൂപപ്പെടേണ്ടത്. താഴെ ശ്വാസകോശവും ഹൃദയവും. അതാത് ഇടങ്ങളിലുള്ള കോശങ്ങൾക്ക് അവയുടെ വിധി എന്തെന്ന് നിർദ്ദേശിക്കാൻ അതനുസരിച്ചുള്ള മറ്റു സന്ദേശങ്ങൾ അവയിൽ എത്തുന്നുണ്ട്. അതനുസരിച്ചാണ് ആ കോശങ്ങളിലെ ജീനുകൾ ഉണർന്നു വരുന്നത്. ഏത് ഇടത്തിലാണ് തങ്ങൾ എന്ന് കോശങ്ങൾക്ക് അറിവു കിട്ടുന്നത് കോശങ്ങൾ തമ്മിലുള്ള സ്പർശനം കൊണ്ടുള്ള സന്ദേശങ്ങൾകൊണ്ടുമാണ്. വാലിൽ നിന്ന് തല ഭാഗത്തേക്കും മറ്റ് ചില ഗ്രേഡിയന്റുകളും പ്രാവർത്തികമാകുന്നുണ്ടെന്നും ഓർക്കുക. ഇതേ സമയം പരന്ന ഡിസ്കിന്റെ താഴെനിന്ന് മുകളിലേക്കും മുകളിൽനിന്ന് താഴേക്കും ഗ്രേഡിയന്റുകൾ പ്രാവർത്തികമാകുന്നുണ്ട്. അതുകൊണ്ട് ഒരു നിശ്ചിത ഇടത്തിലെ കോശങ്ങൾക്ക് ലഭിക്കുന്ന സന്ദേശങ്ങളും മറ്റൊരിടത്തെ സന്ദേശങ്ങളും തമ്മിൽ വ്യത്യാസങ്ങൾ ഉളവാകുകയാണ്. ഒരു ബ്ലൂ പ്രിന്റ് ബോഡി പ്ലാൻ അല്ലെങ്കിൽ ശരീരത്തിന്റെ ഒരു രൂപരേഖ ഇങ്ങനെ അടിസ്ഥാനമായി വിരചിക്കപ്പെടുകയാണ്.

ഇപ്രകാരം രൂപരേഖ ചമയ്ക്കുന്നതിൽ പ്രധാനിയായിട്ടുള്ള ഒരു ജീൻ ആണ് BMP-4. ഈ ജീൻ പ്രവൃത്തിയിൽ ഏർപ്പെട്ടില്ലെങ്കിൽ തലച്ചോറും ഹൃദയവും രൂപപ്പെടും. പക്ഷേ അതിനു താഴെയുള്ള പല അവയവങ്ങളും രൂപപ്പെട്ടു വരികയില്ല. പ്രത്യേകിച്ചും കൈകാലുകൾ. കോശവിധിനിർണ്ണയവേളയിൽ ഈ താഴെ ഭാഗങ്ങളിൽ അധികതരമായി ഈ ജീൻ ഉണർന്നിരിക്കയാണ്. ഈ കുടുംബത്തിലെ 16ഓളം ജീനുകൾ പല രീതിയിൽ പലയിടങ്ങളിൽ ഉണർന്നും ഉറങ്ങിയുമാണ് ശരീരത്തിന്റെ ബ്ലൂ പ്രിന്റ് ഭ്രൂണത്തിൽ രചിക്കപ്പെടുന്നത്. ശ്രദ്ധിക്കപ്പെടേണ്ട കാര്യം ബീജസങ്കലനത്തിനുശേഷം ഈ ജീനുകൾ കുറച്ച് ദിവസങ്ങളിൽ നിശ്ശബ്ദമാണ് എന്നതാണ്. വിഭജനം തുടങ്ങിയിട്ട് 32–64 കോശങ്ങളുള്ള ഭ്രൂണത്തിൽത്തന്നെ ചില കോശങ്ങൾ ചില ജീനുകൾ ഉണർത്തിത്തുടങ്ങും. പലേ കോശ

സംഘങ്ങളും വളർച്ചാഘടക തന്മാത്രകൾ (growth factors) FGF, EGF, TGF-beta പോലുള്ളവയ്ക്ക് വശംവദരാക്കാൻ തയ്യാറെടുക്കുക യാണ് പിന്നീട്.

ഇതുപോലെ കോശവിധി(cell fate)യെ സ്വാധീനിക്കുന്ന ഒരു പ്രധാന ജീൻ ആണ് dpp (decapentaplegic). ഭ്രൂണത്തിൽ പാറ്റേണുകൾ നിർമ്മിച്ചെടുക്കുന്നതിൽ മിടുക്കനാണ് ഈ ജീൻ. ഭ്രൂണത്തിന്റെ മുകൾഭാഗത്തെ അടരിൽ (dorsal layer) മാത്രം ഉണർന്നു പ്രവർത്തിക്കുന്ന ഈ ജീൻ താഴെ ഭാഗത്ത് ഉണരുന്നതേ ഇല്ല. ഈ ജീനിനെ നിശ്ശബ്ദമാക്കിയാൽ ഭ്രൂണത്തിന് രണ്ട് അടരുകൾ (dorsal and ventral) ഉണ്ടാവുകയേ ഇല്ല. കൃത്യമായും ഒരു രൂപനിർമ്മാണ തന്മാത്ര (morphogen)യായി പ്രവർത്തിക്കുകയാണ് ഈ ജീൻ നിർമ്മിക്കുന്ന പ്രോട്ടീൻ. കൈകാലുകൾക്ക് കൃത്യമായ ആകൃതിയോടെ വളർന്നുവരാൻ പ്രാപ്തി നൽകുന്നതും ഈ ജീനിന്റെ പ്രഭാവം തന്നെ. ഈ ജീൻ മറ്റൊരു ജീനുമായി ചേർന്ന് രൂപനിർമ്മാണത്തെ സ്വാധീനിക്കുന്ന മൂന്നാമതൊരു ജീനിനെ സ്വാധീനിക്കുന്നുമുണ്ട്. അവയവങ്ങൾ രൂപപ്പെടുത്തുന്നത് സങ്കീർണ്ണമായ ജീൻ പാരസ്പര്യങ്ങളാലാണെന്ന് സാരം.

Wnt എന്ന കേമൻ ജീൻ

ഒരു നിര പ്രോട്ടീനുകളാണ് Wnt എന്ന പേരിൽ അറിയപ്പെടുന്ന ജീൻ സംഘം നിർമ്മിച്ചെടുക്കുന്നത്. ഇവ സ്ഥലകാല നിബന്ധിതമായി ഭ്രൂണത്തിൽ പ്രത്യക്ഷപ്പെടുന്നു. (ചിത്രം 2) ജന്തുശരീരത്തിലെ നെടുകെയും കുറുകെയും ഉള്ള അവയവവിന്യാസക്രമങ്ങൾ, കോശവിധി നിയന്ത്രണങ്ങൾ, കോശവിഭജനം, കോശസഞ്ചാരങ്ങൾ ഇവയൊക്കെയാണ് ഈ ജീൻ പ്രോട്ടീന്റെ ധർമ്മങ്ങൾ. നമ്മുടെ (പൊതുവെ ജന്തുക്കളുടെ) ശരീരം രൂപമാർജ്ജിക്കുന്നത് ചില അച്ചുതണ്ടു(axis)കൾ അടിസ്ഥാനമാക്കിയാണ്. തല മുതൽ കാൽ (അല്ലെങ്കിൽ വാൽ) വരെ അവയവങ്ങളെ നിജപ്പെടുത്തിയിരിക്കുന്നത് ഒരു അച്ചുതണ്ടിനെ ആശ്രയിച്ചാണ്. അവയവങ്ങൾക്ക് സ്ഥാനം നിശ്ചയിക്കുന്നത് ഒരു നേർരേഖയിൽ നടുക്കോ ഇരുവശങ്ങളിലോ ആയിട്ടാണ്. പിന്നെ മുൻപും പുറകും ആയിട്ട് മറ്റൊരു ആക്സിസ്. മുൻപിൽ നിന്ന് പുറകോട്ട് അവയവങ്ങളെ നിജപ്പെടുത്തുക. എന്നുവച്ചാൽ മുൻപിൽ കണ്ണും മൂക്കും മുലകളും ലൈംഗികാവയവങ്ങളുമൊക്കെ നിജപ്പെടുകയാണ്. മൂന്നാമത്തെ ആക്സിസ് ഇടവും വലതും ആണ്. ഇതൊക്കെ കൃത്യമായി സാധിച്ചെടുക്കാൻ കോശങ്ങളെ പ്രേരിപ്പിക്കുന്നത് Wnt ജീൻ നിർമ്മിക്കുന്ന പ്രോട്ടീനുകളാണ്. കോശങ്ങൾക്ക് രൂപാന്തരം സംഭവിപ്പിക്കാനും അവയെ വേണ്ട ഇടത്തേക്ക് സഞ്ചരിപ്പിക്കാനും നേതൃത്വം നൽകുകയാണ് ഈ പ്രോട്ടീനുകൾ. ചില

കോശങ്ങളെ വിത്തുകോശങ്ങളായിത്തന്നെ നിലനിർത്താനും ഇവയ്ക്ക് പ്രാപ്തിയുണ്ട്. വേണ്ട സ്ഥലത്തെ വേണ്ട കോശങ്ങളിൽ വേണ്ട സമയത്ത് മറ്റ് ജീനുകൾ ഉണർത്തിയെടുക്കാനും ഉറക്കാനും പ്രാപ്തിയുള്ളവയാണീ Wnt പ്രോട്ടീനുകൾ. മുകളിൽ പറഞ്ഞ BMP-4, FGF, TGF beta, EGF ഒക്കെ എവിടെ എപ്പോൾ പ്രവർത്തിക്കണം എന്ന് തീരുമാനിക്കാനുള്ള അധികാരവും Wnt ജീനുകൾക്കുണ്ട്. ഈ പ്രോട്ടീൻ നിരയിൽ ഒന്നായ Wnt1 പ്രവർത്തനരഹിതമാക്കിയാൽ തലച്ചോറിന്റെ ചില പ്രധാന ഉൾഭാഗങ്ങൾ വളർച്ച പ്രാപിക്കുകയില്ല. തലച്ചോർ നിർമ്മിതി/വളർച്ചയിൽ അതിപ്രാധാന്യമുണ്ട് ചില Wnt ജീനുകൾക്ക് എന്നർത്ഥം. പലപ്പോഴും ഒരു തിരമാലപോലെ അലയടിക്കുകയാണ് ഈ ജീനിന്റെ സന്ദേശങ്ങൾ, മുൻപോട്ടും പുറകോട്ടും. ഈ അലയിൽപ്പെടുന്ന കോശങ്ങൾ അതനുസരിച്ച് വ്യതിരിക്ത (differentiate)മാവുകയാണ്. അതിനോടൊപ്പം മേൽ പ്രസ്താവിച്ച ഗ്രേഡിയന്റുകളും ചില സ്വാധീനങ്ങൾ ചെലുത്തുന്നു. Wnt മുകളിൽനിന്ന് താഴേക്ക് സാന്ദ്രത കുറഞ്ഞുവരുമ്പോൾ FGF താഴെനിന്ന് മുകളിലേക്ക് ഗ്രേഡിയന്റ് നിർമ്മിക്കുകയാണ്. ഭ്രൂണം ഒരു ഡിസ്ക് ആയിരിക്കുമ്പോൾത്തന്നെ ഈ ജീനും ഇത്തരം പ്രയോഗങ്ങളും പ്രവർത്തി തുടങ്ങുന്നതുകൊണ്ടാണ് പരിപൂർണ്ണമായ അവയവവിന്യാസങ്ങളുടെ ജന്തുക്കൾ ജനിച്ചു വീഴുന്നത്. നൂറുകണക്കിനു മുട്ടകൾ വിരിഞ്ഞ് ഒരേപോലേയുള്ള എല്ലാ അവയവങ്ങളും ചിറകുകളും നിശ്ചിതസ്ഥാനത്തുതന്നെ വിന്യസിക്കപ്പെട്ട ഈച്ചകൾ പറന്നുപൊന്തുന്നത്.

ഹോമിയോ ബോക്സുകൾ - തലയിൽ കാലുകൾ?

ഡി.എൻ.എ.യിൽ പ്രത്യേക വിന്യാസങ്ങൾ ഒരേപോലെ കാണപ്പെടുന്നതിനാൽ 'ഹോമിയോ ബോക്സ്' ജീനുകൾ എന്ന് വിളിക്കപ്പെടുന്ന ഇവ Wnt പോലെ അവയവങ്ങളുടെ രൂപപ്പെടുത്തലിനും വിന്യാസങ്ങൾക്കും ഉത്തരവാദിത്തമേൽക്കുന്നവയാണ്. അവയവങ്ങൾ കൃത്യമായി എവിടെ സ്ഥാനപ്പെടുത്തണമെന്ന് തീരുമാനിക്കുന്നത് ഈ ജീനുകളാണ്. ഇതിൽ ഒരു ജീനിനു രൂപാന്തരണം (mutation) സംഭവിക്കുകയാണെങ്കിൽ പഴയീച്ച/കൂവീച്ച (drosophila) കളിൽ കാലുകളുടെ സ്ഥാനം തെറ്റി തലയിൽ വളരുന്നതായി കണ്ടത് ആദ്യകാലനിരീക്ഷണമായിരുന്നു. (ചിത്രം 3). മറ്റു ജീനുകളെ മൊത്തമായി സ്വധീനിക്കുകയാണ് ഇവയുടെ ജോലി. മനുഷ്യരിൽ 235ഓളം ഹോമിയോ ബോക്സ് ജീനുകളുണ്ട്. ജന്തുക്കളിൽ പ്രധാനമായും കൈകാലുകളുടെ ഇടങ്ങൾ നിശ്ചയിക്കുകയും അവയുടെ ആകൃതിയും വലിപ്പവും ശരീരത്തിന്റെ വലിപ്പത്തിനനുസരിച്ച് കൃത്യമായി വളർത്തിയെടുക്കാൻ സഹായിക്കുകയുമാണ് ഈ ജീനുകളുടെ

ധർമ്മം. ഓർക്കുക, നമ്മുടെ ഉയരത്തിന്റെ ഏകദേശം മൂന്നിലൊന്നായിരിക്കും നമ്മുടെ കൈകളുടെ നീളം. ഇങ്ങനെ കൃത്യമായ അനുപാതത്തിൽ അവയവങ്ങൾ നിർമ്മിച്ചെടുക്കാൻ സഹായിക്കുന്നത് ഹോമിയോ ബോക്സ് ജീനുകളുടെ കൂട്ടായ പ്രവർത്തികൊണ്ടാണ്. കോശങ്ങൾ നിയന്ത്രണാതീതമായി വിഭജിക്കുന്നത് തടയുന്നതും ഇവയുടെ ജോലിയാണ്. സ്ഥാനം തെറ്റിയുള്ള കണ്ണ്, മൂക്ക് ചെവി, കൈകാലുകൾ ഒക്കെയുള്ള കുഞ്ഞുങ്ങൾ, ചിലപ്പോൾ പശുക്കുട്ടികൾ പിറക്കുന്നത് ഹോമിയോ ബോക്സ് ജീനുകളുടെ തകരാറിലായ പ്രവർത്തനങ്ങൾ മൂലമാകാം.

ഭ്രൂണം ഒരു ഡിസ്ക് ആയിരിക്കുന്ന അവസ്ഥയിൽത്തന്നെ ഓരോ നിശ്ചിതഭാഗത്തെ കോശങ്ങളിൽ ജീനുകൾ പ്രവർത്തിക്കുന്നതിന്റെ വേഗവും കോശവ്യതിരിക്തത ഉളവാക്കാൻ സഹായിക്കുന്നു. ഒരേ ജീൻ രണ്ട് വേഗതയിൽ രണ്ടിടത്ത് പ്രവർത്തിക്കുകയാണെങ്കിൽ ആ കോശങ്ങളുടെ രൂപമാറ്റങ്ങളും വ്യത്യസ്തമായിരിക്കും. ചിലയിടങ്ങളിൽ കോശങ്ങൾ വേഗം മാറി വ്യതിരിക്തമാകുമ്പോൾ മറ്റ് ചിലയിടങ്ങളിൽ വളരെ സാവധാനം ആയിരിക്കും ഈ പ്രക്രിയ. ഈ വേഗവ്യത്യാസങ്ങളിൽ താളപ്പിഴ പറ്റിയാൽ ഭ്രൂണത്തിനു തീവ്രമായ അപാകതകളായിരിക്കും വന്ന് ഭവിക്കുന്നത്.

ഏകകോശ പഠനങ്ങൾ (Single cell studies)

നേരത്തെ പ്രസ്താവിച്ചതുപോലെ ആദ്യം മൂന്നു സാദ്ധ്യതകളാണ് ആദിഭ്രൂണകോശത്തിനു മുന്നിൽ തെരഞ്ഞെടുപ്പിനു വയ്ക്കുന്നത്. Ectoderm ആകണോ, endoderm ആകണോ mesoderm ആകണോ? പുറമേ നിന്നുള്ള സന്ദേശങ്ങൾ കോശത്തിനുള്ളിലെ ഒരു ചെറിയ സംഘം ജീനുകളെ ഉണർത്തുകയായി. എവിടെ നിലകൊള്ളുന്നു എന്നതനുസരിച്ചാണിത്. എൻഡോഡേം ആകുകയാണെങ്കിൽ രണ്ടു സാദ്ധ്യതകൾ തെളിയുന്നു: ശ്വാസകോശം ആകണോ ദഹനവ്യവസ്ഥാകോശമാകണോ? വീണ്ടും തെരഞ്ഞെടുപ്പ്, പുതിയ ഒരു കൂട്ടം ജീനുകൾ ഉണരുന്നു. ദഹനവ്യവസ്ഥ തെരെഞ്ഞെടുക്കാൻ. വീണ്ടും ചോദ്യം: ആമാശയം ആകണോ?

പാൻക്രിയാസ് ആകണോ? പാൻക്രിയാസ് ആകാനാണ് തീരുമാനമെങ്കിൽ അതിനുള്ള കുറെ ജീനുകൾ ഉണരുന്നു. ഇതിനൊക്കെ സഹായിക്കുന്നത് മേല്പറഞ്ഞ പ്രോട്ടീനുകളും ജീനുകളുമൊക്കെയാണ്. പാൻക്രിയാസ് ആകാൻ തീരുമാനിച്ചാൽ ആമാശയമാകാനുള്ള ജീനുകൾ എന്നന്നേക്കുമായി അടയുകയാണ്. ഇങ്ങനെ മിക്കവാറും രണ്ടു ചോദ്യവും അതിലൊന്ന് തെരഞ്ഞെടുക്കുകയും ആകപ്പാടെയുള്ള കോശങ്ങൾ ചെയ്തുകൊണ്ടിരിക്കയാണ് ഒരേ സമയം.

മുൻ ചൊന്നപോലെ കോശങ്ങൾ നില കൊള്ളുന്ന ഇടം, അവയ്ക്ക് കിട്ടുന്ന നിശ്ചിത സന്ദേശങ്ങളും നിർദ്ദേശങ്ങളും, തൊട്ടടുത്ത കോശസംഘത്തിൽ നിന്ന് നേരിട്ട് ലഭിക്കുന്ന വിവരങ്ങൾ, ഇവയെല്ലാം ഇതിൽ നിർണ്ണായകമാണ്. ഒരു തണ്ടിൽനിന്ന് മൂന്നു ശാഖകൾ, അവ ഓരോന്നും രണ്ട് ശാഖകളായി പിരിയുന്നു, അവ പിന്നെയും ശാഖ പിരിയുന്നു ഇങ്ങനെ മരത്തിന്റെ ആകൃതിയിൽ ഈ സങ്കീർണ്ണപ്രക്രിയ വരച്ചെടുക്കാം.

ഏതു കോശത്തിൽ ഏതൊക്കെ ജീനുകളാണ് ഉണർന്നു വരുന്നത് എന്നത് പഠിച്ചെടുക്കാൻ എളുപ്പമല്ല. കാരണം അടുത്തുള്ള രണ്ട് കോശങ്ങളിൽ വ്യത്യസ്ത ജീനുകളായിരിക്കാം ഉണർന്നിരിക്കുന്നത്. ഇത് തന്മാത്രാശാസ്ത്രജ്ഞർ(molecular biologists)ക്ക് എന്നും വെല്ലുവിളിയായി നിലകൊള്ളുകയാണ്. എന്നാൽ പുതിയ ചില ഉപായങ്ങൾ ഈയിടെ കണ്ടുപിടിക്കപ്പെട്ടിട്ടുണ്ട്. ഓരോ കോശത്തേയും വേർതിരിച്ചെടുത്ത് അതിൽ ഏതൊക്കെ ജീനുകളാണ് ഉണർന്നിരിക്കുന്നതെന്ന് കണ്ടുപിടിക്കാനുള്ള മാർഗ്ഗങ്ങൾ തെളിഞ്ഞു വരുന്നുണ്ട് ഈയിടെയായി. കോശങ്ങൾ വേർതിരിച്ചെടുക്കുന്നതുകൊണ്ട് അവ എവിടെ സ്ഥിതി ചെയ്തിരുന്നു എന്നറിയാൻ പ്രയാസമുണ്ട്. പക്ഷേ അതിനും വ്യക്തതകൾ തെളിഞ്ഞുവരുന്നുണ്ട്. ഇന്ന് സീബ്ര മീനിന്റെയും തവളയുടേയും ഭ്രൂണങ്ങളിൽ കൃത്യമായി ഏതേത് കോശങ്ങൾ എപ്പോൾ എങ്ങനെ രൂപാന്തരം പ്രാപിക്കുന്നു എന്നതിനെക്കുറിച്ച് കൂടുതൽ നാം അറിയുന്നുണ്ട്.

കോശങ്ങൾ വ്യതിരിക്ത(differentiate)മായി പ്രാഥമികാവയവങ്ങൾ ആയി മാറുമ്പോൾതന്നെ അവ തമ്മിലുള്ള ഏകോപനവും ഇണക്കവും ഉറപ്പുവരുത്തേണ്ടതും അത്യാവശ്യമാണ്. ഇവിടെയും മേൽ വിവരിച്ച പ്രോട്ടീൻ തന്മാത്രാഘടകങ്ങൾ സന്ദേശങ്ങളുമായി കോശങ്ങളിൽ എത്തുന്നുണ്ട്. ഹോമിയോ ബോക്സ് ജീനുകളും Wnt ജീനുകളും ഇതിൽ പങ്കെടുക്കുന്നുണ്ട്. ബീജസങ്കലനത്തോടെ ഒരു ക്ലോക്ക് ടിക് ചെയ്തുതുടങ്ങുകയാണ്. കൃത്യമായി സമയബന്ധിതമായാണ് പിന്നീട് കാര്യങ്ങൾ നീങ്ങുന്നത്. വളരെ പെട്ടെന്നും. സീബ്ര മീനിൽ (ധാരാളം പരീക്ഷണങ്ങൾ ഈ മീനിന്റെ ഭ്രൂണ വളർച്ചയിലാണ് നടന്നിരിക്കുന്നത്) 9 മണിക്കൂറിൽ തലച്ചോർ മൊട്ട് കാണാം, 14 മണിക്കൂറിൽ കിഡ്നി മൊട്ട്, 24 മണിക്കൂറിൽ മിടിക്കുന്ന ഹൃദയം ഇങ്ങനെയാണ് കാര്യക്രമങ്ങൾ. മേൽവിവരിച്ച സങ്കീർണ്ണമായ ജീൻ പ്രവർത്തനങ്ങളും പ്രതിപ്രവർത്തനങ്ങളും ഒരുകൂട്ടം ലളിതകോശങ്ങളെ പ്രേരിപ്പിച്ച് മണിക്കൂറിനുള്ളിൽ ഒരു ജീവിയെ നിർമ്മിച്ചെടുക്കുകയാണ്.

■

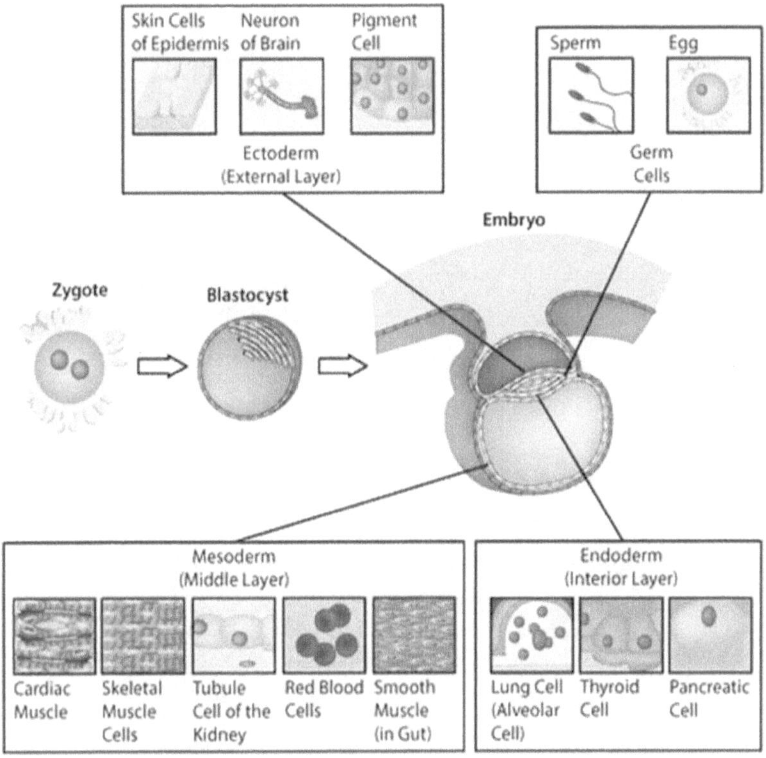

ചിത്രം 1. സൈഗോട് 'ബ്ലാസ്റ്റോസിസ്റ്റ്' എന്ന ഗോളം ആകുന്നു അതിന്റെ നടുക്ക് ഭ്രൂണം ഒരു ഡിസ്ക് പോലെ കാണാം. മൂന്നു പാളികൾ എക്റ്റോഡേം, മീസോഡേം, എൻഡോഡേം അടയാളപ്പെടുത്തിയിരിക്കുന്നു. അവയിൽ നിന്ന് ഉളവാകുന്ന ടിഷ്യുകളും.

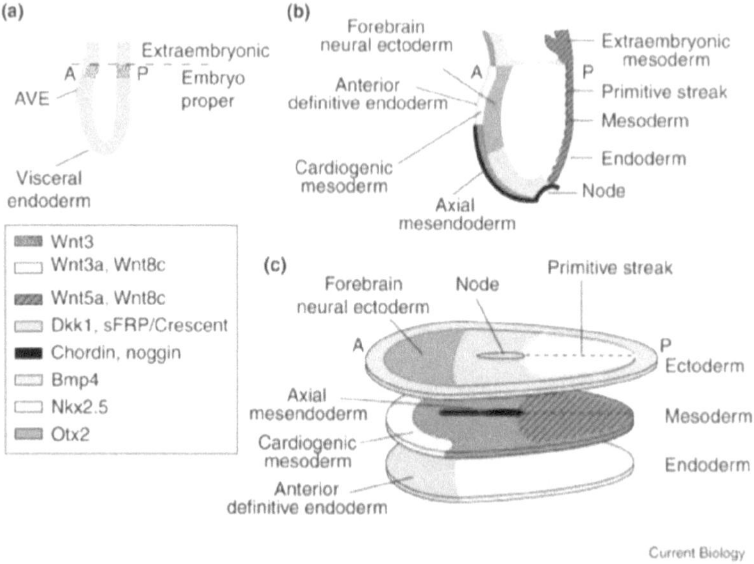

ചിത്രം 2. താഴെ, ഇടത്തെ കോണിൽ ഭ്രൂണ ഡിസ്ക് മൂന്നു പാളികൾ വേർതിരിച്ച് കാണിച്ചിരിക്കുന്നു. അവയിൽ ഉണരുന്ന Wnt, BMP4 മുതലായ ജീനുകൾ പല നിറങ്ങളിൽ സൂചിക്കപ്പെട്ടിരിക്കുന്നു.

ചിത്രം 3. പഴഈച്ചയിൽ ഹോമിയോ ബോക്സിന്റെ കുഴപ്പം കാരണം തല യിൽ കാലുകൾ വളർന്നിരിക്കുന്നു.

വൈറസുകൾ സ്വാധീനിച്ച മനുഷ്യപരിണാമം

വൈറസുകളും നമ്മളുമായുള്ള കളികൾ ഇന്നും ഇന്നലെയും തുടങ്ങിയതല്ല. നമ്മൾ എന്നു മാത്രമല്ല പല ജീവികളുടെയും ഭാഗധേയം മാറ്റിമറിച്ചവരാണ് വൈറസുകൾ. 500 മില്യൻ കൊല്ലങ്ങൾക്ക് മുൻപ് ഈ ലോകത്ത് ഉളവായി വന്ന ഈ ചെറുഅർദ്ധജീവികൾ (വൈറസുകൾ പൂർണ്ണമായും ജീവികളല്ല) പലതും അവയുടെ ആതിഥേയരുടെ ഡി.എൻ.എ.യിൽ കുടിയേറിപ്പാർത്തിട്ടുണ്ട്. മനുഷ്യരുടെ ഉള്ളിൽ കടന്നുകൂടി സ്ഥിരവാസം തുടങ്ങിയ വൈറസുകൾ നിരവധിയാണ്. നമ്മുടെ ജീനോമിൽ 8 ശതമാനം വൈറസുകളുടെ ജീനുകളാണ് ഉള്ളതെന്നത് വിചിത്രമെങ്കിലും സത്യമാണ്. ജീവിക്കുന്ന ഫോസിലുകളാണവയെന്ന് പറയാം. മില്യൻ കണക്കിനു വർഷങ്ങൾക്ക് മുൻപ് നമ്മുടെ പൂർവ്വികരുടെ ഡി.എൻ.എ.യിൽ കയറിപ്പറ്റിയതാണിവർ. പലതും ഉപദ്രവകാരികളെങ്കിലും ചില ഉപകാരങ്ങളും ചെയ്തിട്ടുണ്ട് ഈ സ്ഥിരഅന്തേവാസികൾ. മനുഷ്യൻ യഥാർത്ഥ അർത്ഥത്തിൽ ഭാഗികമായി വൈറസുകളുമാണ്.

'റിട്രോവൈറസുകൾ' എന്നൊരു വിഭാഗത്തിലുള്ള വൈറസുകൾക്കാണ് നമ്മുടെ ഡി.എൻ.എ.യിൽ കയറിപ്പറ്റാനുള്ള കഴിവുള്ളത്. എയിഡ്സ് വൈറസ് (എച്ച്.ഐ.വി.) ഉദാഹരണം. പല വൈറസുകളിലും ഡി.എൻ.എ. ആണ് ജനിതകവസ്തു എങ്കിൽ ചിലവയിൽ ആർ.എൻ.എ. ആണ് ഇക്കാര്യം നിർവഹിക്കുന്നത്. എയിഡ്സ് വൈറസിൽ ആർ.എൻ.എ. ആണ്. കോശങ്ങളിൽ പ്രവേശിച്ചു കഴിഞ്ഞാൽ നേരേ ന്യൂക്ലിയസ്സിൽ കയറി ഈ ആർ.എൻ.എ.യിൽനിന്ന് ഡി.എൻ.എ. നിർമ്മിച്ചെടുത്ത് നമ്മുടെ ഡി.എൻ.എ.യുമായി കണ്ണി ചേർക്കുകയാണ് വിദ്യ. ഒരു അണുബാധയയും ഉണ്ടാക്കാത്തവ മുതൽ തികച്ചും മാരകമായവവരെ ഇക്കൂട്ടത്തിൽപെടുന്നു. മിക്കപ്പോഴും ഇവ നിശ്ശബ്ദരായിരിക്കും എങ്കിലും എപ്പോഴെങ്കിലും കുഴപ്പക്കാരാകാൻ തയ്യാറെടുത്താണിരിപ്പ്. ഇവ നമ്മുടെ ഡി.എൻ.എ. അലമാരയിലെ junk drawerൽ വെറുതെ കിടക്കുന്നവ ആണെന്നായിരുന്നു ആദ്യകാല നിഗമനം. പക്ഷേ അവയുടെ സാംഗത്യം പിടി കിട്ടിയതോടെ അതിജീവനത്തിനും പരിണാമത്തിനും വഴിവയ്ക്കുന്നവയാണിവ എന്നത് പിൽക്കാല അറിവായി മാറുകയായിരുന്നു. ഡാർവിന്റെ പരിണാമ സിദ്ധാന്തവഴികളിൽപെട്ടതല്ല ഈ നൂതന കണ്ടുപിടിത്തം, അതിജീവനത്തിന്റെ കാര്യമൊഴിച്ചാൽ. വിഭവങ്ങൾക്കുള്ള മൽസരത്തെക്കുറിച്ചാണ് ഡാർവിൻ കൂടുതൽ ചിന്തിച്ചത്. രോഗജനക അണുക്കളും (pathogens) അവരുടെ ആതിഥേയ(host)ജീവികളും തമ്മിലുള്ള നിരന്തരയുദ്ധങ്ങൾ അതിജീവനത്തെയും അതുവഴി പരിണാമത്തെയും ബാധിക്കുന്നു എന്ന ആശയം നേരത്തെ പ്രബലമായിരുന്നു എങ്കിലും ആവശ്യത്തിനു തെളിവുകൾ ലഭ്യമായിരുന്നില്ല. എന്നാൽ big dataയുടെ സഹായത്തോടെ ആയിരക്കണക്കിനു പ്രോട്ടീനുകളുടെ സ്വഭാവവിന്യാസങ്ങളും വൈറസുകളുടെ പങ്കും പഠിച്ചെടുക്കാൻ സാധിച്ചിട്ടുണ്ട്.

ബാക്റ്റീരിയ പോലത്തെ ചെറുജീവികളെ സ്വായത്തമാക്കി സ്വന്തം കോശത്തിനുവേണ്ടി ഉപയോഗിക്കുന്നത് ആധുനിക ജീവികളുടെ (സസ്യങ്ങൾ, ജന്തുക്കൾ) വൻപരിണാമദശയുടെ നിദർശനമാണ്. നമ്മുടെ കോശങ്ങളിലെ പവർഹൗസ് ആയ മൈറ്റോകോണ്ഡ്രിയയും സസ്യങ്ങളിൽ സൗരോർജ്ജത്തിന്റെ സഹായത്തോടെ ഗ്ലൂക്കോസ് നിർമ്മിച്ചെടുക്കുന്ന ക്ലോറോപ്ലാസ്റ്റുകളും ആധുനിക കോശങ്ങൾ സ്വന്തം അഭിവൃദ്ധിക്ക് സ്വായത്തമാക്കിയവയാണ്. അതുപോലെ വൈറസുകളെയും നമ്മൾ ഉപയോഗിച്ചിട്ടുണ്ടെങ്കിൽ അതിൽ അത്ഭുതം കൂറാനൊന്നുമില്ല. നമ്മുടെ ഡി.എൻ.എ.യിലേക്ക് ചേർത്തിരിക്കുന്ന വൈറസുകൾക്ക് അവയുടെ പ്രകൃതിയും ധർമ്മവും അനുസരിച്ച് ഒരു ജനതതിയെ വിഭജിച്ച് രണ്ടായി മാറ്റുന്നതിൽ സമാനമായ പങ്ക് വഹിക്കാൻ കഴിയും. പരിണാമത്തിൽ അവയുടെ ധർമ്മം ഇപ്രകാരമാണ് വെളിപ്പെടുന്നത്.

വൈറസുകൾ അതിജീവന തെരഞ്ഞെടുപ്പിന്

ജനിതകവസ്തു ഡി.എൻ.എ. ആയുള്ള വൈറസുകൾ നമ്മുടെ ജീനോമിൽ കയറിക്കൂടുന്നില്ലെങ്കിലും അവ സൃഷ്ടിക്കുന്ന അസുഖങ്ങൾ നമ്മെ മാറ്റിമറിക്കുന്നുണ്ട്. ഒരു സമൂഹത്തിൽ അവയെ അതിജീവിക്കാനുള്ള പ്രതിരോധങ്ങൾ ഉരുത്തിരിയുകയും അതിജീവനം സാദ്ധ്യമായവർ സമൂഹത്തിൽ കൂടുതലാകുകയും ചെയ്യുന്നു. ഫിസിയോളജി മാറ്റപ്പെട്ടവരാണ് പിന്നീടുള്ളവർ. ആർ.എൻ.എ. വൈറസുകൾ മിക്കവാറും നിയോലിതിക് കാലഘട്ടത്തിൽ, അതായത് 12.000 വർഷങ്ങൾക്ക് മുൻപ് കൃഷിയും സ്ഥിരവാസവും തുടങ്ങിയപ്പോൾ നമ്മളിൽ വന്നു കയറിയവരാണ്. വീട് എന്ന ഘടനയും

വിളകൾ സൂക്ഷിക്കുന്ന പ്രകൃതവും വന്നതോടെ രോഗാണുക്കൾ പേറുന്ന, കരണ്ട് തിന്നുന്ന ജീവികൾ (rodents) സഹവാസവും തുടങ്ങി. വളരെയധികം മ്യൂട്ടേഷൻ സാദ്ധ്യതകളുള്ള ഈ വൈറസുകൾ മനുഷ്യരിലേക്ക് കടക്കാൻ അധികം പ്രയാസമുണ്ടായില്ല. വയറുകടി ഉണ്ടാക്കുന്ന റോടാ വൈറസുകൾ, ഫ്ളു സമ്മാനിക്കുന്ന കൊറോണ വൈറസുകൾ ഒക്കെ വന്നുകയറിയ സമൂഹത്തിൽ ഇവയെ പ്രതിരോധിക്കാൻ കെല്പുള്ളവർ മിച്ചം നിന്നു. വസൂരി ഉണ്ടാക്കുന്ന ഡി.എൻ.എ. വൈറസുകളും ഇതിൽ ഉൾപ്പെടും. ആകപ്പാടെ മനുഷ്യജീനോം മാറ്റിമറിക്കപ്പെട്ടു. നമ്മുടെ ഡി.എൻ.എ. ശൃംഖലയുടെ ഭാഗമായി പല വൈറസുകളും സ്ഥിരതാമസമാണ്.

വൈറസുകൾ ഇടപെടുന്ന അതിജീവനതെരഞ്ഞെടുപ്പ് വ്യക്തിപരം മാത്രമല്ലാതെ സമൂഹപരമാകുന്നതും വിവിധ പോപ്പുലേഷനുകളുടെ വ്യത്യസ്തമായ തെരഞ്ഞെടുപ്പുകളും മനുഷ്യരെ വൈവിദ്ധ്യമിയന്ന ജീനോം പേറുന്നവരാക്കുകയാണ് ഉണ്ടായത്. വേറിട്ടതും വ്യത്യാസപ്പെട്ടതുമായ ഇടങ്ങളിലെ അണുക്കളുടെ പ്രകൃതിയും സാന്നിദ്ധ്യവും അനുസരിച്ച് പോപ്പുലേഷനുകളിൽ വ്യത്യാസം വന്നു ഭവിച്ചു. ആൾക്കുരങ്ങുകളിൽനിന്നും ഇക്കാര്യത്തിൽ പൂർവ്വികമനുഷ്യർ (hominidae) ഏറേ വ്യത്യസ്തരായതിലും ഈ സംഭവങ്ങൾ പിറകിലുണ്ട്. രക്തഗ്രൂപ്പ് (A, B, AB or O) പോളിമോർഫിസം വൈറസ് ബാധയുമായി ബന്ധപ്പെട്ടതാണ്.

രക്തകോശങ്ങളുടെ ഉപരിതലത്തിലെ പ്രോട്ടീനുകളുടെ മാറ്റവും വൈവിദ്ധ്യവും വൈറസ്ബാധയുമായി ബന്ധപ്പെട്ടിരിക്കുന്നു. വസൂരിബാധ കഴിഞ്ഞ് എ ഗ്രൂപ്പിൽപെട്ടവർ അധികം അവശേഷിക്കുകയില്ല എന്ന നിരീക്ഷണം ഇത് പ്രബലപ്പെടുത്തുന്നു. എ, ബി, ഒ രക്തഗ്രൂപും ഹെപ്പറ്റൈറ്റിസ്, ചിക്കൻ പോക്സ്, പോളിയോമൈലൈറ്റിസ്, ഇൻഫ്ളുവെൻസ A, അഡിനോ മുതലായ വൈറസുകൾ ആക്രമിക്കുന്നതുമായും ബന്ധമുള്ളതായി തെളിഞ്ഞിട്ടുണ്ട്. അരിവാൾ രോഗം (ചുവന്ന രക്തകോശത്തിലെ ഹീമോഗ്ലോബിനു വരുന്ന ആകൃതിമാറ്റം) ഫേവിസം (ചില പയറുകൾ തിന്നാൽ ചിലർക്കു വരുന്ന മാരകപരിണതി) ഒക്കെ മലേറിയ ബാധിക്കുന്നതുമായി ബന്ധപ്പെട്ടാണിരിക്കുന്നത്. ഈ അസുഖമുള്ളവർക്ക് മലേറിയ ബാധിക്കാൻ സാദ്ധ്യത കുറവാണ്. വൈറസ് അല്ല മലേറിയ രോഗാണു

നമ്മുടെ ഫിസിയോളജിയുടെ അടിസ്ഥാന
ധപ്പെട്ടിരിക്കുന്നതും അതിജീവനപ്രാപ്തിയെ
കുന്നതിന്റേയും ഉദാഹരണമാണിത്. പല
യാ രൂപാന്തരങ്ങളോ ആർജ്ജിക്കുന്നതനു
ിയും മാറപ്പെടുന്നത് പരിണാമത്തിന്റെ വഴി
ന് അർത്ഥം. അതിനാൽ ആദിമമനുഷ്യന്റെ

പരിണാമത്തിനു വൈറസുകളുമായുള്ള ഇത്തരം കളികൾ പശ്ചാത്തലം ചമച്ചിട്ടുണ്ടെന്നുള്ളത് സത്യംതന്നെ.

പല രോഗാണുക്കളോടും പൊരുതി തെരഞ്ഞെടുക്കപ്പെട്ടവരായി മനുഷ്യർ എന്നതാണ് പ്രധാനം. ഇത് ശക്തിയേറിയ പ്രതിരോധ വ്യവസ്ഥ നിർമ്മിക്കപ്പെട്ട സമൂഹത്തെയാണ് സൃഷ്ടിച്ചത്. പല വൈറസുകളും ഒരേ തരത്തിലുള്ള സ്വീകരിണികൾ ഉപയോഗിക്കാറുണ്ട് കോശങ്ങൾക്കകത്തു കടക്കാൻ എന്ന നിലയും കൈവന്നു. മറ്റു ജീവികളിൽ ഉണ്ടെങ്കിലും മനുഷ്യരിൽ ഇതിലൊന്നായ 'സിയാലിക് ആസിഡ്' സ്വീകരിണികൾ ഇല്ലാതായിരിക്കയാണ്. ചിലതരം കൊറോണ, ഇൻഫ്ളുവെൻസെ, റോടാ വൈറസുകളുടെ സ്വീകരിണിയാണിത്. മനുഷ്യരിൽ പക്ഷികളിൽ നിന്നുള്ള ഇൻഫ്ളുവൻസ വൈറസ് പടരാതിരിക്കുന്നത് ഇതുകൊണ്ടാണ്. നിയാൻഡെർതാൽ മനുഷ്യർ പരിണമിച്ചപ്പോൾത്തന്നെ ഈ സവിശേഷത ആർജ്ജിച്ചെടുത്തിരുന്നു. സിയാലികൾ ആസിഡ് സ്വീകരിണിയിലുള്ള മ്യൂട്ടേഷൻ 2.7 മില്യൻ വർഷങ്ങൾക്ക് മുൻപുതന്നെ സംഭവിച്ചു എന്നാണ് അനുമാനം. ഇതുപോലെതന്നെ എയിഡ്സ് വൈറസ് (HIV) നമ്മുടെ രക്തകോശങ്ങളിൽ പറ്റിപ്പിടിക്കാതിരിക്കാനുള്ള മ്യൂട്ടേഷൻ അവയുടെ സ്വീകരിണികളിൽ സംഭവിച്ചിട്ടുണ്ട്. ചില യൂറോപ്യൻ സമൂഹങ്ങളിൽ. വൈറസ് ബാധയുമായി ബന്ധപ്പെട്ട് സമൂഹപരിണാമം സാധിക്കുന്നതിന്റെ ദൃഷ്ടാന്തങ്ങളിലൊന്നാണിത്.

വൈറസുകൾ പ്രതിരോധവ്യവസ്ഥയ്ക്ക് മറ്റ് ചില വൈപുല്യങ്ങൾ പ്രദാനം ചെയ്യാനും കാരണമായിട്ടുണ്ട്. രക്തത്തിലെ ചില ശ്വേതകോശങ്ങളുടെ ഉപരിതലത്തിലുള്ള major histocompatibility antigens (MHC) വളരെ വൈവിദ്ധ്യമാർന്നതാണ്. വൈറസുകൾ ശരീരത്തിൽ പ്രവേശിക്കുന്നതനുസരിച്ച് ഈ വൈവിദ്ധ്യം വർദ്ധമാനമായിട്ടുണ്ട്. പല രോഗാണുക്കളേയും എളുപ്പം പ്രതിരോധകോശങ്ങൾക്ക് കാണിച്ചുകൊടുക്കാൻ ഉതകുന്നു ഈ പ്രോട്ടീൻ വൈവിദ്ധ്യം. മാത്രമല്ല വൈറസുകൾ ഭിന്നരൂപം ആർജ്ജിക്കുമ്പോൾ അവയെ ഒക്കെ തിരിച്ചറിയാനും പ്രതിരോധിക്കാനും ഒരു നിശ്ചിത ജനസഞ്ചയത്തിൽ പകർച്ച തടയുന്നതിനും ഈ വൈവിദ്ധ്യം സഹായിക്കുന്നു. അങ്ങനെ നിരവധി തരത്തിലുള്ള വൈറസുകൾ ശരീരത്തിൽ പ്രവേശിക്കുന്നത് വഴി രൂപാന്തരം പ്രാപിച്ചതാണ് നമ്മുടെ പ്രതിരോധശക്തി. ഇത്തരം വൈവിധ്യങ്ങൾ രൂക്ഷതരമാകുകയും ജനതതിയിൽ വൻവ്യത്യാസങ്ങൾ സൃഷ്ടിക്കുകയും ചെയ്യുമ്പോൾ പുതിയൊരു സ്പീഷീസ് തന്നെ രൂപാന്തരം പ്രാപിക്കാനിടയു[illegible] അതിജീവനവുമായി ബന്ധപ്പെട്ടതാണിത് എന്നതിനാൽ വ്യത്യ[illegible] മായ ജനതതികൾ സ്പീഷീസുകളായി വേർതിരിയുക[illegible]

സാംക്രമികരോഗങ്ങൾ ഇപ്രകാരം ഹോമിനിഡ് സ്പീഷീസുകളെ വേർതിരിക്കാൻ സഹായിച്ചെന്നു വേണം കരുതാൻ.

നിയാൻഡെർതാൽ മനുഷ്യരുടെ അസ്തമനം വൈറസുകളോ മറ്റ് സാംക്രമികരോഗാണുക്കളോ ത്വരിതപ്പെടുത്തിയതായിരിക്കണം എന്നൊരു നിഗമനം നിലവിലുണ്ട്. അവരുടെ മൂക്കിനകത്തെ അനാറ്റമി സൂചിപ്പിക്കുന്നത് ശ്വസനവായു നേരേ ശ്വാസനാളത്തിലേക്ക് പ്രവേശിക്കുന്നതായിട്ടാണ്. രോഗാണുക്കളെ പ്രത്യേകിച്ചും വൈറസുകളെ തടയാനുള്ള സാദ്ധ്യത കുറയുകയാണ് ഇതുമൂലം. നമുക്കാകട്ടെ, പല വളവുതിരിവുകളും വായുവിലുള്ള ചെറുകണികകളെ പിടിച്ചുവയ്ക്കാനുള്ള തന്ത്രങ്ങൾ ഉൾപ്പെടുത്തിയതുമായ ശ്വാസവഴികളാണുള്ളത്. പരിണാമത്തിന്റെ മറ്റൊരു വഴിത്തിരിവ്.

മോളിക്യുലാർ ജെനെറ്റിക്കിൾ പരോപജീവികൾ

നമ്മുടെ ജീനോമിൽ കടന്നുകൂടി എന്നെന്നേക്കുമായി മാറ്റങ്ങൾ സൃഷ്ടിക്കുന്ന വൈറസുകളെപ്പറ്റി നേരത്തെ പ്രതിപാദിച്ചിട്ടുണ്ട്. മിക്കവാറും എല്ലാ ജീവികളിലും വൈറസുകളുടെ ഡി.എൻ.എ. തുണ്ടുകൾ കാണപ്പെടുന്നുണ്ട്. 550 മില്യൻ കൊല്ലങ്ങൾക്കു മുൻപ് നമ്മുടെ ജീനോമിൽ കയറിക്കൂടിയ HERV കുടുംബം (Human Endogenous Retrovirus) ഏകദേശം ഒരു ശതമാനം വരും നമ്മുടെ ഡി.എൻ.എ.യിൽ. പല കാലഘട്ടങ്ങളിൽ കയറിക്കൂടിയ ഇവ പല ധർമ്മങ്ങൾ ചെയ്തുകൂട്ടുന്നുണ്ട് നമ്മിൽ. ചിലവ അക്രമാസക്തമായി സ്വന്തം ഇമ്മ്യൂണിറ്റിയെ നിർവ്വീരികരിക്കൽ, രക്താർബുദം, മറ്റ് ക്യാൻസറുകൾ, മൾട്ടിപ്പിൾ സ്ക്ലീറോസിസ്, എ.എൽ.എസ് (ALS) പോലത്തെ നാഡീരോഗങ്ങൾ, സ്കിസൊഫ്രീനിയ. പ്രമേഹം എന്നിവയ്ക്ക് കാരണമാകുന്നുണ്ട്.

എന്നാൽ ചില നല്ല കാര്യങ്ങൾ ചെയ്തുകൂട്ടുന്നവരുമുണ്ട് ഈ കുടിയേറ്റക്കാരിൽ. ഗർഭകാലത്ത് ഇമ്മ്യൂണിറ്റി ഇകഴ്ത്തി ഗർഭസ്ഥശിശുവിനെ രക്ഷിക്കൽ, വായിലും പാൻക്രിയാസിലും സ്റ്റാർച്ച് ദഹിപ്പിക്കാനുള്ള എൻസൈം നിർമ്മിക്കൽ, ഇങ്ങനെ കുരങ്ങുകളുടേയും നമ്മുടേയും ഫിസിയോളജി സഹായകരായി വർത്തിക്കാൻ താൽപ്പര്യമുള്ളവരാണ് ഈ സ്ഥിര അതിഥികൾ. ചില ജീനുകളെ ഉണർത്തിയെടുക്കാനും അവയുടെ പ്രവർത്തനങ്ങൾ നിയന്ത്രിക്കാനും എന്തിനും പോന്ന ഈ വരത്തന്മാർക്ക് താൽപ്പര്യമുണ്ട്. ഇവ പണ്ട് സ്വതന്ത്രവൈറസുകളായിരുന്നു, നമ്മിൽ കയറിക്കൂടിയതാണ്, ഇന്ന് അവയെ പുറത്ത് കാണാനേ ഇല്ല നമ്മുടെ ജീനോമിൽ എന്നെന്നേക്കുമായി ഇഴുകിച്ചേർന്നിരിക്കയാണ് എന്നതൊക്കെ ആശ്ചര്യജനകംതന്നെ. ഇതുകൊണ്ടുള്ള ഒരു ഗുണം ഇവയുമായി ബന്ധപ്പെട്ട വൈറസുകൾ നമ്മെ പുറത്തുനിന്നും ആക്രമിക്കുകയില്ല എന്നതാണ്.

ഇങ്ങനെ പണ്ട് കയറിക്കൂടിയ ഒരു വൈറസാണ് സസ്തനികൾക്ക് മറുപിള്ള രൂപപ്പെടുത്തിയെടുക്കാൻ സഹായിച്ചത് എന്നത് കൗതുകകരമാണ്. 65 ദശലക്ഷം വർഷങ്ങൾക്ക് മുൻപ് ഒരു ഛിന്ന ഗ്രഹത്തിന്റെ ആഘാതത്തിൽനിന്ന് രക്ഷപ്പെട്ട ചുരുക്കം ചില ജീവികളിൽ ഒന്നാണ് ചെറിയ, രോമമുള്ള ഷ്രൂ (നച്ചെലി) പോലുള്ള ജന്തു. ഏകദേശം 100 ദശലക്ഷം വർഷത്തെ പരിണാമത്തിന്റെ ഉൽപ്പന്നമായ ഈ ജീവിക്ക് സസ്തനികളുടെ ട്രെയ്ഡ് മാർക്കായ മുലപ്പാൽ ഗ്രന്ഥികളും രോമങ്ങളുമുണ്ടായിരുന്നെങ്കിലും മറുപിള്ള ഉണ്ടായിരുന്നില്ല. ഗർഭസ്ഥശിശുവിനു ഓക്സിജനും പോഷകങ്ങളും നൽകുവാനും മാലിന്യങ്ങൾ നീക്കം ചെയ്യുവാനും പുറമേ നിന്നുള്ള ആഘാതങ്ങളെ ചെറുക്കുവാനും മറുപിള്ള ആവശ്യമാണ്. ജീനോമിന്റെ 'ജങ്ക് ഡ്രോയറി'ൽനിന്ന് ചില വൈറൽ ഡി.എൻ.എ. എടുത്ത് മറുപിള്ള നിർമ്മിച്ചെടുക്കുകയാണ് സത്യത്തിൽ സംഭവിച്ചത്. സ്വന്തം ആവരണം (envelope) നിർമ്മിച്ചെടുക്കാൻ വൈറസ് ഉപയോഗിക്കുന്ന 'സിൻസിറ്റിൻ' (syncitin) എന്ന പ്രോട്ടീന്റെ ജീൻ ഈ ആദിമ സസ്തനി മറുപിള്ളയുടെ ആവരണങ്ങൾ നിർമ്മിച്ചെടുക്കാൻ ഉപയോഗിക്കുകയായിരുന്നു. "ഈ വൈറൽ ആവരണജീൻ പിടിച്ചെടുക്കുന്നതിലൂടെ സസ്തനപരിണാമത്തിലെ ഒരു സുപ്രധാനഘട്ടം സാധിച്ചു" പ്രധാന ഗവേഷകനായ ജോൺ മക്കോയ് പറയുന്നു.

'വൈറസുകൾ മനുഷ്യജീനുകൾ ഏറ്റെടുക്കുന്നതിനു ധാരാളം തെളിവുകളുണ്ട്. പക്ഷേ ഇത് വിപരീതത്തിന്റെ ആദ്യ ഉദാഹരണങ്ങളിലൊന്നാണ്." എന്നാൽ എല്ലാ സസ്തനികളുടേയും സിൻസിറ്റിൻ ജീൻ ഒരേപോലെയല്ല. മനുഷ്യരിലും ആൾക്കുരങ്ങുകളിലും കാണുന്ന സിൻസിറ്റിൻ അല്ല എലികളിൽ കാണപ്പെടുന്നത്. എന്നു വച്ചാൽ വിവിധ പരിണാമപാതകളിലൂടെ വിവിധഘട്ടങ്ങളിൽ മറുപിള്ള നിർമ്മിച്ചെടുക്കാൻ വ്യത്യസ്തമായ വൈറസുകളെ ഉപയോഗിച്ചു എന്നതാണ് സത്യം എന്ന്. മറുപിള്ള നിർമ്മിച്ചെടുക്കുന്നതിനു മാത്രമല്ല ഭ്രൂണത്തിന്റെ അനുക്രമവും നിയന്ത്രിതവുമായ വളർച്ചയ്ക്കും 'ജങ്ക് ഡ്രോയറി'ൽ കിടക്കുന്ന വൈറൽ ജീനുകൾ സഹായത്തിന് എത്തുന്നുണ്ട്, പലപ്പോഴും വെറും സഹായം മാത്രമല്ല ഊർജ്ജസ്വലമായി പങ്കെടുക്കുകയും ചെയ്യുന്നുണ്ട്.

ആദിമ ഹോമിനിഡുകൾ തന്നെ സ്വന്തം ഡി.എൻ.എ.യിൽ വൈറസുകളെ ഇണക്കിക്കൊണ്ടു നടന്നിരുന്നു. സമാനമില്ലാത്ത ഡി.എൻ.എ. അനുക്രമങ്ങൾ (സീക്വെൻസുകൾ) സൂചിപ്പിക്കുന്നത് ആൾക്കുരങ്ങിൽനിന്ന് വേറിട്ട പരിണാമദശയിൽത്തന്നെ ഹോമിനിഡ് ജീനോം രൂപപ്പെടുത്തുന്നതിനെ വൈറൽ ഡി.എൻ.എ. സ്വാധീനിച്ചിരുന്നു എന്നാണ്.

നിയോലിതിക് കാലഘട്ടത്തിൽ മൃഗങ്ങളുമായി സഹവാസം തുടങ്ങിയതോടെ വൈറസുകൾ അതിജീവനത്തെ സ്വാധീനിച്ചു തുടങ്ങിയിരിക്കണം പ്രത്യേകിച്ചും പ്രതിരോധവ്യവസ്ഥയുമയി ബന്ധപ്പെട്ട്. മിയോസിൻ (23 മുതൽ 5 മില്യൻ വർഷങ്ങൾക്ക് മുൻപ്) അവസാനഘട്ടത്തിലും പ്ലീയോസീൻ (5 മുതൽ 3 മില്യൻ വർഷങ്ങൾക്ക് മുൻപ്) ആദ്യകാലത്തിലും ഹോമിനിഡുകൾ കൂടുതൽ പടർന്ന് വ്യാപരിച്ചു തുടങ്ങിയപ്പോൾ അതിജീവനമത്സരം അവശ്യമാകുകയും പരോപജീവികളും വൈറസുകളും ഈ മൽസരത്തിന് ആക്കം കൂട്ടുകയും ചെയ്തിരിക്കണം.

ഹെർപീസ്, പാപിലോമ, അഡിനോ, ഹെപ്പറ്റൈറ്റിസ് വൈറസുകൾ ആഫ്രിക്കൻ ആന്ത്രോപോയിഡുകളിൽ ഏതു സമൂഹം ജയിക്കുമെന്ന നിർണ്ണയത്തിൽ പങ്കുചേർന്നു. ആഫ്രിക്കയിൽനിന്ന് പുറത്തേക്ക് കടന്ന മനുഷ്യൻ HTLV, പോളിയോ, വസൂരി മുതലായ വൈറസുകളെ ഒക്കെ സ്വായത്തമാക്കി. മറ്റു ജീവികളിൽനിന്ന് പടരാൻ സാദ്ധ്യതയുള്ള ആർ.എൻ.എ. വൈറസുകൾ (റോടാവൈറസ്, കാലിസിവൈറസ്, കൊറോണവൈറസ് തുടങ്ങിയ) ഈ സമയത്ത് ആദിമമനുഷ്യന്റെ ശരീരത്തിൽ കടന്നുകൂടിയിരിക്കണം. പുതിയ ഇടങ്ങളിൽ എത്തിയവർ അവിടത്തെ മൃഗങ്ങൾക്ക് ഇവ സമ്മാനിച്ചതോടൊപ്പം അവിടത്തെ ആദിമമനുഷ്യരെ ഉന്മൂലനം ചെയ്യാൻ ഈ വൈറസുകൾ കാരണമാവുകയും ചെയ്തു. അനാറ്റമി മാറിയ ആധുനിക മനുഷ്യൻ കൂടുതൽ അതിജീവനപ്രാപ്തനായി മാറിയിരിക്കണം ഇക്കാലത്ത്. നമ്മുടെ ഫിസിയോളജിക്ക് മാത്രമല്ല ശരീരപ്രകൃതിക്കും നമ്മൾ വൈറസുകളോട് കടപ്പെട്ടിരിക്കുന്നു.

■

കടലിൽനിന്ന് കരയിലേക്ക് നടക്കാനാകുന്ന ജീനുകൾ

വെള്ളത്തിലും കരയിലും ജീവിക്കാവുന്ന തവളകളുടെ പരിണാമ വഴികളെക്കുറിച്ച് ഏറെ അറിവ് നമുക്കില്ല. മീനുകൾ വായു ശ്വസി ക്കാനുള്ള ശ്വാസകോശങ്ങൾ നിർമ്മിച്ചു തുടങ്ങിയതായിരിക്കണം ആദ്യ പടി. എന്നാൽ lung fishകൾ തവളകളുമായിട്ട് അത്ര താദാത്മ്യം പുലർത്തുന്നില്ല. വിട്ടുപോയ കണ്ണികൾ എവിടെ എന്ന അന്വേഷണം ഇന്നും നടക്കുന്നുണ്ടെങ്കിലും അധികം വിവരങ്ങൾ ലഭിച്ചിട്ടില്ല. തവള കൾക്ക് പിൻഗാമി ഏത് ഇനം മത്സ്യങ്ങളായിരുന്നു എന്നത് അജ്ഞാ തമാണ് ഇന്നും.

ഫോസിൽ പഠനങ്ങൾ പ്രകാരം 375 മില്യൺ വർഷങ്ങൾക്ക് മുൻപ് അധികം വെള്ളമില്ലാത്ത ഇടങ്ങളിലേക്ക് പതുക്കെ പ്രവേ ശിച്ചു തുടങ്ങിയ മീനുകളാണ് കരജീവിതത്തിലേക്കുള്ള പരിണാമ ത്തിന്റെ ആദ്യപടി. ഇവയുടെ മുൻചിറകുകളുടെ തുടക്കഭാഗത്ത് ഒരു എല്ല് ഉണ്ടായിരുന്നു എന്നത് മറ്റു മീനുകളിൽനിന്ന് വ്യത്യസ്തമാക്കി ഇവരെ. 'Lobe- finned മീനുകൾ' എന്ന് ഇവ അറിയപ്പെടുന്നു. ചളി യിൽ മുന്നോട്ട് കുതിക്കാൻ സ്വല്പം ബലം നൽകി ഈ എല്ല്. കാലുകളായി പരിണമിക്കാനുള്ള ആദ്യപടി. 5 മില്യൺ കൊല്ലങ്ങൾ ക്കുശേഷം ഇവയ്ക്ക് കരയിലും കുറച്ചൊക്കെ അതിജീവിക്കാ മെന്നായി. ഈ പരിണാമപ്രവിദ്ധിയെക്കുറിച്ച് ഇനിയും വിവരങ്ങൾ ലഭിക്കാനുണ്ട്.

ഇന്ന് ഫോസിലുകളല്ല, ജീവനുള്ള മത്സ്യങ്ങൾ തന്നെ കൂടുതൽ അറിവുകൾ നൽകാൻ പ്രാപ്തമാണെന്ന് തെളിഞ്ഞിരിക്കയാണ്. സീബ്ര ഫിഷ് (zebra fish) ബയോളജി പഠിതാക്കളുടെ ഇഷ്ടജന്തു വാണ്. ജീനുകളെപ്പറ്റി പഠിക്കാൻ ഉചിതമായ ചില സവിശേഷതകൾ പേറുന്നവയാണ്. ഈ മീനുകളിൽ ചില മ്യൂട്ടേഷൻ നടത്തിയപ്പോൾ അവയ്ക്ക് കാലുകളിലെ എല്ലുകൾ വളരുന്നതായി ആകസ്മികമാ യാണ് കണ്ടുപിടിച്ചത്. ജീനുകൾ ഇവയാണ്: vav2, waslb. മുൻ

കാലുകളിലെ എല്ലുകൾ രൂപപ്പെടുത്തുന്നതിനെ സഹായിക്കുന്നത് Hox11 എന്ന ജീൻ നിർമ്മിക്കുന്ന പ്രോട്ടീനാണ്. ഈ പ്രോട്ടീനിന്റെ പ്രവർത്തനങ്ങളെ നിയന്ത്രിക്കുന്ന ജീനുകളാണ് vav2യും wasibയും. സാധാരണയായി മീനുകളിൽ പല പ്രോട്ടീനുകളും Hox11 ജീനിന്റെ പ്രവർത്തനങ്ങളെ അമർച്ച ചെയ്യാറാണ് പതിവ്. അതുകൊണ്ട് മീനുകളിൽ മുൻകാലുകളോ അവയിലെ എല്ലുകളോ രൂപപ്പെടാറില്ല. ജീൻ എഡിറ്റിങ് വഴിയാണ് മേൽപ്പറഞ്ഞ രണ്ട് ജീനുകളിൽ മ്യൂട്ടേഷൻ വരുത്തിയത്. ഈ കണ്ടുപിടുത്തത്തിന്റെ പ്രാധാന്യം ഇതാണ്: മീനുകളിൽ ചില ജീനുകൾ സ്വതവേ ഉള്ളത്, ചെറിയ മാറ്റം വരുത്തിയാൽ ചിറകുകളുടെ അടിയിൽ എല്ലുകൾ രൂപാന്തരപ്പെട്ടേക്കാം. പരിണാമത്തിൽ ഇതായിരിക്കുമോ സംഭവിച്ചത് എന്ന് ആശ്ചര്യപ്പെടാം.

ജനിതകമായ കൂടുതൽ വിവരങ്ങൾ കിട്ടിയത് ഇപ്പോൾ ജീവിച്ചിരിക്കുന്ന ലോബ് ഫിൻഡ് മീനുകളായ 'ലങ് ഫിഷ്', സീലക്കാന്ത് എന്നീ മീനുകളിൽനിന്നാണ് ഏകദേശം 400 മില്യൺ വർഷങ്ങൾക്ക് മുൻപ് നാൽക്കാലികളാകാൻ പോയവരിൽനിന്ന് വഴിതിരിഞ്ഞവരാണിവർ. ഇവർ പോയിക്കഴിഞ്ഞ് 30 മില്യൻ കൊല്ലങ്ങൾ കഴിഞ്ഞാണ് തവളകളാകാൻ പോയവർ പരിണമിച്ച് തുടങ്ങിയത്. ഇപ്പോൾ കടൽ മീനുകൾ മിക്കവാറും ray-finned മീനുകളാണ്, ഇവരുമായി ബന്ധ... ത്തവർ. ഇവർക്ക് മുൻചിറകുകളുടെ തുടക്കഭാഗത്ത് എല്ല് ഇല്ല. ...വഴ്സിറ്റി ഓഫ് കോപ്പെൻഹേഗനിലെ പരിണാമജനിതക... ...പ്പറഞ്ഞ പലതരം മീനുകളുടേയും ray-finned ഉം lobe-... ...യവയുടെ ജീനോം (ആകപ്പാടെയുള്ള ജീനുകളുടെ ... പഠിച്ചെടുക്കുകയും ഏതൊക്കെ കുടുംബത്തിൽ, ... ജീനുകൾ ആദ്യമായി പ്രത്യക്ഷപ്പെട്ട് പ്രവർ... ...ത്യമായി അടയാളപ്പെടുത്തുകയും ചെയ്തു.

...പോയവരുടെ കൂട്ടത്തിൽ ഇവയൊന്നും ...ത്തത്. എന്നാൽ അത്ഭുതകരമായ ഒരു ...ത്. ഇവയ്ക്കെല്ലാം കാലുകൾ രൂപ... ...ടെ പ്രവർത്തനങ്ങൾ നിയന്ത്രി... ...ന്നാണ്. അവയൊന്നും പ്രവർ... ...രണത്തിന് എല്ലുകളുടെ ... ജീനുകൾ ഈ മീനു... ...മ്മിച്ചെടുക്കാനുള്ള ...ുന്ന 'ബിർചർ' ...ായ ray-finned ... രൂപപ്പെടുത്തുന്ന ...ശ്വാസകോശത്തിലെ ...പ്പ് ലായനിപോലെ ഒരു

രാസവസ്തു (surfactant) ഉണ്ട്. ഇത് നിർമ്മിച്ചെടുക്കാൻ സഹായിക്കുന്ന ജീനുകളും ഈ മീനുകളിൽ കാണപ്പെടുന്നു എന്നതും അത്ഭുതാവഹമാണ്. Ray-finned മീനുകളിലും lobe-finned മീനുകളിലും ശ്വാസകോശങ്ങളിലേക്ക് രക്തം പായിക്കാൻ പ്രാപ്തമാക്കുന്ന ബലമേറിയ ഹൃദയഅറ (right ventricle) രൂപപ്പെടുത്താനുള്ള ജീനുകളും കണ്ടുപിടിക്കപ്പെട്ടിട്ടുണ്ട്.

കരജീവികളിൽ മാത്രം കാണപ്പെടുന്ന ഈ ജീൻസംവിധാനങ്ങൾ വളരെ നേരത്തെ മീനുകൾ സ്വരൂക്കൂട്ടി വച്ചിരുന്നു എന്നത് ശാസ്ത്രജ്ഞർ കൗതുകത്തോടെയാണ് നോക്കിക്കാണുന്നത്. ലങ്ഫിഷിൽ നേരത്തെ പരാമർശിച്ച surfactant (ശ്വാസകോശ അറകൾ ഒട്ടിപ്പിടിക്കാതിരിക്കാനുള്ള വസ്തു) നിർമ്മിച്ചെടുക്കാൻ സഹായിക്കുന്ന പല ജീനുകളും കാണപ്പെടുന്നുണ്ട്. Ray-finned മീനുകളിൽ കാണാത്തവ. മാത്രമല്ല അഞ്ച് വിരലുകൾ രൂപപ്പെടുത്താനുള്ള ജീനുകൾ, കൈകാൽ മസിലുകളിലേക്കുള്ള നാഡി (nerves)കൾ നിർമ്മിക്കാനുള്ള ജീനുകൾ, വളരെപ്പെട്ടെന്ന് പ്രതികരിക്കാൻ തലച്ചോറിനെ സഹായിക്കുന്ന ജീനുകൾ ഒക്കെ, പ്രവർത്തനരഹിതമാണെങ്കിലും ഈ മീനുകളിൽ കാണപ്പെടുന്നുണ്ട്. കരയിലെ നാൽക്കാലികളിൽ മാത്രം പ്രവർത്തനനിരതമാകുന്നവയാണിവ.

കരയിൽ കയറുന്നതിനു മുൻപുതന്നെ അങ്ങോട്ട് ഒരു നോട്ടമിട്ടിരുന്നു ഈ പരിണാമകുതുകികളായ മീനുകൾ. നാൽക്കാലികളായി കരയിലേക്ക് കയറാൻ തയ്യാറെടുക്കുന്ന മീനുകളുടെ ഫോസ്സിലുകൾ അധികം ലഭിച്ചിട്ടില്ല എന്നത് ഈ പരിണാമഘട്ടത്തെ പഠിച്ചെടുക്കുന്നതിൽ തടസ്സങ്ങൾ സൃഷ്ടിക്കുന്നു. കരയിലെ ജീവിതത്തിനു ത[illegible]റെടുക്കണമെങ്കിൽ ശ്വാസകോശങ്ങൾ പരിണമിക്കണം, കരജ[illegible]കളെ ഇരപിടിക്കാനുള്ള അവയവങ്ങൾ രൂപപ്പെടണം, ക[illegible] ശക്തിയും കാഴ്ചയും മാറപ്പെടണം, വേഗത്തിൽ നടക്ക[illegible] ഓടാനോ കൈകാലുകൾ പ്രാപ്തമാകണം ഇവയൊക്കെ [illegible]വശ്യമാണ്.

380 മില്യൻ വർഷം മുൻപ് മീൻചിറകുകൾ കാലുക[illegible] പരിണമിച്ചിരുന്നു. ഇത്തരം മീനുകളുടെ കാൽപ്പാടുകൾ [illegible] പക്ഷേ ശരീരത്തിന്റെ ആകൃതിയെപ്പറ്റി വിവരങ്ങൾ [illegible]ക്കാനേ സാധിച്ചിട്ടുള്ളൂ. 365 മില്യൻ വർഷങ്ങൾക്ക് [illegible]രുന്ന 'അകാന്തോസ്റ്റഗ' എന്ന മീനിനു നാലു കാലു[illegible]ന്നെങ്കിലും ഇവ തുഴയാനോ നീന്താനോ മാത്ര[illegible]ന്നുള്ളൂ. കരയിൽ നടക്കണമെങ്കിൽ കൈ/കാൽ [illegible]യതായിരിക്കണം, തലയും ശരീരത്തിന്റെ മുക[illegible]പ്പിടിക്കാൻ പറ്റിയതായിരിക്കണം, ആ സവിശേ[illegible] ഇല്ലായിരുന്നു. മാത്രമല്ല, ഈ സമയത്ത് കര[illegible]

പ്രത്യക്ഷപ്പെട്ട് തുടങ്ങുകയും ചെയ്തിരുന്നു. അതുകൊണ്ട് അകാന്തോസ്റ്റീഗ പൂർവ്വികർ ആണെന്ന് ധരിക്കുന്നതിൽ അപാകതയുമുണ്ട്. പുതിയ ലക്ഷണസവിശേഷതകളുമായി പ്രത്യക്ഷപ്പെട്ട, ഈയിടെ കണ്ടുപിടിച്ച ഫോസിൽ ആയ 'പാർമസ്റ്റീഗ എയ്ലിഡേ' (Parmastega aelidae) എന്ന മീൻവർഗ്ഗത്തിന്റെ തലയോട്ടി കരജീവിതത്തിലേക്ക് പരിണമിക്കുന്ന മീൻ ആണെന്ന് അനുമാനിക്കാൻ സഹായിക്കുന്നതാണ്. 372 മില്യൻ വർഷങ്ങൾക്ക് മുൻപ് കരയിൽ ജീവിക്കാനുള്ള ചില തയ്യാറെടുപ്പുകൾ പ്രത്യക്ഷമാകുന്നുണ്ട് ഈ ഫോസിലിൽ. വായു ശ്വസിച്ചുതുടങ്ങാനും ദൂരക്കാഴ്ച സ്വാംശീകരിക്കാനും മറ്റുമുള്ള 'ഫിറ്റിങ്ങുകൾ' ഈ ജീവികൾ സ്വരുക്കൂട്ടിയെടുത്തിരുന്നു എന്നത് കൗതുകകരമാണ്. കണ്ണുകൾ തലയോട്ടിയുടെ മുകൾഭാഗത്ത് ആണ്, ജലോപരിതലത്തിൽ നീന്തുമ്പോൾ കരയിലേക്ക് കണ്ണ് പായിക്കാൻ പാകത്തിൽ. സാധാരണ മീനുകളുടേതിൽ നിന്നും വ്യത്യസ്തമായി നേരേ മുൻപിലേക്ക് നോക്കാനും കൂടിയുള്ള പാകത്തിലാണിവ രൂപകൽപ്പന ചെയ്തിട്ടുള്ളത്.

ചെളിപ്പൂണ്ടന്മാർ (mudskippers) ആണ് ആധുനിക ഉഭയജീവി മീനുകളായി കണക്കാക്കപ്പെടുന്നത്. അവർ പലപ്പോഴും ചെളിവെള്ളത്തിനു മുകളിൽ വന്ന് ഇരയുണ്ടോ ശത്രുക്കളുണ്ടോ എന്ന് നോക്കാറുണ്ട്, അവരുടെ കണ്ണുകളും ഈ 'പാർമസ്റ്റീഗ'മാരുടേതുപോലെയാണ്. എന്നാൽ പാർമസ്റ്റീഗമാർക്ക് വെള്ളത്തിനു മുകളിൽ ശത്രുക്കൾ ഉണ്ടാവാൻ തരമില്ല. കാരണം അക്കാലത്ത് ജന്തുക്കൾ ഇല്ലല്ലൊ. എന്നാൽ കരയിൽ ധാരാളം പ്രാണികൾ (insects), പാറ്റാ ഇനങ്ങൾ ഉൾപ്പെടെ ഉണ്ടായിരുന്നു. പക്ഷേ ഒരു മീറ്ററോളം നീളമുള്ള പാർമസ്റ്റീഗമാർ ചെറിയ പ്രാണികളെ തിന്ന് തൃപ്തിയടഞ്ഞിരിക്കാൻ സാദ്ധ്യതയില്ല. മാത്രമല്ല മറ്റ് ജന്തുക്കളെ കടിച്ചുകീറാൻ തക്കമുള്ള നീണ്ട കോമ്പല്ലുകൾ ഇവയ്ക്ക് ഉണ്ടായിരുന്നു താനും. കരയ്ക്കടിഞ്ഞ ചത്ത മീനുകളേയോ കരയ്ക്ക് വരുന്ന മറ്റു നാൽക്കാലി മീനുകളേയോ (tetrapod) കണ്ടുപിടിച്ച് ഭക്ഷിക്കാനായിരുന്നിരിക്കണം കണ്ണ് മുകളിലായതും കോമ്പല്ലുകൾ രൂപീകരിക്കപ്പെട്ടതും.

പാർമസ്റ്റീഗമാരുടെ മറ്റൊരു പ്രത്യേകത അവരുടെ നാസാരന്ധ്രം (nares) മേൽത്താടി (upper jaw)യുടെ കീഴെ അഗ്രത്തായിട്ടാണ് നിജപ്പെടുത്തിയിരിക്കുന്നത് എന്നതാണ്. ഇത് വെള്ളം വലിച്ചെടുത്ത് ചെകിളപ്പൂക്കളിലേക്ക് പായിക്കാൻ ഉപയോഗിക്കാൻ വേണ്ടിയാണെന്നുള്ളതിൽ തർക്കമില്ല. എന്നാൽ ഇവയ്ക്ക് കണ്ണുകൾക്ക് പുറകിലായി 'സ്പൈറക്കിൾ' (spiracle) എന്നൊരു സുഷിരം കാണാനുണ്ട്. തലയുടെ മുകൾഭാഗം ജലോപരിതലത്തിനു മുകളിലാക്കുമ്പോൾ വായു ശ്വസിക്കാൻ ഉതകിയിരുന്നു ഈ ദ്വാരം എന്നാണ് അനുമാനം. വെള്ളത്തിനടിയിൽ ആകുമ്പോൾ ഇവിടെനിന്നും വായ വഴി ചെകിള

പ്പൂക്കളിൽ ഓക്സിജൻ കലർന്ന വെള്ളം എത്തിച്ചിരുന്നിരിക്കണം. ഈ ഉൾച്ചെവി-വായ ബന്ധം ഇന്നും നമ്മളിൽ പരിണാമത്തിന്റെ ബാക്കിപത്രമായി നിലനിൽക്കുന്നുണ്ട്. ചെവിയുടെ ഉള്ളിൽ നിന്നും തൊണ്ടയുടെ മുകളിൽ എത്തുന്ന യൂസ്റ്റേഷ്യൻ റ്റ്യൂബ് (Eustachian tube) എന്ന കുഴൽ.

പരിണാമത്തിലെ നിർണ്ണായകമായ ഒരു ഘട്ടമാണിത്. ഈ സ്പൈറക്കിൾ ആണ് പിന്നീട് പരിണമിച്ച് കേൾവിക്കുള്ള ഉൾച്ചെവി (inner ear) ആയിത്തീർന്നത്. കരയിൽ ജീവിതം തുടങ്ങുമ്പോൾ കേൾവി എന്നത് അത്യാവശ്യമായി വരികയാണല്ലോ. പിന്നീട് പരിണമിച്ചു വന്ന സൈമൂറിയമോർഫ് (Seymouriamorph) എന്ന ജീവികളിലാണ് ആദ്യം ഈ ഉൾച്ചെവി കാണപ്പെടുന്നത്. ഇവയിൽ ഒരു വിഭാഗം പിന്നീട് പക്ഷി, ഉരഗങ്ങൾ, സസ്തനികൾ എന്നിവയായി പരിണമിക്കുകയും മറ്റൊരു വിഭാഗം ആധുനിക തവളകളാകുകയും ചെയ്തു. ഇപ്പറഞ്ഞവയുടെ നാസാരന്ധ്രങ്ങൾ മേൽത്താടിയിൽ കുറച്ച് മുകളിലായി നിലയുറപ്പിച്ചതാണ് പരിണാമം വഴി. ഇങ്ങനെ മുകൾഭാഗത്തായ നാസാരന്ധ്രങ്ങൾ തല മുകളിലാക്കുമ്പോൾ ജലത്തിനു പകരം വായു വലിച്ചെടുക്കാൻ ഉപകരിച്ചിരുന്നിരിക്കണം, സ്പൈറക്കിൾ കേൾവിക്കുള്ള ഉപകരണമായി മാറുകയും. പരിണാമപ്രകാരം ഇതിന്റെ പ്രാഥമികരൂപം ആണ് പാർമസ്റ്റീഗ പ്രത്യക്ഷമാക്കുന്നത്.

പരിണാമം പലതും കാലേക്കൂട്ടി തീരുമാനിച്ച് ഉറപ്പിച്ചതുപോലെയാണ് കാര്യങ്ങൾ. വളരെ കാര്യമാത്രപ്രസക്തിയോടെ, ദുർച്ചെലവുകൾ ഇല്ലാതെയാണ് കരജീവിയാകാനുള്ള തയ്യാറെടുപ്പുകൾ സാധിച്ചെടുത്തിട്ടുള്ളത്. ദൂരെ, കരയെ നോക്കി ആസക്തി ഇയലാൻ വേണ്ടി പരിണാമം കണ്ണുകൾ മുകളിലേക്ക് പ്രതിഷ്ഠിച്ചു എന്നത് കാൽപ്പനികതാനിബദ്ധമായ ആലോചനയാണെങ്കിലും അതാണ് സംഭവിച്ചിട്ടുള്ളത്. പുതിയ ജീനുകൾ ആവിർഭവിപ്പിക്കുന്നതിനു പകരം നേരത്തെ ഉണ്ടായിരുന്ന ജീനുകൾ പുതുക്കിയെടുക്കുകയാണുണ്ടായത്, കരയിലെ ജീവിതത്തിനു അനുയോജ്യമാകാൻ. ലങ്ഫിഷുകൾ ആവിർഭവിച്ചപ്പോൾത്തന്നെ കരയിലെ ജീവിതം മുൻകൂട്ടിക്കണ്ട് അതിനുള്ള ജീനുകൾ തൽക്കാലം ആവശ്യമില്ലെങ്കിലും ഡി.എൻ.എ.യിൽ കൊരുത്തുതുടങ്ങിയിരുന്നു. മീനുകൾക്കും തവളകൾക്കും ഇടയിലുള്ള പരിണാമജീവിയെ കണ്ടുകിട്ടിയിട്ടില്ല എങ്കിലും തന്മാത്രാശാസ്ത്രവും ജനിതകശാസ്ത്രവും ഏറെ വിവരങ്ങൾ വെളിച്ചത്താക്കുന്നുണ്ട് ഈ ഘട്ടങ്ങളിലെ സങ്കീർണ്ണതകൾ.

■

മനുഷ്യചരിത്രം ഡി.എൻ.എ. കഥാമാലയിൽ

നരവംശശാസ്ത്രജ്ഞന്മാരും പാലിയന്റോളജിസ്റ്റുകളും കിണഞ്ഞു പരിശ്രമിച്ചിട്ടും മനുഷ്യചരിത്രകഥയിൽ കൃത്യത വരുത്താൻ സാധിച്ചിട്ടില്ല. പല ഫോസിലുകൾ, പലയിടത്തായി, മിക്കപ്പോഴും ചില എല്ലിൻകഷണങ്ങളോ പല്ലുകളോ മാത്രം കിട്ടുന്നു. ഹോമോ എറക്റ്റസ് മുതൽ ഹോമിനിൻ സ്പീഷീസ് കുറെ എണ്ണം തിരിച്ചറിയപ്പെട്ടിട്ടുണ്ട്, കിട്ടിയ ഫോസിലുകൾ ഏത് മനുഷ്യന്റേതാണ്, ഏതു കാലഘട്ടത്തിലെ ആണ് എന്ന് നിജപ്പെടുത്താൻ കൃത്യതന്ത്രങ്ങളൊന്നുമില്ല. എല്ലിന്റേയും പല്ലിന്റേയും ആകൃതിയും പ്രകൃതിയും അവയുടെ പ്രതലത്തിന്മേലുള്ള നിമ്നോന്നതങ്ങളോ പാടുകളോ ഒക്കെ ആധാരമാക്കി നിഗമനങ്ങളിൽ എത്തുക മാത്രമാണ് സാദ്ധ്യത. നിയാൻഡെർതാൽ മനുഷ്യരുടെ ഫോസിലുകളിൽനിന്ന് കുറേ ചരിത്രവസ്തുതകൾ ലഭിച്ചു എങ്കിലും ആധുനികമനുഷ്യനുമായി എത്ര അകലം അല്ലെങ്കിൽ അടുപ്പം, എങ്ങനെ പരിണമിച്ചു വന്നു എന്നൊന്നും തീർപ്പിലെത്തിയിരുന്നില്ല. കെട്ടുകഥകൾ ധാരാളം പ്രചരിക്കപ്പെട്ട നിർഭാഗ്യവാന്മാരാണ് നിയാൻഡെർതാൽ മനുഷ്യർ. ആന്ത്രോപ്പൊളജിസ്റ്റുകൾപോലും രാക്ഷസരെന്ന് വിശേഷിപ്പിച്ചു അവരെ. ഇത്തരം തെറ്റിദ്ധാരണകളുടെ തീക്ഷ്ണതകൊണ്ട് പലപ്പോഴും സത്യം മറയപ്പെട്ടു.

ഈ അടുത്ത കാലത്താണ് കഷ്ടിച്ച് മുപ്പതു കൊല്ലം മുൻപ് തന്മാത്രാശാസ്ത്രവും ജനിതകശാസ്ത്രവും പുതിയ തന്ത്രങ്ങളുമായി എത്തുന്നത്. നരവംശശാസ്ത്രജ്ഞരുടെ കയ്യിൽനിന്ന് ചരിത്രാന്വേഷണം വഴുതിപ്പോയി, മോളിക്യുലാർ ബയോളജിസ്റ്റുകൾ ഈ ജോലി ഏറ്റെടുത്തു, മനുഷ്യരുടെ ചരിത്രവും തിരുത്തി എഴുതപ്പെട്ടു. ഈ കൂട്ടരുടെ രാജാവാണ് നോബെൽ സമ്മാനം നേടിയ സ്വാന്റെ പാബോ. ഡി.എൻ.എ. മാല (മൊഹിയുദ്ദീൻ മാല എന്നപോലെ) എന്ന പാട്ടുമായെത്തിയ ശാസ്ത്രജ്ഞരിൽ വമ്പൻ ആണ് ഈ

സ്വീഡിഷ് മനീഷി. മില്യൺ കണക്കിനു കണ്ണികൾ കോർത്ത മാലയായ ഡി.എൻ.എ.യ്ക്ക് പല കഥകളും ചൊല്ലിത്തരുവാനുണ്ടായി. മനുഷ്യപരിണാമം പുതിയ ദിശകൾ തേടി, പുതിയ അറിവുകൾ അഭ്യൂഹങ്ങൾ ഏറെയുള്ള നരവംശശാസ്ത്രത്തിനു കൃത്യതയും ചട്ടക്കൂടും നിർമ്മിച്ചു നൽകി. 'പാലിയോ ജെനെറ്റിക്സ് (Paleo-genetics) എന്ന പുതിയ ശാസ്ത്രശാഖ ഉളവായി. ആയിരമായിരം വർഷങ്ങൾക്ക് മുൻപ് മരിച്ചുപോയവരുടെ ജെനെറ്റിക്സ് കൃത്യമായി നിശ്ചയിച്ചെടുക്കുന്ന ശാസ്ത്രവിദ്യ. അവർക്ക് എന്തൊക്കെ അസുഖങ്ങൾ ഉണ്ടായിരുന്നു, ഏതൊക്കെ ജീനുകൾ അവരെ കഷ്ടപ്പെടുത്തി, അതിജീവനസമരത്തിൽ അവർ എങ്ങനെ തോറ്റുപോയിരിക്കണം, ജയിച്ചിരിക്കണം, നമ്മളുടെ ചില അസുഖങ്ങൾക്ക് ഈ ജനിതകം എത്രമാത്രം കാരണമാകുന്നു എന്നതൊക്കെ പാലിയോ ജെനെറ്റിക്സിനു പറഞ്ഞു തരാൻ കഴിയുന്നുണ്ട് ഇന്ന്.

ഡി.എൻ.എ. ശുദ്ധീകരിക്കുന്നതിലെ വിഷമതകൾ

ഫോസിൽ എല്ലുകളിൽനിന്ന് ഡി.എൻ.എ. മാലകൾ വെറുതേ പെറുക്കിയെടുക്കാം എന്ന് കരുതിയെങ്കിൽ തെറ്റി. ഫോസിൽ ഡി.എൻ.എ. ശുദ്ധീകരിച്ചെടുക്കുന്നത് പ്രയാസമേറിയ പ്രവർത്തി ആണ്. ഇക്കാര്യത്തിലാണ് സ്വാന്റെ പാബോയും കൂട്ടരും മികച്ചു നിന്നത്. നേരത്തെ യൂണി. ഓഫ് കാലിഫോർണിയ, ബെർക്കിലിയിൽ പോസ്റ്റ് ഡോക് ചെയ്ത കാലത്ത് ഡോ. പാബോ ഡി.എൻ.എ. യുടെ കണ്ണികൾ അറിഞ്ഞെടുക്കുന്നതിൽ (DNA sequencing) വിശാരദനായിരുന്നു. മാക്സ് പ്ലാങ്കിൽ ചേർന്നതോടെ മനുഷ്യചരിത്രം തെളിയിച്ചെടുക്കുന്നതിന്റെ രഹസ്യങ്ങൾ ചികയാൻ ഈ തന്ത്രം സമർത്ഥമായി ഉപയോഗിക്കുകയായിരുന്നു അദ്ദേഹം.

ഫോസിലുകളിൽ നിന്ന് ലഭിക്കുന്ന ഡി.എൻ.എ. (അതും വളരെ കുറച്ചേ ലഭ്യമാകാറുള്ളൂ) പഠനങ്ങൾക്ക് ഉപയോഗിക്കാവുന്ന രീതിയിലല്ല, പലപ്പൊഴും മുറിഞ്ഞു കഷണങ്ങളായതോ രാസപരമായി തകർക്കപ്പെട്ടതോ ജൈവരീതിയിൽ മാറ്റപ്പെട്ടതോ ആകാം. നിരവധി രാസപരിവർത്തനങ്ങൾകൊണ്ട് ഡി.എൻ.എ. കണ്ണികളെ സ്ഥിരപ്പെടുത്തി എടുക്കേണ്ടിയിരിക്കുന്നു. രാസമാറ്റം വന്ന ഭാഗങ്ങൾ തെരഞ്ഞുപിടിച്ച് പൂർവസ്ഥിതിയിൽ കൊണ്ടുവരണം. നിരവധി പകർപ്പുകൾ സ്വയമേവ നിർമ്മിച്ചെടുക്കുന്ന 'പോളിമെറേസ് ചെയിൻ റിയാക്ഷൻ (പി.സി.ആർ., കോവിഡ് ടെസ്റ്റിന് ഉപയോഗിക്കുന്ന അതേ വിദ്യ തന്നെ) വഴി ഡി.എൻ.എ.യുടെ അളവ് വർദ്ധിപ്പിക്കുന്നു. നമ്മുടെ ഡി.എൻ.എ. അതിൽ പെട്ടുപോകാൻ സാധ്യതയുണ്ട്. അത്യന്തം ശ്രദ്ധ വെയ്ക്കേണ്ടത് ഇത് സംഭവിക്കാതെയിരിക്കാനാണ്.

ഫോസ്സിൽ സാമ്പിൾ വിലപ്പെട്ടതായതുകൊണ്ട് ഡി.എൻ.എ. ശുദ്ധീകരിക്കാൻ അതിന്റെ ഒരു ചെറുഭാഗമേ എടുക്കാൻ സാധിക്കൂ. ഡോ. പാബോവിന്റേയും സഹശാസ്ത്രജ്ഞരുടേയും നൈപുണ്യം ഇത്തരം കാര്യങ്ങളിൽ തെളിഞ്ഞിരുന്നതിനാൽ അവരുടെ പഠനങ്ങൾ വളരെ വിശ്വാസയോഗ്യമായിത്തീർന്നിരുന്നു.

നിയാൻഡെർതാലരുടെ ഡി.എൻ.എ. കഥകൾ

നിയാൻഡെർതാൽ മനുഷ്യരുടെ ഉത്ഭവവും വ്യാപനവും ആധുനികമനുഷ്യരുമായുള്ള ബന്ധങ്ങളും ഒരു അജ്ഞാതരഹസ്യം പോലെ നിലനിന്നിരുന്ന കാലത്താണ് അവരുടെ ഡി.എൻ.എ.യുടെ വിശദവിവരങ്ങളുമായി ഡോ. പാബോയും കൂട്ടരും എത്തിയത്. കോശങ്ങൾക്കുള്ളിലെ ന്യൂക്ലിയസ്സിലാണ് നമുടെ ജനിതകവസ്തുവായ ഡി.എൻ.എ. എങ്കിലും ഊർജ്ജം നിർമ്മിക്കുന്ന അവയവസൂത്രം (organelle) ആയ മൈറ്റോകോൺഡ്രിയയിൽ ഡി.എൻ.എ. ഉണ്ട് അവ കുറേ ജീനുകളേയും പേറുന്നുണ്ട്. ഈ മൈറ്റോകോൺഡ്രിയ അമ്മയിൽനിന്ന് മാത്രം കിട്ടുന്നതാണ്, അണ്ഡത്തിൽ നിന്ന്. അച്ഛൻ വെറുതെ സ്വന്തം ഡി.എൻ.എ. മാത്രം ഉള്ളിലാക്കിയിട്ട് സ്ഥലം വിട്ട ആളാണ്. അതുകൊണ്ട് അമ്മവഴിയിലുള്ള ചരിത്രം മുഴുവൻ പേറുന്നു mitochondrial DNA (mtDNA). ഈ ഡി.എൻ.എ. ശുദ്ധീകരിച്ചെടുക്കാൻ താരതമ്യേന എളുപ്പമാണ്. 1985-ൽ തുടങ്ങിയതാണ് ഡോ. പാബോയുടെ ഡി.എൻ.എ. ശുദ്ധീകരണതാൽപ്പര്യം.

ഈജിപ്ഷ്യൻ മമ്മികളുടെ ഡി.എൻ.എ. വേർതിരിക്കുകയും അതിന്റെ കണ്ണിവിന്യാസങ്ങൾ പഠിച്ചെടുക്കുയും ആവേശമായി അന്ന്, 1985-ൽത്തന്നെ. 1988-ൽ 7000 വർഷം പഴക്കമുള്ള മനുഷ്യ ഫോസിലിലെ തലച്ചോറിലെ മൈറ്റോകോൺഡ്രിയൽ ഡി.എൻ.എ. വിശ്ലേഷണം ചെയ്തിട്ടുണ്ട്. അദ്ദേഹം. 1997-ൽ നിയാൻഡെർതാൽ മനുഷ്യരുടെ മൈറ്റോകോൺഡ്രിയൽ ഡി.എൻ.എ.യുടെ സീക്വെൻസുമായി രംഗത്തെത്തുമ്പോൾ ഈ വിഷയത്തിൽ മുപ്പതോളം പ്രസിദ്ധീകരണങ്ങൾ സ്വന്തമായിട്ടുണ്ടായിരുന്നു ഡോ. സ്വാന്റെ പാബോ ... അപ്രതിഹതമായി തന്റെ സാന്നിദ്ധ്യം മനുഷ്യഫോസിൽ ...കലനത്തിൽ ഉറപ്പിച്ചെടുത്തു ഇതോടെ അദ്ദേഹം. ...സികളുടേയും mtDNA കണ്ണിവിന്യാസ ...മാണ്. മിക്ക മനുഷ്യരുടേയും ഡി. ...ശരി എട്ട് ബദലുകൾ (substitutions) ...ാൻസികളും തമ്മിൽ 55 ബദലുകൾ ...ഷ്യരും നിയാൻഡെർതാലുമായി 27 ...്. 2006-ൽ നിയാൻഡെർതാൽ മനുഷ്യ... കണ്ണികളുടെ വിന്യാസവിവരങ്ങളാണ്

ു
യ
യി
ും
ത്യ
ർ
ും
ും
ല്ലം
ീട്

ർ
ണ്
NA
പ്പെടു
ുഷ
ൽ
ഹ
ളെ
ർക്ക്
ലഭി

ിലെ
തക
ിക്ക
പാളി
ങ്ങാട്ട്
എന്ന്
നുഹ
ഭിച്ച
0,000
ാലു
ുടെ

ഭാഗം മാത്രം ഫോസിൽ ആയി ലഭിക്കുകയുണ്ടായി. 2010-ൽ ഡോ. പാബോയും സംഘവും ഡി.എൻ.എ. പഠനങ്ങൾ വഴി ഒരു പുതിയ സ്പീഷീസ് ആണിത് എന്ന നിഗമനത്തിലെത്തി. ലഭ്യമായ ഡി.എൻ.എ.യുടെ അളവ് തുലോം തുച്ഛമായിരുന്നെങ്കിലും പുതുക്കിയ തന്ത്രങ്ങളാൽ 2012-ൽ വിശദമായി പഠിക്കപ്പെടുകയും കൂടുതൽ നിയാൻഡെർതാൽ ജീനുകൾ സ്വായത്തമാക്കിയ ആദിമ മനുഷ്യരാണിവർ എന്ന് സ്ഥിരീകരിക്കപ്പെടുകയും ചെയ്തു. 'ഡെനിസോവൻസ്' എന്നറിയപ്പെടുന്ന ഇവർ ഹോമോ ഹൈഡെൽബെർഗിയൻസിസിൽനിന്നും നിയാൻഡെർതാൽ ഉരുത്തിരിഞ്ഞപ്പോൾ തന്നെ വേർപെട്ട മറ്റൊരു ഹോമിനിൻ ആയിരിക്കണമെന്നാണു നിഗമനം. മറ്റൊരു സ്പീഷീസ് ആയി സ്ഥിരപ്പെടുത്തിയിട്ടില്ല, പേർ നൽകിയിട്ടില്ല, കൂടുതൽ ഫോസിലുകളുടെ അഭാവത്താൽ. ഏഷ്യയുടെ ചില ഭാഗങ്ങളിൽനിന്നും ഇവരുടെ ചില ഫോസിലുകൾ കണ്ടെടുത്തിട്ടുണ്ട്.

ഇല്ലാത്തവരുടെ സ്വഭാവങ്ങൾ, അസുഖങ്ങൾ കഥകൾ പറയുന്ന ഡി.എൻ.എ.

ആയിരമായിരം കൊല്ലങ്ങൾക്ക് മുൻപ് മൺമറഞ്ഞ് പോയവരുടെ ആകൃതിപ്രകൃതികളാണ് ഡി.എൻ.എ. വിശ്ലേഷണം വഴി വ്യക്തമാക്കപ്പെടുന്നത്. ഡി.എൻ.എ. കണ്ണികളുടെ വിന്യാസവ്യത്യാസങ്ങളിലും മ്യൂട്ടേഷനുകളിലും ചരിത്രം രേഖപ്പെട്ട് കിടക്കുന്നു. മൈറ്റോക്കോൺഡ്രിയൽ ഡി.എൻ.എ. ആകട്ടെ, അമ്മ ആരാണ്, ഏതു വംശക്കാരി, എന്തൊക്കെ പ്രത്യേകതകളുള്ള സമൂഹാംഗം ഇതൊക്കെ വ്യക്തമാക്കുകയാണ്. അതുകൊണ്ട് ഡോ. പാബോയും കൂട്ടരും വെറുതേ ഡി.എൻ.എ. വിവരങ്ങൾ വിദിതമാക്കുക മാത്രമല്ല ചെയ്തത്, അവയുടെ പ്രത്യേകതകൾ ആ സ്പീഷിസിന് എന്തൊക്കെ സവിശേഷതകൾ പ്രദാനം ചെയ്തു, സ്പീഷിസുകൾ തമ്മിലുള്ള വേഴ്ചകളുടെ ബാക്കിപത്രം പിന്നീടുള്ള മനുഷ്യരെ എങ്ങനെ ബാധിച്ചു, അവരുടെ ഫിസിയോളജി എങ്ങനെ മാറിയെടുക്കപ്പെട്ടു എന്നൊക്കെ വിചിന്തനം ചെയ്യുന്ന ഗവേഷണങ്ങളിൽ ഏർപ്പെട്ടു എന്നത് ശ്രദ്ധേയമാണ്. തലച്ചോർ രൂപീകരണം, ബുദ്ധിവികാസം, സംസാരശേഷി സംവൃദ്ധി, രോഗങ്ങളെ ചെറുക്കാനുള്ള പ്രതിരോധ ശക്തി ഇവയൊക്കെ എങ്ങനെ ആധുനികമനുഷ്യരിൽ വർദ്ധമാനമായത് എങ്ങനെയെന്ന് കൃത്യതയോടെ വിവരിച്ചിട്ടുണ്ട് ഡോ. പാബോയുടെ പഠനങ്ങളിൽ.

തലച്ചോർ പരിണാമം

നമ്മുടെ തലച്ചോറിലെ 'സെറിബ്രൽ കോർടെക്സ്' ആണ് ബുദ്ധിയുടേയും ചിന്താശേഷിയുടെയും നിയന്ത്രണകേന്ദ്രം. അതിന്റെ

ഉപരിതല അടരാണ് നിയോ കോർടെക്സ് (Neo cortex). ഈ ഭാഗമാണ് ബോധജ്ഞാനത്തിന്റെ കേന്ദ്രം. മനുഷ്യരിൽ ഇത് വികസിച്ചിട്ടുണ്ട്, വലിപ്പത്തിലും പ്രവർത്തനശേഷിയിലും. മനുഷ്യന്റെ അനന്യസാധാരണമായ ബോധജ്ഞാനകഴിവുകൾ പ്രധാനമായും ആശ്രയിക്കുന്നത് തലച്ചോറിന്റെ വലിപ്പത്തേയും (ന്യൂറോണുകളുടെ എണ്ണക്കൂടുതൽ) നിയോകോർടെക്സിന്റെ ജടിലവും സങ്കീർണ്ണവുമായ കോശരൂപകൽപ്പന (cyto-architecture)യേയും ആണ്. ബേസൽ റേഡിയൽ ഗ്ലയൽ കോശങ്ങൾ (bRG)എന്ന പ്രത്യേക വിത്തുകോശങ്ങളാണ് വളർച്ച പ്രാപിച്ച് വിഭജിച്ച് ന്യൂറോണുകളായി നിയോകോർടെക്സിനെ സങ്കീർണ്ണവും വലിപ്പമുള്ളതും ആക്കി മാറ്റുന്നത്. തലച്ചോറിൽ ധാരാളം മടക്കുകളുള്ള പ്രൈമേറ്റുകളിലെല്ലാം ഇവ കാണപ്പെടുന്നു. TKTL1 എന്നൊരു ജീൻ നിർമ്മിക്കുന്ന പ്രോട്ടീൻ ആണ് ഈ കോശങ്ങളുടെ എണ്ണത്തെ സ്വാധീനിക്കുന്നത്.

പ്രോട്ടീനുകൾ അമിനോ ആസിഡ് കണ്ണികളാൽ നിർമ്മിക്കപ്പെട്ടവയാണ്, നിയാൻഡെർതാൽ മനുഷ്യരുമായി നൂറോളം അമിനോ ആസിഡുകളുടെ വ്യത്യാസമുണ്ട് നമുക്ക്. അതിലൊന്നാണ് TKTL1. ഈ പ്രോട്ടീനിലെ ഒരേ ഒരു അമിനോ ആസിഡ് മ്യൂട്ടേഷൻ സംഭവിച്ച് മാറപ്പെട്ടിട്ടുണ്ട് മനുഷ്യരിൽ. നിയാൻഡെർതാലിൽ ലൈസീൻ എന്ന അമിനോ ആസിഡ് നമ്മളിൽ ആർജിനീൻ ആയി മാറുക എന്ന ലളിതമായ സംഭവം. പക്ഷേ ഇത് ഗ്ലയൽ കോശങ്ങളുടെ എണ്ണം കൂട്ടാൻ ഇടയാകുന്നു, അതുകൊണ്ട് കൂടുതൽ ന്യൂറോണുകൾ ഉടലെടുക്കുന്നു, നിയോകോർടെക്സ് സങ്കീർണ്ണമാകുന്നു, ഹോമോസാപിയൻസ് അതിബോധജ്ഞാനികൾ ആയി മാറുന്നു. (ചിത്രം 2). പരിണാമത്തിലെ വൻ സംഭവത്തിന് ഒരേ ഒരു അമിനോ ആസിഡ് മാറ്റം മാത്രം ആധാരം. ആധുനിക മനുഷ്യൻ നിയാൻഡെർതാലുമായി വഴിപിരിഞ്ഞപ്പോൾ (ഏകദേശം 500,000 വർഷങ്ങൾക്ക് മുൻപ്) സംഭവിച്ച മ്യൂട്ടേഷൻ ആയിരിക്കണമിത്. നിയാൻഡെർതാൽ ഡി.എൻ.എ.യെക്കുറിച്ചുള്ള വിശദമായ അറിവാണ് ഈ സത്യത്തിനു വഴി തെളിയിച്ചത്, മനുഷ്യപരിണാമത്തിന്റെ ചില രഹസ്യങ്ങളുടെ ചുരുളഴിയിക്കുന്നത്. സ്വാന്റെ പാബോയും കൂട്ടരും ഈ സെപ്റ്റംബറിലാണ് ഈ പഠനഫലം സയൻസ് മാഗസീനിൽ പ്രസിദ്ധീകരിച്ചത്.

മേൽച്ചൊന്നപോലെ നിയോകോർടെക്സിനെ സങ്കീർണ്ണമാക്കാൻ ന്യൂറോൺ കോശങ്ങൾ നിർബാധം വിഭജിക്കേണ്ടതുണ്ട്. കോശവിഭജന സമയത്ത് ക്രോമൊസോമുകളെ (കട്ടിയായ ഡി.എൻ.എ. നാരുകൾ) തുല്യമായി വീതിക്കേണ്ടിയിരിക്കുന്നു. ഇതിനു സഹായിക്കുന്ന മൂന്ന് പ്രോട്ടീനുകളിൽ വ്യത്യാസങ്ങളുണ്ട്, നിയാൻഡെർതാലുമായി താരതമ്യം ചെയ്യുമ്പോൾ ആറ് അമിനോ ആസിഡുകൾ

മാറ്റിയെടുത്തിട്ടുണ്ട് ഹോമോ സാപ്പിയൻസ്. അതുമൂലം ന്യൂറോൺ വിത്തുകോശങ്ങൾ കൃത്യമായ പാകത്തോടേ വിഭജിക്കുന്നു, നിയോ കോർടെക്സ് പുതുന്യൂറോണുകളാൽ സമ്പന്നമാകുന്നു. നിയാൻ ഡെർതാലിൽ ഇത് സാധിച്ചെന്നിരിക്കയില്ല, ന്യൂറോൺ വിഭജനം താറുമാറാകുന്നു, നിയോകോർടെക്സ് സങ്കീർണ്ണമാകുന്നില്ല. അവ രുടെ തലച്ചോറ് ബോധജ്ഞാനക്കഴിവിൽ പിന്നോട്ടായിരുന്നു എന്ന തിന്റെ തെളിവായി ഡോ. പാബോയും സംഘവും ഈ വർഷം ജൂലായിൽ സയൻസ് മാഗസിനിൽ സമർത്ഥിച്ചിരുന്നു.

ഇതുപോലെ മറ്റൊരു ജീൻ ആണ് സംസാരശേഷി പ്രദാനം ചെയ്യാൻ പ്രവർത്തിക്കുന്ന FOXP2. നമ്മുടെയും നിയാൻഡെർതാ ലിന്റെയും പിതാമഹനായ ഹോമോ ഹൈഡബെർഗെൻസിസിൽ ഈ ജീനിനു ചെറിയ മാറ്റം കാണാനുണ്ട്. ചിമ്പാൻസി ജീനുകളു മായി താരതമ്യം ചെയ്യുമ്പോൾ. സംസാരിക്കാനുള്ള കഴിവിന്റെ ന്യൂറോൺ വലയങ്ങൾ സാവധാനം പരിണമിച്ചു വരുന്നതിന്റെ ദൃഷ്ടാന്തം. നിയാൻഡെർതാലിലും നമ്മളിലും ഈ ജീൻ കാണ പ്പെടുന്നു. അതുകൊണ്ട് പൊതുപൂർവികനിൽ സംസാരശേഷി ആവിർഭവിച്ചിരുന്നിരിക്കാൻ എന്ന അനുമാനമായിരുന്നു ആദ്യം. നിയാൻഡെർതാൽ സംസാരശേഷി ഉണ്ടായിരുന്നവർ എന്ന് ഒരു വാദവും പൊന്തിവന്നിരുന്നു. എന്നാൽ പിന്നീട് ഡോ. പാബോയും സംഘവും വിശദമായി നിയാൻഡെർതാൽ ഡി.എൻ.എ.യിൽ തിരഞ്ഞു, ഈ FOXP2 ജീനിന്റെ പ്രവർത്തനം നിയന്ത്രിക്കുന്ന മറ്റൊരു ജീൻ നിർവീര്യമാണ് എന്ന് അറിവായി. ഇപ്പറഞ്ഞ ജീൻ ഉണർന്ന് FOXP2 ജീനിനെ പ്രോത്സാഹിപ്പിക്കുന്നതാണത്രെ ആധു നിക മനുഷ്യനു സംസാരശേഷിയും എഴുതാനുള്ള കഴിവും പ്രദാനം ചെയ്തത്. FOXP2 ജീൻ ഉണ്ടെങ്കിലും നിയാൻഡെർതാലിനു സംസാ രശേഷി ഉണ്ടായിരുന്നിരിക്കാൻ സാദ്ധ്യതയില്ല.

അവിഹിതവേഴ്ചയ്ക്ക് ശിക്ഷ

നിയാൻഡെർതാൽ മനുഷ്യരുമായി വേഴ്ചയ്ക്ക് പോയതിനു ചില ശിക്ഷകളും നമുക്ക് കിട്ടിയിട്ടുണ്ട്. പല അസുഖങ്ങൾ വന്നു ഭവിക്കുന്നവരായിരുന്നു അവർ. പ്രതിരോധശക്തി തുലോം കുറവ്. മുറിവ് വന്നാൽ പെട്ടെന്ന് കരിയാറില്ല. കുഞ്ഞുങ്ങൾ ഒരുപാട് മരിച്ചു പോയിരുന്ന സമൂഹം. 40 വയസ്സ് തികയ്ക്കാറില്ലായിരുന്നു പാവം നിയാൻഡെർതാലന്മാർ. അവരുമായിട്ടാണ് അവിഹിതം. സ്വല്പം തൊലിവെളുപ്പുള്ള നിയാൻഡെർതാലിൽ ആകൃഷ്ടരായിപ്പോയോ ആഫ്രിക്കയിൽനിന്നു വന്ന ആധുനികൻ? ചില ജീനുകൾ പ്രത്യേ കിച്ചും വൈറസുകൾക്ക് വശംവദരാക്കുന്ന ആറു ജീനുകൾ അവ രിൽ ഉണ്ടായിരുന്നത് നമ്മളുടെ ക്രോമസോം 3-ൽ കയറിപ്പറ്റിയിട്ടുണ്ട്.

ഇക്കഴിഞ്ഞ വർഷങ്ങളിൽ കോവിഡ്ബാധ തീവ്രതരമായവരുടേയും പെട്ടെന്ന് മരിച്ചവരുടേയും ഡി.എൻ.എ. പരിശോധന നടത്തി വിവരങ്ങൾ ശേഖരിച്ചു ഡോ. പാബോയും സംഘവും. വൈറസ് ഗുരുതരമായ പ്രത്യാഘാതങ്ങൾ ഉളവാക്കിയവർ മിക്കവർക്കും ഈ പ്രത്യേക ജീൻകൂട്ടങ്ങൾ കാണപ്പെട്ടിരുന്നു. സൗത്ത് ഏഷ്യയിൽ 50 ശതമാനം ആൾക്കാരും യൂറോപ്പിൽ 16 ശതമാനം ആൾക്കാരും ഈ ദൂഷ്യ ജീനുകൾ പേറുന്നവരാണ്. ബംഗ്ലാദേശികളിൽ നിയാൻഡെർതാൽ ഡി.എൻ.എ.യുടെ അംശം കൂടുതലാണെന്ന് നേരത്തെ തെളിഞ്ഞിരുന്നു, കോവിഡ് ബാധയെ തീവ്രതരമാക്കുന്ന ഈ ജീൻസംഘം അവരിൽ കൂടുതലായി കാണപ്പെടുന്നു എന്നും ഡോ. പാബോ രേഖപ്പെടുത്തുന്നു. (ചിത്രം 3)

ഡെനിസോവനിൽ നിന്ന് ചില നല്ല ജീനുകൾ നമുക്ക് ലഭിച്ചത് മറക്കാവതല്ല. ആധുനിക ടിബെറ്റൻ സമൂഹത്തിനു സമുദ്രനിരപ്പിൽ നിന്നും ഉയർന്ന, ഓക്സിജൻ അളവ് കുറഞ്ഞ അന്തരീക്ഷം ഉള്ള പർവ്വതപ്രദേശങ്ങളിൽ ശ്വാസംമുട്ടൽ ഇല്ലാതെ അതിജീവിക്കാൻ സഹായിക്കുന്ന ജീനുകൾ ഡെനിസോവനുകളിൽനിന്ന് കിട്ടിയതാണ്. ചില പ്രത്യേക മണങ്ങൾ തിരിച്ചറിയാനും ഡെനിസോവൻ ജീനുകൾ മനുഷ്യരെ സഹായിക്കുന്നു. പുതിയ ചില കോവിഡ് വൈറസ് വേരിയന്റുകളെ പ്രതിരോധിക്കാനുള്ള കെൽപ്പും ഡെനിസോവൻസ് പ്രദാനം ചെയ്തിട്ടുണ്ടത്രെ.

പാലിയോജെനെറ്റിക്സ് എന്ന പുതിയ വിഭാഗം ഇപ്രകാരമാണ് ഡോ. പാബോയും സംഘവും സമ്പന്നമാക്കിയത്. നിയാൻഡെർതാൽ ഡി.എൻ.എ.യുമായി താരതമ്യം ചെയ്താൽ ഇനിയും മനുഷ്യരുടെ ജനിതകരഹസ്യങ്ങളും പരിണാമവഴികളും വെളിവാക്കപ്പെടും എന്ന് നിശ്ചയമുണ്ട്. മാക്സ് പ്ലാങ്ക് ഇൻസ്റ്റിറ്റ്യൂട്ടിലെ ഈ പ്രാമാണിക സംഘത്തിന്. കാലികപ്രസക്തമായ മോഡേൺ മെഡിസിൻ പ്രഹേളികകളാണ് അവർ ചരിത്രത്തിൽനിന്നും കുഴിച്ചെടുക്കുന്ന ഡി.എൻ.എ. കണ്ണികൾകൊണ്ട് തെളിയിച്ചെടുക്കുന്നത്.

■

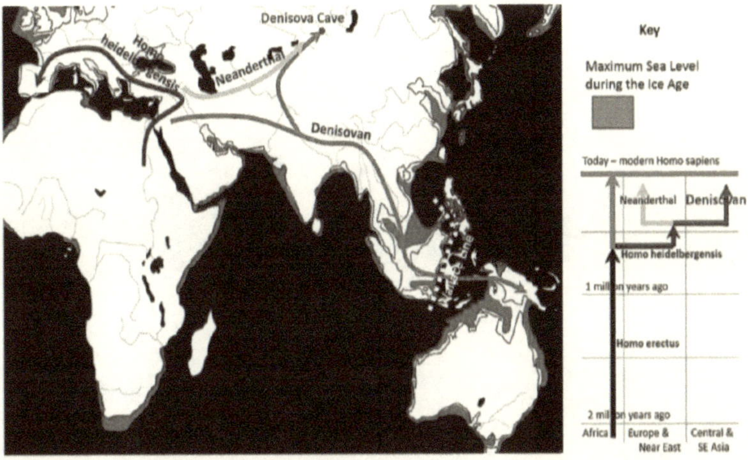

ചിത്രം 1. നിയാൻഡെർതാലുകളുടേയും ഡെനിസോവൻസിന്റേയും പരിണാമവും പടർന്ന് പരക്കലും

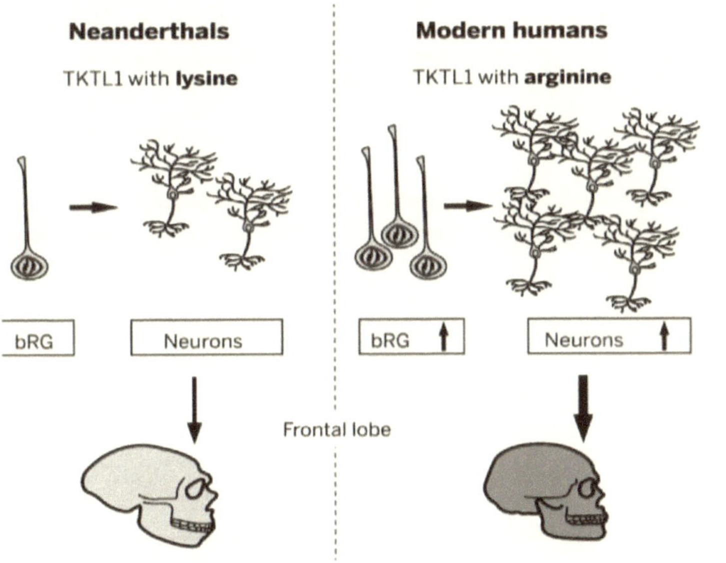

ചിത്രം 2. തലച്ചോർ പരിണാമം. TKLT1 ജീൻ പ്രോട്ടീനിൽ മ്യൂട്ടേഷൻ വഴി ലൈസീൻ എന്ന അമിനോ ആസിഡ് ആർജിനീൻ ആകുമ്പോൾ കൂടുതൽ ന്യൂറോണുകൾ മനുഷ്യതലച്ചോറിൽ ഉണ്ടാകുന്നു. ഡോ. പാബോയുടെ പുതിയ കണ്ടുപിടിത്തം. (Courtsey: Science magazine)

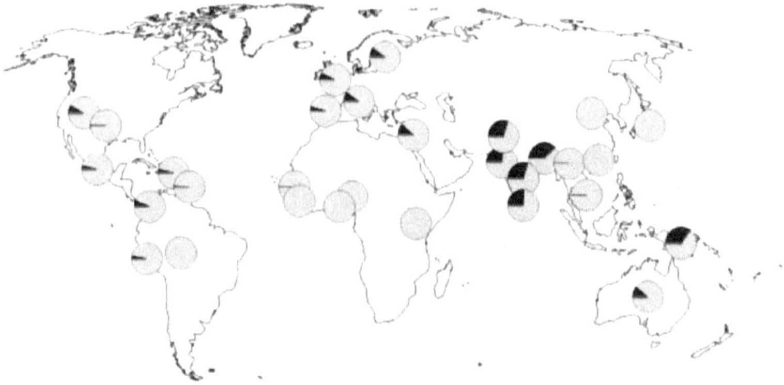

ചിത്രം 3. നിയാൻഡെർതാലിൽനിന്ന് മനുഷ്യർക്ക് ലഭിച്ച ചില ജീനുകൾ കോവിഡ് ബാധ തീവ്രതരമാക്കുന്നു. ഏഷ്യയിലും പാപ ന്യൂ ഗിനിയയിലും ഈ ജീനുകൾ കൂടുതൽ ഉണ്ട് സമൂഹത്തിൽ. വൃത്തങ്ങളിലെ നിറമുള്ള ത്രികോണങ്ങൾ ഈ ജീനുകളുടെ ഏറ്റക്കുറച്ചിൽ രേഖപ്പെടുത്തുന്നു. ഡോ. പാബോയുടെ പുതിയ ഗവേഷണഫലം. (Courtsey: Nature Magazine)

ഡി.എൻ.എ.
പുരാവൃത്തങ്ങളുടെ സഞ്ചയം

കോശങ്ങളുടെ ന്യൂക്ലിയസ്സിൽ നാരുകളായി രൂപാന്തരം പ്രാപിച്ച് കുടികൊള്ളുന്ന നീണ്ടകണ്ണികളുടെ മാല എല്ലാ പ്രവർത്തനങ്ങളുടെയും അധിപനാണ്, തീരുമാനങ്ങൾ എടുക്കുന്ന നേതാവാണ്. ഈ ഡി.എൻ.എ. കണ്ണികൾ ഒരു ഗ്രന്ഥശാലതന്നെ, പ്രോട്ടീനുകൾ നിർമ്മിച്ചെടുക്കാനുള്ള വിവരങ്ങൾ അടങ്ങുന്ന ഒരു വൻപുസ്തകം, ജനിതകവിധികളുടെ രഹസ്യകോഡുകൾ പേറുന്ന അക്ഷരമാലാവിന്യാസം. ജീവികൾ വന്ന വഴികളുടെ ചരിത്രം ഉറങ്ങുന്ന ഭൂമിക. നാലക്ഷരങ്ങൾ (നാല് തന്മാത്രാസ്വരൂപങ്ങളാണിവ) കൊണ്ട് സങ്കീർണ്ണഭാഷ നിർമ്മിച്ചെടുക്കുന്ന വൻതന്മാത്രാവിദ്വാൻ. ഇന്നലെയുടെ പുരാവൃത്തങ്ങൾ, നാളെയുടെ കഥകൾ, പരിണാമത്തിന്റെ രഹസ്യചരിത്രങ്ങൾ ഒക്കെ ആലേഖനം ചെയ്ത ചുരുളുകൾ. ഇനി എന്തൊക്കെ അസുഖങ്ങൾ വരാൻ സാദ്ധ്യതയുണ്ടെന്ന് അറിയാൻ ഈ കണ്ണികൾ വലിച്ചുനീട്ടി പരിശോധിച്ചാൽ മതി, വ്യക്തിത്വത്തിന്റെ വിശദാംശങ്ങൾ അറിഞ്ഞെടുക്കാനും.

ഡി.എൻ.എ. എന്തു ചെയ്യുന്നു?

വാസ്തവത്തിൽ ഒന്നും ചെയ്യുന്നില്ല, വെറുതേ കിടന്നു കൊടുക്കുന്നതേ ഉള്ളൂ, പകർപ്പ് എടുക്കാൻ അനുവദിച്ചുകൊണ്ട്. നാലുതരത്തിൽ ഉള്ള ന്യൂക്ലിയോറ്റൈഡുകൾ (nucleotides) രണ്ടെണ്ണം വീതം പരസ്പരം ഇണചേർന്നുണ്ടാക്കുന്ന, ചുറ്റിപ്പിണഞ്ഞ നീണ്ട മാലകളാണ് ഡി.എൻ.എ. A,T,C,G എന്നീ നാലെണ്ണം. അതിൽ A,T യോടും C,Gയോടും ബന്ധിക്കുകയാണ്. നിശ്ചിതക്രമമില്ലാതെ, ചിട്ടയില്ലാതെ CTAAGATCCAGTGCAT എന്ന രീതിയിൽ നീണ്ടുപോകുന്ന ഈ ന്യൂക്ലിയോടൈഡ് അനുക്രമങ്ങൾ (sequence) ആണ് അതിന്റെ പ്രവൃത്തിസ്വഭാവം നിർണ്ണയിക്കുന്നത്. DNA sequencing വഴിയാണ് ഒരു ജീവിയുടെ തനിമ നിശ്ചയിക്കപ്പെടുന്നത്. ഈ ശൃംഖലയിൽ മൂന്നെണ്ണം വീതം ഒരോ അമിനൊ ആസിഡുകളുടേയും കോഡ്

ആണ്. ഈ അമിനൊ ആസിഡുകൾ കണ്ണിചേർന്നാണ് പ്രോട്ടീൻ നിർമ്മിച്ചെടുക്കുന്നത്. ഒരു ജീൻ എന്നാൽ ഒരു പ്രോട്ടീൻ നിർമ്മിച്ചെടുക്കാനുള്ള അമിനോ ആസിഡ് ശൃംഖലയുടേ കോഡുകളാണ് എന്ന് ലളിതമായിപ്പറയാം. ഒരു ജീനിന്റെ പകർപ്പ് എടുക്കുന്നത് ആർ.എൻ.എ. ആണ്, സന്ദേശവാഹകരാണ് ഇവർ അതുകൊണ്ട് mRNA (messenger RNA) എന്ന് വിളിക്കുന്നു. ഈ പകർപ്പെടുക്കൽ തുടങ്ങാനോ ത്വരിതപ്പെടുത്താനോ നിയന്ത്രിക്കാനോ ജീനിന്റെ അപ്പുറത്തോ ഇപ്പുറത്തോ ഉള്ള ഡി.എൻ.എ. ശൃംഖലകൾക്ക് ഉത്തരവാദിത്തമുണ്ട്. അവയുടെ നിർദ്ദേശപ്രകാരം എം.ആർ.എൻ.എ. പകർപ്പെടുക്കാൻ വെറുതേ സമ്മതം മൂളുകയേ ഡി.എൻ.എയ്ക്ക് (നിശ്ചിത ജീനിനു) ചെയ്യാനുള്ളൂ. കോശങ്ങളിലെ പണിചെയ്യുന്നതൊക്കെ ഈ ജീൻ പകർപ്പ് വഴി നിർമ്മിക്കപ്പെടുന്ന പ്രോട്ടീനുകളാണ്.

ഡാർവിൻ അറിയാതെ പോയത്

ജന്തുക്കളുടെ അനാട്ടമിയിലെ സാദൃശ്യങ്ങൾ, ആഹാരക്രമവും വൈവിദ്ധ്യവും അനുസരിച്ച് പക്ഷികളുടെ കൊക്ക് രൂപപ്പെട്ട് വന്നത്, ഫോസിൽ വിവരങ്ങൾ ഇവയൊക്കെ ആധാരപ്പെടുത്തിയാണ് ഡാർവിൻ തന്റെ പരിണാമസിദ്ധാന്തം തെളിയിച്ചെടുത്തത്. ഡി.എൻ.എ. എന്നൊരു വസ്തുവിനെക്കുറിച്ച് യാതൊരു അറിവും ഇല്ലാതിരുന്ന കാലം. ജനിതകം (Genetics) എന്നൊരു ശാസ്ത്രശാഖ ഇല്ല എന്ന് മാത്രമല്ല അങ്ങനെ ഒരു വാക്കുപോലും വ്യവഹാരത്തിൽ ഇല്ലാതിരുന്ന കാലം. ഗ്രെഗർ മെൻഡെൽ എന്ന പാതിരി ഓസ്ട്രിയയിൽ തന്റെ പരീക്ഷണങ്ങൾ വഴി ജനിതകവിന്യാസങ്ങൾ ലളിതമായ രീതിയിൽ സാവധാനം അറിയിച്ചുകൊണ്ടിരുന്ന കാലം. ഈ അടുത്ത കാലത്താണ് ഡി.എൻ.എ. ചൊല്ലിത്തരുന്ന വ്യാഖ്യാനങ്ങൾ പരിണാമത്തിന്റെ പ്രബല തെളിവുകളായി മാറിയത്. വൈറസ്/ബാക്റ്റീരിയ മുതൽ മനുഷ്യൻ വരെയുള്ള എല്ലാ ജന്തു/സസ്യജാലങ്ങളുടേയും പരിണാമരഹസ്യങ്ങൾ ഡി.എൻ.എ. വലക്കണ്ണികൾ എളുപ്പം വലിച്ചു പുറത്തിട്ടു. ഡി.എൻ.എ. കോഡുകൾ ആധാരമാക്കി പ്രോട്ടീൻ നിർമ്മിച്ചെടുക്കുന്നത് ബാക്റ്റീരിയയിലും മനുഷ്യരിലും ഒരുപോലെയാണെന്നും ബില്യൺ വർഷങ്ങളോളം ഈ ആധാരതന്ത്രം നിലനിൽക്കുന്നു, ജീവൻ തുടിക്കുന്ന എല്ലാറ്റിലും ഒരേ ഡി.എൻ.എ. പ്രവർത്തികൾ ആവർത്തിക്കുന്നു എന്നുമുള്ള അറിവ് പരിണാമത്തിന്റെ നീണ്ട വഴികളിലെ പ്രത്യേക ഇടങ്ങളിൽ ജീവജാലങ്ങളെ പ്രതിഷ്ഠിക്കുന്നു.

മനുഷ്യചരിത്രം വഴി മാറുന്നു

ചില എല്ലിൻ തുണ്ടുകൾ, പല്ലുകൾ, കല്ലുകൾ കൊണ്ടുള്ള ചെറിയ പണിയായുധങ്ങൾ, കൂടെക്കിട്ടിയ മൃഗങ്ങളുടെ എല്ലുകൾ, ഭാഷാ

പരമായ സാജത്യ വൈജാത്യങ്ങൾ ഇവയൊക്കെ ആധാരമാക്കിയായിരുന്നു മനുഷ്യപരിണാമത്തിന്റെ രൂപരേഖകൾ വരഞ്ഞെടുത്തിരുന്നത്. ഫോസിലുകളിലെ ഡി.എൻ.എ. പരിശോധനകളും വിശദമായ അറിവുകളും മനുഷ്യചരിത്രനിർമ്മിതിയെ അപ്പാടെ മാറ്റിമറിച്ചിട്ടുണ്ട്. ആഫ്രിക്കയിൽ മനുഷ്യൻ പരിണമിച്ചുവന്നതും യൂറോപ്പിൽ എത്തിയതും അവിടെ നിയാൻഡെർതാൽ എന്ന മറ്റൊരു സ്പീഷീസുമായി വേഴ്ചയിൽ ഏർപ്പെട്ടതും ഒക്കെ സുവിദിതമാക്കി കാലഗണന തീർപ്പാക്കിയത് ഡി.എൻ.എ. പഠനങ്ങളാണ്. ഇൻഡ്യയിലേക്ക് ആര്യൻ അധിനിവേശത്തിന്റെ കാര്യത്തിലുണ്ടായിരുന്ന വാഗ്വാദത്തിന് അറുതി വന്നതും ഡി.എൻ.എ. തെളിച്ചു കൊണ്ടുവന്ന അറിവുകളാലാണ്. ഡെനിസോവൻ എന്നൊരു പുതിയ ഹോമിനിൻ വകഭേദത്തെ കണ്ടുപിടിച്ചതും ഈ ഡി.എൻ.എ. തന്ത്രങ്ങളാലാണ്. ആന്ത്രോപോളജി എന്ന മേഖല മോളിക്യുലാർ ബയോളജിസ്റ്റുകൾ പെട്ടെന്നാണ് വന്ന് കയ്യേറിയത്. നിരീക്ഷകരുടെ ലോകം പരീക്ഷകരുടെ ലോകത്തിനു വഴി മാറിയ ചരിത്രസന്ധി. തുലോം തുച്ഛമായ മൈക്രോ അളവിൽ ലഭിക്കുന്ന ഡി.എൻ.എ. ശുദ്ധീകരിച്ചെടുക്കുന്നതിൽ നിപുണനായ സ്വാന്റെ പാബോയ്ക്കാണ് 2022-ലെ നോബെൽ സമ്മാനം കിട്ടിയത്. സൈബീരിയയിൽ ഒരു ഗുഹയിൽ നിന്ന് കിട്ടിയ നിയാൻഡെർതാൽ ഫോസിൽ എല്ലുകൾ അവ അച്ഛനും അമ്മയും കുട്ടികളും അടങ്ങുന്ന ഒരു കുടുംബത്തിന്റേതാണെന്ന് പെട്ടെന്ന് സ്ഥിരീകരിച്ചതും ഡി.എൻ.എ. അപഗ്രഥനത്താലാണ്. ഒരേ സ്ത്രീയുടെ പല മക്കൾ പല ഇടങ്ങളിൽ കണ്ടതിനാൽ സ്ത്രീകൾ കുടുംബങ്ങളിൽ വന്നും പോയിയുമിരുന്നു എന്ന് നിരീക്ഷിക്കപ്പെട്ടത് പൂർവ്വമനുഷ്യരുടെ സമൂഹചര്യകളിലേക്ക് വെളിച്ചം വീശുന്നു. പരിണാമചരിത്രത്തോടൊപ്പം സാമൂഹ്യചരിത്രവും ഡി.എൻ.എ. വിശകലനങ്ങളുടെ പുസ്തകത്താളുകളിൽ വിദിതമാകുന്നു. മനുഷ്യൻ പശുവിൻ പാൽ കുടിച്ചു തുടങ്ങിയതിന്റേയും പാൽ ദഹിക്കാനുള്ള ജീൻ പരിണാമം തെരഞ്ഞെടുത്തതിന്റേയും കാരണങ്ങൾ ഇന്ന് ഡി.എൻ.എ. പഠനങ്ങൾ വിശദമാക്കുന്നുണ്ട്. ബംഗ്ലാദേശിലുള്ളവർക്ക് കോവിഡ് ബാധ തീവ്രതരമാകുന്നതിന്റെ കാരണം അവരിലുള്ള ചില നിയാൻഡെർതാൽ ജീനുകൾ കാരണമാണെന്ന് തെളിയിക്കാനൊക്കെ ഡി.എൻ.എ. വിശകലനങ്ങൾക്ക് സാധിക്കുന്നുണ്ട്.

നിങ്ങൾ ആരാണെന്ന് നിങ്ങൾക്ക് അറിയില്ലെങ്കിൽ....

നിങ്ങളുടെ ഡി.എൻ.എ. പറഞ്ഞുതരും നിങ്ങളേക്കുറിച്ചുള്ള വിശദവിവരങ്ങൾ.

പ്രോട്ടീൻ നിർമ്മിച്ചെടുക്കാൻ വേണ്ടിയുള്ള വിവരവും ഗ്രന്ഥക്കെട്ടും സമാഹരിച്ചിരിക്കുന്ന ഒരു വല്യമ്മാവൻ മാത്രമാണ് ഈ

നീണ്ട വലക്കണ്ണികൾ എന്നു കരുതിയാൽ തെറ്റി. ഒരു കോശം എന്തൊക്കെ പ്രോട്ടീനുകൾ എപ്പൊഴൊക്കെ, എത്രയൊക്കെ നിർമ്മിച്ചെടുക്കണം എന്നത് വലിയ ഒരു തീരുമാനമാണ്. എപ്പോൾ വിഭജിക്കണം എന്നതും മറ്റൊരു പ്രധാന തീരുമാനം. പല പ്രോട്ടീനുകളും ഡി.എൻ.എയ്ക്ക് അറിവുകൾ കൊടുക്കുന്നുമുണ്ട് ഇക്കാര്യത്തിൽ. ഡി.എൻ.എയുടെ ഈ തീരുമാനങ്ങളാണ് നിങ്ങളുടെ സ്വരൂപത്തിന്റെ ആധാരം. പെരുമാറ്റത്തിന്റേയും ഫിസിയോളജിയുടെയും. അതുകൊണ്ട് ഡി.എൻ.എയുടെ സീക്വെൻസ് വിശദവിവരങ്ങൾ നിങ്ങളുടെ സ്വത്വത്തിന്റെ ആധാരംതന്നെ. 23 and Me എന്നൊരു കമ്പനിക്ക് സാമ്പിൾ അയച്ചാൽ അവർ നിങ്ങളുടെ പ്രപിതാമഹന്മാരുടെ ചരിത്രവും ഏതൊക്കെ അസുഖങ്ങൾ വരാനുള്ള സാദ്ധ്യതകൾ ഉണ്ട് എന്നതൊക്കെ വിശദമായി പറഞ്ഞു തരും. ഇൻഡ്യയിലും ഇപ്പോൾ ഇത്തരം Genetic testing ലാബുകൾ പ്രവർത്തനനിരതമായിട്ടുണ്ട്. നിങ്ങളിൽ എത്രശതമാനം വടക്കെ ഇൻഡ്യയിൽ കൂടുതൽ കാണപ്പെടുന്ന ജീനുകളുമായി സാമ്യമുണ്ടെന്നൊക്കെ പ്രഖ്യാപിക്കുന്നുണ്ട് ചില ടെസ്റ്റുകൾ. നമ്മളിലെ നിയാൻഡെർതാൽ, ഡെനിസോവൻസ് (മറ്റ് ഹോമൊനിൻ സ്പീഷീസുകൾ) ഡി.എൻ.എയുടെ ശതമാനവും ഈ ടെസ്റ്റുകൾ പറഞ്ഞുതരും.

ഇന്ന് 'ഹെർബൽ മെഡിസിൻ' എന്ന പേരിലുള്ള ചില തട്ടിപ്പു കമ്പനികൾ വരെ ഡി.എൻ.എ. പരിശോധിച്ച് ഇഞ്ചിയും വെളുത്തുള്ളിയും ആടലോടകത്തിന്റെ വേരും കൂട്ടിത്തിരുമ്മിയത് മതി ജനിതക അസുഖങ്ങൾ ഭേദമാക്കാൻ എന്ന് അവകാശപ്പെടുന്നിടത്തോളം എത്തിയിട്ടുണ്ട് കാര്യങ്ങൾ. എന്നാൽ ചില കമ്പനികളുടെ ഡി.എൻ.എ. അനാലിസിസ് കൃത്യമായി 38 ഓളം അസുഖങ്ങൾ വരാനുള്ള സാദ്ധ്യത ജനിതകമായി നിങ്ങൾക്ക് ലഭിച്ചിട്ടുണ്ടോ എന്ന് വെളിവാക്കുന്നുണ്ട്. ഇതിൽ സ്തനാർബുദം, ഗ്ലൂടെൻ പ്രശ്നങ്ങൾ, പ്രമേഹം, ചില ക്യാൻസറുകൾ, സ്കിറ്റ്സോഫ്രീനിയ, വാതം, സോറിയാസിസ് ഒക്കെ ഉൾപ്പെടും. നിങ്ങൾ ചില അസുഖജീനുകളുടെ 'കാരിയർ' ആണോ എന്നത്, (നൂറിൽപ്പരം ജീനുകൾ ടെസ്റ്റ് ചെയ്യപ്പെടും ചില പ്രത്യേക സാഹചര്യങ്ങളിൽ ഈ അസുഖങ്ങൾ വരാൻ സാദ്ധ്യതയുള്ളത്), ജനിതകപരമായി ഡി.എൻ.എയിൽ മ്യൂടേഷൻ (ഡി.എൻ.എ.യിലെ ന്യൂക്ലിയോടൈഡുകൾ ഒന്നിനു പകരം മറ്റൊന്ന് ആയിത്തീരുക) കൊണ്ടുവരാവുന്ന അസുഖങ്ങൾ (സ്തനാർബുദം, അണ്ഡാശയ ക്യാൻസർ, പാങ്ക്രിയാസ് ക്യാൻസർ, റെക്റ്റൽ ക്യാൻസർ. ആമാശയ ക്യാൻസർ ഒക്കെ) താക്കീതായി എത്തുകയാണ്. ബയോമാർക്കറുകൾ (Biomarkers) എന്നറിയപ്പെടുന്നവയുടെ സാന്നിദ്ധ്യം പരിശോധിച്ച്, ലിവർ, തൈറോയിഡ് പ്രശ്നങ്ങൾ, ഹോർമോൺ അളവ്, രക്തത്തിലെ പ്രോട്ടീനുകൾ, കോശങ്ങളിലെ വ്യതിയാനങ്ങൾ ഇവയിലൊക്കെ മാറ്റങ്ങൾ വരാനുള്ള

സാദ്ധ്യതയും പല മരുന്നുകളോടുള്ള പ്രതികരണവും ഒക്കെ കണ്ടുപിടിച്ച് നമുക്ക് അറിവുകൾ ലഭിക്കുകയാണ്. ആൽസൈമേഴ്സ് അസുഖം വരാനുള്ള സാദ്ധ്യതയുണ്ടോ എന്നറിയാനുള്ള ടെസ്റ്റുകളും നിലവിലുണ്ട്. പലേ അസുഖങ്ങൾക്കും 'ആക്ഷൻ പ്ലാനുകൾ' മുൻകാലേ സ്വരൂക്കൂട്ടിയെടുക്കാൻ സാധിക്കുകയാണ് ഇങ്ങനെ.

പക്ഷേ ഇത്തരം ടെസ്റ്റുകളുടെ ചില ന്യൂനതകളും ചൂണ്ടിക്കാണിക്കേണ്ടിയിരിക്കുന്നു. അസുഖങ്ങൾ വരാനുള്ള സാദ്ധ്യത മാത്രമേ ഈ ടെസ്റ്റുകൾ സൂചിപ്പിക്കുന്നുള്ളൂ. പക്ഷേ മനുഷ്യരുടെ സാധാരണ ചിന്താപദ്ധതിയനുസരിച്ച് ഇത് കടുത്ത ഉൽക്കണ്ഠയിലേക്ക് നയിക്കുന്നുണ്ട് ചിലരെ. ഇത്തരം ഒരു ഭീതിയിൽ ജീവിക്കേണ്ടി വരുന്നത് അത്ര എളുപ്പമല്ല. ഒരിക്കലും വരാത്ത അസുഖത്തെ പേടിക്കുക എന്നത് ചില്ലറക്കാര്യമല്ല. ചില മെഡിക്കൽ ഇൻഷുറൻസ് കമ്പനികൾ നിങ്ങൾക്ക് ഇൻഷുറൻസ് നിഷേധിക്കാനും സാദ്ധ്യതയുണ്ട്, ചിലവു കൂടിയ ചില പ്രത്യേക അസുഖങ്ങൾ നിങ്ങൾക്ക് വന്നേയ്ക്കും എന്നുള്ളതിനാൽ. നിങ്ങൾക്ക് മാത്രമല്ല, നിങ്ങളുടെ കുട്ടികൾക്കും ഇൻഷുറൻസ് നിഷേധിക്കപ്പെട്ടേക്കാം, ജനിതക അസുഖ സാദ്ധ്യത ഉണ്ടെങ്കിൽ.

രക്തത്തിൽ പാറി നടക്കുന്ന ഡി.എൻ.എ. ശകലങ്ങൾ

ശരീരത്തിലെ കലകൾ (tissues) ദ്രവിക്കുമ്പോൾ മൃതരായ കോശങ്ങൾ മുറിഞ്ഞുടയുമ്പോൾ ഡി.എൻ.എ. കഷണങ്ങളായി രക്തത്തിൽ എത്തും. ഈ ഡി.എൻ.എ. ചില അറിവുകൾ സമ്മാനിക്കുന്നുമുണ്ട്. പലപ്പോഴും ഗർഭസമയത്ത് ഗർഭസ്ഥശിശുവിന്റെ കോശങ്ങളിൽ നിന്നുള്ള ഡി.എൻ.എ. രക്തത്തിൽ എത്താറുണ്ട്. ഈ ഡി.എൻ.എ. ഭ്രൂണത്തിന്റെ ചില കഥകൾ ചൊല്ലിത്തരാൻ പര്യാപ്തമാണ്. പലപ്പോഴും ഓരോ ഗർഭസമയത്തും ഇങ്ങനെ രക്തത്തിലെത്തിയ ഡി.എൻ.എ. തുണ്ടുകൾ നീണ്ടകാലം നിലനിന്നേക്കാം. അവ അടുത്ത കുഞ്ഞിന്റെ പെരുമാറ്റരീതികളെ ബാധിച്ചേക്കാം എന്നും പഠനങ്ങൾ ഉണ്ട്. ഭ്രൂണത്തിന്റെ ജനിതകാസുഖസാദ്ധ്യതകൾ പരിശോധിക്കാൻ മറുപിള്ള(placenta)യിൽനിന്നുള്ള കോശങ്ങൾ കുത്തിയെടുക്കേണ്ട, രക്തത്തിലെ ഡി.എൻ.എ. പരിശോധിച്ചാൽ മതി എന്നത് കാര്യങ്ങൾ എളുപ്പമാക്കുകയാണ്. പക്ഷേ ഏറ്റവും പ്രധാനപ്പെട്ടത് ക്യാൻസറിന്റെ ലക്ഷണങ്ങൾ ഇവ വിദ്യ ഉപയോഗിച്ച് കണ്ടുപിടിക്കാം എന്നുള്ളതാണ്. ക്യാൻസർ സംശയിക്കപ്പെടുന്നുണ്ടെങ്കിൽ രക്തത്തിലുള്ള ഡി.എൻ.എ. ചെറിയ അളവിലേ ഉള്ളൂ എങ്കിലും പരിശോധിച്ച് ഏത് അവയവത്തിനാണ് ക്യാൻസർ, എത്രത്തോളം തീവ്രതരമായി എന്നൊക്കെ തീരുമാനത്തിൽ എത്താം. ശരീരം മുഴുവൻ സ്കാൻ

ചെയ്ത് അല്ലെങ്കിൽ പല അവയവങ്ങളുടെ ബയോപ്സി എടുത്ത് എവിടെയാണ് ക്യാൻസർ എന്ന് കണ്ടുപിടിക്കുന്നത് എത്ര ലഘു തരമായി മാറുന്നു എന്നത് ശ്രദ്ധിക്കേണ്ടതാണ്. അവയവമാറ്റശസ്ത്ര ക്രിയയ്ക്കുശേഷം ആ അവയവത്തിന്റെ സ്വാസ്ഥ്യനിലകളും അറി ഞ്ഞെടുക്കാം ഈ ഡി.എൻ.എ. പരിശോധന വഴി.

ഡി.എൻ.എ. തേടിപ്പിടിക്കുന്നു കുറ്റവാളികളെ DNA Profiling

ഇന്ന് ഡി.എൻ.എ. പരിശോധനയുടെ സാംഗത്യം പല മേഖല കളിലേക്ക് കടന്നിട്ടുണ്ട്. കുറ്റവാളികളെ കണ്ടുപിടിച്ച് സ്ഥിരീകരി ക്കാനും പിതൃത്വപ്രശ്നങ്ങളിൽ കുട്ടിയുടെ അച്ഛനാരെന്ന് നിജപ്പെടു ത്താനും അപകടസ്ഥലത്തുനിന്നോ സംശയാസ്പദമായ രീതി യിലോ ശരീരമോ അവയവങ്ങളോ ലഭിച്ചത് ആരുടേതെന്ന് തീരു മാനിക്കാനോ ഒക്കെ ഡി.എൻ.എ. അനാലിസിസ് ഉപയോഗപ്പെടു ത്തുന്നു. ഇന്ന് വ്യക്തിയെ നിജപ്പെടുത്തുന്നത് ഡി.എൻ.എ. ആണെ ന്നുള്ള അറിവ് ഇപ്രകാരം സാർവ്വജനനീയമായിരിക്കുന്നു, തന്റെ സ്വത്വം നിശ്ചയിക്കപ്പെടുത്തുക ഡി.എൻ.എ. ആണെന്നുള്ള സത്യം പരക്കെ അംഗീകരിക്കപ്പെട്ടിരിക്കുന്നു. മനുഷ്യരുടെ ഡി.എൻ.എ. 99 ശതമാനവും ഒരേപോലെയാണെങ്കിലും ജീനുകൾ എന്ന് നിജപ്പെടു ത്താത്ത ഇടങ്ങളിൽ വ്യത്യാസങ്ങൾ ഉണ്ട്.

1984-ൽ ഇംഗ്ലണ്ടിലെ ലൈസെസ്റ്റർ യൂണിവേഴ്സിറ്റിയിലെ അലെക് ജെഫ്രീസ് എന്ന ശാസ്ത്രജ്ഞൻ ഓരോ വ്യക്തിക്കും തന തായ ചില ഡി.എൻ.എ. പാറ്റേണുകൾ ഉണ്ടെന്ന് കണ്ടുപിടിക്കു ന്നിടത്തുനിന്നാണ് ഇന്നത്തെ DNA profiling എന്ന പരിശോധനാ രീതിയുടെ തുടക്കം. തന്റെ ഭാര്യയുടെയും മാതാപിതാക്കളുടേയും തന്റേയും ഡി.എൻ.എ.യിൽ വ്യത്യാസങ്ങളുള്ള ഇടങ്ങളുണ്ടെന്ന് അദ്ദേഹം യദൃച്ഛയാ നിരീക്ഷിക്കുകയായിരുന്നു. ‘സാറ്റലൈറ്റ് ഡി.എൻ.എ.’ എന്നറിയപ്പെട്ടിരുന്ന ഇടങ്ങളിൽ. ഇതിനെക്കുറിച്ച് അറിഞ്ഞ ഒരു വക്കീൽ അദ്ദേഹത്തെ ബന്ധപ്പെട്ടു. 13 വയസ്സുകാരനായ ആൻഡ്ര്യു എന്ന കുട്ടിയുടെ അച്ഛൻ, അമ്മ ആരാണെന്ന് നിജപ്പെടു ത്താൻ. ഘാനായിൽനിന്ന് ലണ്ടനിൽ എത്തിയ ഈ കുട്ടിയുടെ ഇമി ഗ്രേഷൻകാർ തടഞ്ഞുവെയ്ക്കുകയായിരുന്നു, കുട്ടി പറയുന്ന അമ്മ യുടെയും അച്ഛന്റേയും മകൻ ആണെന്ന് വിശ്വസിക്കാൻ പറ്റാത്ത തിനാൽ. ഡോ. ജെഫ്രീസ് ഡി.എൻ.എ. പരിശോധിച്ചു, കുട്ടിയു ടേയും ബന്ധുക്കളുടെയും. ആ അമ്മയുടെ മകൻതന്നെ എന്ന് തീരു മാനമായി, കോടതി അംഗീകരിക്കുകയും ചെയ്തു. അങ്ങനെ ആദ്യ മായി ഡി.എൻ.എ. കോടതി വ്യവഹാരങ്ങളിലും നീതിന്യായവ്യവസ്ഥ യുടെ പുസ്തകത്താളുകളിലും ആദ്യമായി പ്രത്യക്ഷപ്പെട്ടു.

1986-ൽ ബലാത്സംഗത്തിനുശേഷം വധിക്കപ്പെട്ട രണ്ടു പെൺകുട്ടികളുടെ ഘാതകൻ ആരാണെന്ന് കണ്ടുപിടിക്കാനും ഡോ. ജെഫ്രീസിന്റെ സഹായം തേടി പൊലീസ്. യഥാർത്ഥ കുറ്റവാളിയെ കണ്ടുപിടിക്കാനും സാധിച്ചു. Genetic profiling എന്ന വാക്ക് പത്രങ്ങളിലും പൊതുവ്യവഹാരങ്ങളിലും പ്രത്യക്ഷപ്പെട്ടു. ഇന്ന് ഡി.എൻ.എ. ആണ് കുറ്റാന്വേഷണവ്യവസ്ഥയിലെ താരം.

ഡി.എൻ.എ. ചില പ്രോട്ടീനുകളുമായി ചേർന്ന് കട്ടിയുള്ള ചെറിയ നാരുകഷണങ്ങളായാണ് നമ്മുടെ കോശങ്ങളിലെ ന്യൂക്ലിയസ്സിൽ കുടികൊള്ളുന്നത്. ക്രോമസോം എന്നറിയപ്പെടുന്നു ഇവ. മനുഷ്യർക്ക് ആകെ 46 ക്രോമസോമുകളുണ്ട്, അതിൽ 23 എണ്ണം അമ്മയിൽനിന്നും 23 എണ്ണം അച്ഛനിൽനിന്നും ലഭിച്ചതാണ്. ഇവയിൽ ഒരു ജോഡി (X X, X Y) ലിംഗനിർണ്ണയത്തിനുള്ളതാണ്. ഈ ക്രോമസോമുകളിൽ പ്രാവർത്തികമായ ജീനുകൾ നിബന്ധിച്ചിരിക്കുകയാണ്. പക്ഷേ പ്രത്യേക കർത്തവ്യങ്ങൾ പേറാത്ത അടയാളങ്ങൾ (Exons) എന്ന് നിജപ്പെടുത്തിയ ചില ഇടങ്ങളുമുണ്ട്. മനുഷ്യരിൽ 92 ശതമാനം ജീനുകൾക്കും എക്സോണുകളിൽ ചില പ്രത്യേക, ചെറിയ ഡി.എൻ.എ. സീക്വൻസുകൾ കാണപ്പെടുന്നു. പലതവണ ആവർത്തിച്ചു വരുന്നു ഈ ഒരേ സീക്വൻസുകൾ. 'ചെറുക്രമബദ്ധ ആവർത്തനങ്ങൾ' (Short Tandem Repeats- STR) എന്നറിയപ്പെടുന്ന ഇവ പലർക്കും പല എണ്ണമാണ്. ചിലർക്ക് 5 STR ഒരു ക്രോമസോമിൽ കണ്ടെങ്കിൽ മറ്റ് ചിലർക്ക് ഇതേ ഇടത്ത് ഇതേ സീക്വൻസുള്ള 15 STR കണ്ടെന്നിരിക്കും. ഒരു കുടുംബത്തിലുള്ളവർക്ക് മിക്കപ്പോഴും ഒരേപോലെയുള്ള STRകളാണ് കാണപ്പെടാറ്. ഇതിൽ ഒന്ന് അമ്മയിൽനിന്നും മറ്റൊന്ന് അച്ഛനിൽനിന്നും ലഭിച്ചതായിരിക്കും. ഉദാഹരണത്തിനു ഏഴാമത്തെ ക്രോമസോമുകളിൽ (ഒന്ന് അമ്മയിൽനിന്ന് മറ്റൊന്ന് അച്ഛനിൽനിന്ന്) ഉരേ ഇടത്ത് 5 STR അമ്മയിൽനിന്ന് കിട്ടിയ ക്രോമസോമിൽ ഉണ്ടെങ്കിൽ അച്ഛനിൽനിന്ന് കിട്ടിയ ക്രോമസോമിൽ 15 STR കണ്ടേക്കാം. (ചിത്രം 1 നോക്കുക) ഇങ്ങനെ ഓരോ വ്യക്തിയും ഈ STR പാറ്റേണുകളിൽ വ്യത്യസ്തരായിരിക്കും എന്നത് കൃത്യമായ തീർപ്പ് കൽപ്പിക്കലിനു സാദ്ധ്യതയുളവാക്കുന്നു.

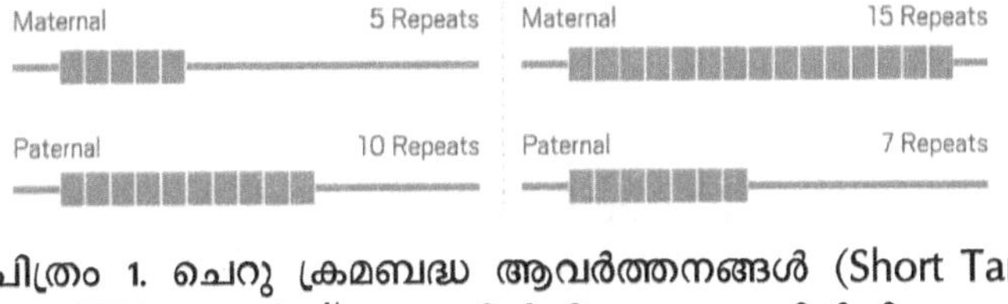

ചിത്രം 1. ചെറു ക്രമബദ്ധ ആവർത്തനങ്ങൾ (Short Tandem Repeats-STR). ഒരാൾക്ക് അമ്മയിൽനിന്നും അച്ഛനിൽനിന്നും കിട്ടിയ

ജോഡി ക്രോമസോമുകളിൽ ഒരേ ഇടത്തിലുള്ള STR-ലെ ആവർത്തനങ്ങൾ രണ്ടുപേരിൽ വ്യത്യസ്തമായിരിക്കുന്നു. ഇവരുടെ കുട്ടികളിലും ഇതിൽ ഏതെങ്കിലും ഒന്ന് കാണപ്പെടും.

ഒരാളുടെ ഡി.എൻ.എ. രൂപരേഖ(DNA profile)യിൽ ആകെയുള്ള 23 ജോഡി ക്രോമസോമുകളിൽ 20 സൂചക ഇടങ്ങൾ (marker regions) നിജപ്പെടുത്തിയിട്ടുണ്ട്. ഇവയിൽ ഓരോന്നിലും എത്ര ആവർത്തകങ്ങൾ ഉണ്ടെന്ന് തീരുമാനിക്കുമ്പോൾ ആ വ്യക്തിയുടെ കൃത്യമായ ഡി.എൻ.എ. രൂപരേഖ വെളിവാകുന്നു. ഉദാഹരണം ചിത്രം 2-ൽ കാണാം. ചിത്രം 3-ൽ ഒരേ ക്രോമസോമിലെ രണ്ട് ഇടങ്ങളിലെ STRകളിലെ വ്യത്യാസം മൂന്നു പേരിൽ എങ്ങനെ കാണപ്പെടുന്നു എന്ന് വിശദമായി കാണാം.

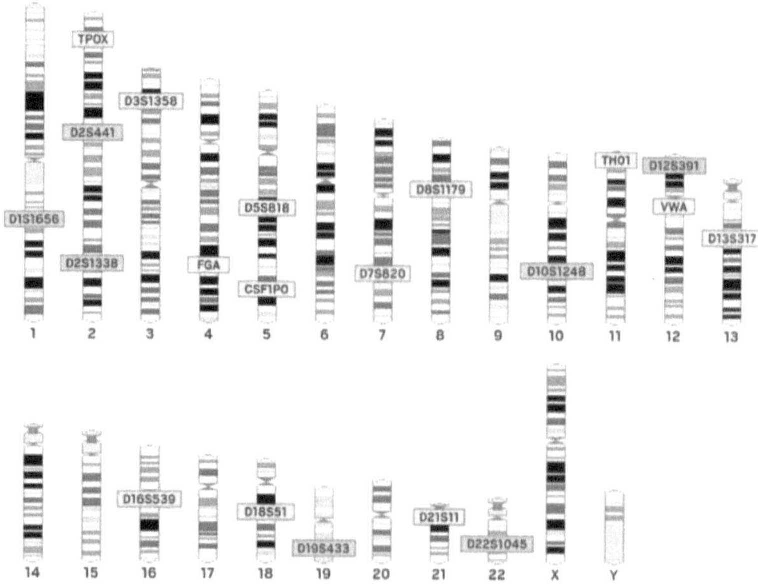

ചിത്രം 2. Short Tandem Repeats ഇടങ്ങൾ ഒരു വ്യക്തിയുടെ ക്രോമസോമുകളിൽ. ജോടികളിലെ ഒരെണ്ണം വീതം മാത്രം കാണിച്ചിരിക്കുന്നു. X, Y ക്രോമസോമുകൾ ലിംഗനിർണ്ണയത്തിനുള്ളതാണ്.

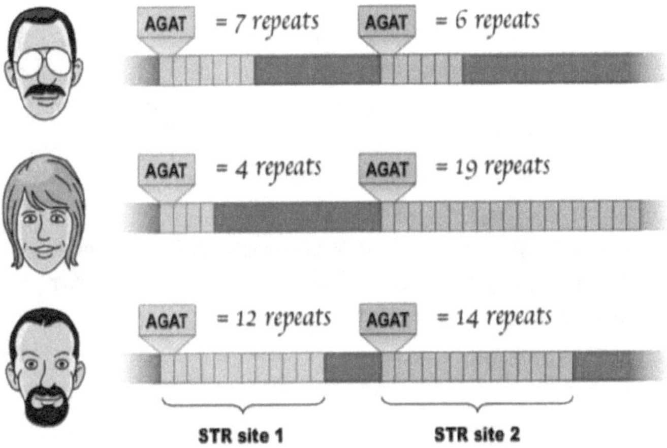

ചിത്രം 3. മൂന്നുപേരുടെ രണ്ട് STR (short tandem repeats) ഇടങ്ങളിൽ ആവർത്തനങ്ങൾ എങ്ങനെ വ്യത്യാസപ്പെട്ടിരിക്കുന്നു എന്ന് വ്യക്തമാക്കുന്നു. ഒരാളുടെ ക്രോമസോമിൽ രണ്ടിടത്ത് 7ഉം 6ഉം ആവർത്തനങ്ങൾ കാണുന്ന ഇടങ്ങൾ ഉണ്ടെങ്കിൽ മറ്റൊരാൾക്ക് ഇതേ ഇടങ്ങളിൽ 4ഉം 19 ഉം ആവർത്തനങ്ങൾ ആണ്. ആരാണ് അച്ഛൻ എന്നറിയാൻ കുട്ടിയുടെ ഇതേ STR ഇടങ്ങളുമായി താരതമ്യപ്പെടുത്തിയാൽ മതി. അല്ലെങ്കിൽ ഒരു കുറ്റകൃത്യസ്ഥലത്തുനിന്ന് ലഭിച്ച ഡി.എൻ.എ. സാമ്പിളിലെ STR സംശയിക്കപ്പെടുന്നവരുടെ STR മായി താരതമ്യപ്പെടുത്തി ആരാണ് കുറ്റവാളി എന്ന് സ്ഥിരീകരിക്കാം.

ഇന്ന് ശിക്ഷാവിധി ന്യായവ്യസ്ഥ(Criminal justice)കളിലും ഫോറൻസിക് വിശകലനങ്ങൾക്കും മാത്രമല്ല പിതൃത്വനിർണ്ണയത്തിലും അപകടസ്ഥലങ്ങളിൽ മൃതരായവരുടെ വ്യക്തിനിർണ്ണയങ്ങളിലും മനുഷ്യചരിത്രാന്വേഷണങ്ങളിലും അങ്ങനെ വിവിധ മേഖലകളിൽ ഈ 'ചെറുക്രമബദ്ധ ആവർത്തനങ്ങൾ' (STR) അപഗ്രഥനം വിപുലമായി ഉപയോഗിക്കപ്പെടുന്നു. പണ്ട് ദിവസങ്ങൾ എടുത്തിരുന്നു ഈ ഡി.എൻ.എ. വിശ്ലേഷണത്തിന് എങ്കിൽ ഇന്ന് വളരെ തുച്ഛമായി ലഭിച്ച സാമ്പിളുകളിൽനിന്ന് മണിക്കൂറുകൾക്കകം STR വിവരങ്ങൾ ലഭ്യമാകും. പലേ വ്യക്തികളുടെ ഡി.എൻ.എ. ഒരു സാമ്പിളിൽ ഉണ്ടെന്ന് വന്നാലും അവയൊക്കെ വേർതിരിച്ചറിയാൻ ഇന്ന് കമ്പ്യൂട്ടർ സോഫ്റ്റ്വെയറുകൾ ഉണ്ട്. സംശയിക്കപ്പെടുന്ന ആളുടെ ഡി.എൻ.എ. ലഭ്യമായില്ലെങ്കിലും ബന്ധുക്കളുടെ ഡി.എൻ.എ. അപഗ്രഥനത്തിലൂടെ കുറ്റവാളിയെ നിജപ്പെടുത്താനും സാധിക്കും.

അമേരിക്കയിലും ഇംഗ്ലണ്ടിലും ഒക്കെ വിശാലമായ ഡാറ്റാ ബേസുകളാണ് വ്യക്തികളുടെ, പ്രത്യേകിച്ചും കുറ്റവാളികളുടെ ഡി.എൻ.എ. വിവരങ്ങളുടേതായിട്ടുള്ളത്. പൊലീസിനുപോലും ലഭ്യമല്ലാതെ രഹസ്യമായാണ് ഈ വിവരങ്ങൾ സൂക്ഷിക്കപ്പെടാറ്, ദുരുപയോഗത്തിനു സാദ്ധ്യതയേറുന്നതിനാൽ.

സങ്കീർണ്ണമായ ഗണിതശാസ്ത്ര സമീപനങ്ങളാണ് ഇന്ന് ഡി.എൻ.എ. അപഗ്രഥനത്തിന് ഉപയോഗിക്കപ്പെടുന്നത്. ഒരു വ്യക്തിയുടെ ഡി.എൻ.എ. ഡാറ്റാബേസ് വിവരങ്ങളിൽനിന്ന് ആ ആളുടെ ആകൃതി/പ്രകൃതികൾ ഗണിച്ചെടുക്കാവുന്നതാണ്. ജീനുകളുടെ വിന്യാസങ്ങളും സ്വഭാവങ്ങളും ഇത് വിദിതമാക്കും. കണ്ണിന്റെ നിറവും ആകൃതിയും തൊലിയുടെ നിറം, പ്രായം ഇവയൊക്കെ ഡി.എൻ.എ. അനാലിസിസ് പറഞ്ഞുതരും.

ജീനോം രൂപരേഖ – Genomic Profiling: ക്യാൻസർ രോഗനിർണ്ണയത്തിന്

ക്യാൻസർ കോശങ്ങളുടെ ജീനുകളുടെ ഡി.എൻ.എ.യിൽ പ്രത്യേക മാറ്റങ്ങൾ കാണാവുന്നതാണ്. Biomarkers എന്ന് വിളിക്കപ്പെടുന്നു അവ. നൂറുകണക്കിന് ഇത്തരം 'ബയോമാർക്കേഴ്സ്' നിലവിലുണ്ട് ഇപ്പോൾ. ഡി.എൻ.എ. പരിശോധനവഴി ഏതെങ്കിലും ക്യാൻസറിന്റെ ബയോമാർക്കർ നമ്മളിൽ സൂചകങ്ങളായി തെളിഞ്ഞുവരുന്നുണ്ടോ എന്നത് ഇന്ന് എളുപ്പമായ ഒരു പ്രക്രിയ ആയി മാറിക്കഴിഞ്ഞിരിക്കുന്നു. 115ഓളം ക്യാൻസർ ബന്ധപ്പെട്ട ജീനുകൾ കണ്ടുപിടിച്ചിട്ടുണ്ട്. ഈ ജീനുകളിൽ അപഭ്രംശങ്ങളുണ്ടോ എന്നറിയാൻ അവയുടെ ഡി.എൻ.എ. സീക്വൻസ് അറിയേണ്ടതുണ്ട്. ക്യാൻസർ ഉണ്ടെന്ന് സംശയിക്കപ്പെടുന്ന അവയവത്തിന്റെ ഡി.എൻ.എ. വിശ്ലേഷണത്തിലൂടെ കൃത്യമായി ഏതൊക്കെ ജീനുകൾക്കാണ് വ്യത്യാസങ്ങൾ സംഭവിക്കുന്നതെന്ന് അറിയാൻ കഴിയുന്നു. ഉദാഹരണത്തിന് ഒരാളുടെ ശ്വാസകോശാർബുദത്തിൽ സംഭവിച്ചിരിക്കുന്ന ജീൻ മാറ്റങ്ങളായിരിക്കില്ല മറ്റൊരാളുടെ ഇതേ അർബുദത്തിൽ സംഭവിക്കുക. ചികിത്സാപദ്ധതികളും ഇതുകൊണ്ട് മാറപ്പെടേണ്ടിയിരിക്കുന്നു. അതിതീവ്രമായ ആവേഗത്തോടെയാണ് ഈ അപഗ്രഥനങ്ങൾ സാധിച്ചെടുക്കുക. 'Next generation DNA sequencing' എന്ന ഓമനപ്പേരിലാണ് ഈ വിശ്ലേഷണപദ്ധതി അറിയപ്പെടുന്നത്.

ഡി.എൻ.എ. ബാർകോഡിങ്ങ്

വിപണിയിലുള്ള ഒരു വസ്തുവിന്റെ വിവരങ്ങൾ, വിലയടക്കം അടങ്ങുന്നതാണല്ലോ ബാർകോഡുകൾ. അതുപോലെ ഒരു സ്പീഷീസിന്റെ അതിന്റെ മാത്രം പ്രത്യേക ഡി.എൻ.എ. സീക്വൻസ് വിവരങ്ങൾ

അടങ്ങിയതാണ് 'ഡി.എൻ.എ. ബാർകോഡ്'. 400–800 വരെ ഡി. എൻ.എ. കണ്ണികൾ മതി ഒരു സ്പീഷീസിന്റെ കയ്യൊപ്പ് പതിഞ്ഞ ബാർകോഡ് നിർമ്മിച്ചെടുക്കാൻ. പുതിയ ഒരു ജീവിയേയോ ചെടി യേയോ കണ്ടാൽ വളരെ പെട്ടെന്ന് ബന്ധപ്പെട്ട സ്പീഷീസിന്റെ ബാർകോഡ് അവയിൽ ഉണ്ടോ എന്ന് പരിശോധിക്കാം. ഒരു പുതിയ ജീവിയുടേയും മുഴുവൻ ജീനോമും സീക്വൻസ് ചെയ്തെടുക്കേണ്ട, നിശ്ചിത ബാർകോഡ് അതിൽ ഉണ്ടോ എന്ന് പരിശോധിച്ചാൽ മതി. വളരെ സർവ്വപ്രിയമായ 'അസ്ട്രാപ്റ്റെസ്' എന്ന ചിത്രശലഭം ഒരു സ്പീഷീസ് ആണെന്ന് കരുതിയിരുന്നു, നേരത്തെ, പക്ഷേ ഡി.എൻ.എ. ബാർ കോഡിങ്ങ് അവയിൽ പലതിലും ചെയ്തപ്പോൾ 10 വ്യത്യസ്ത സ്പീഷീസുകൾ ഉൾപ്പെട്ടിട്ടുണ്ട് എന്ന് കണ്ടുപിടിച്ചു. ബാർകോഡ് താരതമ്യങ്ങൾ കമ്പ്യൂട്ടർ പ്രോഗ്രാമുകൾ എളുപ്പം നടത്തിത്തരും. The International Barcode of Life (iBOL) 150 രാജ്യ ങ്ങളിൽനിന്നുള്ള സഹകാരികളുമായി പ്രവർത്തിച്ച് പല സസ്യങ്ങളു ടേയും ജന്തുക്കളുടെയും ബാർകോഡുകൾ നിർമ്മിച്ച് വരികയാണ്, ആറായിരത്തോളം പുതിയ സ്പീഷീസുകളെ കണ്ടുപിടിച്ചിട്ടുമുണ്ട്.

വിവിധ സസ്യജന്തുജാലങ്ങളുടെ ബാർകോഡുകൾ Barcode of Life Data Systems (BOLD) databaseൽ സൂക്ഷിക്കപ്പെട്ടിട്ടുണ്ട്. ഇത് ഒരു 'റെഫറൻസ് ഗ്രന്ഥശാല' പോലെയാണ്. ഡി.എൻ.എ. ബാർ കോഡിനോടൊപ്പം നിയുക്ത ജീവിയുടെ/സസ്യത്തിന്റെ ചിത്രങ്ങളും മറ്റ് വിവരങ്ങളും ലഭ്യമാകുന്നുണ്ട്.

ആധാർ കാർഡ് എന്തിനു, ബാർകോഡു കാർഡുകൾ പോരെ?

ഇപ്പോൾത്തന്നെ പലരാജ്യങ്ങളിലും വിസ്തൃതമായ ഡി.എൻ.എ. വിവരങ്ങൾ പല മനുഷ്യരുടേതായിട്ട് സംഭരിക്കപ്പെട്ടിട്ടുണ്ട്. കൂടു തലും കുറ്റവാളികളുടേത് ആണെന്നേ ഉള്ളൂ. പലേ ലാബുകളും ആശുപത്രികളും രോഗികളുടെ ഡി.എൻ.എ. വിവരങ്ങൾ ശേഖരി ച്ചിട്ടുണ്ട്. 23 and Me പോലെത്തെ, ഡി.എൻ.എ. വിവരങ്ങൾ ശേഖ രിച്ച്, നമുക്ക് വിവരിച്ചു തരുന്ന സ്ഥാപനങ്ങൾ ഇൻഡ്യയിൽത്തന്നെ ധാരാളം. നമ്മുടെ ഡി.എൻ.എ. വിശദാംശങ്ങൾ പലയിടത്തും എത്തി ക്കഴിഞ്ഞു. നമ്മുടെ ചരിത്രവും ഭൂമിശാസ്ത്രവും ഒക്കെ മറ്റുള്ളവരുടെ പക്കൽ ആയിക്കഴിഞ്ഞിരിക്കുന്നു. രഹസ്യമിനിയൊന്നുമില്ല എന്ന് സാരം. അങ്ങനെയെങ്കിൽ ഡി.എൻ.എ. ബാർകോഡ് വഴി തിരിച്ച റിയൽ (identification) നടപ്പാക്കാൻ ഭരണകൂടങ്ങൾ തീരുമാനിക്കാൻ സാദ്ധ്യതയില്ലേ? അല്ലെങ്കിൽ ഡി.എൻ.എ. വിവരങ്ങൾ അടങ്ങിയ QR code-കൾ നിങ്ങളുടെ ഐഡി കാർഡുകളിൽ പതിപ്പിച്ചു കാണാൻ സാദ്ധ്യതയില്ലേ? തീർച്ചയായും ഉണ്ട്.

ഒരു ആധാർ കാർഡിലോ ഡ്രൈവേഴ്സ് ലൈസെൻസിലോ ഉള്ളതിൽക്കൂടുതൽ എത്രയോ വിവരങ്ങൾ അതിൽ അടങ്ങിയിരിക്കണം. അച്ഛൻ/അമ്മ വിവരങ്ങളോ മതമോ ജാതിയോ ജനിച്ച ഇടമോ സംബന്ധിച്ച വിവരങ്ങളോ അപ്രസക്തമാക്കിക്കൊണ്ട് നിങ്ങളുടെ നിങ്ങളുടെ മാത്രം STR വിവരങ്ങളും ജീനോം വ്യത്യസ്തതകളും നിങ്ങളുടെ ആകൃതി/പ്രകൃതികളും എല്ലാം അടങ്ങിയ ഒരു ബാർകോഡ് നിങ്ങൾക്ക് ഒരു പ്രത്യേക ഇടം സമ്പാദിച്ച് സ്ഥിരപ്പെടുത്തുകയാണ്. വ്യക്തിത്വത്തിന്റെ എല്ലാ തനിമയും അത് വിളിച്ചോതുന്നുണ്ടാവണം, സാർവ്വലൗകിക ലോകത്തിലെ ഒരു ഇടം ആയിരിക്കും താനും അത്. മറ്റു വ്യവസ്ഥകളോ വ്യത്യാസങ്ങളോ തരം തിരിക്കാത്ത, മനുഷ്യൻ എന്ന സ്പീഷീസിലെ ഒരു പ്രത്യേക അംഗം എന്ന ഒരിടം. ലോകം മുഴുവൻ ഒരേ തരത്തിലുള്ള തിരിച്ചറിയൽ കാർഡുകൾ, നിങ്ങളുടെ മുഴുവൻ ജനിതകവും അടങ്ങിയ മൈക്രോ ചിപ് ഘടിപ്പിച്ചത്, ഒരു സത്യമായി മാറാൻ അധികം താമസമില്ല.

■

സമയമാം രഥത്തിൽ നിങ്ങളുടെ ഡി.എൻ.എ.

സ്വർഗ്ഗയാത്ര ചെയ്യുന്നത് വാർദ്ധക്യത്തിൽക്കൂടിയാണ്. പക്ഷേ ഈ വാർദ്ധക്യം ആർക്കും ഇഷ്ടമല്ല താനും. യൗവനം നിലനിറുത്താൻ പുരാണേതി കാലംതൊട്ടേ പരിശ്രമിക്കുന്നു നമ്മൾ. അമരത്വത്തിന്റെ ഔഷധം തേടുന്നതും അമൃത് ദേവാസുരയുദ്ധങ്ങൾക്ക് വഴിവെക്കുന്നതും ഭാവനയിൽ വിരിയിച്ചെടുത്തത് നിത്യജീവിതത്തോടുള്ള ആസക്തി അത്ര തീവ്രമായതുകൊണ്ടാണ്. മകൻ അച്ഛനു തന്റെ യൗവനം നൽകിയ കഥ നമുക്കറിയാം. 'ആയുസ്'ന്റെ പേരമകനായ, ശാപം മൂലം ജരാനരകൾ ബാധിച്ച യയാതിക്ക് മകൻ പുരു തന്റെ യൗവനം നൽകി, ആ വൃദ്ധന് മദോന്മത്തനായി വിരാജിക്കാനുള്ള ജീവിതമാണ് കൊടുത്തത്. എങ്ങനെയാണ് ഈ യുവത്വദാനം സാധിച്ചെടുത്തതെന്ന് പുരാണത്തിൽ വ്യക്തമാക്കപ്പെടുന്നില്ല.

ഡി.എൻ.എ.യിൽ കുറിച്ചിട്ട ഭാഗധേയം ആയുസ്സ് നിശ്ചയിക്കുന്നു, ഓരോ ജനുസ്സിനും നിശ്ചിത കാലഘട്ടം ഉറപ്പിച്ചിരിക്കുന്നു. ചില തിമിംഗലങ്ങളും ആമകളും 200 വർഷം വരെ ജീവിക്കുമ്പോൾ ഏറെ വലിപ്പം വെയ്ക്കുന്ന സുൻഡ (Sunda) എലികൾക്ക് ആറു മാസമേ ആയുസ്സുള്ളൂ. സമയം എന്നത് ആപേക്ഷികമാണെങ്കിലും ശരീരത്തിന് ഇതിനെപ്പറ്റി ധാരണയുള്ള മട്ടിലാണ് ഡിസൈൻ. ആയുസ്സിന്റെ സമയരേഖകളിൽ ഒരിടത്തു ജനനം ഒരിടത്തു മരണം എന്ന് കവി പാടിയത് വെറും വേദാന്തമല്ല..

അച്ഛനു യൗവനം നൽകിയ മകന്റെ കഥ പുരാണത്തിൽനിന്ന് ആധുനികശാസ്ത്രത്തിലേക്ക് പറിച്ചു നടപ്പെട്ടിരിക്കയാണ് ഇപ്പോൾ. എലികളിൽ നടത്തിയ പരീക്ഷണങ്ങളാണ് യൗവനയുക്തരുടെ രക്തം പ്രായമായവരിൽ സന്നിവേശിപ്പിച്ചാൽ ആയുസ്സ് നീട്ടിക്കിട്ടും എന്ന് സ്ഥാപിച്ചെടുത്തത്. വെറുതേ ആയുസ്സ് നീട്ടി എന്നു മാത്രമല്ല അവർ 30 ശതമാനത്തോളം പ്രായക്കുറവ് ഉള്ളവരായിത്തീർന്നു എന്നതും തെളിഞ്ഞു. ഡി.എൻ.എ പഠനങ്ങളിൽക്കൂടിയാണ്

ഇക്കാര്യം സ്ഥാപിച്ചെടുത്തത്. നേരത്തെതന്നെ ചെറുപ്രായത്തിലുള്ള എലികളുടെ രക്തക്കുഴൽ വയസ്സായിക്കൊണ്ടിരിക്കുന്ന എലികളുടെ രക്തക്കുഴലുമായി ബന്ധിപ്പിച്ചാൽ പലേ അവയവങ്ങളും തലച്ചോർ, കരൾ, മാംസപേശികൾ ഇവയൊക്കെ ഊർജ്ജസ്വലമാകുന്നതായി പലേ പഠനങ്ങളും തെളിയിച്ചിട്ടുണ്ട്.

മൂന്ന് മാസത്തോളം പ്രായമായ എലികളുടെ രക്തമാണ് 20 മാസം പ്രായമായ 'വൃദ്ധ' എലികളിലേക്ക് മൂന്നു മാസത്തോളം സംക്രമിപ്പിച്ചത്. ഇപ്പോഴാണ് ഈ വൃദ്ധ എലികൾ കൂടുതൽ നാൾ ജീവിച്ചിരിക്കുന്നെന്നും അവർ യൗവനയുക്തരായി മാറി എന്നും തെളിയിക്കപ്പെടുന്നത്. മാത്രമല്ല യുവ എലികളിൽ കാണപ്പെടുന്നതുപോലെ ചില ജീനുകൾ ഈ നവയൗവന എലികളിൽ കാണപ്പെട്ടു. ചയാപചയ(metabolism)ത്തെ നിയന്ത്രിക്കുന്ന ജീനുകൾ കൂടുതൽ ഉണർന്ന് പ്രവർത്തിക്കുന്നു, നീർവീക്കം (inflammation) ഉളവാക്കുന്ന ജീനുകൾ മന്ദീഭവിക്കുന്നതായും കാണാം. എന്നാൽ മനുഷ്യരിൽ ഈ വിദ്യ നടപ്പാകുന്നില്ല. നമ്മുടെ രക്തത്തിലെ ദ്രാവകമായ പ്ലാസ്മ ചെറുപ്പക്കാരിൽനിന്ന് പ്രായമായവരിൽ സന്നിവേശിച്ചപ്പോൾ അത് ഒരു ഗുണവും ചെയ്തില്ല. ഒരു വ്യത്യാസം എലികളിൽ മുഴുവൻ രക്തവും കോശങ്ങൾ ഉൾപ്പെടെ ആണ് സംക്രമിക്കപ്പെട്ടത്, പുതുതായി വന്ന കോശങ്ങൾ യൗവനം തിരിച്ചുപിടിക്കാൻ സഹായകമായിട്ടുണ്ടായിരിക്കണം എന്ന് അനുമാനം. രക്തത്തിലെ ഏത് അംശം/അംശങ്ങളാണ് ചെറുപ്പം നിലനിർത്താൻ സഹായിക്കുന്നത് എന്ന് കണ്ടുപിടിക്കാൻ തീക്ഷ്ണമായ പരീക്ഷണങ്ങൾ നടന്നു വരികയാണ്.

വാർദ്ധക്യ ജീനുകൾ

നൂറുവയസ്സോ അതിനപ്പുറമോ ആരോഗ്യത്തോടെ ജീവിക്കുന്നവരുടെ രഹസ്യമെന്താണ്? അവർക്ക് നല്ല ജീനുകൾ ഉണ്ടെന്നുള്ളതാണ്. നിങ്ങളുടെ മാതാപിതാക്കളോ മുത്തച്ഛൻ/മുത്തശ്ശിമാരോ കൂടുതൽ കാലം ജീവിച്ചിരുന്നവർ ആണെങ്കിൽ നിങ്ങൾക്കും ദീർഘായുസ്സ് കിട്ടിയേക്കാം. 25 ശതമാനം ആയുർദൈർഘ്യകാരണം ജനിതകപരമായതു തന്നെ. പ്രായമാകുന്നത് കൃത്യമായി ജീനുകൾ നിയന്ത്രിക്കുന്നതാണ്. ഇതെങ്ങനെ എന്നതിനു കൂടുതൽ അറിവുകൾ ലഭിച്ചു വരുന്നതേ ഉള്ളൂ. ApoE എന്നൊരു ജീൻ രക്തത്തിലെ കൊഴുപ്പിനെ നിയന്ത്രിക്കുന്നതാണ്, ഇതിന്റെ അപാകതകൾ ഹൃദയ/രക്തധമനി സംബന്ധമായതോ രക്തസമ്മർദ്ദപരമായതോ മാറ്റങ്ങൾ വരുത്തുന്നതാണ്. ആൽസൈമേഴ്സ് അസുഖം വരാനും ഇത് ഇടയാക്കും. FOXO3A എന്നൊരു ജീൻ വിത്തുകോശങ്ങളെ ജീവസ്സുറ്റതാക്കി നിലനിർത്തും. SIRT6 ജീൻ ആകട്ടെ ചയാപചയ (metabolism) വ്യവസ്ഥയെ പരിപാലിക്കുന്നുണ്ട്, വാർദ്ധക്യത്തിലേക്ക്

നീങ്ങുന്നതിനെ മെല്ലെയാക്കും. തലച്ചോറിനെയും ഊർജ്ജസ്വല മായി നിലനിർത്തും. ക്രോമസോമുകളുടെ അഗ്രങ്ങളിൽ നിലയുറപ്പി ച്ചിരിക്കുന്ന 'റ്റീലോമിയർ' (telomere) കോശവിഭജനത്തെ നിയന്ത്രി ക്കുന്നതാണ്, ഇത് ചെറുതാകുന്നതോടെ കോശങ്ങൾ വിഭജിക്കാ താകും. അവയവങ്ങളിലെ tissues പുതുക്കിയെടുക്കാൻ സാധി ക്കാതെ അവ വാർദ്ധക്യലക്ഷണങ്ങൾ പ്രദർശിപ്പിച്ചു തുടങ്ങും. mTOR എന്നൊരു പ്രോട്ടീൻ ആയുസ്സിന്റെ സമയഘടനയിൽ തീവ്ര മായ പ്രാഭവം ചെലുത്തുന്നുണ്ട്. ഈ പ്രോട്ടീൻ നിർമ്മിച്ചെടുക്കുന്ന ജീനിന്റെ പ്രവർത്തനം മന്ദഗതിയിലാണെങ്കിൽ ആയുസ്സ് നീട്ടിക്കിട്ടും. യീസ്റ്റ്, പുഴുക്കൾ, കൂവീച്ചകൾ, എലികൾ എന്നിവയിലൊക്കെ ഇത് തെളിയിക്കപ്പെട്ടിട്ടുണ്ട്. mTOR നെ നിയന്ത്രിക്കുന്ന Sirolimus എന്ന മരുന്ന് ഇത് സാധിച്ചെടുക്കും, പരീക്ഷണജന്തുക്കളിൽ ആയുസ് നീട്ടി യെടുക്കാൻ സഹായിക്കുന്നുണ്ട്. വാർദ്ധക്യത്തിലേക്ക് നടന്നുനീങ്ങു ന്നതിനെ സാവധാനമാക്കാൻ മരുന്നുകൾ ഉപയോഗിക്കാം എന്ന സാദ്ധ്യത ഇവിടെ തെളിയുകയാണ്..

ചെറിയ കണ്ണികൾ കോർത്ത മാലയാണ് ഡി.എൻ.എ; അതിൽ ഒരു നിശ്ചിതഭാഗമാണ് ഒരു ജീൻ. പ്രോട്ടീൻ നിർമ്മിച്ചെടുക്കാനുള്ള കോഡ് ആണ് ജീൻ. ചില ജീനുകൾ ചെറുതാണ്, നൂറോ ഇരുനൂറോ കണ്ണികളേ കാണൂ, എന്നാൽ ചിലവ വലിയ നീളമാർന്നവയാണ്. രണ്ട് മില്യൻ കണ്ണികൾ ഉണ്ടായിരിക്കും. ഈ നീളത്തിനനുസരിച്ച് അവ നിർമ്മിക്കുന്ന പ്രോട്ടീനുകൾക്കും നീളവ്യത്യാസം കാണും. പല പ്രായത്തിലുള്ള എലികളുടെ പല അവയവങ്ങളിൽ ഈ ജീനു കളുടെ പ്രവർത്തിസാമർത്ഥ്യം പരിശോധിച്ചപ്പോൾ നീളം കുറഞ്ഞ ജീനുകൾ കൂടുതൽ ഊർജ്ജസ്വലരാകുകയാണ് പ്രായം ചെല്ലുന്ന തോടെ എന്ന് നിരീക്ഷിക്കപ്പെട്ടു.

അതേസമയം നീളം കൂടിയ ജീനുകൾ മന്ദീഭവിക്കപ്പെടുന്നുമുണ്ട്. പ്രായം കൂടുംതോറും ഡി.എൻ.എയ്ക്ക് സംഭവിക്കുന്ന ക്ഷതങ്ങളാണ് ഇതിനു കാരണം. എലികളിൽ മാത്രമല്ല, മനുഷ്യരിലും ഇതാണ് സ്ഥിതി. നീളം കുറഞ്ഞ ജീനുകൾ കോശവിഭജനത്തേയും പ്രതി രോധവ്യവസ്ഥയേയും നിയന്ത്രിക്കുന്നവയാണ് ഇവയുടെ ഉണർച്ച യാണ് വാർദ്ധക്യത്തിലേക്ക് നയിക്കുന്നത്. വാർദ്ധക്യപ്രതിരോധ ഇടപെടലുകൾ (antiaging interventions) നീളം കൂടിയ ജീനുകളെ പ്രവർത്തനനിരതരായി നിലനിർത്തുന്നതായും നിരീക്ഷിക്കപ്പെട്ടു. പ്രായംകൊണ്ടുള്ള ജീൻ മാറ്റങ്ങൾ തിരിച്ചുപിടിക്കാൻ സാദ്ധ്യതയു ണ്ടെന്ന് ഇവിടെ തെളിയുന്നു. ശരീരത്തിനു ഏൽക്കുന്ന ആഘാത ങ്ങൾ വൈറസ് ബാധയോ സംഘർഷ(stress)ങ്ങളോ ഈ ജീൻ മാറ്റങ്ങൾക്ക് കാരണമായേക്കാം എന്നാണ് അനുമാനം.

നിങ്ങൾ ഏതു Ageotype ആണ്?

പഴയ കാർ പോലെ പല പല ഭാഗങ്ങളാണ് പല സമയങ്ങളിലായി വാർദ്ധക്യം പ്രാപിക്കുന്നത് ഫോർഡ് കാറിന്റെ ഡ്രൈവിങ്ങ് സിസ്റ്റത്തിലെ 'കിങ്ങ്പിൻ' ആണത്രെ അവസാനമായി കേടാകുന്നത്. പണ്ടത്തെ ടൊയോട്ടയുടെ മഫ്ളർ പെട്ടെന്ന് തുരുമ്പിച്ച് അടർന്നു പോകാറുണ്ട്. അതുപോലെ നമ്മുടെ ശരീരാവയവങ്ങളും വ്യവസ്ഥകളും പല തോതിൽ പലപ്പോഴായാണ് പണിമുടക്കിത്തുടങ്ങുന്നത്. അത് പലർക്കും പല രീതിയിലും വിന്യാസങ്ങളിലും തീക്ഷ്ണതയിലും ആവാം. നിങ്ങളുടെ പ്രതിരോധവ്യവസ്ഥ ചെറുപ്പമായിരിക്കും. പക്ഷേ, കിഡ്നികൾ പ്രായമായവ ആയിരിക്കാം; ചയാപചയ വ്യവസ്ഥ ജരാക്രാന്തമായി പഴഞ്ചനായിത്തീർന്നതാവാം, ലിവർ നവയൗവനത്തിലും. പുതിയ പഠനങ്ങൾ തെളിയിക്കുന്നത് വ്യക്തിപരമായി നമ്മൾ നാലു ഊടുവഴികൾ ഉള്ളതിൽ ഏതെങ്കിലും ഒന്നിൽക്കൂടിയാണ് വാർദ്ധക്യം പ്രാപിക്കുന്നത് എന്നാണ്. ഇതാണ് നിങ്ങളുടെ 'ageotype'. ഇതിലെ ചീത്തക്കാര്യം ഇതാണ്: കൂടുതൽ വയസ്സായ അവയവം മറ്റ് അവയവങ്ങളെക്കൂടി പിടിച്ചുവലിച്ചു താഴത്തിടും.

നല്ല കാര്യവുമുണ്ട്, നിങ്ങളുടെ ageotype അറിഞ്ഞാൽ അതിനെ നേരിടാൻ വഴികൾ തേടാം. ഇന്ന് ആസകലമുള്ള പഠനങ്ങൾ എല്ലാ ജീനുകളും പ്രോട്ടീനുകളും കൊഴുപ്പ് പ്രവർത്തനങ്ങളുമൊക്കെ ഒരു വ്യക്തിയെക്കുറിച്ച് അറിഞ്ഞെടുത്ത് അയാളുടെ കൃത്യമായ പൊതു ശാരീരികസ്വഭാവം നിർണ്ണയിക്കപ്പെടുകയാണ്. 'Deep phenotyping' എന്നാണിതിന്റെ പേര്. Phenotype എല്ലാ ജീനുകളുടേയും പ്രവർത്തനങ്ങളുടെ പരിണിതഫലം പുറമേ പ്രത്യക്ഷപ്രകടമാകുന്നതിനു കൊടുത്തിരിക്കുന്ന പേരാണ്. നേരത്തെ തന്നെ ഈ വിദ്യ ക്യാൻസർ നിർണ്ണയത്തിനും ഹൃദ്രോഗങ്ങൾക്കും പാർക്കിൻസൺ അസുഖത്തിനും ലഹരി ആസക്തി പഠനങ്ങൾക്കും ഉപയോഗിച്ചു വന്നിട്ടുണ്ട്.

ഇപ്പോൾ ഏറ്റവും കഠിനതരവും മാരകവുമായ വാർദ്ധക്യം എന്ന സ്ഥിതിവിശേഷത്തെ നേരിടാൻ deep phenotype ഉപയുക്തമാക്കപ്പെടുകയാണ്. വാർദ്ധക്യത്തിലേക്ക് പ്രവേശിക്കപ്പെട്ടവരുടെ വിശദ പഠനങ്ങളിൽ 608 തന്മാത്രകൾ, ജീനുകൾ, ബാക്റ്റീരിയ പോലത്തെ അണുക്കൾ വൃദ്ധരിൽ മാറപ്പെടുന്നു എന്ന് കണ്ടിട്ടുണ്ട്. ഇവ പ്രധാനമായും നാല് അവയവങ്ങളേയോ വ്യവസ്ഥകളേയോ ബാധിക്കുന്നവയാണ്. കിഡ്നി, കരൾ, പ്രതിരോധവ്യവസ്ഥ, ചയാപചയ (metabolic) വ്യവസ്ഥ എന്നിവയാണവ. മിക്കവാറും വാർദ്ധക്യപ്രവേശനം ഇവ നാലിലും ഉള്ള മാറ്റങ്ങൾ കൊണ്ട് ആയിരിക്കുമെങ്കിലും ഏതെങ്കിലും ഒരെണ്ണം പിൽക്കാലത്ത് പ്രാമുഖ്യം നേടുകയാണ്. ഉദാഹരണത്തിനു പ്രതിരോധവ്യവസ്ഥ ageotypeൽ ആ വ്യവസ്ഥയാണ്

കൂടുതൽ പഴഞ്ചനാകുന്നത്, മറ്റ് മൂന്നുമായി താരതമ്യം ചെയ്യുമ്പോൾ. Metabolic ageotypeകാർ കൂടുതൽ വ്യായാമം ചെയ്യുകയും ആഹാര ക്രമീകരണം അനുശീലിക്കുകയും വേണം, കിഡ്നി ഏജോടൈപ്പു കാർ കൂടുതൽ വെള്ളം കുടിക്കുകയും.

ജൈവപരമായ പ്രായം (biological age) ഓരോ അവയവ ത്തിനും ഓരോന്ന് ആയിരിക്കും. ഗുരുതരമായി കിഡ്നി അസുഖ മുള്ളവരുടെ ആ അവയവത്തിനു 8–11 വർഷം കൂടുതൽ പ്രായമു ണ്ടെന്ന രീതിയിലുള്ള പഠനങ്ങളുണ്ട്. പ്രമേഹക്കാരുടെ ചയാപചയ വ്യവസ്ഥയ്ക്കും കൂടുതൽ പ്രായമുണ്ട് അവരുടെ കലണ്ടർ പ്രായ ത്തേക്കാൾ. മറ്റൊന്ന് ഒരു ageotype മറ്റ് പ്രശ്നങ്ങൾ അതോടനു ബന്ധിച്ച് പ്രാബല്യത്തിൽ വരുത്തിയേക്കാം എന്നതാണ്. ഹൃദ്ധമനീ രോഗ(cardiovascular diseases)മുള്ളവർക്ക് ശ്വാസകോശരോഗങ്ങൾ വന്നു ഭവിക്കാൻ സാദ്ധ്യത കൂടുതലുണ്ട്. ഓർമ്മക്കുറവോ പാർക്കിൻ സൺസ് അസുഖമോ ഉള്ളവരുടെ തലച്ചോർ കൂടുതൽ വാർദ്ധക്യം പ്രാപിച്ചതാണ്. ഇവർ ശ്വാസതടസ്സമോ (COPD) പ്രമേഹമോ ഉള്ള വരായിരിക്കാം, ഒരു ageotype മറ്റൊന്നിനെ സ്വാധീനിക്കുന്ന സാഹ ചര്യം. പെട്ടെന്ന് വാർദ്ധക്യം പ്രാപിക്കുന്ന ശ്വാസകോശങ്ങൾ ഹൃദ് ധമനീവ്യവസ്ഥയ്ക്കും പ്രായാധിക്യം ഏറ്റിയേക്കാം; ഇത് പേശികൾ, അസ്ഥികൾ, കിഡ്നി എന്നിവയേയും കൂടി പിടിച്ചുവലിച്ച് പടുകിള വർ ആക്കിയേക്കാം.

പല അവയവങ്ങൾ പല രീതിയിൽ വാർദ്ധക്യം പ്രാപിക്കുന്ന തിനു പിന്നിൽ ജനിതകപരമായും ജീവിതശൈലീപരമായും ഉള്ള കാരണങ്ങളുണ്ട്. പുകവലിയും അമിതമദ്യപാനവും അവയവങ്ങൾക്ക് പ്രായാധിക്യം നൽകുന്നതാണ്. വ്യായാമരാഹിത്യവും ആഹാരരീതി കളും വേറെ. നിങ്ങൾ ഏത് ageotype ആണെന്ന് കണ്ടുപിടിച്ചു കഴിഞ്ഞാൽ കൃത്യമായ ചികിത്സാരീതികൾ നിജപ്പെടുത്തുന്നത് എളുപ്പമാവുകയാണ്. മനുഷ്യനു 78 അവയവങ്ങളുണ്ട്, പക്ഷേ അത്രയും ageotypeകൾ ഇല്ല. പല അവയവങ്ങളുടെയും വാർദ്ധക്യ നീക്കം മറ്റ് അവയങ്ങളുമായി ബന്ധപ്പെട്ടിരിക്കുന്നതിനാൽ ഏക ദേശം 20 വിവിധ ageotypes സാദ്ധ്യമാണെന്നാണ് പുതിയ ശാസ്ത്രാ ഭിമതം.

പ്രായം നമ്മിൽ മോഹം നൽകി എട്ട് ജീവിതശൈലീമാറ്റങ്ങൾ

ഏകദേശം 40 വയസ് ആകുമ്പോഴെങ്കിലും ജീവിത ശൈലി മാറ്റിയെടുത്താൽ എക്സ്ട്രാ 18 കൊല്ലം കൂടി ജീവിച്ചിരിക്കുമത്രേ. അഷ്ടമാർഗ്ഗങ്ങളിൽ വിശ്വസിച്ച്, പ്രയോഗിച്ച് ദീർഘായുസ് നേടുക. 40നും 99നും ഇടയ്ക്ക് പ്രായമുള്ള 700,000 ഓളം ആൾക്കാരിൽ

എട്ടു കൊല്ലത്തോളം നടത്തിയ പഠനങ്ങളാണിതിനു ആധാരം. ആരോഗ്യപരമായ ആഹാരക്രമം, വ്യായാമം, നല്ല സാമൂഹ്യബന്ധങ്ങൾ അനുരക്ഷണമാക്കുക, സംഘർഷങ്ങൾ (stress) നിയന്ത്രിതമാക്കുക, മദ്യപാനം ലഘുതരമാക്കുക, പുകവലി നിറുത്തുക, നന്നായി ഉറങ്ങുക, കറപ്പോ കഞ്ചാവോ ഉപയോഗിക്കാതിരിക്കുക എന്നിവയാണ് ആ അഷ്ടാംഗനിബന്ധനകൾ. വ്യായാമം ഇതിൽ ഏറ്റവും പ്രധാനമാണത്രെ. ലഹരിപദാർത്ഥങ്ങൾ ഉപയോഗിക്കുന്നില്ലെങ്കിൽ തന്നെ 38 ശതമാനം കുറയുകയാണ് നേരത്തെ മരിക്കാനുള്ള സാദ്ധ്യത. ആഹാരക്രമവും stress managementഉം നിങ്ങൾക്ക് ഇഹലോകവാസത്തിനു കൂടുതൽ സമയം അനുവദിച്ചുതരികയാണ്. ഈ അനുഷ്ഠാനങ്ങളൊന്നും മരുന്നുപയോഗിച്ചുള്ള ചികിത്സ ആവശ്യപ്പെടുന്നതല്ല, ഒരു ഡോക്ടറേയും കാണേണ്ട. പക്ഷേ ഇത് സാമൂഹ്യ/സാമ്പത്തിക ചുറ്റുപാട് അനുസരിച്ച് മാറിപ്പോകുന്നവയാണ്. നല്ല ആഹാരക്രമവും ഉറക്കവും എല്ലാവർക്കും എപ്പോഴും ലഭ്യമാകണമെന്നില്ല.

ഡി.എൻ.എ നിശ്ചയിക്കുന്ന ജീവിതകാലം

എല്ലാ ജീവികൾക്കും നിശ്ചിതമായ ജീവിതകാലം നിജപ്പെടുത്തിയിട്ടുണ്ട്. ഏത് വിദ്യ പ്രയോഗിച്ചാലും അതിനുള്ളിൽ ജീവിതം തീർന്നിരിക്കും. ഒരു നായ്ക്ക് 9–10 വയസ്സ് വാർദ്ധക്യകാലമാണ്. ഒരു ദിവസം മാത്രം ജീവിക്കുന്ന ശലഭങ്ങളുണ്ട്. മനുഷ്യനു നൂറോ നൂറ്റിപ്പത്തോ വർഷങ്ങൾ അനുവദിച്ചുതന്നിട്ടുണ്ട്. കുട്ടിയായിരിക്കുമ്പോൾ തന്നെ വാർദ്ധക്യം ബാധിക്കുന്ന അസുഖവുമുണ്ട് മനുഷ്യർക്ക്. വാർദ്ധക്യത്തിന്റെ വേഗത നിയന്ത്രിക്കുന്നത് ഡി.എൻ.എയിൽ വരുന്ന മാറ്റങ്ങളാണ്. ഓരോ സ്പീഷീസിന്റേയും ജീനോമിൽ രേഖപ്പെടുത്തിവെച്ചിട്ടുണ്ട് അവരുടെ ആയുസ്സ്. ജനിക്കുമ്പോൾത്തന്നെ ഈ ക്ലോക്ക് ടിക്ക് ചെയ്തു തുടങ്ങുകയാണ്. സസ്തനികൾക്കെല്ലാം ഏകദേശം ഒരുപോലത്തെ ജനിതകസംവിധാനമാണ്, പക്ഷേ ആയുസ്സ് പലതാണ്. അതതു ജീവികളുടെ ജീനുകളുടെ പ്രവർത്തനവും ഉണർവുകളുമാണ് ആയുർദൈർഘ്യം നിർണ്ണയിക്കുന്നത്.

ഡി.എൻ.എയിൽ വന്നു ഭവിക്കുന്ന സൂക്ഷ്മമാറ്റങ്ങളാണ് കോശങ്ങളുടെ ജാതകം വിരചിക്കുന്നത്, വാർദ്ധക്യത്തിലേക്ക് നയിക്കുന്നത്. ഡി.എൻ.എ. തന്മാത്രയുടെ ചില ഭാഗങ്ങളിൽ വരുന്ന രാസമാറ്റം. ഒരു methyl group ചേർന്നു വരുന്നതാണിത്. കൃത്യമായിപ്പറഞ്ഞാൽ CH3 (ഒരു കാർബൺ, മൂന്ന് ഹൈഡ്രൊജൻ ചേർന്നത്) എന്ന രാസഗ്രൂപ്പ് ഡി.എൻ.എയുടെ ഒന്നോ രണ്ടോ തന്മാത്രയിൽ ചേർന്നു പോവുന്നത്. 'മെതിലേഷൻ' എന്നാണീ രാസമാറ്റപ്രതിഭാസത്തിന്റെ പേര്. ജീനുകളുടെ പ്രാഭവത്തെ നിയന്ത്രിക്കാൻ പോന്നതാണീ

രാസമാറ്റം. ജീൻ എങ്ങനെ, എപ്പോൾ എത്രമാത്രം പ്രവർത്തിക്കണം എന്ന തീരുമാനം ഇതോടെ മാറപ്പെടുകയാണ്. ആഫ്രിക്കൻ ആന കളിലും എലികളിലും ഈ മെതിലേഷൻ പ്രതിഭാസം വിശദമായി പരിശോധിക്കപ്പെട്ടിട്ടുണ്ട്. കോശവിഭജനം, വിത്തുകോശങ്ങളുടെ നവീകരണം ഒക്കെ ഈ 'മെതിലേഷ'നാൽ മാറപ്പെടുകയാണ്. ഓരോ ടിഷ്യുവിന്റേയും ആയുർജാതകം ഇങ്ങനെ കുറിക്കപ്പെടുകയാണ്. ഇതിന്റെ സമയഘട്ടങ്ങളും തോതും മറ്റുമാണ് ഓരോ കോശത്തി ന്റേയും ജീവിതകാലം തീരുമാനിക്കുന്നത്. ഇത് പല സ്പീഷീസിലും പല രീതിയിലാണ് ആവിഷ്കരിക്കപ്പെടുന്നതും നിയന്ത്രിതമാകു ന്നതും. ഇതിന്റെ ക്രിയാവിധിക(mechanistic)മായ തന്ത്രങ്ങൾ ഇനിയും അറിയാനുണ്ട്. ജനിച്ചു കഴിഞ്ഞ് സമയബന്ധിതമായി ഈ മെതിലേഷൻ എങ്ങനെ നടക്കുന്നു എന്നതാണ് രഹസ്യം. എന്തു കൊണ്ട് നായ്ക്കളിലോ സുണ്ഡാഎലികളിലോ ഇത് അനുസ്യൂതം സംഭവിക്കുന്നു, 200 വർഷം ജീവിക്കുന്ന തിമിംഗലത്തിൽ സാവ ധാനം മാത്രം എന്നത്.

Reference

1. Mendoza A de. A mammalian DNA methylation landscape. Science 381: 602-603 2023
2. Wade G. Eight healthy habits linked to living decades longer. New Scientist 259: 11 2023
3. Stoeger, T., Grant R. A., Amaral N. Aging is associated with as systemic length-associated transcriptome imbalance. Nature Aging 2: 1191-1202 2022
4. Lawton, G. The four ways to age. New Scientist 259:32-35, 2023
5. Klein, A. Young blood extends lives of mice. New Scientist 259:15 2023

മധുരം അറിയുന്നത്
നാക്ക് എന്ന പരിണാമവിസ്മയം

തേനും വയമ്പും നാവിൽ തൂകുന്ന വാനമ്പാടിക്ക് സ്വാദ് അറിയാമോ? സംശയമുണ്ട്.

കവിതയിൽ അത് പക്ഷിയുടെ കളകൂജനത്തെ ആണ് ധ്വനിപ്പിക്കുന്നത്. നാവിൽ സരസ്വതി വിളയാടുന്നത് നാവ്. സംസാരിക്കുന്നതിനു അവസരം നൽകുന്ന അവയവം ആയതുകൊണ്ടാണ്, അത് ശരിയാണുതാനും. വായ്ക്കുള്ളിലുള്ള എല്ലില്ലാത്ത ഒരുപറ്റം പേശികൾ അത്ഭുതകരമായി വിവിധതരം പ്രവൃത്തികൾ ഒരേ സമയം അനായാസം ചെയ്തുതീർക്കാൻ കഴിവുള്ള അതുല്യമായ അവയവം ആണ് നാക്ക്. സ്വാദ് അറിയുക എന്നത് അതിന്റെ ഒരു പ്രവർത്തനം മാത്രമാണ്. അതുകൊണ്ടുതന്നെ 'നാക്ക്' എന്നതിന് ഒരു നിർവ്വചനം ചമയ്ക്കുക എളുപ്പമല്ലാതായിത്തീരുന്നു.

മധുരം എന്നത് ചില രാസവസ്തുക്കൾ നമുക്ക് അതിജീവനത്തിനാധാരമായ ഭക്ഷ്യവസ്തുക്കളിലെ തന്നെ അവയുടെ ഘടന കൊണ്ട് നാവിൽനിന്ന് തലച്ചോറിലേക്ക് അയയ്ക്കുന്ന സന്ദേശങ്ങൾ നിർവ്വചിച്ച് തലച്ചോറ് ഉളവാക്കുന്ന തോന്നൽ ആണ്. മറ്റൊരു ജീവിക്ക് ഇതേ വസ്തു മധുരതരമായിരിക്കില്ല. നാക്കിലെ മുകുളങ്ങളാണ് സ്വാദ് തിരിച്ചറിയുന്നത്. ഊർജ്ജം നിർമ്മിക്കുന്നത് ഗ്ലൂക്കോസ് എന്ന വസ്തു വിഘടിപ്പിച്ചാണ്, അതുകൊണ്ട് ഗ്ലൂക്കോസ് അടങ്ങിയ പല വസ്തുക്കൾക്കും മധുരമുള്ളതായി നമുക്ക് തോന്നുന്നു. ഊർജ്ജനിർമ്മിതിക്ക് ആധാരമായ വസ്തുക്കളോട് കമ്പം തോന്നേണ്ടത് അതിജീവനത്തിന് അത്യാവശ്യമാണ്. ആഹാര വസ്തുവിൽ ഇതുണ്ടോ എന്ന അറിവ് നാക്ക് പറഞ്ഞു തരികയാണ് നമുക്ക്. ഇങ്ങനെ ഒരു സൂക്ഷ്മസംവേദനാവയവം ആയിമാറാൻ നാക്ക് പല പരിണാമഘട്ടങ്ങളിൽക്കൂടി കടന്നുപോയിട്ടുണ്ട്. അതേ സമയം നാക്കിന്റെ പുത്തൻ പ്രയോഗവിധികൾ മനുഷ്യന്റെ പരിണാമത്തേയും സ്വാധീനിച്ചിട്ടുണ്ട്.

പരിതസ്ഥിതിയോട് ഇണങ്ങിച്ചേരൽ (adaptation) അവിശ്വസനീയമായി സാധിച്ചെടുത്ത അപൂർവ്വ അവയവം ആണ് നാക്ക്. ആഹാര സാധനങ്ങൾ പിടിച്ചെടുക്കാനും ചവയ്ക്കാനും വിഴുങ്ങാനും മാത്രമല്ല ശബ്ദവും ഭാഷയും ഉളവാക്കാനും പ്രയോഗിക്കാനും ഉപരിതലങ്ങളൊ കുഞ്ഞുങ്ങളെയോ നക്കി വെടിപ്പാക്കാനും പാമ്പുകൾക്കുള്ളതുപോലെ ഭക്ഷണവസ്തു 'മണത്ത്' അറിയാനും പേടിപ്പിക്കാനും ചൂളം വിളിക്കാനും ഉമ്മ വെയ്ക്കാനും ഹമ്മിങ്ങ് പക്ഷികളെപ്പോലെ തേൻ ശേഖരിക്കാനും വവ്വാലുകളെപ്പോലെ നാക്ക് മടക്കി നീർത്തി ശബ്ദമുണ്ടാക്കി അതിന്റെ പ്രതിധ്വനികൊണ്ട് ഇടം തിരിച്ചറിയാനും അങ്ങനെ നാക്കിന്റെ ഉപയോഗം ആയിരം നാവുള്ള അനന്തനും വിവരിക്കാൻ വയ്യത്രെ! പരിണാമകാലത്ത് വെള്ളത്തിൽ നിന്ന് കരയ്ക്ക് കയറിയ ജീവികൾ കരയിലെ ഭക്ഷണങ്ങൾ രുചിച്ച് വേർതിരിച്ചറിയാനും വിഴുങ്ങാനും പരിണമിപ്പിച്ചെടുത്ത ഈ അവയവം പിന്നീട് ആഹാരവുമായി ബന്ധപ്പെടാത്ത കാര്യങ്ങൾക്കും ഉപയുക്തമാകുകയായിരുന്നു. മിക്ക ജന്തുക്കളുടേയും നാക്ക് വെള്ളം നിറച്ച് കെട്ടിവെച്ച ബലൂൺപോലെയാണ്: ആകപ്പാടെയുള്ള വ്യാപ്തി (volume) നിശ്ചിതമായിരിക്കും ചുരുങ്ങിയിരിക്കുമ്പോഴും പുറത്തേക്ക് വലിച്ചുനീട്ടി കട്ടികുറഞ്ഞതാകുമ്പോഴും. ഇത് ഒരു അപൂർവ്വ പ്രതിഭാസമാണ്. ജിറാഫിന്റെ നാക്കിനു ഇങ്ങനെ വലിയ നീളം വെയ്ക്കാൻ കഴിവുണ്ട്. സലമാൻഡറിന്റെ നാക്ക് പുറത്തേക്ക് ഇരപിടിക്കാൻ നീട്ടുമ്പോൾ സ്വന്തം ശരീരത്തേക്കാൾ നീളം വെക്കും.

നാക്ക് പരിണമിച്ചെത്തിയത്

ജലജീവികൾ പ്രത്യേകിച്ചും മീനുകൾ പൊതുവേ ഇരയെ അപ്പാടെ വിഴുങ്ങുകയാണ്. ഇതിനു പേശികളുടെയോ എല്ലുകളുടെയോ സഹായം അവശ്യമില്ല. ചെകിൾപ്പൂക്കളി(gills)ലൂടെ വെള്ളം പുറത്തേക്ക് പായിക്കുമ്പോൾ ഉളവാകുന്ന 'സക്ഷൻ'കൊണ്ട് ഇരയെ അകത്ത് പ്രവേശിപ്പിക്കുകയാണ്. പക്ഷേ കരയിലേക്ക് പരിണമിച്ചപ്പോൾ ഇത് സാദ്ധ്യമല്ലാതായി, എല്ലുകളും പേശികളും വിഴുങ്ങലിനെ സഹായിക്കാൻ ആവശ്യമായി വന്നു. മീനുകളിൽ ചെകിളപ്പൂക്കൾക്ക് ബലം കൊടുക്കുന്ന എല്ലുകൾ ഉറപ്പിക്കുന്നത് 'ഹയോയിഡ്' (hyoid) എന്ന, നടുവിലുള്ള ഒരു നീണ്ട എല്ലുമായി ഘടിപ്പിച്ചാണ്. കരജീവിതം സാദ്ധ്യമായപ്പോൾ മറ്റ് എല്ലുകൾ ചുരുങ്ങി എങ്കിലും ഹയോയിഡ് എല്ല് നീളം വെയ്ക്കുകയും അതിന്റെ മുൻഭാഗത്ത് വൃത്താകൃതിയിൽ ഒരു ചെറിയ മാംസപേശി ആവിഷ്കരിക്കപ്പെടുകയും ചെയ്തു. നാക്കിന്റെ ആദിമരൂപം.

കരയിൽ പരിണമിച്ചെത്തിയ ജീവികൾക്ക് വായിലാക്കിയ ഇരയെ വിഴുങ്ങാൻ വെള്ളത്തിലേക്ക് തിരിച്ച് ഇറങ്ങിച്ചെല്ലേണ്ടിയിരുന്നു.

ജലാശയങ്ങൾക്കടുത്ത് മാത്രം ജീവിതം സാദ്ധ്യമായിരുന്ന വേള. ഹയോയിഡ് എല്ലിന്റെ മുൻഭാഗത്ത് പേശി വീതിയും നീളവും കൈവരിക്കുകയും അതിനു മുകളിലായി 'നാക്ക്' ആയി രൂപാന്തരപ്പെടുകയും ചെയ്തു. നാക്കിന്റെ പിൻഭാഗം ഘടിപ്പിച്ചിരിക്കുന്നത് ഈ അസ്ഥിയിലാണ്, നാക്കിനു ബലം കൊടുക്കുകയും അതിനു പല ചലനങ്ങൾ സാദ്ധ്യമാക്കുന്നതും ഈ അസ്ഥിയാണ്. ഇരയെ പിടികൂടാനും ഒതുക്കിയെടുക്കാനും 'നാക്ക്' എന്ന ഈ പുതിയ അവയവം വഴിവെച്ചു.

നാക്കിന്റെ പിൻഭാഗവും ഹയോയിഡ് എല്ലും ഒരുമിച്ചാണ് വിഴുങ്ങലിനെ സഹായിക്കുന്നത്. വെള്ളത്തിലല്ലാതെ വിഴുങ്ങൽ സാദ്ധ്യമായത് പരിണാമത്തിൽ ഒരു വൻസംഭവം ആയിരുന്നു വിഴുങ്ങലിനെ സഹായിക്കാൻ വെള്ളം ആവശ്യമില്ലാതായപ്പോൾ ജലാശയങ്ങൾക്കോ നദികൾക്കോ സമീപത്തു മാത്രമല്ലാതെ കരജീവികൾക്ക് കരയിൽ എവിടെയും ജീവിതം സാദ്ധ്യമായി. പിന്നീട് സംഭവിച്ചത് വൈവിദ്ധ്യമിയന്ന കാര്യസാദ്ധ്യതകൾക്കൊപ്പം നാക്ക് പരിണമിക്കുകയും കരജീവികൾ പല പരിണാമങ്ങൾക്ക് വിധേയമാകുകയും ആയിരുന്നു. നാക്ക് കരയിലെ പലവസ്തുക്കളും ആഹാരമാക്കാം എന്ന അറിവ് പല ജന്തുക്കൾക്ക് പകർന്നു കൊടുത്തു. വർജ്ജിക്കേണ്ട വസ്തുക്കൾ(മിക്കവാറും സസ്യങ്ങൾ)ക്ക് കയ്പ് രസം തോന്നിപ്പിച്ചു. ചവയ്ക്കുമ്പോൾ പല്ലിനിടയിൽപ്പെടാതെ തന്ത്രപൂർവ്വം മാറിനിൽക്കാൻ നാക്കിനു അവസരമൊരുക്കി മസ്തിഷ്കത്തിലെ ന്യൂറോൺ വലയങ്ങൾ. നാക്കിന്റെ പ്രവർത്തനങ്ങൾ സ്വരൂപിപ്പിച്ചെടുക്കാൻ തലച്ചോറിന്റെ പല ഭാഗങ്ങളും വികസിച്ചതിന്റെ ഉദാഹരണം.

നാക്കുമായി ബന്ധപ്പെട്ട പേശികൾ അസാമാന്യമായ വേഗതയാണ് അതിനു പ്രദാനം ചെയ്തത്. ചില സലമാൻഡറുകളുടെ നാക്ക് പുറത്തേക്ക് നീട്ടൽ ഒരു സെക്കന്റിൽ അഞ്ചു മീറ്റർ വേഗതയിലാണ്, പത്തിലൊന്ന് സെക്കന്റുകൊണ്ട് ഇരയെ പിടിച്ച് വായ്ക്കകത്താക്കിയിരിക്കും. നാക്ക് ഇരയുടെ വൈവിദ്ധ്യമനുസരിച്ച് പരിണമിച്ചിട്ടുമുണ്ട്. ചില തവളകളുടെ നാക്കിലെ കട്ടി കൂടിയ 'മ്യൂക്കസ്' (mucus) വിഷമുള്ള ഉറുമ്പുകളെ നിർവ്വീര്യമാക്കാൻ പോന്നതാണ്. പാമ്പുകളിലാകട്ടെ മണമറിയാനുള്ള ന്യൂറോൺ സ്വീകരണികൾ നാക്കിലാണ്, കാണാൻ പറ്റാത്ത ഇരയുടെ സ്ഥലനിർണ്ണയം കൃത്യമായി സാധിച്ചെടുക്കുകയാണ്. ജലത്തിനടിയിലും പാമ്പുകൾക്ക് ഇര എവിടെയെന്ന് അറിയാൻ പറ്റുന്നുണ്ട് ഇതു മൂലം. പക്ഷികളിലാകട്ടെ നാക്ക് ഒരു പേശീനിർമ്മിത അവയവം അല്ല, പ്രത്യുത കെരാറ്റിൻ എന്ന പ്രോട്ടീൻ നാരുകളാൽ നിർമ്മിതമായ കട്ടികൂടിയ

ഒരു ദണ്ഡ് പോലെയാണ്. എന്നാൽ ഈ ആകൃതിയിൽ പല മാറ്റങ്ങളുമുണ്ട്. തേൻ കുടിക്കുന്ന പക്ഷികളുടെ നാക്കിന്റെ അഗ്രത്തിലോ വശത്തോ പെയ്ന്റ് ബ്രഷ്പോലെ ഇടതിങ്ങിയ നാരുകൾ ഉണ്ട്, ഇവ തേൻ പെട്ടെന്ന് വലിച്ചെടുക്കും. ഹമ്മിങ്ങ് പക്ഷി (humming bird)ക്കാകട്ടെ കുഴൽപോലെയാണ് നാക്ക്, അതി വേഗത്തിൽ അകത്തേക്കും പുറത്തേക്കും വലിക്കപ്പെടുന്ന (ഒരു സെക്കന്റിൽ 15 തവണ) ഈ കുഴൽ എളുപ്പം തേൻ വലിച്ചെടുക്കുകയാണ് ഓരോ നാക്ക് നീട്ടലിലും.

മധുരം ജീവാമൃതബിന്ദു

മധുരം ഇഷ്ടപ്പെടാനായി ക്രമനിശ്ചയം ചെയ്യപ്പെട്ടവരാണ് നമ്മൾ. പഞ്ചസാരയുടെ മധുരം ജീവിതത്തിലെ ഏറ്റവും ആഹ്ലാദകരമായ നിമിഷങ്ങളാണ് സമ്മാനിക്കുക. അന്നജം (carbohydrate) കലർന്ന ആഹാരം എല്ലാ ജീവികൾക്കും ഉചിതമായ ഊർജ്ജം പ്രദാനം ചെയ്യുമെങ്കിലും വളരെ വൈവിദ്ധ്യപൂർണ്ണമായ ജീവിതശൈലി ഉള്ള മനുഷ്യരുടെ ഊർജ്ജാവശ്യകത മറ്റ് ജന്തുക്കളേക്കാൾ കൂടുതലാണ്. നിരന്തരം സങ്കീർണ്ണപ്രവർത്തികൾ ചെയ്യുന്ന തലച്ചോറാണ് അവനുള്ളത്, കഴിക്കുന്ന ആഹാരത്തിലെ വൻ ശതമാനം ഊർജ്ജം തലച്ചോറ് കവർന്നെടുക്കും. കൂടുതൽ കാലറി (calorie)യുള്ള ആഹാരം കണ്ടുപിടിച്ചെടുക്കുന്നവർക്ക് അതിജീവനസാദ്ധ്യതയേറുകയാണ്. പരിണാമവ്യവസ്ഥയിലെ ഒരു പ്രധാന പ്രയോഗവിധി. ഗ്ലൂക്കോസിന്റെ/അതിന്റെ സങ്കരരാസവസ്തുക്കളുടെ സാന്നിദ്ധ്യം, പ്രത്യേകിച്ചും സസ്യങ്ങളിലും കിഴങ്ങുകളിലും പഴങ്ങളിലും അറിഞ്ഞെടുക്കുന്നത് ഇതിനെ സഹായിക്കും എന്നതുകൊണ്ട് മധുരം പെട്ടെന്ന് അറിഞ്ഞെടുക്കാനും അതിനോട് അമിതാകർഷണം പുലർത്താനുമുള്ള ആഭിമുഖ്യവും സ്വായത്തമാക്കപ്പെടുകയായിരുന്നു. ഇതിനുള്ള തെളിവായി കണക്കാക്കപ്പെടുന്നത് മാംസാഹാരികളായ ജന്തുക്കളിൽ മധുരം അറിയാനുള്ള തന്ത്രവിദ്യകൾ പരിണമിച്ചെത്തിയില്ല എന്നതാണ്.

മധുരം അറിയുന്നതോടെ ആ ആഹാരവസ്തുവിന്റെ കാലറി അളവ് കണക്കാക്കാൻ സാധിക്കുകയും ഭക്ഷ്യവസ്തു സമാഹരിക്കണോ, സംസ്കരിച്ചെടുക്കണോ മുഴുവൻ തിന്നു നോക്കണോ എന്നതൊക്കെ പെട്ടെന്ന് തീരുമാനിക്കാനും ഇടയായി. ഈ എളുപ്പവഴി ഊർജ്ജം മറ്റ് കാര്യങ്ങൾക്ക് ചെലവാക്കാനുള്ള വഴിയും തെളിച്ചു. പരിണാമത്തിലെ വിജയത്തിന്റെ ഒരു ഏട് തുറക്കപ്പെട്ടു. വാസ്തവത്തിൽ 'മധുരം' എന്നൊരു സ്വാദ് അല്ലെങ്കിൽ മറ്റ് സ്വാദുകൾ ഇല്ല എന്നതാണ് സത്യം. ചില പ്രത്യേക രാസവസ്തുക്കൾ പ്രത്യേക കോശങ്ങളിലെ സ്വീകരിണികളിൽ പറ്റിപ്പിടിക്കുമ്പോൾ

തലച്ചോറിലേക്ക് സന്ദേശങ്ങൾ പോവുകയാണ്, തലച്ചോറ് ചില രാസവസ്തുക്കൾക്ക് 'മധുരമാണ്' എന്ന തോന്നൽ നമ്മളിൽ ഉള വാക്കുന്നു എന്നതാണ് സത്യം.

മധുര സ്വീകരിണികൾ

പ്രാഥമികമായി നാലു സ്വാദുകൾ അറിയാനുള്ള സ്വീകരിണികൾ (receptors) ആണ് നാവിലുള്ളത്. മധുരം, കയ്പ്, പുളി, ഉപ്പ് രസം എന്നിവ. 'ഉമാമി' എന്നൊരു സ്വാദും കൂടി ഈയിടെ കൂട്ടിച്ചേർക്കപ്പെട്ടിട്ടുണ്ട്. നാവിലുള്ള മുകുളങ്ങൾ (taste buds) ആണ് സ്വാദ് പിടിച്ചെടുക്കുന്നത്. ഇവ ഓരോന്നിലും 50 മുതൽ 100 വരെ പ്രത്യേക കോശങ്ങൾ ഉണ്ട്. ന്യൂറോ ടിഷ്യുവിൽ കാണാറുള്ള ഗ്ലയൽ കോശങ്ങളാണ് ഓരോ മുകുളങ്ങളിലും വിന്യസിക്കപ്പെട്ടിട്ടുള്ളത്. പഞ്ചസാരയുടേയോ ഗ്ലൂക്കോസിന്റേയോ മാത്രമല്ല, ലാക്റ്റോസ്, ഫ്രൂക്റ്റോസ്, ചില അമൈനോ ആസിഡുകൾ, പ്രോട്ടീനുകൾ ഇവയുടെ ഒക്കെ മധുരം തിരിച്ചറിയാൻ പ്രാപ്തരാണ് ഈ കോശങ്ങൾ. സ്വാദ് മുകുളങ്ങൾ (taste buds) നാക്കിന്റെ ഉപരിതലത്തിലേക്ക് തുറന്നിരിക്കയാണ്, വളരെ ചെറിയനാരുകൾക്കിടയിലൂടെ സ്വാദ് അറിയാനുള്ള ആഹാരത്തിലെ രാസവസ്തുക്കൾ കടന്നുചെല്ലുകയാണ്.

നാലുതരത്തിലുള്ള ഗ്ലയൽ കോശങ്ങൾ ഉണ്ട്, അവയിൽ ടൈപ് II കോശങ്ങളാണ് മധുരം തിരിച്ചറിയാൻ ഉപയുക്തമാകുന്നത്. Taste 1 Receptor (T1R) സ്വീകരിണികളിന്മേലാണ് മധുരപദാർത്ഥങ്ങൾ പറ്റിപ്പിടിക്കുന്നത്. വാസ്തവത്തിൽ രണ്ടു തരം ഉണ്ട് C: T1R2, T1R3 എന്നിവ. ഗ്ലൂക്കോസ്, ഫ്രൂക്റ്റോസ് പോലത്തവ ഈ പ്രോട്ടീൻ രണ്ടും ഒരുമിച്ചുചേർന്ന ഇരട്ട സ്വീകരിണികളിന്മേൽ പറ്റിപ്പിടിക്കുന്നു. മധുരം ഉളവാക്കുന്നത് പഞ്ചസാരയോ ഗ്ലൂക്കോസോ മാത്രമല്ല, കൃത്രിമ മധുര വസ്തുക്കൾ (saccharin, aspartame, sucralose), ചില അമൈനോ ആസിഡുകൾ, പ്രോട്ടീനുകൾ ഇവയൊക്കെ ഉള്ളതിനാൽ ഈ സ്വീകരിണികളുടെ പലഭാഗങ്ങളിൽ ഇവ പറ്റിപ്പിടിക്കുകയാണ്.

T1R2, T1R3 എന്നീ സ്വീകരിണികളിൽ മധുരപദാർത്ഥങ്ങൾ പറ്റിപ്പിടിച്ചാൽ ഉടൻ തന്നെ ഇവ വഹിക്കുന്ന കോശങ്ങൾ വിജൃംഭിതരാകുകയാണ്. ഇവയോട് ഘടിപ്പിച്ചിട്ടുള്ള ന്യൂറോൺ തന്തുക്കൾ ഉടൻ തലച്ചോറിനു സന്ദേശം അയയ്ക്കുകയാണ്. ഈ ന്യൂറോൺ തന്തുക്കൾ മൂന്ന് പ്രധാന ഞരമ്പുകളിൽക്കൂടിയാണ് സന്ദേശം അയയ്ക്കുന്നത്. ഈ മൂന്ന് ഞരമ്പുകളും മുഖത്തും തൊണ്ടയിലും നാക്കിനടിയിലും ഒക്കെ ശാഖകൾ വിന്യസിച്ചിട്ടുള്ളവയാണ്. ആദ്യം സന്ദേശങ്ങളെത്തുന്നത് താലമസ് എന്ന റിലേ കേന്ദ്രത്തിലാണ്. ഇവിടെ നിന്ന് നെറ്റിക്ക് പിറകിലുള്ള തലച്ചോറ് ഭാഗത്തിന്റെ ഉള്ളിലുള്ള

'ഇൻസുല' എന്ന ഭാഗത്തെത്തുന്നു. ഇപ്പോൾ മധുരം എന്ന തോന്നൽ നിങ്ങൾക്ക് ഉളവാകുകയാണ്. ഈ ഇൻസുല ആകട്ടെ ശരീരത്തിനുള്ളിൽ പലഭാഗത്തെ സ്ഥിതിഗതികൾ അറിഞ്ഞെടുക്കുന്ന ഇടമാണ്. നമ്മുടെ ശരീരത്തെക്കുറിച്ച് നമുക്കുള്ള അറിവിന്റെ കേന്ദ്രം. എന്നുവെച്ചാൽ സ്വാദ് അറിയുക എന്നത് നമ്മുടെ ശരീരത്തെക്കുറിച്ച് അറിയുന്നതു പോലെയാണ്, കാഴ്ച, കേൾവി, സ്പർശം, മണം എന്നിവ അറിയുന്നപോലെ അല്ല ഇത്. അവയ്ക്കൊക്കെ പ്രത്യേക തലച്ചോറ് കേന്ദ്രങ്ങൾ നിജപ്പെടുത്തിയിട്ടുണ്ട്. സ്വാദ് അറിയുക എന്നതാവട്ടെ ശരീരത്തിന് എന്തെല്ലാം പോഷകാഹാരങ്ങൾ ആവശ്യമാണെന്ന അറിവാണ് സമ്മാനിക്കുന്നത്.

ഈ തലച്ചോർ കേന്ദ്രം കൃത്യമായി സ്വാദ് തരം തിരിച്ച് നിർണ്ണയിക്കുക മാത്രമല്ല അതിൽനിന്നുള്ള അനുഭൂതി എന്താണെന്ന് നിർവ്വചിക്കുന്നുമുണ്ട്. മധുരപദാർത്ഥങ്ങളെ ഇഷ്ടപ്പെടാനും കയ്പുള്ളവയെ നിരാകരിക്കാനും നിർദ്ദേശങ്ങൾ ലഭിക്കപ്പെടുകയാണ്. മാംസഭുക്കുകൾക്കാവട്ടെ തലച്ചോറിലേക്ക് മാധുര്യത്തിന്റെ അനുഭൂതിയുടെ അംശംപോലും എത്തപ്പെടുന്നില്ല. അവർക്ക് സസ്യഭക്ഷണങ്ങളുടെ തരംതിരിവ് ആവശ്യമല്ലാത്തതിനാൽ. മാംസഭോജികളായ മൃഗങ്ങളിൽ ഈ T1R സ്വീകരിണികളിൽ മ്യൂട്ടേഷൻ നടന്നിട്ടുണ്ട്, അവ പ്രവർത്തനരഹിതവുമാണ്. നിശ്ചിതജന്തുക്കൾ മാത്രമല്ല മധുരം തിരിച്ചറിയാനും അത് ആസ്വദിക്കാനുമുള്ള കഴിവ് ആർജ്ജിച്ചെടുത്തത്. പല പ്രാണികളിലും ഈ സ്വീകരിണി/ന്യൂറോൺ പ്രവർത്തനങ്ങൾ പരിണമിച്ചു വന്നിട്ടുണ്ട്. തേനീച്ചകളിലും പക്ഷികളിലും നാക്ക് വഴി അല്ലെങ്കിലും മറ്റ് ഉപായങ്ങളാൽ മധുരം തിരിച്ചറിയൽ പ്രാവർത്തികമായിട്ടുണ്ട്. സ്വതന്ത്രവും വേറിട്ട വഴികളിലൂടെയുള്ളതുമായ പരിണാമം (independently evolved or convergent evolution) സംഭവിച്ചതിന്റെ ഉദാഹരണം തന്നെ ഇത്.

മധുരമറിയൽ മാത്രമല്ല

മധുരം ഏറിയ ആഹാരപദാർത്ഥങ്ങൾ എളുപ്പം തിരിച്ചറിഞ്ഞ് അത് ഉളവാക്കുന്ന ഊർജ്ജം തലച്ചോറ് പ്രവർത്തങ്ങൾക്ക് ആക്കം കൂട്ടുന്നു എന്ന് മേൽ പ്രസ്താവിച്ചു കഴിഞ്ഞു. ക്രമേണ തലച്ചോർ പരിണാമത്തിനാണ് ഇത് വഴിവെച്ചത്. പൊതുവേ സസ്തനികളിലും മനുഷ്യരിലും ഇത് വമ്പൻ മാറ്റങ്ങളാണ് സൃഷ്ടിച്ചത്. പരിതസ്ഥിതിയുമായി ഇണങ്ങാണും വെല്ലുവിളിക്കാനും അവയങ്ങൾ പ്രയുക്തമായി. നാക്ക് ഇതിൽ ഒന്നായി തെരഞ്ഞെടുക്കപ്പെട്ടു. ശരീരതാപനിയന്ത്രണത്തിനു നാവ് പുറത്തേക്കിട്ട് ശ്വാസോച്ഛ്വാസം ശീഘ്രതരമാക്കുന്ന നായകളെ ഓർക്കുക. തലച്ചോർ വളർച്ച നാവിനു പുതിയ

ധർമ്മങ്ങൾ നൽകുകയും പരിണാമത്തിനു ഗതിവേഗം സാദ്ധ്യമാകുകയും ചെയ്തു. വവ്വാലുകൾ ഇടം കണ്ടുപിടിക്കാൻ (eco location) നാവ് കൊണ്ടുള്ള ക്ലിക്കിങ്ങ് ശബ്ദം ഉപയുക്തമാക്കുന്നത് ഒരു ഉദാഹരണമാണ്. മനുഷ്യനിൽ നാവിലെ സ്വാദറിയാനുള്ള മുകുളങ്ങൾ വിപുലീകരിക്കപ്പെട്ടു, കൃത്യമായ ഊർജ്ജനിർമ്മിതിയെ സഹായിക്കുന്ന ഭക്ഷണം ഏതൊക്കെ എന്ന് പല സ്വാദുകൾ തിരിച്ചറിയാവുന്ന നാക്ക് എളുപ്പം പറഞ്ഞുകൊടുത്തു. ജനിക്കുമ്പോൾത്തന്നെ മുലപ്പാൽ വലിച്ചുകുടിക്കാൻ ഉപയുക്തമാകുന്ന പേശീചലനങ്ങൾ നാവിനു ജനിതകപരമായി നൽകപ്പെട്ടു. മനുഷ്യന്റെ നാക്ക് ഭക്ഷണസഹായി എന്ന ധർമ്മത്തിൽ നിന്ന് വേർപ്പെട്ട് ഭാഷണം എന്ന പുതിയ പ്രക്രിയയ്ക്ക് ഉപകരണം ആയി മാറി. ഇതിനനുസരിച്ച് തലച്ചോറിൽ പല പുതിയ കേന്ദ്രങ്ങളും ന്യൂറോൺ വലയങ്ങളും ആവിഷ്കരിക്കപ്പെട്ടു. ഇങ്ങനെ നാക്കിന്റെ വിനിയോഗം തലച്ചോറിന്റെ പരിണാമത്തിനു ആക്കം കൂട്ടി.

ആഹാരം ചവച്ചരയ്ക്കുമ്പോൾ നാവ് അതിൽ പെട്ടുപോകാതെ സൂക്ഷിക്കാൻ അതീവ കൃത്യതയാണ് സസ്തനികളുടെ തലച്ചോർ മെനഞ്ഞെടുത്തത്. വലിപ്പം ക്രമീകരിച്ച് ഒരു ഉരുള(bolus)യാക്കി തൊണ്ടയിൽ എത്തിക്കുന്നതും ശ്വാസനാളത്തിൽ പ്രവേശിക്കാതെ അന്നനാളത്തിൽ പ്രവേശിക്കപ്പെടുകയും ചെയ്യുന്ന വിഴുങ്ങൽ പ്രക്രിയ നാക്കിന്റെ ചാതുര്യം വെളിപ്പെടുത്താൻ പോന്നതാണ്. ഈ പ്രക്രമണം സസ്തനികൾക്ക് ആഹാരം വേഗത്തിലും കാര്യക്ഷമമായും ദഹിക്കാനുള്ള സൗകര്യം ഒരുക്കി, കഴിച്ച ഭക്ഷണത്തിൽ നിന്ന് കൂടുതൽ ഊർജ്ജം ലഭിക്കാനിടയായി. ഈ വർദ്ധമാന ഊർജ്ജലഭ്യത മറ്റ് ചില പരിണാമമുന്നേറ്റങ്ങൾ എളുപ്പമാക്കി. ചയാപചയനിരക്ക് (metabolic rate) വർദ്ധിച്ചു, ചുറുചുറുക്കും കർമ്മകുശലതയും പുഷ്ടി പ്രാപിച്ചു, ഗർഭകാലം നീട്ടിക്കിട്ടി, കൂടുതൽ വലിപ്പമുള്ള തലച്ചോറ് നിലവിൽ വന്നു. ജലത്തിൽ നിന്ന് കരയിലേക്ക് കയറിയതുപോലെ, ഭാഷ ഉരുത്തിരിഞ്ഞതുപോലെ, ചവച്ചരയ്ക്കൽ എന്നതും നാക്കിന്റെ പ്രയോഗവിധിയാൽ സംഭവിച്ച മൂന്നു പരിണാമദശകളിൽ ഒന്നാണ്.

മധുരം എത്ര വേണം?

ശർക്കരപ്പന്തലിൽ തേൻമഴ ചൊരിയുന്നതും മധുരം കിള്ളിത്തരുന്നതും കഴിയുന്നതും കുറയ്ക്കാനാണ് ഇന്ന് ആധുനികജീവിതശൈലികൾ താൽപ്പര്യപ്പെടുന്നത്. മധുരത്തിനോടുള്ള അത്യാർത്തിയും മനോഗ്രസ്തിത്വവും മനുഷ്യനെ കുഴക്കുകയാണ്. മില്യൺ കണക്കിനു വർഷങ്ങളോളം പരിണാമനിയമങ്ങൾ മധുരം കണ്ടെത്താനും ആവോളം ഉള്ളിൽ ചെലുത്താനും നിർബ്ബന്ധിച്ച ശരീരവും മനസ്സും പേറുന്ന നമ്മൾക്ക് അതിനോട് ഇടഞ്ഞു നിൽക്കാൻ എളുപ്പമല്ല.

ആധുനിക വിപണിവിധികൾ മര്യാദകൾ ലംഘിച്ച് ഒരു ശരാശരി വ്യക്തിക്ക് കഴിക്കാവുന്നതിലും അപ്പുറമാണ് പഞ്ചസാരയും മധുരോൽപ്പന്നങ്ങളും ചുറ്റും നിരത്തുന്നത്. പ്രസിദ്ധ ആന്ത്രോപോളജിസ്റ്റ് സ്റ്റീഫൻ വുഡിങ്ങിന്റെ അഭിപ്രായത്തിൽ മധുരം ആവോളം കഴിക്കാൻ പ്രേരിപ്പിക്കുന്ന പരിണാമതന്ത്രങ്ങളും മധുരത്തിന്റെ പ്രാപ്യതയും ലഭ്യതയും അതിനോടുള്ള മനുഷ്യശരീരത്തിന്റെ പ്രതികരണവും തമ്മിൽ വിനാശകാരിയായ പൊരുത്തക്കേട് സംജാതമായിരിക്കുന്നത്രേ. സ്വന്തം വിജയത്തിന്റെ ഇരകൾ ആയിരിക്കുന്നു മനുഷ്യർ. മധുരത്തിനു വേണ്ടിയുള്ള ആസക്തി ലഹരിമരുന്നുകളോടുള്ളതു പോലെ അല്ല. ലഹരികൾ ശരീരത്തിനു പുറത്തുള്ളവയാണ്, അന്യമാണ്. മധുരത്തിനുള്ള ആസക്തി ജനിതകപരമായി അതിജീവനത്തിനുവേണ്ടി ഉൾച്ചേർക്കപ്പെട്ടതാണ്, പ്രാഥമികമായ ശാരീരിക സ്വാസ്ഥ്യ പ്രയോജനം സംഭാവന ചെയ്തതാണ്, പരമമായ പരിണാമ കറൻസിയാണ് എന്ന് സ്റ്റീഫൻ വുഡിങ്ങ്.

Reference

1. Pennisi E. Tales of the tongue. Science 380:786-791 2023
2. Lee A. A. and Owyang C. Sugars, sweet taste receptors, and brain responses. Nutrients 9: 1-13 2017
3. Beauchamp G. K. Why do we like sweet taste: A bitter tale? Physiol. Behav. 164: 432-437 2016
4. Ahmad R. and Dalziel J. E. G protein- coupled receptors in taste physiology and pharmacology. Front. Pharmacology 11: 1-11 2020
5. Wooding S. A taste for sweet-an anthropologist explains the evolutionary origins of why you're programmed to love sugar. Science Daily Jan 5, 2022

■

പാൽ ദഹിക്കാൻ സാധിച്ച പരിണാമം

പാൽതു ജാൻവർമാരെ നമ്മൾ മനുഷ്യർ ഇറച്ചിക്കുവേണ്ടി മാത്രം വളർത്തിയിരുന്നവരായിരുന്നു. പിന്നീടാണ് കന്നുകുട്ടിക്കോ ആട്ടിൻ കുട്ടിക്കോ വേണ്ടി നിർമ്മിക്കപ്പെടുന്ന പാൽ മോഷ്ടിച്ചെടുക്കാമെന്ന ആശയം മനുഷ്യന്റെ കുടിലമനസ്സിൽ ചേക്കേറിയത്. പാലും അതിന്റെ ഉൽപ്പന്നങ്ങളും മനുഷ്യരുടെ ജീവിതരീതിയെ മാറ്റിമറിച്ചു എന്നു മാത്രമല്ല, സാംസ്കാരികമായ വലിയ ഒരു വിപ്ലവവും കൂടി യായിരുന്നു ഈ പുതിയ ആഹാരരീതി പരിണാമം. പാൽ കുടിച്ചു തുടങ്ങുന്നതിനും ആയിരമായിരം കൊല്ലങ്ങൾക്ക് മുൻപുതന്നെ കന്നു കാലിവളർത്തൽ ആരംഭിച്ചിരുന്നു എങ്കിലും പാൽ കുടിച്ച് മിടുക്കരാ കാമെന്ന് കണ്ടുപിടിച്ചത് വളരെ പിന്നെയാണ്. ഒരു പുതിയ ഡ്രിങ്ക് എന്ന നിലയിൽ ലോകത്ത് പലയിടത്തും ഈ ശീലം പടർന്നു പിടിച്ചു. പക്ഷേ അത് ദഹിക്കാനുള്ള കഴിവ് വളരെ പിന്നീടാണ് നമ്മളിൽ പരിണാമം കൽപ്പിച്ചരുളിയത്.

പാൽ നമ്മൾ, പ്രായപൂർത്തിയായവർ കുടിക്കേണ്ടതല്ല. നാലഞ്ചു വയസ്സുവരെ മാത്രം അമ്മയുടെ മുലപ്പാൽ കുടിച്ചാൽ മതി. അതിനു ശേഷം പാൽ ദഹിക്കാനുള്ള 'ലാക്റ്റേയ്സ്' എന്ന എൻസൈം നമ്മുടെ ചെറുകുടലിൽ ഉത്പാദിപ്പിക്കേണ്ടതില്ല, അങ്ങനെ സംഭവി ക്കാറുമില്ലായിരുന്നു പണ്ട്. സ്വാഭാവികതയിലുള്ള ഒരു കടന്നുകയറ്റം തന്നെയായിരുന്നു പാൽകുടി. അതുകൊണ്ട് പാൽ കുടിച്ചാൽ ശാരീ രികപ്രശ്നങ്ങളിൽ പെട്ടുപോകും, വയറ്റിൽ അസുഖം വരും, മനു ഷ്യർ പാൽ വർജ്ജിച്ചിരുന്നു. 7000/8000 വർഷങ്ങൾക്ക് മുൻപ് പാൽ കുടി തുടങ്ങിയിരുന്നെങ്കിലും അത് ദഹിക്കാറില്ലായിരുന്നു. ലാക് റ്റേയ്സ് അസ്ഥിരം (Lactase Non persistent (LNP) എന്ന വകുപ്പിൽ പെട്ടിരുന്നു നമ്മൾ. എന്നാൽ ഏകദേശം 2000 ബി.സി.യോടെ യൂറോ പ്പിലും യൂറേഷ്യയിലും പാൽകുടി കൂടുതൽ പ്രചാരത്തിലായി, ദഹി ക്കാൻ എളുപ്പമാകുകയും ചെയ്തു. എന്താണ് സംഭവിച്ചത് അന്ന്?

എങ്ങനെയാണ് നമ്മൾ ലാക്റ്റേയ്സ് എൻസൈം പ്രവർത്തിപ്പിക്കുന്നവരായി മാറിയത് എന്നതിനെക്കുറിച്ച് കൃത്യമായ അറിവ് ഈയിടെ വരെ കിട്ടിയിരുന്നില്ല. എന്ത് പ്രേരണകളാണ് ഈ ആഹാര രീതി പരിണാമത്തിനു സഹായിച്ചതെന്നതിലെ സത്യം അജ്ഞാതമായിരുന്നു. ഇപ്പോൾ അതിനെക്കുറിച്ച് കൃത്യമായ അറിവുകളാണ് ലഭിച്ചിരിക്കുന്നത്. അതിജീവനത്തിനുവേണ്ടി നമ്മുടെ ജനിതകവ്യവസ്ഥയ്ക്ക് നിർദ്ദേശങ്ങൾ കിട്ടിയിരുന്നിരിക്കണം ഈ എൻസൈം നിർമ്മിച്ചെടുക്കാൻ. പാലിലെ ലാക്റ്റോസ് എന്ന അന്നജത്തെ അന്നുവരെ നമുക്ക് പഥ്യമല്ലാതിരുന്നത് മാറി അതിനെ സഹിക്കാവുന്നതാവുക എന്നത് വൻമാറ്റമായിരുന്നു, ചരിത്രപരമായും സാംസ്കാരികപരമായും. ഇറച്ചിക്കുവേണ്ടി വളർത്തിയിരുന്ന പശുക്കൾക്ക് അസുലഭമായ പ്രാധാന്യം കിട്ടുകയാണുണ്ടായത്. പാലുൽപ്പന്നങ്ങൾ വൈവിദ്ധ്യമിയന്ന ഭക്ഷണസാധനങ്ങളായി, സാഹിത്യത്തിലും കലകളിലും സ്ഥാനംപിടിച്ചു. നെയ്യും വെണ്ണയും ഭാരതീയ സാഹിത്യത്തിൽ ശ്രീകൃഷ്ണകഥകളോടൊപ്പം കഥാപാത്രങ്ങളായി, ആരാധനാനുഷ്ഠാനങ്ങളിൽ വൻ ഇടപെടലുകൾ നടത്തി, ദൈവത്തിനു മാത്രമല്ല സിനിമാതാരങ്ങളുടെ കട്ടൗട്ടുകൾവരെ പാലഭിഷേകത്തിനു പാത്രമായി, പശുക്കൾ ദൈവങ്ങളായി, കാൽപ്പനികത വളർന്ന് 'പാലാണ് തേനാണ്', 'വെണ്ണതോൽക്കുമുടലോടെ..' എന്ന മട്ടിൽ കാവ്യങ്ങൾ രചിക്കപ്പെടാൻ സാദ്ധ്യതയേറ്റി, നക്ഷത്രക്കൂട്ടങ്ങളെ ക്ഷീരപഥങ്ങൾ എന്ന് വിളിച്ചു, 'നവനീതചോരൻ' 'ക്ഷീരസാഗരൻ' പോലെ പേരുകൾ സംജാതമായി, നെയ്യ് എന്ന മൃഗക്കൊഴുപ്പ് അതിശുദ്ധ വെജിറ്റേറിയൻസിനും ദൈവികമായി, ബിസിനസ്സിൽ പാലും ഉൽപ്പന്നങ്ങളും അജയ്യത പ്രഖ്യാപിച്ചു. ചീസ് എന്നത് ലോകത്താകമാനം പല ആഹാരനിർമ്മിതിയിൽ വൻരീതിയിൽ ഭാഗഭാക്കായി. പരിണാമം അരുളിയ ജനിതകസൗഭാഗ്യത്തിന്റെ നേർക്കാഴ്ച.

ലാക്റ്റേയ്സ് എന്ന എൻസൈം നിർമ്മിച്ചെടുക്കാൻ ഉതകുന്ന ജീൻ സമൂഹത്തിൽ നിലനിന്നത് ഡാർവിന്റെ പ്രകൃതിനിർദ്ധാരണ (Natural selection)ത്തിനു പ്രത്യക്ഷ ഉദാഹരണമായിരുന്നു. ലാക്റ്റോസിനെ വിഘടിപ്പിച്ച് ഗ്ലൂക്കോസും ഗലാക്റ്റോസും ആക്കുകയാണ് ലാക്റ്റേസ് എന്ന എൻസൈം. ഈ എൻസൈം പ്രായപൂർത്തിയാവരിലും പ്രവർത്തിച്ചുതുടങ്ങുക എന്നത് പരിണാമത്തിലെ ഒരു ഘട്ടംതന്നെ ആയി മാറി, പാൽ ദഹിക്കാൻ സാധിച്ചവർ അതിജീവിക്കുകയും കൂടുതൽ സന്താനോദ്പാദനം സാദ്ധ്യമാക്കുകയും നെടുനാൾ ജീവിക്കുകയും ചെയ്തതുവഴി സമൂഹത്തിലെ എണ്ണം കൂടിയവർ ആയിത്തീരുകയും പാൽ ദഹിക്കാനുള്ള ജീൻ ഇല്ലാത്തവർ കാലക്രമേണ എണ്ണത്തിൽ കുറവുള്ളവർ ആയിത്തീരുകയും ചെയ്തിരിക്കണം. പരിണാമത്തിന്റെ സ്ഥിരം വഴി തന്നെ ഇത്. പക്ഷേ പാൽ ഇല്ലാതെ ജീവിക്കാൻ വയ്യേ, ലാക്റ്റോസ് ദഹിക്കാത്തവർ (Lactose intolerant) ഇന്നും ഭൂമുഖത്ത് ധാരാളമായുണ്ടല്ലോ എന്ന ചോദ്യത്തിന് ഇതുവരെ ഒരു ശരിയുത്തരം ശാസ്ത്രത്തിനു നൽകാൻ കഴിഞ്ഞിരുന്നില്ല. എന്നാൽ ഇപ്പോഴത്തെ ചില സമഗ്രപഠനങ്ങൾ ഇതിൽ വ്യക്തതയുമായെത്തുകയാണ്. പാൽ കുടിച്ചു തുടങ്ങിയപ്പോൾത്തന്നെ ഈ ജനിതകപരിണാമവും നടന്നു എന്നായിരുന്നു ഈയിടെ വരെ ഉണ്ടായിരുന്ന ധാരണ. എന്നാൽ ഈ ആശയത്തെ തിരുത്തിക്കൊണ്ട് ഇക്കഴിഞ്ഞ ഓഗസ്റ്റിലെ നേച്ചർ മാഗസിനിൽ യൂണിവേഴ്സിറ്റി ഓഫ് ബ്രിസ്റ്റോൾ-ലെ ഡോ. എവെർഷെഡും കൂട്ടരും പാൽകുടിയുടെയും ജനിതകമാറ്റങ്ങളുടേയും ചരിത്രാംശത്തിന്റെ വിശദവിവരങ്ങളുമായി എത്തിയിരിക്കയാണ്. പുരാതന കളിമൺപാത്രങ്ങളിൽ പറ്റിപ്പിടിച്ചിരിക്കുന്ന നെയ്യിന്റെ അംശങ്ങളാണ് പാലുപയോഗത്തിന്റെ തെളിവായി ലഭിച്ചത്. അതേ സ്ഥലങ്ങളിൽ നിന്ന് ലഭിച്ച പശുവിന്റെയും ആടുകളുടെയും എല്ലുകളും ഇതിന് ഉപോൽബലകമായി. തെക്ക് പടിഞ്ഞാറൻ ഏഷ്യയിൽ 9000 ബിസിയിൽത്തന്നെ പാൽ ഉപയോഗം തുടങ്ങിയിരുന്നു എന്ന് അനുമാനങ്ങളുണ്ട്. എന്നാൽ യൂറോപ്പിൽ ഈ പ്രസ്ഥാനം എത്തിയത് പിന്നീടാണ്.

പാൽ ഉപയോഗം യൂറോപ്പിൽചരിത്രം

ഈ പഠനത്തിനുവേണ്ടി യൂറോപ്പിലേയും തെക്ക്പടിഞ്ഞാറൻ ഏഷ്യൻ രാജ്യങ്ങളിലേയും 366 പുരാവസ്തു ഇടങ്ങളിൽനിന്ന് സംഭരിച്ച കളിമൺപാത്രങ്ങളിലെ പാൽക്കൊഴുപ്പുകൾ പരിശോധിക്കപ്പെടുകയാണുണ്ടായത്. കൃത്യമായ താരതമ്യത്തിനുവേണ്ടി 188 ഇടങ്ങളിൽനിന്ന് പല കാലങ്ങളിലെ ജൈവവസ്തുക്കളും പഠനങ്ങൾക്ക് വിധേയമാക്കി. ആകെ 7000ത്തോളം സാമ്പിളുകളാണ് പരിശോധിക്കപ്പെട്ടത്. കൃത്യമായ കാലഗണനയ്ക്ക് റേഡിയോ കാർബൺ ഡെയ്റ്റിങ്ങും (കാർബൺ ആറ്റത്തിലെ ന്യൂട്രോണുകളുടെ അപചയത്തോത് കാലം ഗണിക്കാൻ സഹായിക്കും) ഉപയോഗിച്ചു. 7000 ബി.സി. മുതൽ 1500 എ.ഡി. വരെയുള്ള കാലഘട്ടത്തിലെ പാൽ ഉപയോഗം രേഖപ്പെടുത്താനായി. മാത്രമല്ല, പല സ്റ്റാറ്റിസ്റ്റിക്കൽ തന്ത്രങ്ങളുപയോഗിച്ച് പഴയ പഠനങ്ങളുമായി താരതമ്യം ചെയ്യുകയും നിരവധി വിവരങ്ങളുടെ പ്രാമാണികത നിജപ്പെടുത്തിയും കൃത്യത കൈവരുത്തി. ഇതേസമയം അന്നത്തെ മനുഷ്യരുടെ ഡി.എൻ.എ.യിൽനിന്ന് കൃത്യമായ ജനിതകവിവരങ്ങളും ശേഖരിക്കപ്പെട്ടു. യൂറോപ്പിലെ ചരിത്രാതീതകാലത്തിലെ കന്നുകാലി വളർത്തലിനെക്കുറിച്ചും പാൽ ഉപയോഗത്തെക്കുറിച്ചും ജനിതകപരിണാമങ്ങളെക്കുറിച്ചും അനുമാനങ്ങൾ ഏറെയാണ് ഇപ്രകാരം.

ആദ്യകാല കർഷകരുടെ കടന്നുവരവോടെതന്നെ പാൽ ഉപയോഗവും മെഡിറ്ററേനീയൻ ബേസിനിൽ (ഗ്രീസ് ഒഴിച്ച്) തുടങ്ങിയിരുന്നു എന്നും ഇത് നവീനശിലായുഗകാലം മുഴുവനും തുടർന്നിരുന്നു

എന്നും വിവരങ്ങൾ ലഭിച്ചു ഈ പഠനങ്ങൾ വഴി. 7000 ബി.സിയിൽ ഫ്രാൻസ് ഒഴിച്ച് പടിഞ്ഞാറൻ പ്രദേശങ്ങളിൽ പരക്കെ പാൽ ഉപയോഗം നിരീക്ഷിക്കപ്പെട്ടിട്ടുണ്ട്. ടർക്കിയിൽ 8500 ബി.സിയിൽ ക്ഷീരോത്പാദനശീലം ഉണ്ടായിരുന്നത്രെ. ഗ്രീസിലും തൊട്ട് വടക്കൻ പ്രദേശങ്ങളിലും രണ്ടായിരം വർഷങ്ങളോളം കഴിഞ്ഞാണ് പാൽ കുടിച്ചവർ സാധാരണമായത്. തുടർന്ന് തെക്കേ ബ്രിട്ടണിൽ ഇവർ കുടിയേറുമ്പോൾ പാലുപയോഗം വർദ്ധിച്ച തോതിൽ കാണപ്പെട്ടു. ബാൽക്കൻ പ്രദേശങ്ങളിൽ ഈ ശിലായുഗകാലത്ത് വൻ തോതിൽ പാൽ ഉപയോഗിച്ചിരുന്നു എങ്കിലും തൊട്ടടുത്ത ഗ്രീസിൽ ഇത് കാണപ്പെടുന്നില്ല അക്കാലത്ത്. കളിമൺപാത്രങ്ങളല്ലാതെ മറ്റു പാത്രങ്ങൾ ഉപയോഗിച്ചിരുന്നോ എന്നൊരു സന്ദേഹവും ശാസ്ത്രജ്ഞർ പ്രകടിപ്പിക്കുന്നുണ്ട്.

എന്നാൽ മറ്റു ചിലഭാഗങ്ങളിൽ, പടിഞ്ഞാറൻ ഫ്രാൻസ്, വടക്കേ യൂറോപ്പ്, ബ്രിട്ടീഷ് ദ്വീപുകൾ എന്നിവിടങ്ങളിൽ തുടർച്ചയായി 5500 ബി.സി. മുതൽ 1500 എ.ഡി. വരെ പാൽ ഉപയോഗം സർവ്വസാധാരണമായിരുന്നു. മദ്ധ്യയൂറോപ്പിൽ താരതമ്യേന കുറവായിരുന്നു പാൽ ഉപയോഗം (7000 ത്തോളം കളിമൺ പാത്രങ്ങളാണ് പരിശോധിക്കപ്പെട്ടത്. ചിത്രം 1 കാണുക).

ലാക്റ്റോസ് ദഹിപ്പിക്കാനുള്ള എൻസൈമിന്റെ ജീൻ സ്ഥിരതയുടെ പരിണാമ തെരഞ്ഞെടുപ്പ് ഇവിടെയാണ് ആദ്യം നടന്നതെന്ന് മറ്റു പഠനങ്ങൾ തെളിയിച്ചിട്ടുണ്ട്. ഡയറി ഉൽപ്പന്നങ്ങൾ ശിലായുഗത്തിൽ പരക്കെ ഉപയോഗിക്കപ്പെട്ടിരുന്നു എങ്കിലും പല ഇടങ്ങളിൽ പല സമയങ്ങളിൽ ഇതിനു ഗണ്യമായ ഏറ്റക്കുറച്ചിലുകൾ സംഭവിച്ചിട്ടുണ്ട്. ആഹാരനിർമ്മിതിയിൽ ഉള്ള അസ്ഥിരത, ഡയറ്റ് ഇഷ്ടാനിഷ്ടങ്ങളിൽ സാംസ്കാരികമായി വന്ന പരിവർത്തനങ്ങൾ, ജനസംഖ്യയിൽ വന്ന മാറ്റങ്ങൾ ഇവയൊക്കെ കാരണങ്ങൾ ആയിരുന്നിരിക്കാം.

ലാക്റ്റോസ് എൻസൈം ജീൻ സ്ഥിരപ്പെടുന്നു, പരിണാമം വഴിതിരിയുന്നു

പാൽ ഉപയോഗവും ലാക്റ്റോസ് ദഹനപരിണാമവും എങ്ങനെ ബന്ധപ്പെട്ടിരിക്കുന്നു എന്നാണ് എവെർഷെഡിന്റേയും കൂട്ടരുടേയും ഗവേഷണകൗതുകം. ലാക്റ്റോസ് ദഹിക്കാനുള്ള കഴിവ് തീർച്ചയായും മനുഷ്യന് അതിജീവനസഹായി ആയിട്ടുണ്ട്. പക്ഷേ അതെങ്ങനെ എന്നതിനെക്കുറിച്ചാണ് തെളിവുകൾ നിരത്തപ്പെട്ടത്. ലാക്റ്റോസ് എൻസൈം ജീൻ ലോകത്തിന്റെ പല ഭാഗങ്ങളിലും പലപ്പോഴായി മനുഷ്യജനിതകത്തിൽ തുറന്ന് പ്രവർത്തനം ആരംഭിച്ചിട്ടുണ്ട്. സ്വൽപ്പം വ്യത്യാസപ്പെട്ട ജീനുകളാണ് ഇവിടെ എല്ലാം

എന്നേയുള്ളൂ. 6000 വർഷങ്ങൾക്കു മുൻപേ കെനിയയിൽ പാൽ ഉപയോഗമുണ്ടായിരുന്നെന്ന് നിരീക്ഷിക്കപ്പെട്ടിട്ടുണ്ട്. ഈ ജീൻ ഇല്ലാതെതന്നെ അവർ അതിജീവിച്ചിരുന്നു. ലോകത്തിന്റെ പല ഭാഗങ്ങളിലും ഈ ജീൻ പ്രവർത്തനം അതിജീവനത്തെ സഹായിച്ചിട്ടുണ്ട് എന്നതിനു തർക്കമില്ല. ഏഷ്യൻ രാജ്യങ്ങളിലെ സമൂഹങ്ങളിൽ ഇതേ ജീൻ കാണപ്പെടുന്നുണ്ടെങ്കിലും സ്വൽപ്പം വ്യത്യസ്തമാണത്. ഈ ജീൻ നിലനിൽക്കുന്ന പരിണാമപ്രക്രിയ പല ഇടങ്ങളും സ്വതന്ത്രമായി നടപ്പിലായിട്ടുണ്ട് എന്നതിന്റെ തെളിവാണിത്.

മുലകുടി മാറുന്ന പ്രായത്തിൽ എന്നന്നേക്കുമായി അടഞ്ഞു പോകുന്ന ഈ ജീൻ പിന്നെ തുറക്കപ്പെട്ടതാണ് പാൽകുടി പരിണാമത്തിലെ പ്രധാന സംഭവം. ഈ ജീൻ സർവ്വസമ്മതനായി ത്തീർന്നു അതോടെ. എളുപ്പത്തിൽ ലഭിക്കാവുന്ന അണുവിമുക്തമായ പാനീയം എന്ന ഖ്യാതി പണ്ടേ നേടിയിരുന്നു, പാൽ. പ്രോട്ടീനുകൾ, കാൽഷ്യം ഒക്കെ പ്രദാനം ചെയ്യുന്ന പോഷകമൂല്യമുള്ള പാനീയം തന്നെ ഇത്. പക്ഷേ ഏകദേശം നാലഞ്ചു വയസ്സു കഴിഞ്ഞാൽ ഈ ജീനിന്റെ പ്രവർത്തനം നിലയ്ക്കുകമൂലം പാലുകുടിച്ചാൽ വയറിളക്കം, ഓക്കാനം വയറടച്ചു വീർപ്പ് (bloating) ഇവ വന്നുഭവിക്കും, ലാക്റ്റോസ് ദഹിക്കുന്നില്ല എന്ന കാരണത്താൽ. സ്വാഭാവികമായും ലാക്റ്റോസ് ദഹിക്കാനുതകുന്ന എൻസൈം ലാക്റ്റോസ് നിർമ്മിക്കുന്ന ജീൻ വീണ്ടും പ്രാവർത്തികമാകുന്നത് സർവ്വഥാ അഭിലഷണീയംതന്നെ. എന്നാൽ ഈ ദഹനസഹായി ജീൻ ഇന്ന് ലോകത്തിൽ 35 ശതമാനം ആൾക്കാരിലെ കാണപ്പെടുന്നുള്ളൂ.

ആകെ 23 ജോടി ക്രോമസോമുകൾ നമുക്കുള്ളതിൽ രണ്ടാമത്തേതിലാണ് ഈ ജീൻ കുടികൊള്ളുന്നത്. 7000 ബി സിയിൽത്തന്നെ വ്യാപകമായിരുന്ന പാൽ ഉപയോഗം യൂറോപ്പിന്റെ പലഭാഗങ്ങളിലും പടർന്നുതുടങ്ങി, ചെറിയ അസുഖങ്ങൾ വരുന്നത് വകവെയ്ക്കാതെ ആയിരുന്നിരിക്കും ഈ പാൽകുടി പ്രേമം. പക്ഷേ ഏകദേശം മൂവായിരം കൊല്ലത്തോളം കഴിഞ്ഞാണ് ഈ ലാക്റ്റോസ് ജീൻ സമൂഹത്തിൽ ഉണർന്നു തുടങ്ങിയതിന്റെ ലക്ഷണം കാണുന്നത്. ബി സി 2000ത്തോടെ വ്യക്തമായി യൂറോപ്പിൽ ഈ ജീൻ സർവ്വവ്യാപി ആയിത്തുടങ്ങി. (ചിത്രം 1 കാണുക). ആ പ്രദേശങ്ങളിൽനിന്ന് ലഭിച്ച എല്ലുകളുടേയും മറ്റും കാലനിർണ്ണയം നടത്തിയശേഷം നടത്തിയ ജനിതകപഠനങ്ങളാണ് ഇത് തെളിയിച്ചത്. ബ്രിട്ടീഷ് ദ്വീപുകളിലും ബാൽടിക് രാജ്യങ്ങളിലും ഈ ജീൻ ഉണർന്നവരുടെ എണ്ണം വർദ്ധമാനമായി.

പാൽ ഉപയോഗം കൂടിയതനുസരിച്ച് ഈ ജീൻ ഉണർച്ചയും സംഭവിച്ചു എന്ന നേരത്തെയുള്ള അനുമാനം മാറ്റിയെടുക്കേണ്ടി വന്നിരിക്കുന്നു പുതിയ ജനിതകപഠനത്താൽ.

ലാക്റ്റോസ് ദഹനം കൊണ്ട് എന്തു പ്രയോജനം? ഈ ദഹന ജീൻ വേണോ?

പാലിന്റെ ഗുണങ്ങൾകൊണ്ട് വൈറ്റമിൻ ഡി പ്രദാനം, പോഷകങ്ങൾ ധാരാളം ലാക്റ്റോസ് ദഹന ജീൻ പരിണാമം തെരഞ്ഞെടുത്ത് നമ്മളിൽ സ്ഥിരം ആക്കിയതാണോ? ആണെന്നായിരുന്നു പൊതുവിശ്വാസം. എന്നാൽ വിശദപഠനങ്ങൾ ഈ അനുമാനത്തിനു കൂട്ട് നിൽക്കുന്നില്ല. പാലുപയോഗംകൊണ്ട് അക്കാലത്തൊന്നും വൈറ്റമിൻ ഡിയുടേയോ എല്ലുകളിലെ ധാതുക്കളുടേയോ അളവ് കൂടുകയൊന്നും സംഭവിച്ചിട്ടില്ല എന്ന് പുതിയ പഠനങ്ങൾ തെളിയിക്കുന്നു. സൂര്യപ്രകാശം കുറവായുള്ള യൂറോപ്പിൽ വൈറ്റമിൻ ഡി നിർമ്മിച്ചെടുക്കാൻ പ്രയാസമുണ്ട്, പാൽ ഈ കുറവ് പരിഹരിച്ചു എന്നൊരു വാദം ഉണ്ട്. പക്ഷേ നല്ല വെയിൽ കിട്ടുന്ന ആഫ്രിക്കൻ പ്രദേശങ്ങളിലും ഈ ജീൻ നിലനിൽപ്പ് തെരഞ്ഞെടുക്കപ്പെട്ടു എന്നത് മേൽച്ചൊന്ന വാദത്തെ പ്രതിരോധിക്കുന്നു. ഇന്നത്തെ ജനതതിയിൽ പാൽ ദഹിക്കുന്നവരുടേയും ദഹിക്കാത്തവരുടേയും ആരോഗ്യ സ്ഥിതിയിൽ വലിയ വ്യത്യാസങ്ങളൊന്നും കാണുന്നില്ല. മരണത്തിന്റെ പ്രായക്കണക്കിലും സന്തതി ഉല്പാദനനിരക്കിലോ (re-productive rate) ഉല്പാദനക്ഷമത(fertility)യിലോ മെച്ചങ്ങളൊന്നും നിരീക്ഷിക്കപ്പെടുന്നില്ല. ഇവയൊക്കെയാണ് പരിണാമത്തിന്റെ 'ഫിറ്റ്നസ് സർട്ടിഫിക്കറ്റ്' വാങ്ങിക്കൊടുത്തിരുന്നത്, സാധാരണയായി. അങ്ങനെ ഈ ജീൻ അത്യാവശ്യമാണെന്ന് പരിണാമ തെരഞ്ഞെടുപ്പ് തെളിയിച്ചിട്ടില്ല. എങ്കിൽ എന്താണ് സത്യം എന്നൊരു ചോദ്യം ഉദിക്കുന്നു. എന്തിനാണ് പരിണാമം ഈ ജീനിനെ നിലനിർത്തിയത്?

ഈ ജീൻ പ്രാവർത്തികമല്ലാത്തവരും ഇന്നും പൂർണ്ണ ആരോഗ്യത്തോടെ ജീവിക്കുന്നുണ്ടല്ലോ. പാലോ അതിന്റെ ഉൽപ്പന്നങ്ങളോ ഉപയോഗിക്കാത്തവരേയും പരിണാമം സംരക്ഷിക്കുന്നുണ്ടല്ലോ.

എവെർഷെഡും കൂട്ടരും ബ്രിട്ടനിൽ നടത്തിയ പോപ്പുലേഷൻ പഠനങ്ങൾ സൂചിപ്പിച്ചത് കൂടുതൽ പാലുപയോഗം ഈ ജീനിനെ സ്ഥിരപ്പെടുത്തിയില്ല എന്നാണ്. പാൽ ഉപയോഗിക്കാത്തവർ ധാരാളം. ഈ ജീൻ പ്രാവർത്തികമായവരും ഇല്ലാത്തവരും ഇതിൽ ഉൾപ്പെടുന്നു. ലാക്റ്റോസ് ദഹിക്കാത്തവർ, ഇപ്പോഴും പാൽ ഉപയോഗിക്കുന്നവർ ധാരാളമായുണ്ട്. പോഷക പരിഹാരവും പാൽ ഉപയോഗവും ഈ ജീനിന്റെ സാന്നിദ്ധ്യവും തമ്മിൽ ബന്ധമില്ല എന്നതിനു തെളിവ്. ഈ ജീൻ ഉണരാത്തവർക്കെതിരെ പരിണാമം പ്രവർത്തിച്ചു, ഈ ജീൻ അങ്ങനെ സാർവത്രികമായി എന്ന് വാദിക്കാൻ പഴുതില്ലാതാവുന്നു. പാൽ കുടിച്ചാലുള്ള വിഷമതകളാണ് അതില്ലാതാക്കുന്ന ഈ ജീനിനെ സമൂഹത്തിൽ പിടിച്ചു നിറുത്തിയത്

എന്നും വാദിക്കാൻ വയ്യ. കാൽഷ്യം ഉൾച്ചേരൽ, വൈറ്റമിൻ ഡി വർദ്ധന മുതലയവ പാലു കുടിച്ചവരിൽ വർദ്ധിച്ചു കാണുന്നുമില്ല. പരിണാമത്തിൽ പൊതുവേ ഗുണകരമല്ലെങ്കിൽ എങ്ങനെയാണ് ഈ ലാക്റ്റോസ് ദഹിക്കാൻ സഹായിക്കുന്ന ജീൻ തെരഞ്ഞെടുക്കപ്പെട്ടത് എന്നായി അവരുടെ അന്വേഷണം. എന്തൊക്കെയാണ് ഈ ജീനിനെ ഒരു പോപ്പുലേഷനിൽ നിലനിറുത്താനുള്ള കാരണങ്ങൾ എന്നതിനു മറ്റൊരു ദിശയിലേക്ക് തിരിയുകയായിരുന്നു അന്വേഷണങ്ങൾ.

കാർഷികസമൂഹങ്ങൾ ഉടലെടുത്തതോടെ സന്താനസമൃദ്ധി (Fecundity)യേയും മരണനിരക്കിനേയും ബാധിക്കാവുന്ന മറ്റു പാരിസ്ഥിതിപ്രശ്നങ്ങളാണ് ചില സൂചനകൾ നൽകിയത്. കാർഷികവൃത്തി ആഹാരസമ്പന്നത സാധിച്ചെടുത്തെങ്കിലും ജനസംഖ്യയിലെ വർദ്ധനവും കൂട്ടമായി വസിക്കലും പതിവായുള്ള സ്ഥലംമാറൽ, മൃഗങ്ങളുടെ സാമീപ്യം. കൃഷിനാശം, ക്ഷാമം, ജനതതിയിൽ വൻകുറവുകൾ, ഇവയൊക്കെ സന്താനസമൃദ്ധിയേയും മരണനിരക്കിനേയും ബാധിക്കാൻ പോന്നവയാണ്. ഈ പ്രത്യേക അവസ്ഥ മൃഗങ്ങളിൽനിന്ന് അസുഖങ്ങൾ മനുഷ്യരിലേക്ക് പകരുന്നത് (Zoonoses) ത്വരിതപ്പെടുത്താൻ പോന്നതാണ്. ഇന്നും ഏകദേശം 62 ശതമാനം അസുഖങ്ങൾ മൃഗങ്ങളിൽനിന്ന് വന്നു കയറിയവയാണ്, 75 ശതമാനം പുതിയ അസുഖങ്ങളും അന്യജന്തുക്കളിൽ നിന്നാണ്. കോവിഡ് വൈറസ് വവ്വാലിൽനിന്നോ പാംഗൊലിനിൽ (ഈനാമ്പീച്ചി) നിന്നോ മ്യൂട്ടേഷൻ സംഭവിച്ച് ഈയിടെ നമ്മളിൽ കയറിക്കൂടിയതുതന്നെ ഏറ്റവും എളുപ്പമുള്ള ഉദാഹരണം.

പാൽകുടി പരമാവധി ഉപയോഗപ്പെടുത്തിയ സാമൂഹ്യക്രമം പടർന്നു പിടിക്കുകയും അതുമൂലം വരുന്ന അസുഖങ്ങൾ ലാക്റ്റോസ് സ്ഥിരത ഇല്ലാത്തവരിൽ (പാൽ ദഹിക്കാത്തവരിൽ) അധികം പ്രശ്നങ്ങൾ ഉണ്ടാക്കാതിരിക്കുകയും ചെയ്ത അവസ്ഥയിൽ രണ്ടു കാരണങ്ങൾ പുതിയ ജീൻ (ലാക്റ്റോസ് ദഹിക്കാനുള്ള ജീൻ) സമൂഹത്തിൽ നിലനിൽക്കുന്നതിനെ സഹായിച്ചിരുന്നിരിക്കണം. ഒന്ന്, ക്ഷാമകാലത്ത് അവശരായവർ കൂടുതൽ പാലോ തദ് ഉൽപ്പന്നങ്ങളോ ആഹരിച്ച് അവരിൽ അസുഖങ്ങൾ വർദ്ധിച്ച രീതിയിൽ പ്രത്യക്ഷപ്പെട്ടിരുന്നിരിക്കാം, ലാക്റ്റോസ് ദഹിക്കാൻ കഴിവുള്ളവർ രക്ഷപ്പെട്ടിരുന്നിരിക്കാം. പരിണാമത്തിന്റെ പ്രവർത്തനശേഷികൾ ഇത് ലാക്റ്റോസ് ജീനിനെ സമൂഹത്തിൽ തെരഞ്ഞെടുത്ത് നിലനിർത്താൻ പ്രോത്സാഹിപ്പിച്ചിരുന്നിരിക്കണം. ലാക്റ്റോസ് ഉളവാക്കുന്ന വയറിളക്കം ക്ഷീണിതരായവരിലും രോഗികളിലും തീവ്രതരമാണ്, ക്ഷാമകാലത്ത് പാൽ പുളിപ്പിച്ച് തൈരോ മറ്റ് ഉൽപ്പന്നങ്ങൾ

ആക്കുവാൻ സാധിച്ചിരുന്നിരിക്കുകയില്ല, മറ്റൊന്നും കിട്ടാനില്ലാത്തതു കൊണ്ട് പാൽ ധാരാളമായി കുടിക്കുകയും ചെയ്തിരുന്നിരിക്കാം. Crisis mechanism (ആപൽസന്ധി പ്രക്രിയ) എന്നാണ് എവെർ ഷെഡും കൂട്ടരും ഇതിനെ വിളിക്കുന്നത്. ലാക്റ്റോസ് ജീൻ തെര ഞ്ഞെടുക്കപ്പെടാൻ രണ്ടാമത്തെ വഴി നിത്യരോഗസാദ്ധ്യതയുമായി ബന്ധപ്പെട്ടാണ്. വർദ്ധമാനമായ രോഗാണു കടന്നുകയറ്റം (pathogen load) സാധിച്ചിരുന്നിരിക്കാം, അക്കാലത്ത്, ജനസംഖ്യയിലുള്ള വർ ദ്ധനവും കൂടുതൽ ജനനീക്കങ്ങളും കുടിയേറ്റങ്ങളും ഇതിനെ ത്വരിത പ്പെടുത്തിയിരുന്നിരിക്കാം എന്നുമുണ്ട്. ഇത്തരം അസുഖങ്ങളോ ടൊപ്പം പാൽ കുടിച്ചിട്ടുള്ള വിഷമതകളും കൂടിച്ചേരുമ്പോൾ പാൽ ദഹിക്കാനുള്ള ജീൻ പോപ്പുലേഷനിൽ തെരഞ്ഞെടുക്കപ്പെടാനുള്ള സാദ്ധ്യതയെ ത്വരിതപ്പെടുത്തിയിരിക്കണം. ഇത് chronic mechanism (തീരാവ്യാധി പ്രക്രിയ) എന്നാണ് വിളിക്കപ്പെടുന്നത്. അധിക തരമായ അണുബാധാസാദ്ധ്യതയും തുടർന്ന് വരുന്ന മരണങ്ങളും കൂടുതലായി ലാക്റ്റോസ് ദഹനജീൻ പോപ്പുലേഷനിൽ തെരഞ്ഞെടു ക്കപ്പെടാനും ഇടയാകും എന്ന് ഈ ക്രിയാവലികൾ പ്രവചിക്കുന്നു. ഈ മോഡലിന്റെ സാദ്ധ്യത ഉറപ്പിക്കാൻ എവെർഷെഡും ഗ്രൂപ്പും വിശദമായ സ്റ്റാറ്റിസ്റ്റിക് തന്ത്രങ്ങളാണ് ഉപയോഗിച്ചത്. 110,000-ൽ പ്പരം കാർബൺ ഡെയ്റ്റിങ്ങ് കൊണ്ട് കൃത്യമായി ചരിത്രസന്ദിഗ്ധാ വസ്ഥ രേഖപ്പെടുത്തിയും 27,000-ൽപ്പരം ഇടങ്ങളിലെ പാൽ അവ ശിഷ്ടങ്ങൾ പരിശോധിച്ചും തദ്ദേശവാസികളുടെ എല്ലുകളുടെ ജനി തകപരിശോധനകളും പാൽ ഉപയോഗസാദ്ധ്യതയും ഇതോടൊപ്പം ചേർത്തുകൊണ്ടും നിർണ്ണായകമായ തെളിവുകളാണ് സ്വരൂപിച്ചെടു ത്തത്. വർദ്ധിച്ച കുടിയേറ്റത്തോടൊപ്പം വന്യമൃഗങ്ങളുമായുള്ള സാമീപ്യം കൂടുകയും രോഗാണുപ്രവേശം ത്വരിതതരമാകുകയും ഒരു സാദ്ധ്യത തന്നെയാണ്.

ആഹാരദൗർലഭ്യപരികൽപ്പന അപ്രതിരോധ്യമായ രീതിയിൽ ശ്രദ്ധ പിടിച്ചുപറ്റുന്നുണ്ട്. കാരണം പാൽ ദഹന ജീൻ ഇല്ലെങ്കിലും വലിയ പ്രശ്നങ്ങളില്ലാതെ ഒരു ഗ്ലാസ് പാൽ കുടിക്കാൻ പറ്റുന്നവ രുണ്ട്. എന്നാൽ കൂടുതൽ അകത്താക്കിയാൽ തീരെ അവശരാ യേക്കും. ക്ഷാമകാലത്ത് ഇങ്ങനെ പലരും അതിജീവനമത്സരത്തിൽ തോറ്റിരിക്കാം, പാൽ ദഹിക്കാൻ സാധിച്ചവർ ലാക്റ്റേയ്സ് ജീൻ ഉണർന്നവർ ആയിരിക്കാം. അവർക്ക് സന്താനലബ്ധിയും ദീർഘാ യുസ്സും വഴി എണ്ണം കൂട്ടാൻ സാദ്ധ്യത ആരായുകയും ചെയ്തിരിക്കാം. 2000 ബി.സിയോടെ യൂറോപ്പിൽ ഇരുമ്പ് യുഗത്തിൽ മേൽ വിവരിച്ച് രണ്ട് പ്രക്രിയകളും ഒരുമിച്ച് വർത്തിച്ചിരിക്കാൻ സാദ്ധ്യതയുണ്ട്. ഈ കാലഘട്ടത്തിലാണ് കാർഷികവൃത്തിയേയും കന്നുകാലി/ആട്/

മാട്/കോഴികളെയും കൂടുതലായി ആശ്രയിച്ചിരുന്നത്, മൃഗജന്യരോഗങ്ങൾ നിരന്തരം അലട്ടിയിരുന്നിരിക്കണം. ലാക്റ്റേയ്സ് ജീൻ മനുഷ്യസമൂഹത്തിൽ പടർന്നതോ മറ്റുള്ള ഇടങ്ങളിൽ ഉളവായതോ എന്നൊക്കെയുള്ള സമസ്യകൾ ഇനിയും പഠിക്കേണ്ടിയിരിക്കുന്നു. തെക്കുപടിഞ്ഞാറൻ ഏഷ്യയിൽ ഇതേ ജീൻ കാണപ്പെടുന്നു, എന്നാൽ ആഫ്രിക്കയിൽ ഈ ജീനിന്റെ മൂന്ന് അല്ലീലുകൾ (ഒരേ ജീനിന്റെ വ്യത്യസ്തരൂപങ്ങൾ) കാണപ്പെടുന്നു. മിഡിൽ ഈസ്റ്റിൽ തികച്ചും വ്യത്യസ്തമായ ഒരു അല്ലീൽ ആണ് പരിണമിച്ച് ഉണ്ടായത്. അതേ സമയം ഏഷ്യയുടെ മറ്റു ഭാഗങ്ങളിൽ, പ്രത്യേകിച്ചും ചൈനയിൽ ഈ ജീൻ അധികം കാണപ്പെടുന്നില്ല. പാലും ഉൽപ്പന്നങ്ങളും നിർണ്ണായകമായ ആഹാരവിഭവമോ അല്ലെങ്കിൽ വെറും അനുബന്ധപൂരകമോ ആയിട്ടുള്ള സമൂഹങ്ങളിൽ പഠനങ്ങൾ നടത്തേണ്ടിയിരിക്കുന്നു, പാൽ ദഹനത്തിന്റെ വൈവിദ്ധ്യമിയന്ന ജനിതകവഴികളെക്കുറിച്ച് ആഴത്തിലുള്ള അറിവുകൾക്കുവേണ്ടി. സാംസ്കാരികമോ മതപരമോ പ്രത്യേക വ്യക്തി/സമൂഹ താൽപ്പര്യങ്ങളോ പാരിസ്ഥിതിപരമോ (പുളിപ്പിച്ച പാൽ ഉൽപ്പന്നങ്ങൾ ഉപയോഗിക്കൽ, പാൽദഹനത്തിനെ സഹായിച്ചേക്കാവുന്ന കുടൽ ബാക്റ്റീരിയകൾ, പാലിൽത്തന്നെ കാണുന്ന വ്യത്യസ്ത മൈക്രോബുകൾ ഒക്കെ) ആയ സ്വാധീനങ്ങൾ പാൽ ദഹനജീനിന്റെ പ്രചാരമോ അഭാവമോ നിർണ്ണയിക്കുന്നതിലെ പങ്കും വെളിവാകാനുണ്ട്.

Reference

1. Evershed R. P., Smith G. D. et al. Dairying, diseases and the evolution of lactase persistence in Europe. Nature, 608: 336-345, 2022
2. Wilkin, S. The mystery of early milk consumption in Europe. Nature 608: 268-269, 2022
3. Gerbault Petal. How long have adult humans been consuming milk? Life 65: 983-990 2013

■

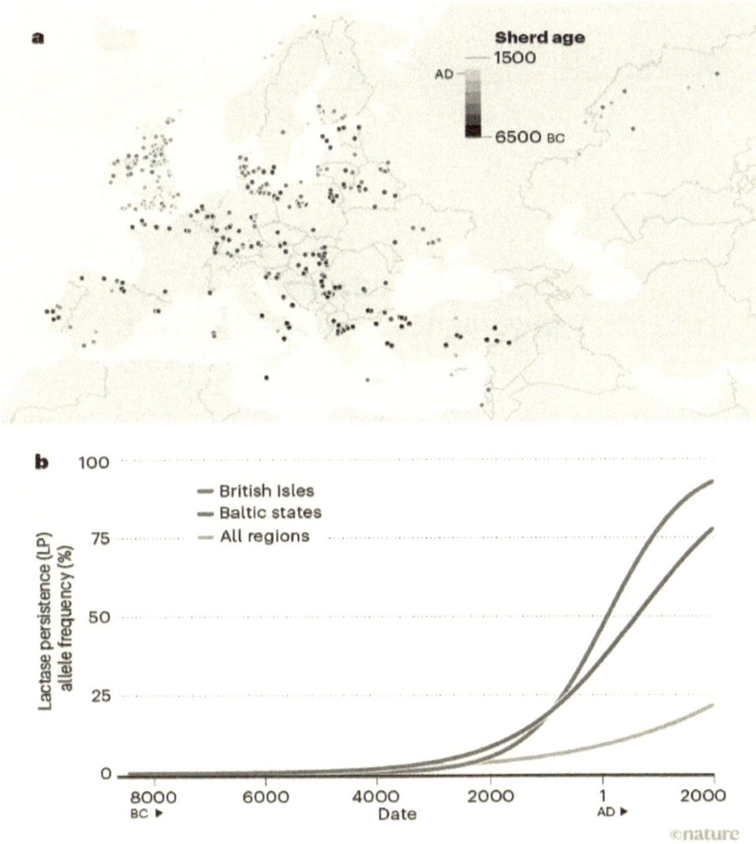

ചിത്രം 1. പാലുപയോഗത്തിന്റെ ചരിത്രം.

a. യൂറോപ്പിലും യൂറേഷ്യയിലും പാൽകുടി പടർന്നതിന്റെ കാലാനുസൃത. കറുത്ത പൊട്ടുകൾ ആദികാല (6500 ബി സി) പാൽകുടി പ്രദേശങ്ങൾ. ചുവന്നതോ തെളിഞ്ഞ നിറത്തിലോ ഉള്ള് പൊട്ടുകൾ പിൽക്കാലങ്ങളിലേത്. നെയ്സാന്നിദ്ധ്യമുള്ള കളിമൺപാത്രങ്ങളിൽ നിന്നുള്ള തെളിവ്.

b. ലാക്റ്റേയ്സ് എൻസൈം ജീൻ ഉണർന്നു വ്യാപിച്ചതിന്റെ ചരിത്രരേഖ. മനുഷ്യഫോസ്സിലുകളിലെ ഡി.എൻ.എ.യിൽ നിന്നുള്ള തെളിവ്. ഏകദേശം 2000 ബി സി യിൽ ദഹനജീൻ ഉണർവ്വ് ആരംഭിച്ചു. (Courtsey: Nature Magazine)

ഓടുന്ന മനുഷ്യന്
ഒരു മുഴം മുൻപേ വൈറസുകൾ

രണ്ടാം ലോകമഹായുദ്ധത്തിനുശേഷം ഏറ്റവും കൂടുതൽ മനുഷ്യർ മരിച്ചത് കോവിഡ് വൈറസാലാണ്. ആദ്യത്തേത് മനുഷ്യർതന്നെ നടത്തിയ കൊലപാതകങ്ങൾ ആണെങ്കിൽ, രണ്ടാമത്തേത് സ്വയം ഒരു ജീവിതമില്ലാത്ത വൈറസുകളുടെ ചെയ്തിയാണ്. യുദ്ധങ്ങൾ വിട്ടുകളയാനും മനുഷ്യർ മനുഷ്യരെ കൊല ചെയ്യുന്നതിന് അറുതി വരുത്താനും നമ്മൾ തയ്യാറാവത്തതുപോലെ വൈറസുകളും തീരുമാനങ്ങൾ മാറ്റാൻ പോകുന്നില്ല, ഭൂമുഖത്ത് നിലനിൽക്കും. വസൂരി വൈറസോ പോളിയോ വൈറസോ അപ്രത്യക്ഷമായിട്ടില്ല, നമ്മെ ബാധിക്കുന്നില്ല എന്നേ ഉള്ളൂ. 'കൊറോണവിറിഡേ' കുടുംബത്തിൽപ്പെട്ട കോവിഡ്19 ഇവിടെയൊക്കെത്തന്നെ കാണും, എങ്ങും പോയിക്കളയില്ല എന്നതാണ് സത്യം.

വേരിയന്റുകൾ നിർമ്മിച്ച് രക്ഷപ്പെടാൻ നോക്കുന്നത് വൈറസുകളുടെ തനിസ്വഭാവമാണ്. 30,000 ന്യൂക്ലിയോടൈഡുകളുടെ ശൃംഖലയാണ് ഈ കൊറോണ വൈറസിന്റെ ജനിതകവസ്തു. ഡി.എൻ.എ. അല്ല, ആർ.എൻ.എ.യാണ് ഇത്. ഓരോ തവണ പകർപ്പെടുക്കുമ്പോഴും ഈ ന്യൂക്ലിയോറ്റൈഡുകളിൽ ചെറിയ മാറ്റങ്ങൾ തെറ്റുകൾ തന്നെയാണ് പലപ്പോഴും സംഭവിക്കുകയും അവയിൽ ചിലത് വൈറസിന്റെ സ്വഭാവത്തിൽ മാറ്റമുണ്ടാക്കുകയും ചെയ്യും. ഈ ന്യൂക്ലിയോറ്റൈഡുകളിൽ ഓരോ മൂന്നെണ്ണവും ഓരോ അമിനോ ആസിഡുകൾ കൊരുത്തെടുക്കാനുള്ള കോഡുകളാണ്. ഈ അമിനോ ആസിഡുകൾ കൊരുത്ത് പ്രോട്ടീൻ നിർമ്മിക്കപ്പെടുന്നു. വൈറസിന്റെ പകർച്ചയെ സംബന്ധിച്ചിടത്തോളം പ്രധാന പ്രോട്ടീനുകൾ S1, S2 എന്നിവയാണ്: നമ്മുടെ കോശങ്ങളിൽ പറ്റിപ്പിടിക്കാൻവേണ്ടി പ്രത്യേകം രൂപമാറ്റങ്ങൾ ക്രമീകരിച്ചവ.

രക്തസമ്മർദ്ദത്തെ നിയന്ത്രിക്കാനുള്ള ഒരു പ്രോട്ടീനിനു പറ്റിപ്പിടിക്കാനുള്ള സ്വീകരിണികൾ നമ്മുടെ കോശോപരിതലത്തിൽ

ഉള്ളവയെ തന്മയത്വത്തോടേ ഉപയോഗിക്കുകയാണ് ഈ S1, S2 പ്രോട്ടീനുകൾ. ഇവ നിർമ്മിക്കുന്നതിനുള്ള കോഡുകളിൽ സംഭവിക്കുന്ന മ്യൂട്ടേഷനുകളാണ് ഇന്ന് ഏറ്റവും നിർണ്ണായകമായിരിക്കുന്നത്. കാരണം നമ്മുടെ കോശങ്ങളുടെ സ്വീകരിണികളിൽ അതിതീവ്രവും ഗാഢമായി പിറ്റിപ്പിടിക്കുന്നവയാണ് ഇപ്പഴത്തെ ഡെൽറ്റ വേരിയന്റുകൾ പോലത്തവ. ആദ്യത്തെ 14 മുതൽ 685 വരെയുള്ള അമിനോ ആസിഡുകൾ S1 പ്രോട്ടീൻ നിർമ്മിക്കാനുള്ളവയാണ്. 686 മുതൽ 1273 വരെയുള്ളവ S2 പ്രോട്ടീൻ നിർമ്മിക്കാനും. ഇവയ്ക്കിടയിലെ മ്യൂട്ടേഷനുകളാണ് ചില അക്കങ്ങളായി രേഖപ്പെടുത്തുന്നത്. N501Y എന്ന് ഒരു വേരിയന്റ് പേര് കാണുന്നെങ്കിൽ 501-ാമത്തെ N കൊണ്ട് സൂചിപ്പിക്കപ്പെടുന്ന അമിനോ ആസിഡ് (Asparagine) മ്യൂട്ടേഷൻ മൂലം Y (Tyrosine) എന്ന അമിനോ ആസിഡ് ആയി മാറിയെന്നാണർത്ഥം. ആർ.എൻ.എ.യുടെ മറ്റ് ഭാഗങ്ങളിൽ മ്യൂട്ടേഷൻ നടക്കുന്നില്ല എന്നല്ല, അവയുടെ പ്രത്യാഘാതങ്ങളെക്കുറിച്ച് വേണ്ടത്ര അറിവില്ല എന്നേയുള്ളൂ.

വൈറസിന്റെ ഭാവി നമ്മളാണോ തീരുമാനിക്കുന്നത്?

തീർച്ചയായും, മനുഷ്യരെ ബാധിക്കുന്നവയാണെങ്കിൽ നമ്മുടെ വ്യവഹാരങ്ങളിൽ ഇടപെടാതെ അവയെ മാറ്റിനിർത്താൻ ഉപാധികൾ ആവിഷ്കരിക്കപ്പെട്ടിട്ടുണ്ട്. വസൂരി വൈറസും പോളിയോ വൈറസും ഇന്ന് പണ്ടത്തെ പ്രതാപത്തോടെ ജീവിക്കുന്നില്ല എന്ന് മാത്രമല്ല മിക്കവാറും ഒഴിവാക്കപ്പെട്ടും കഴിഞ്ഞു. വൈറസുകൾക്ക് ലോകം പിടിച്ചെടുക്കണമെന്നോ അജയ്യത ആർജ്ജിക്കണമെന്നോ ഒന്നും ചിന്തയില്ല. ജീവന്റെ പ്രതിഭാസമായ, സ്വവർഗ്ഗത്തെ ശാശ്വതീകരിക്കുക എന്ന ഉദ്ദേശ്യത്തിനുവേണ്ടി വിഭജിക്കാൻ പറ്റിയ ശരീരങ്ങൾ തേടണം എന്നേയുള്ളൂ. ഇമ്മ്യൂണിറ്റി വഴി മനുഷ്യന്റെ പ്രതിരോധം ശക്തിയാർജ്ജിക്കുമ്പോൾ കൂടുതൽ പൊരുതാതെ സമരസപ്പെട്ട് ജീവിക്കുക എന്ന പ്രായോഗികമാർഗ്ഗം സ്വീകരിക്കുക എന്നത് പല വൈറസുകളുടെയും സ്വഭാവമാണ്. കോവിഡ്19 വൈറസും ഈ വഴി തെരഞ്ഞെടുത്തേക്കാം.

വാക്സിനുകളും മനുഷ്യരുടെ ഇമ്മ്യൂൺ പ്രതിരോധവഴികളും ആന്റിവൈറൽ മരുന്നുകളും സമ്മർദ്ദമേൽപ്പിക്കുമ്പോൾ ഇതിനെ അതിജീവിക്കാൻ ഉടൻ വഴികൾ തേടുന്നവരാണ് വൈറസുകൾ. നിയന്ത്രണങ്ങൾ ഇല്ലാത്തിടത്തോ ഭാഗികനിയന്ത്രണം മാത്രമുള്ളിടത്തോ ലോകത്ത് ഇത്തരം പല ഇടങ്ങളുമുണ്ട് വൈറസ് കൂടുതൽ വൈവിദ്ധ്യമിയന്നതാകും എന്നതാണ് യാഥാർത്ഥ്യം. സ്പൈക് പ്രോട്ടീൻ കോഡ് ചെയ്യുന്ന ജനിതകഭാഗത്തെ മ്യൂട്ടേഷനെക്കുറിച്ചേ

നമുക്ക് അറിവുള്ളൂ. ബാക്കി ഭാഗത്ത് വരുന്ന മ്യൂട്ടേഷൻ ഏതൊക്കെ അതിന്റെ പരിണിതഫലങ്ങൾ എന്തൊക്കെ എന്നത് ഇന്നും അജ്ഞാതമാണ്.

പക്ഷേ ഇനിയും പരിണമിച്ചുകൊണ്ടിരിക്കുകയാണ് ഈ വൈറസ് എന്നത് സുപ്രധാനമാണ്. ഓടുന്ന മനുഷ്യന് ഒരു മുഴം മുൻപേ എറിയുന്നവരാണ് വൈറസുകൾ എന്ന ഓർമ്മകൾ ഉണ്ടായിരിക്കണം ഇപ്പോഴത്തെ വേരിയന്റ് നിർമ്മിതികൾതന്നെ ആ പരിണാമത്തിന്റെ ഉദാഹരണമാണ്. നമ്മൾ തീരുമാനിക്കുന്നതാണ് വൈറസിന്റെ ഭാവി എന്ന തോന്നൽ നമ്മുടെ സ്വാർത്ഥതയിൽനിന്ന് ഉരുത്തിരിയുന്ന തെറ്റിദ്ധാരണയാണ്. വൈറസുകൾ പരിണമിച്ച് മാറി അവരുടെ അതിജീവനം സാധിച്ചെടുക്കുകയാണ്. കൂടുതൽ പകരുമ്പോൾ കൂടുതൽ കൂടുതൽ മ്യൂട്ടേഷനുള്ള സാദ്ധ്യതകൾ ഉടലെടുക്കുയാണ്, കൂടുതൽ 'ഫിറ്റ്' ആയ വൈറസ് തെരഞ്ഞെടുക്കപ്പെടുകയും അവരുടെ സ്ഥിരഅതിജീവനം സ്ഥാപിച്ചെടുക്കാൻ വഴിതെളിക്കപ്പെടുകയും ചെയ്യുന്നു. വൈറസുകൾ നമ്മോട് ചെയ്യുന്ന സൗജന്യം ആണെന്ന് പാവം മാനവഹൃദയം ചിന്തിച്ച് കൂട്ടുന്നു.

കൊറോണവിറിഡേ കുടുംബത്തിലെ വൈറസുകളുടേ ജനിതകവസ്തുവായ ആർ.എൻ.എ.യുടെ പകർപ്പ് എടുക്കുകയാണ് വൈറസ് നമ്മുടെ കോശത്തിനുള്ളിൽക്കടന്നാൽ ആദ്യം ചെയ്യാറ്. പുതിയ വൈറസുകളെ നിർമ്മിക്കാൻ ഇങ്ങനെ പകർപ്പുകൾ എടുക്കുമ്പോൾ കൃത്യമായ മൂലാനുസാരിത്വം (high fidelity) ആണ് പരിരക്ഷിക്കപ്പെടാറ്. തെറ്റുകൾ വന്നുപെടാൻ അനുവദിക്കാറില്ല. ഇവയുടെ ജീനോം വളരെ വലുതാണുതാനും. അതുകൊണ്ടുതന്നെ കോവിഡ് 19ന്റെ പരിണാമം ചുരുങ്ങിയ തോതിലേ സംഭവിക്കൂ എന്നായിരുന്നു ആദ്യാനുമാനങ്ങൾ. വാക്സിൻ നെടുനാൾ സംരക്ഷണം തരുന്നത് ആയിരിക്കും, മരുന്നുകൾ ഫലപ്രദവും സമൂഹ ഇമ്മ്യൂണിറ്റി (Herd immunity) കോവിഡ് മഹാമാരിക്ക് അറുതി വരുത്തുകയും ചെയ്യും എന്നതൊക്കെ ഇന്നും പദ്ധതികളായിത്തന്നെ നിലനിൽക്കുന്നു. സാവധാനം സാധിച്ചെടുത്തുകൊണ്ടിരിക്കുന്നു എന്ന് മനസ്സിലായിട്ടുമുണ്ട്.

ഇൻഫ്ളുവെൻസ വൈറസിനെ അപേക്ഷിച്ച് മൂന്നോ നാലോ തവണ വേഗതക്കുറവോടെയാണ് കോവിഡ് പരിണാമസാദ്ധ്യത എന്ന അറിവിനെ മറികടന്ന് മ്യൂട്ടേഷനുകൾ തീവ്രമായിട്ടാണ് ഈ വൈറസ് സാധിച്ചെടുത്തത് ഒരു മാസം രണ്ട് മ്യൂട്ടേഷൻ വീതം. ചില വേരിയന്റുകളിൽ ഇതിലും കൂടുതൽ വേഗത്തിലും ഈ മ്യൂട്ടേഷൻ സംഭവിച്ചു. തമ്മിൽത്തമ്മിൽ ജനിതകവസ്തു കൈമാറാൻ (RNA recombination) മിടുക്ക് കാണിക്കുന്ന കൊറോണ വൈറസ് കൂടുതൽ പെട്ടെന്ന് പരിണമിക്കാനുള്ള കഴിവും നേടുന്നുണ്ട്: രണ്ട്

വേരിയന്റുകൾ ഒരുമിച്ച് ബാധിച്ചാൽ അവ രണ്ടും ഇങ്ങനെ ആർ.എൻ.എ. കഷണങ്ങൾ കൈമാറി മ്യൂട്ടേഷൻ റേറ്റ് കൂട്ടുകയും ചെയ്യും. കോവിഡ്19 വൈറസും മനുഷ്യരെ ബാധിക്കുന്ന മറ്റ് കൊറോണവൈറസുകളും തമ്മിൽ പുനർസംയോജനം (recombination) നടക്കാനുള്ള സാദ്ധ്യതയും തള്ളിക്കളയാൻ വയ്യ. ഇമ്മ്യൂണിറ്റി കുറഞ്ഞവരിലോ വാക്സിൻ എടുക്കാത്തവരിലോ മിച്ചം നിൽക്കുന്ന വൈറസുകൾ പുതിയ പുതിയ മ്യൂട്ടേഷനുകൾക്ക് ഒരുമ്പെട്ടേക്കാം. പല കാരണങ്ങളാൽ ഇമ്മ്യൂണിറ്റി ബലഹീനമാക്കപ്പെട്ടവരിൽ അവയവമാറ്റശസ്ത്രക്രിയ കഴിഞ്ഞവരിൽ ഒക്കെ കുത്തിവയ്പ് അത്ര ഫലിച്ചെന്നിരിക്കില്ല. വൈറസുകൾക്ക് നിലനിൽക്കാൻ അവസരം ഒരുങ്ങുകയായി ഇത്തരം ഘട്ടങ്ങളിൽ.

അമേരിക്കയിൽ ഇമ്മ്യൂൺ പ്രതിപ്രവർത്തനം ഫലവത്താകാത്ത 10 മില്ല്യൻ ആൾക്കാർ ഉണ്ടെന്നാണ് കണക്ക്. അതിഖണ്ഡിതമായും കൃത്യനിഷ്ഠയോടെയും ജനിതകതന്മാത്രകൾ ഇരട്ടിപ്പിക്കുന്ന കൊറോണവൈറസുകളിൽ എന്തുകൊണ്ട് വേരിയന്റുകൾ പ്രത്യക്ഷപ്പെടുന്നു എന്നത് നിലവിൽ അറിവനുസരിച്ചുള്ള ശാസ്ത്ര അനുമാനങ്ങൾക്ക് അപ്പുറമാണ്. സാധാരണയായി വൈറസുകളുടെ പരിണാമവേഗം ആശ്രയിക്കുന്നത് സ്വാഭാവികമായി പശ്ചാത്തലത്തിൽ സംഭവിക്കുന്ന മ്യൂട്ടേഷൻ തോത്, തലമുറദൈർഘ്യം, അണുബാധയുടെ കാലയളവ്, ഒരു വ്യക്തിയിൽ ബാധക്കാലത്ത് ഉരുത്തിരിയുന്ന വേരിയന്റുകൾ, ഘടനാപരമായും വ്യവഹാരപരമായും വൈറൽ പ്രോട്ടീനുകളിൽ ചില ഇടങ്ങളിൽ ഏൽക്കുന്ന നിയന്ത്രണങ്ങളും പരിമിതികളും വൈറസിനുമേൽ വന്നുചേരുന്ന പ്രകൃതിനിർദ്ധാരണ (natural selection)ത്തിന്റെ ശക്തിയും ഇവയെ ഒക്കെ ആണ്. വാക്സിൻ ചെറുത്തുനിൽപ്പ് അനുസരിച്ച് വൈറസ് മാറും. നമ്മൾ നിർമ്മിക്കുന്ന ആന്റിബോഡികളിൽനിന്ന് രക്ഷപ്പെടാൻ വൈറസുകൾക്ക് പല മാർഗ്ഗങ്ങളുണ്ട്. മണിക്കൂറിൽ മില്യൻകണക്കിൽ പെരുകുന്ന വൈറസുകളിൽ പലവയ്ക്കും ജനിതകമാറ്റം സംഭവിക്കുന്നത് അവയിൽ ചിലത് അതിജീവനത്തിനുതകും എന്നത് വൈറസിനു ബോദ്ധ്യമില്ലെങ്കിലും ഫലത്തിൽ അതാണ് സംഭവിക്കുന്നത്.

പഴയ പാൻഡെമിക്കിൽ നിന്നുള്ള പാഠങ്ങൾ

മറ്റ് കൊറോണ വൈറസുകളിൽനിന്ന് ഏറെ മാറ്റങ്ങളുണ്ട് കോവിഡ്19ന്, പകർച്ചാരീതിയിലും രോഗതീവ്രതയിലും. അതുകൊണ്ട് പഴയ പഠനങ്ങൾ പുതിയ വൈറസിന്റെ ഭാവി പ്രവചിക്കാൻ പ്രയോജനപ്പെടാതെയാണിരിക്കുന്നത്. സാർസ് വൈറസും മെർസ് വൈറസും ഈയിടെ കടന്നുപോയവ ആണെങ്കിലും താരതമ്യം സാദ്ധ്യമല്ലാത്തവിധം പുതുമകളുമായാണ് കോവിഡ്19ന്റെ

പുറപ്പാട്. സാധാരണ ജലദോഷമുണ്ടാക്കുന്ന കൊറോണ വൈറസുകൾ (HCov-229E, HCov-OC43, HCov-HKU1 മുതലായവ) ഇത്ര തീക്ഷ്ണവും മാരകവുമായ ആഘാതം ഏൽപ്പിക്കാത്തവയാണ്. പുതിയ മ്യൂട്ടന്റുകളെ നിർമ്മിച്ചെടുക്കുന്ന രീതിയിലും പകർച്ചയിലും പുതിയ വൈറസ് ഉഗ്രതരനാണെന്നുള്ളത് നിലവിലുള്ള പരിജ്ഞാനമോ പ്രയോഗവിധികളോ പ്രാവർത്തികമാക്കുന്നതിനു വിഘാതമായിരിക്കുകയാണ്. ഇത്തരം അനിശ്ചിതത്വങ്ങൾ ഈ വൈറസും മനുഷ്യസമൂഹവും തമ്മിലുള്ള സമതുലത നിർമ്മിച്ചെടുക്കുന്ന വഴികളെപ്പറ്റിയുള്ള പ്രവചനങ്ങൾ അസാദ്ധ്യമാക്കിയിരിക്കുകയാണ്.

കോവിഡ് വൈറസ് അപ്രത്യക്ഷമാകുമോ? നമ്മോട് ഒപ്പം സ്ഥിരവാസിയാകുമോ?

കോവിഡ്19 വൈറസ് ഇവിടെയൊക്കെത്തന്നെ കാണും ഇനിയും. വാക്സിൻ ലോകത്തെമ്പാടും എല്ലാവർക്കും കിട്ടിയിട്ടില്ല. നൂറു ശതമാനം ആൾക്കാർക്കും അത് ലഭ്യമാകുക എന്നത് വിദൂരഭാവിയിൽപ്പോലും സാദ്ധ്യമല്ലതാനും. കുത്തിവയ്പ് വേണ്ടെന്ന് വെച്ചവരുമുണ്ട് പലയിടങ്ങളിലുമായി. കുത്തിവയ്പ് എടുത്തെങ്കിലും തമ്മിൽ പകരുന്നത് പിന്നെയും തുടരും. പകർന്ന് കഴിഞ്ഞ് വൈറസിനെ നേരിടാനേ നമ്മുടെ ആന്റിബോഡികൾക്ക് കഴിയൂ. ഫലപ്രദമായ, വ്യാപകമായ കുത്തിവെയ്പ്കൊണ്ട് മഹാമാരിയുടെ അവസാനം കുറിച്ചാലും അത് വൈറസിന്റെ അവസാനം അല്ല. ഡൈനൊസോറുകളെപ്പോലെ എന്നന്നേക്കുമായി ഇല്ലാതാകുന്നവയല്ല വൈറസുകൾ. മറ്റു പല ജന്തുക്കളേയും ഭൂമുഖത്തുനിന്ന് അപ്രത്യക്ഷമാക്കിയ മനുഷ്യന് വൈറസുകളെ തൂത്തുതുടച്ചു കളയാൻ സാധിക്കുകയില്ല.

പണ്ട് നിഷ്ഠൂരരായിരുന്ന ചില വൈറസുകൾ ഇപ്പോൾ പാവങ്ങളായി വെറും ജലദോഷവും പനിയും വരുത്തി നമ്മളിൽ കയറിയിറങ്ങിപ്പോവുന്നുണ്ട്. ഇത്രയും പേരെ കൊന്നൊടുക്കിയ കൊറോണ വൈറസ് മാനസാന്തരം വന്ന് ആത്മീയവഴികൾ തേടി അടങ്ങിയൊതുങ്ങി നമ്മോടൊപ്പം കഴിഞ്ഞേക്കാമെന്ന് ആശിക്കുന്നത് മനുഷ്യസഹജംതന്നെ. സമൂഹത്തിൽനിന്ന് വിട്ടുപോകാതെ, ഒളിജീവിതം നയിച്ച് പൊടുന്നനവേ അക്രമാസക്തരാകുന്ന സ്വഭാവവും ഇവർക്കുണ്ട് എന്നതിനാൽ കോവിഡ് വൈറസ് ഇതിൽ ഏതു വഴി തെരഞ്ഞെടുക്കുമെന്ന് ഇപ്പോൾ തീർച്ചപ്പെടുത്താൻ വയ്യതന്നെ. പക്ഷേ ഇതിന്റെ പശ്ചാത്തലങ്ങൾ നിജപ്പെടുത്തി ചില അനുമാനങ്ങൾ സാദ്ധ്യമാവുന്നുണ്ട്. അണുബാധയ്ക്ക് എളുപ്പം വശംവദരാകുന്ന, ഇമ്മ്യൂണിറ്റി ബലഹീനമായിത്തുടങ്ങിയവരുടെ കൂടെ ഈ വൈറസ് നിലനിൽക്കുന്നത് അതിൽ ഒരു സാദ്ധ്യതയാണ്.

വൈറസിന്റെ സ്പൈക് പ്രോട്ടീനിൽ വൻ മാറ്റങ്ങൾ വന്നാൽ വാക്സിൻ പരിണതിയായി നമ്മൾ നിർമ്മിച്ചെടുത്ത ആന്റിബോഡികൾക്ക് അവയെ തിരിച്ചറിയാൻ പറ്റാതെ വരും Antigenic drift എന്ന പ്രതിഭാസമാണിത്. നമ്മൾ പുതിയ വാക്സിനുകൾ നിർമ്മിക്കേണ്ടിവരും. വൈറസ് പുതിയ വഴികളും തേടും. വവ്വാലിൽനിന്ന് മറ്റൊരു ജന്തുവഴി മനുഷ്യനിൽ കടന്നുകൂടിയ സംഭവം ഇനിയും ആവർത്തിക്കാനും മതി. മനുഷ്യരിൽനിന്ന് മറ്റ് മൃഗങ്ങളിലേക്ക് പകരുന്നതാണ് ഈ വൈറസ് എന്ന് നമുക്കറിയാം. എലി, പൂച്ച, പട്ടി, കുരങ്ങ്, മിങ്ക്, കടുവ, സിംഹം തുടങ്ങിയവ നമ്മളിൽനിന്ന് പകർച്ച ഏറ്റുവാങ്ങിയിട്ടുണ്ട്. അവരിൽ ഒക്കെ എന്ത് മ്യൂട്ടേഷനുകളാണ് സംഭവിക്കുന്നത് എന്നത് നിശ്ചയിക്കാൻ വയ്യ.

സ്പൈക് പ്രോട്ടീൻ ജനിതകത്തിൽ മാത്രമല്ല, ആകെ 30,000 ന്യൂക്ലിയോറ്റൈഡുകൾ ഉള്ള ഈ വൈറസിൽ പലയിടത്തും അത് സംഭവിക്കാൻ സാദ്ധ്യതയുണ്ട്. ഏതു സമയത്തും തിരിച്ച് മനുഷ്യരിലേക്ക് കടന്നുകൂടാനുള്ള സാദ്ധ്യതയും ഉണ്ട്. ഡെന്മാർക്കിൽ മിങ്കിൽ (ഒരിനം നീർനായ്) നിന്ന് മനുഷ്യനിലേക്ക് ഒരു വേരിയന്റ് കടന്നുകൂടിയത് (B.1.1.298, Mink Variant) വൻ പകർച്ചയ്ക്ക് ഇടയാക്കിയതാണ് എന്നത് ഈ വൈറസിന്റെ ആധുനികചരിത്രം. മാത്രമല്ല ജന്തുക്കളിൽ ഉള്ള മറ്റ് കൊറോണ വൈറസുകളുമായി ജനിതകവസ്തു കൈമാറൽ (recombination) സംഭവിക്കുകയാണെങ്കിൽ നൂതന വൈറസ് ഇനങ്ങളായിരിക്കും പൊട്ടിപ്പുറപ്പെടുക. അവ നമ്മുടെ ഇമ്മ്യൂൺ പ്രതിരോധത്തിനു പിടികൊടുക്കുന്നവ ആയിരിക്കില്ല എന്ന് പറയേണ്ടതില്ല.

ചില ഫ്ളു വൈറസുകൾ ഇങ്ങനെ മനുഷ്യരും മൃഗങ്ങളുമായി പരസ്പരം തട്ടിക്കളിക്കപ്പെട്ട് ഉളവായവ ആണെന്നുള്ളതിനു ചരിത്രം സാക്ഷിയാണ്. ലാബിലെ എലികളിലേക്ക് കോവിഡ് 19 മ്യൂട്ടന്റ് (N501Y മ്യൂടേഷ , B.1.1.7 ലും B.1.351 ലും സംഭവിച്ചത്) സംക്രമിച്ചതും അത് മറ്റ് സാധാരണ എലികളിലേക്ക് പകർന്ന് പടരാൻ സാദ്ധ്യമാണെന്ന് തെളിഞ്ഞതും ഈയിടെ രേഖപ്പെടുത്തപ്പെട്ടിട്ടുണ്ട്. നമ്മൾ നിർമ്മിക്കുന്ന ആന്റിബോഡികൾക്ക് ഇവയെ പ്രതിരോധിക്കാൻ സാദ്ധ്യമല്ലത്രെ.

ഇപ്രകാരം മറ്റ് ജന്തുക്കളിൽ കുടിയേറുന്ന കൊറോണ വൈറസുകൾ വിദൂരഫലങ്ങൾക്ക് നിമിത്തമായേക്കാം. മനുഷ്യരുടെ പ്രതിരോധശക്തി ബലഹീനമാകുന്ന ഭാവിയിൽ പരിണാമപരമായി ഭിന്നവും വ്യതിരിക്തവുമായ വൈറസ് ഈ ജന്തുക്കളിൽനിന്ന് പൊടുന്നനേ നമ്മളിലേക്ക് കയറിക്കൂടിയേക്കാം. ഇമ്മ്യൂൺ സമ്മർദ്ദങ്ങൾ കൊണ്ട് മാറിയ വൈറസ് സമൂഹത്തിൽ നിലനിന്നേക്കാം, പക്ഷേ

ജന്തുക്കളിലെ വൈറസിന് അത് സംഭവിക്കുന്നില്ല. ഈ മഹാമാരിക്കുശേഷം പിറക്കുന്ന കുഞ്ഞുങ്ങൾക്ക് അണുബാധയായി കിട്ടാവുന്നത് ആദിരൂപത്തിലുള്ള വൈറസോ മറ്റു മ്യൂട്ടേഷനുകൾ സംഭവിച്ച വൈറസോ ആയിരിക്കും. നിലവിലുള്ള വാക്സിനുകൾ അവരിൽ ഫലിച്ചെന്ന് വരില്ല. 2009-ൽ പടർന്ന H1N1 ഇൻഫ്ളുവെൻസ ബാധയ്ക്ക് ഇതിനു സമാനമായ ചരിത്രമാണുള്ളത്. 1918-ൽ പാൻഡെമിക് ഉളവാക്കിയ ഈ വൈറസ് പന്നികളിൽ കുടിയേറിപ്പാർക്കുകയായിരുന്നു ഇത്രയും നാളും. Swine flu എന്ന് പേരിട്ട് തുച്ഛവൽക്കരിക്കുകയും ചെയ്തു നമ്മൾ. പൊടുന്നനേ ആണ് മനുഷ്യരിലേക്ക് പടർന്നത്. കോവിഡ്19 വൈറസിന്റെ പല വേരിയന്റുകളെ ചെറുക്കാൻ പ്രാപ്തമായ വാക്സിനുകളുമായി നമ്മൾ കരുതിയിരിക്കണം എന്ന് ഗുണപാഠം.

കോവിഡ്19 പരിണാമം പ്രസരണരീതികൾ മാറ്റിയേക്കാം, രോഗതീവ്രതയും

പെട്ടെന്ന് പടരുക എന്നതാണ് വൈറസുകളുടെ ആദ്യലക്ഷ്യം. അത് സാധിക്കുന്ന മ്യൂട്ടേഷനുകൾ അവരുടെ അതിജീവനത്തെ ത്വരിതപ്പെടുത്തുകയാണ്. ഉള്ളിൽ കയറിയാൽ അതിവേഗതയാർന്ന് വിഭജിക്കുക എന്നത് മറ്റൊരു ലക്ഷ്യം. മ്യൂട്ടേഷൻകൊണ്ട് ഈ കഴിവുകൾ രണ്ടും സാധിച്ചെടുക്കാം. ഇപ്പോഴത്തെ ഡെൽറ്റ വേരിയന്റ് പെട്ടെന്ന് പകരാനുള്ള കഴിവ് സാധിച്ചെടുത്തവയാണ്. നമ്മുടെ കോശോപരിതലത്തിലെ സ്വീകരിണികളിൽ ഗാഢമായി പറ്റിപ്പിടിക്കാനുള്ള കഴിവാണ് അവർ നേടിയെടുത്തത്. പെട്ടെന്ന് പെരുകാനുള്ള സിദ്ധികളൊന്നും ഇതോടൊപ്പം കൈവന്നില്ല അവർക്ക്. പക്ഷേ കൂടുതൽ എണ്ണം വൈറസ് ഉള്ളിൽ പ്രവേശിക്കുന്നതിനാൽ രോഗതീവ്രത കഠിനമാകുകയാണ്. ശ്വാസകോശങ്ങൾക്കുള്ളിൽ അതിവേഗത്തിൽ വിഭജിക്കാൻ സാദ്ധ്യതയരുളുന്ന ഒരു മ്യൂട്ടേഷനു നോക്കിയിരിപ്പായിരിക്കണം ഇപ്പോൾ കോവിഡ്19 വൈറസ്.

പ്രസരണശേഷിയും (transmissibility) രോഗതീവ്രതാശേഷിയും (virulence) ഒരേ വൈറസിൽതന്നെ മാറിമറിയാവുന്നതാണ്. പക്ഷിപ്പനി ഉളവാക്കുന്ന H5N1 വൈറസുകളിൽ നടത്തിയ പരീക്ഷണങ്ങൾ തെളിയിച്ചത് പ്രസരണശേഷി കുറഞ്ഞ, രോഗതീവ്രതാശേഷി കൂടിയ സാധാരണ വൈറസിനെ നേരേ മറിച്ച് (പ്രസരണശേഷി കൂടിയത്, രോഗതീവ്രതാശേഷി കുറഞ്ഞത്) ആക്കി മാറ്റിയെടുക്കാമെന്നാണ്. നമ്മുടെ ശ്വാസനാളത്തിലെ താപമാനമായ 33 ഡിഗ്രി സെന്റിഗ്രേഡിൽ കോശങ്ങളിൽ വിപുലമായി പറ്റിപ്പിടിക്കാനും വിഭജിക്കാനുമുള്ള കഴിവ് പ്രദാനം ചെയ്യുന്ന മ്യൂട്ടേഷനുകൾക്ക് കാത്തിരിക്കുകയാവണം കോവിഡ്19 വൈറസ്. കാരണം ആദ്യം കണ്ടുമുട്ടുന്ന

കോശങ്ങൾ ശ്വാസനാളത്തിലാണല്ലൊ. നമുക്ക് സ്വതവേ ഉള്ള പ്രതിരോധശക്തിയെ പാടേ എതിർത്ത് തോൽപ്പിക്കുന്ന മ്യൂട്ടേഷനുകൾ കോവിഡ്19 വൈറസുകൾക്ക് വലിയ വിജയസാദ്ധ്യതയാണ് പ്രദാനം ചെയ്യുക.

മഹാമാരി ഭാവികാല തിരക്കഥകൾ

വൈറോളജി, ഇമ്മ്യൂണോളജി. കമ്പ്യൂട്ടേഷണൽ ബയോളജി, മോളിക്യുലാർ ബയോളജി ഇവയിലെ എല്ലാം വിദഗ്ധശാസ്ത്രജ്ഞർ ഒത്തൊരുമിച്ച് മുന്നോട്ട് വയ്ക്കുന്ന ഭാവികാലസാദ്ധ്യതകൾ മൂന്നാണ്. ആദ്യത്തേത് ഏറ്റവും ആശങ്കാജനകമായ പരിദൃശ്യമാണ്. ആവശ്യാനുസരണം നിയന്ത്രണങ്ങൾ പാലിക്കപ്പെടാത്ത ഒരു സ്ഥിതിയിൽ കൂടുതൽ പകർച്ചകളും രൂക്ഷമായ രോഗബാധകളും ലോകത്തിന്റെ പലഭാഗത്തും നിലനിൽക്കുകയോ പൊട്ടിമുളയ്ക്കുകയോ ചെയ്യുകയും അതുകൊണ്ട് വൈറസിന്റെ പരിണാമം ത്വരിതപ്പെടുകയും ചെയ്യുന്ന അവസ്ഥയാണിത്. രണ്ടാമത്തെ തിരക്കഥയാണ് ഏറ്റവും സാദ്ധ്യതയാർന്നത്. ചില കാലങ്ങളിൽ മാത്രം സംജാതമാകുന്ന വൈറസ് ബാധ, ഏകദേശം ഫ്ളൂ വൈറസുപോലെ എന്നതിലേക്ക് സാവധാനം മാറുകയും വൈറസിനെ ചെറുക്കാനുള്ള മരുന്നുകൾകൊണ്ട് പകർച്ച നിയന്ത്രണത്തിൽ ആകുകയും ചെയ്യുന്ന വേളയാണിത്. മരണത്തോത് വളരെ കുറഞ്ഞ കാലം എന്നുള്ളത് ഏറ്റവും ശുഭാപ്തിവിശ്വാസനിബന്ധിതമാണ്. പക്ഷേ ഇൻഫ്ളുവെൻസ ബാധയാൽ ഒരു വർഷം 5 ലക്ഷം പേർവരെ മരിക്കാറുണ്ടെന്ന് ഓർമ്മയിലിരിക്കേണ്ടതാണ്. ഇതിനോടൊപ്പം കോവിഡ് വൈറസ് മരണക്കണക്ക് ചേർക്കുമ്പോൾ വലിയ ഒരു സംഖ്യയാണ് ലഭിക്കുന്നത് എന്നതും ശ്രദ്ധിക്കേണ്ടതാണ്. മറ്റു കൊറോണ വൈറസ് ബാധയെപ്പോലെ പലപ്പോഴും വളരെ ലഘുവായ പീഡകൾ സമ്മാനിക്കുന്ന ഒരു 'endemic' രീതിയിലേക്കുള്ള പരിവർത്തനം ആണ് മൂന്നാം തിരക്കഥയിൽ. പക്ഷേ മനുഷ്യനോട് അനുസൃതമായി വന്ന വൈറസ് എത്രമാത്രം രോഗതീവ്രത ഉളവാക്കുമെന്ന് ഇപ്പോൾ പ്രവചിക്കാനാവതല്ല.

മനുഷ്യകുലത്തെ മുഴുവൻ ഒറ്റയടിക്ക് കീഴ്പ്പെടുത്തി അതിന്റെ ഫിസിയോളജി മാറ്റിയെടുത്ത ഇത്തരം ഒരു പ്രതിഭാസം ചരിത്രത്തിൽ ഇല്ലതന്നെ. അതുകൊണ്ടുതന്നെ വൈറസിന്റെ പരിണാമം മാത്രമല്ല സംഭവിക്കുന്നത് മനുഷ്യന്റേതുമാണ്. ചരിത്രത്തിൽ നിന്ന് പാഠങ്ങൾ പഠിക്കാത്ത മനുഷ്യനെ ചിലതൊക്കെ തെര്യപ്പെടുത്താനും ഈ വൈറസിനു കഴിഞ്ഞിട്ടുണ്ട്. മനുഷ്യരുടെ ലോകത്ത് വൈറസ് എന്ന പൊരുത്തവാക്യം മറിഞ്ഞ് വൈറസിന്റെ ലോകത്ത് മനുഷ്യർ എന്ന് തിരുത്തിയെഴുതപ്പെട്ടും കഴിഞ്ഞിരിക്കുന്നു.

Reference

1. Robertson, S. COVID-19 vaccination may be stemming evolution of "fitter" SARS-CoV-2 variants. Medical Life Sciences News July 6, 2021
2. Soundararajan V, et al. COVID-19 vaccines dampen genomic diversity of SARS-CoV-2: Unvaccinated patients exhibit more antigenic mutational variance. medRxiv, 2021. doi: https://doi.org/10.1101/2021.07.01.21259833, https://www.medrxiv.org/content/10.1101/2021.07.01.21259833v1
3. Telenti A. et el. After the pandemic: Perspectives on the future trajectory of Covid-19.

   Nature 2021 https://doi.org/10.1038/s41586-021-03792-w
4. Salian V. S et al. COVID-19 Transmission, Current Treatment, and Future Therapeutic Strategies. . Mol Pharm. 2021 Mar 1;18(3):754-771
5. Harrison A.G. et al. Mechanisms of SARS-CoV-2 Transmission and Pathogenesis. Trends Immunol. 2020 Dec;41(12):1100-1115.

■

വവ്വാലുകൾ - വൈറസുകളുടെ സുഖവാസകേന്ദ്രങ്ങൾ

ചൈനയിലെ വുഹാൻ പട്ടണത്തിലെ ചന്തയിൽ നിന്ന് പൊട്ടിപ്പുറപ്പെട്ടതാണ് കൊറോണ വൈറസുകൾ. മാരകമായ ഇവ വവ്വാലുകളിൽനിന്ന് പൊട്ടിപ്പുറപ്പെട്ടവയാണ്. പാമ്പുകളിൽ നിന്നോ ഈനാമ്പീച്ചികളിൽ (പാൻഗൊലിൻ) നിന്നോ പകർന്ന് മനുഷ്യരിൽ എത്തി എന്നൊരു നിഗമനവും ഉണ്ട്. വവ്വാലുകളേയും പാമ്പുകളേയും ഈനാമ്പീച്ചികളേയും ഒക്കെ വിൽക്കുന്ന ചന്തകൾ ചൈനയിൽ സുലഭമാണ്. സാർസ്, മെർസ് എന്നീ മാരക കൊറോണ വൈറസുകളും വവ്വാലുകളിൽ നിന്നാണ് പടർന്നത്. നിപ്പ വൈറസുകൾ പടർന്നതിന്റെ കഥ നമുക്ക് നേരിട്ട് അറിവുള്ളതാണ്. വവ്വാലുകൾ വൈറസുകളുടെ ഒരു റിസെർവോയർ (സംഭരണി) ആയി വർത്തിക്കുകയാണ്. 1200 ഓളം സ്പീഷീസുകൾ ഉണ്ട് വവ്വാലുകളിൽ. അവയുടെ കുടലിലോ ശ്വാസകോശത്തിലോ ഒക്കെ സുഖവാസം ചെയ്യുകയാണ് ഈ വൈറസുകൾ.

എന്നാൽ വവ്വാലുകളെ ഈ വൈറസുകൾ ഒന്നും ബാധിക്കുന്നില്ല എന്നതാണ് രസകരമായ സത്യം. പരിണാമത്തിൽ ഇനിയും പുരോഗമിക്കാനുള്ള ജീവിയാണ് നായ്ക്കൾ ഇനത്തിൽപ്പെടുന്ന വവ്വാലുകൾ. സൂക്ഷിച്ചുനോക്കിയാൽ തല കുറുക്കന്റെ പോലെയാണ്. സസ്തനികളിൽ പറക്കാൻ തുടങ്ങിയ അപൂർവ്വ ജന്തുക്കൾ. പക്ഷികളെപ്പോലെ പറക്കാനുള്ള പല സംവിധാനങ്ങൾ ഇവയ്ക്കില്ല. അതുകൊണ്ട് കഠിനാദ്ധ്വാനം വേണ്ടി വരുന്നു പറക്കാൻ. ഇതോടൊപ്പം പ്രകൃതി കനിഞ്ഞനുഗ്രഹിച്ചതാണ് വൈറസുകളെ കൂടെ പാർപ്പിക്കുമ്പോഴും അവ ഒട്ടും ബാധിക്കാത്ത ഫിസിയോളജി. നമുക്ക് വരുന്നതുപോലെ ഒരു അണുബാധ ഉണ്ടായാൽ നീർവീക്കം (Inflammation) ഇവയ്ക്ക് ഉണ്ടാകില്ല., അതുകൊണ്ട് രോഗങ്ങളിലേക്ക് കൂപ്പുകുത്തുകയില്ല.

പറക്കുമ്പോഴുണ്ടാവുന്ന കഠിനാദ്ധ്വാനംകൊണ്ട് വവ്വാലുകളുടെ ഡി.എൻ.എ. ചെറിയ കഷണങ്ങളായി കോശങ്ങൾക്ക് വെളിയിൽ

വന്നേക്കാം. വൈറസ് ബാധയാലും ഇത് സംഭവിക്കാം. ഈ ഡി.എൻ.എ. കഷണങ്ങൾ വൈറസുകളെണെന്ന് ധരിച്ച് അവയ്ക്കെതിരെ പ്രതിരോധം തുടങ്ങിയാൽ അത് ശരീരത്തിലെ കല (tissue) കളെ നശിപ്പിച്ചു തുടങ്ങിയേക്കാം. പറക്കാൻ പഠിച്ച വവ്വാലുകളിൽ ഇത് സംഭവിക്കാതിരിക്കാൻ മുൻ കരുതലുകൾ എടുക്കേണ്ടിയിരിക്കുന്നു. വൈറസ് ബാധയാൽ ഉരുത്തിരിയുന്ന ഈ ഡി.എൻ.എ. കഷണങ്ങളെ തെല്ലും വകവയ്ക്കാതിരിക്കാനുള്ള ഉപായങ്ങളാണ് വവ്വാലുകൾ ആവിഷ്കരിക്കുന്നത്. നമുക്കാണെങ്കിൽ ഇന്റർഫെറോൺ എന്ന രാസവസ്തു നിർമ്മിക്കപ്പെടുകയായി, രോഗലക്ഷണങ്ങൾ പ്രത്യക്ഷപ്പെടുകയായി. ക്ലേശപിരിമുറുക്കങ്ങൾ (stress) കൂടുകയായി.

നീർവീക്കം (Inflammation) കഠിനമാവുമ്പോൾ ഒരു പ്രത്യേക പ്രോട്ടീൻ (NLRP3) കൂടുതൽ അളവിൽ ഉദ്പ്പാദിക്കപ്പെടുന്നു. അണുബാധയെ ചെറുക്കാനും പിരിമുറുക്കം കുറയ്ക്കാനും. എന്നാൽ വവ്വാലുകളുടെ പ്രതിരോധവകുപ്പ് നിശ്ശബ്ദത പാലിക്കുകയാണ് ഈ വേളയിൽ. ഇന്റർഫെറോണോ മേൽപ്പറഞ്ഞ പ്രോട്ടീനോ കൂടുതൽ നിർമ്മിക്കപ്പെടുന്നില്ല. കുറഞ്ഞ രീതിയിൽ ആ പ്രോട്ടീൻ നിർമ്മിക്കപ്പെട്ടാലും അവ അത്ര ഉശിരുള്ളവയുമല്ല. അതുകൊണ്ട് ഏതു മാരക വൈറസിനും വവ്വാലുകളിൽ സുഭിക്ഷമായി ജീവിക്കാം. വവ്വാലിന്റെ കോശങ്ങൾ വിഭജിക്കുമ്പോൾ ഈ വൈറസുകൾക്കും വിഭജിക്കാം, പരസ്പരധാരണയിലുള്ള ജീവിതം. ഓരോ അണുബാധയ്ക്കും അസുഖങ്ങൾക്കുമൊപ്പം വന്നു കൂടുന്ന പിരിമുറുക്കം(stress)കൊണ്ട് നമ്മുടെ ആയുസ്സ് കുറഞ്ഞുകൊണ്ടിരിക്കുമ്പോൾ ഇവയിൽനിന്ന് വിമുക്തമായ വവ്വാലുകൾ നെടുനാൾ ജീവിച്ചിരിക്കുന്നുമുണ്ട് എന്നതാണ് സത്യം.

എന്നാൽ വവ്വാലുകൾ എമ്പാടും വാരി വിതറുകയാണ് ഈ വൈറസുകളെ എന്ന് വിചാരിച്ചാൽ തെറ്റി. വളരെ അപൂർവ്വമെന്നു വേണം പറയാൻ ഈ സംഭവം. വവ്വാലുകൾ കൊണ്ടുനടക്കുന്ന വൈറസുകൾ ക്രമാതീതമായി വർദ്ധിച്ചാൽ മാത്രമേ അവ മറ്റ് ജന്തുക്കളിലേക്കോ മനുഷ്യരിലേക്കോ വൈറസുകളെ വിതറുകയുള്ളൂ. യഥേഷ്ടം ഞാലിപ്പൂവൻ പഴവും മാമ്പഴവും ചെറുപ്രാണികളേയും തിന്ന് പറക്കുന്ന ഇവയുടെ ആവാസവ്യവസ്ഥയ്ക്ക് ആഘാതം വരുമ്പോഴാണ് പിരിമുറുക്കം വർദ്ധിച്ച്, പ്രതിരോധശക്തിയിൽ മാറ്റങ്ങൾ സംഭവിച്ച് ഇവയിലെ വൈറസുകൾ പെരുകുന്നതും അവ പുറത്തു കടക്കുന്നതും.

■

ലോങ്ങ് കോവിഡ് - കോവിഡ് ബാധയ്ക്കു ശേഷം തലച്ചോറിനു സംഭവിക്കുന്നത്

Long Covid എന്ന പ്രതിഭാസത്തെക്കുറിച്ച് പുതിയ അറിവുകൾ

കോവിഡ് വൈറസ് പ്രധാനമായും ശ്വാസകോശത്തെയാണ് ബാധിക്കുന്നത് എങ്കിലും നിരവധി ന്യൂറോളജിക്കൽ പ്രശ്നങ്ങൾ വന്നു ഭവിക്കാറുണ്ട്. സംഭ്രാന്തി, പക്ഷാഘാതം നാഡീപേശിവ്യവസ്ഥാ (neuromuscular) തകരാറുകൾ ഒക്കെ അസുഖത്തിന്റെ ഭാഗമാണ്. കൂടാതെ വ്യാധികളായ ഏകാഗ്രതക്കുറവ്, ചിന്താമന്ദത, വിഷാദ രോഗം, കാഴ്ച/കേൾവിക്കുറവ് ചിലപ്പോൾ സൈക്കോസിസ് വരെ വൈറസ് ബാധ വിട്ടുപോയിട്ടും മാസങ്ങളോളം നിലനിന്നേക്കാം. ഇതോടൊപ്പം ഒരു കൂട്ടം മറ്റ് അസുഖങ്ങൾ ഇങ്ങനെ മിച്ചം നിൽക്കുന്നത് 'Long Covid' എന്നാണ് വിളിക്കപ്പെടുന്നത്. (Table 1 നോക്കുക). ശരിക്കുള്ള വൈദ്യശാസ്ത്രപ്പേര് 'Post-acute sequelae of Covid-19' അല്ലെങ്കിൽ PASC എന്നാണ്.

യുവാക്കളിലും കോവിഡ് ബാധ തീവ്രമായിരുന്നില്ലെങ്കിലും neuropsychiatric ലക്ഷണസമഷ്ടി (syndrome) ലോങ്ങ് കോവിഡിന്റെ ഭാഗമായി കണ്ടുവരുന്നു. അമേരിക്കയിൽ 230,000 കോവിഡ് വിമുക്തരിൽ മൂന്നിലൊന്ന് പേരിൽ സൈക്യാട്രിക്കോ ന്യൂറോളജിക്കലോ ആയ അസുഖങ്ങൾ നിരീക്ഷിക്കപ്പെട്ടിട്ടുണ്ട്. ഇതിന്റെ രോഗനിദാനപശ്ചാത്തലം (pathophysiology) ഇപ്പോൾ പൂർണ്ണമായി ലഭ്യമല്ലെങ്കിലും ചില തെളിവുകൾ അനുമാനങ്ങളായി നിലവിലുണ്ട്. പ്രതിരോധവ്യവസ്ഥയിലെ പ്രവർത്തനപ്പിഴകൾ, പ്രധാനമായും കൃത്യതയില്ലാത്ത തലച്ചോർ നീർവീക്കം (brain inflammation), നമ്മുടെ ന്യൂറോണുകൾക്കെതിരെ നമ്മുടെ തന്നെ ഇമ്മ്യൂൺ സിസ്റ്റം പ്രതിരോധം സൃഷ്ടിക്കൽ ഒക്കെ ഈ തെളിവുകളിൽ ഉൾപ്പെടുന്നു.

കോവിഡ് ബാധയ്ക്കുശേഷം വർഷങ്ങൾ കഴിഞ്ഞാലും തലച്ചോർ പ്രശ്നങ്ങൾ ഉടലെടുക്കാൻ സാദ്ധ്യതകൾ ഉണ്ടോ എന്നും ആശങ്കപ്പെടുന്നുണ്ട്, ശാസ്ത്രലോകം. ഇപ്പോൾ മില്യൺ കണക്കിനു ജനങ്ങൾക്കാണ് ഈ വൈറസ് ബാധ വന്നു ഭവിച്ചിരിക്കുന്നത്; നാഡീവ്യവസ്ഥ(nervous system)യുടെ പാകപ്പിഴകൾ, പ്രത്യേകിച്ചും തലച്ചോർ സംബന്ധിയായത് പൊതുജനരോഗ്യപരിപാലനത്തിനു വെല്ലുവിളി ആയിരിക്കയാണ്, പ്രത്യേകിച്ചും രോഗവിമുക്തിക്കും പുനരധിവാസത്തിനും. ലോകത്താകമാനം തൊഴിൽ നിർവ്വഹണപ്രാപ്തിയിൽ വൻനഷ്ടം സംഭവിക്കുന്നു, ഇത് തൊഴിൽശക്തി (workforce)യിൽ വിള്ളൽ വരുത്തുന്നു എന്ന ഗുരുതര സംഭാവ്യത ഭീതിദമാണ്.

കോവിഡ് വൈറസ് ബാധയാൽ ബോധജ്ഞാനത്തിനും ഇന്ദ്രിയസംവേദനങ്ങൾക്കും മാറ്റങ്ങൾ വരുന്നത് ഏതൊരു അണുബാധയാലും സംഭവിക്കുന്നതു മാത്രമാണെന്നേ ആദ്യകാലനിരീക്ഷണങ്ങൾ തോന്നിപ്പിച്ചിരുന്നുള്ളൂ. പിന്നീടാണ് തലച്ചോറിലെ രക്തചംക്രമണത്തിലും ന്യൂറൽ റ്റിഷ്യുകളിലും വന്ന് ഭവിക്കുന്ന നാശോന്മുഖമായ മാറ്റങ്ങളെക്കുറിച്ച് കൂടുതൽ അറിവും തെളിവുകളും ലഭ്യമായത്. താമസിയാതെ ശ്വാസകോശത്തെ കോവിഡ് വൈറസ് ബാധിക്കുന്നതിനൊപ്പം പലേ അവയവവ്യവസ്ഥകളും (organ systems) താറുമാറാകുന്നു എന്ന് വ്യക്തമായി. കിഡ്നി, ഹൃദയം, ആമാശയവും കുടലുകളും മാത്രമല്ല, മസ്തിഷ്കവും ഇതിൽപ്പെടുന്നു. മണം നഷ്ടപ്പെടുക എന്നത് തലച്ചോർ ബാധയെ ആദ്യം സൂചിപ്പിച്ചു. പക്ഷാഘാതം (stroke), ഡെലീറിയം, തലച്ചോർ വീക്കം, മാനസിക വൈകല്യങ്ങൾ (psychiatric syndromes) മുതലായവ പലരിലും പ്രത്യക്ഷപ്പെട്ടു. ഇവയൊക്കെ അസുഖത്തിന്റെ പലഘട്ടങ്ങളിലാണ് പ്രത്യക്ഷപ്പെട്ടത് എന്നത് പല കാരണങ്ങളായിരിക്കും ഇതിനു പിന്നിൽ എന്ന അനുമാനത്തിൽ എത്തിച്ചേരാൻ പ്രേരകമായി.

ശ്വാസകോശത്തിന്റെ പ്രശ്നങ്ങൾ പ്രത്യക്ഷപ്പെടുന്നതോടുകൂടിയോ, അസുഖം ഭേദമായി ഉടനെയോ രണ്ടാഴ്ച കഴിഞ്ഞോ ഈ ന്യൂറൽ പ്രശ്നങ്ങൾ പ്രത്യക്ഷപ്പെടാൻ സാദ്ധ്യതയുണ്ടെന്ന് തെളിഞ്ഞിരിക്കുന്നത് കാരണങ്ങൾ കൃത്യമായി നിജപ്പെടുത്തുന്നതിൽ പ്രശ്നങ്ങൾ സൃഷ്ടിക്കുകയാണ്. മണം അറിയാനുള്ള നെർവുകൾ മൂക്കിനു മുകളിലൂടെ നേരെ തലച്ചോറിൽ എത്തുന്നതിനാൽ വൈറസ് ആ വഴി തലച്ചോറിൽ പ്രവേശിക്കാൻ സാദ്ധ്യതയുണ്ട്, അല്ലെങ്കിൽ രക്തത്തിൽനിന്ന് നേരിട്ട്, ഒരു പ്രതിബന്ധം ഉള്ളത് (blood-brain barrier) തകർത്തുകൊണ്ട് തലച്ചോറിൽ കയറിക്കൂടാനും മതി. പക്ഷേ കോവിഡിനുശേഷം മാനസികപ്രശ്നമുള്ള ആരുടേയും തലച്ചോറിനുള്ളിലോ ചുറ്റുമുള്ള ദ്രവ(cerebrospinal fluid)ത്തിലോ വൈറസിന്റെ യാതൊരു സാന്നിദ്ധ്യവും കാണുന്നില്ല

എന്നതാണു സത്യം. കോവിഡ് ബാധയാൽ മരിച്ചവരുടെ തലച്ചോർ ടിഷ്യുവിലും വൈറസ്സിന്റെ സാന്നിദ്ധ്യം ഇല്ല. എന്നാൽ പ്രതിരോധ വ്യവസ്ഥയുടെ ചില തകരാറുകളുടെ സൂചനകൾ ഉണ്ടുതാനും. പക്ഷേ കോവിഡ് ബാധയാൽ മരിക്കുന്നവർ മിക്കവർക്കും മറ്റു അസുഖങ്ങൾ ഉള്ളവരായതുകൊണ്ട് ഏത് അവയവത്തിലും പ്രശ്ന ങ്ങൾ കാണാൻ സാദ്ധ്യതയുണ്ട്, അവ വൈറസ് ബാധയാൽ മാത്രം ആകണമെന്നില്ല എന്നൊരു സാദ്ധ്യത തള്ളിക്കളയാറില്ല.

പ്രതിരോധവ്യസ്ഥ സൃഷ്ടിക്കുന്ന തലച്ചോർ പ്രശ്നങ്ങൾ

കോവിഡ് വൈറസ് ബാധിച്ചവരുടെ തലച്ചോർ ദ്രാവകം (cerebrospinal fluid, CSF. ഇത് തലച്ചോറിനും സുഷുമ്നാകാണ്ഡ ത്തിനും ചുറ്റും ചംക്രമണം ചെയ്യുന്നു) പരിശോധിച്ചപ്പോൾ തെളി ഞ്ഞത് ന്യൂറോ ഇമ്മ്യൂൺ പ്രവർത്തനങ്ങളിൽ വൻ അപഭ്രംശങ്ങളാണ്. സാധാരണ പ്രതിരോധപ്രവർത്തനത്തിൽ വൈറസ് ഉള്ളിൽക്കയ റിയ കോശങ്ങൾ പുറപ്പെടുവിപ്പിക്കുന്ന ഇന്റർഫെറോൺ എന്ന പ്രോട്ടീൻ മറ്റ് കോശങ്ങൾക്ക് അറിവു കൊടുക്കാൻ നിയോഗിക്ക പ്പെട്ടതാണ്. തലച്ചോറിലെ ചില പ്രതിരോധകോശങ്ങളിലെ ജീനു കൾ സി.എസ്.എഫിലുള്ള ഈ പ്രോട്ടീൻ വഴി ഉണർത്തപ്പെടുക യാണ്. ഇതേസമയം പ്രധാന പ്രതിരോധവാഹിയായ റ്റി കോശങ്ങൾ ഉണർത്തിയെടുക്കപ്പെടുന്നു, മറ്റൊരു വക കൊലപാതകകോശങ്ങളും (Natural killer cells) പ്രവർത്തനനിരതമാകുകയാണ്. രക്തത്തിൽ കാണാത്ത തരത്തിൽ പ്രതിരോധത്തിനു സഹായിക്കുന്ന രണ്ട് പ്രോട്ടീനുകൾ ഇന്റർല്യൂകിൻ 1, ഇന്റർല്യൂകിൻ 2 എന്നിവയുടെ അളവും ഈ തലച്ചോർ ദ്രാവക(CSF)ത്തിൽ അധികതരമാകുന്നുണ്ട്. എന്നാൽ രക്തത്തിൽ ഇവയുടെ അളവ് കൂടുന്നുമില്ല. ഇതേസമയം തലച്ചോറിൽ 'റ്റി' കോശങ്ങളുടെ എണ്ണവും ക്രമാതീതമായി കൂടു ന്നുണ്ട്. വൈറസിന്റെ സ്പൈക് പ്രോട്ടീനിന്മേൽ പറ്റിപ്പിടിക്കുന്ന ചില ആന്റിബോഡികളും കാണപ്പെടുന്നു ഇതോടൊപ്പം എന്നു മാത്ര മല്ല ഈ ആന്റിബോഡികൾ ചില ന്യൂറോണുകളിന്മേലും പറ്റിപ്പിടി ക്കുന്നുണ്ട് (cross reaction of antibodies). ചില ന്യൂറോണുകൾക്ക് പരിക്ക് പറ്റിയതിന്റെ ലക്ഷണങ്ങളും തലച്ചോർദ്രാവകത്തിൽ പ്രത്യക്ഷപ്പെടുന്നുണ്ട്. കോവിഡ് വ്യാധിയാൽ മരണപ്പെട്ടവരുടെ തലച്ചോർ പരിശോധനയിൽ നിന്ന് തെളിഞ്ഞത് പ്രതിരോധകോശ ങ്ങളുടെ വൻ കടന്നുകയറ്റം തലച്ചോറിൽ സംഭവിക്കുന്നതായാണ്. പുറമേ നിന്ന് എത്തുന്ന അണുക്കളെ വിഴുങ്ങുന്ന 'മാക്രോഫേജും' റ്റി കോശങ്ങളും ഇവയിൽപ്പെടുന്നു. കൂടാതെ തലച്ചോറിൽത്തന്നെ യുള്ള വിഴുങ്ങൽ കോശങ്ങളായ 'മൈക്രോഗ്ലിയ'യും ഉണർന്ന് സജ്ജ മാക്കപ്പെടുന്നുണ്ട്, ആസകലം.

മറ്റൊരു സാദ്ധ്യത നാം നമ്മുടെ പ്രോട്ടീനുകൾക്കെതിരെ തന്നെ നിർമ്മിക്കുന്ന ആന്റിബോഡികളാണ്. ലൂപസ് എന്ന അസുഖവും വാതവും ഇപ്രകാരം നമ്മുടെ പ്രതിരോധ വ്യവസ്ഥ നമുക്കെതിരെ തിരിയുന്നതിന്റെ ഫലമാണ്. താറുമാറായ പ്രതിരോധവ്യവസ്ഥ അല്ലെങ്കിൽ രൂക്ഷതരമായ പ്രതിരോധവ്യവസ്ഥ കൂടുതൽ നാൾ നീണ്ടുനിന്നാൽ നമുക്കുള്ളിൽ നാം തന്നെ ശത്രുവിനെ നിർമ്മിക്കാൻ ഇട വരികയാണ്. പലപ്പോഴും കോവിഡ് വൈറസിനെതിരെ നമ്മുടെ പ്രതിരോധയുദ്ധം തീവ്രമാകുമ്പോൾ ഇത് സംഭവിക്കാറുണ്ട്. ഇത്തരം autoimmune അപഭ്രംശങ്ങൾ തലച്ചോറിൽ സംഭവിക്കുക എന്നത് ഗുരുതരം തന്നെയാണ്.

മറ്റൊരു പഠനം ക്യാൻസർ കീമോതെറാപ്പി സമയത്ത് തലച്ചോറിനു സംഭവിക്കുന്ന പ്രശ്നങ്ങളുമായി താരതമ്യമുണ്ടോ കോവിഡ് ബാധയാൽ വരുന്ന ലക്ഷണങ്ങൾക്ക് എന്ന് പരിശോധിക്കുന്നതായിരുന്നു. കീമോതെറാപ്പി ചിന്താശക്തിയേയും ഓർമ്മയേയും ബാധിക്കാറുണ്ട്, കാരണങ്ങളും കണ്ടുപിടിച്ചിട്ടുണ്ട്. തലച്ചോറിലെ ഇമ്മ്യൂൺ കോശങ്ങളായ 'മൈക്രോഗ്ലിയ' കൂടുതൽ നീർവീക്ക (inflammation) സ്വഭാവത്തിലേക്ക് വ്യതിചലിക്കുന്നു, മറ്റ് നാഡീകോശങ്ങളുടെ പെരുമാറ്റത്തെ മാറ്റിമറിക്കുന്നു എന്നതൊക്കെ അറിയാം, കീമോതെറാപ്പിയുടെ പാർശ്വഫലങ്ങളായിട്ട്. ന്യൂറോണുകളുടെ നീണ്ട തന്തുക്കളെ പൊതിഞ്ഞ് ഇൻസുലേഷൻ കൊടുക്കുന്ന മയ്‌ലിൻ (myelin) നിർമ്മിച്ചെടുക്കുന്നതിൽ അപാകത വരുത്തുന്നു, പുതിയ ന്യൂറോണുകൾ നിർമ്മിച്ചെടുക്കുന്നത് സാവധാനം ആകുന്നു, മറ്റു കുറെ തലച്ചോർ കോശങ്ങൾ നശിപ്പിക്കപ്പെടുന്നുമുണ്ട്.

പരീക്ഷണാത്മകമായി കോവിഡ് ബാധിപ്പിച്ച എലികളുടെ തലച്ചോറിൽ ഇതേ പരിവർത്തനങ്ങൾ കീമോതെറാപ്പി മരുന്നുകളാലും ഉളവാകുന്നു എന്ന് ഈയിടെ തെളിയിച്ചിരിക്കുന്നു. കോവിഡ് ബാധയാലും മൈക്രോഗ്ലിയ കോശങ്ങൾക്ക് ഇതേ പ്രശ്നങ്ങൾ സംഭവിക്കുന്നു. കോവിഡ് ബാധിച്ചു മരിച്ച രോഗികളുടെ തലച്ചോർ പരിശോധനയിൽ ഇതേ പ്രതിഭാസം നിരീക്ഷപ്പെട്ടു. എലികളുടെ രക്തത്തിൽ ഇമ്മ്യൂണിറ്റി അപഭ്രംശം ഉളവാക്കുന്ന ഒരു രാസവസ്തു (CCL11) കണ്ടുപിടിച്ചിട്ടുണ്ട്, ഇത് ബോധജ്ഞാന (cognition)ത്തെ ബാധിക്കുന്നതുമാണ്.

ലോങ് കോവിഡ് അനുഭവിക്കുന്ന മനുഷ്യരുടെ രക്തത്തിലും ഈ CCL11ന്റെ അളവ് കൂടിയതോതിൽ നിരീക്ഷിക്കപ്പെട്ടിട്ടുണ്ട്. പ്രതിരോധശക്തി തകിടം മറിക്കപ്പെടുമ്പോൾ അത് തലച്ചോറിനെ ബാധിക്കുന്നു എന്നതിനു കൂടുതൽ തെളിവുകൾ ഇപ്രകാരം ലഭ്യമായിക്കൊണ്ടിരിക്കയാണ്.

എന്തുകൊണ്ട് തലച്ചോർ പ്രശ്നങ്ങൾ?

തലച്ചോറിലെ പല ന്യൂറോണുകളേയും മറ്റു കോശങ്ങളേയും വിശദമായി പരിശോധിച്ചിട്ടും കൊറോണ വൈറസ്സിന്റെ ജനിതക വസ്തുവായ ആർ.എൻ.എ.യുടെ സാന്നിദ്ധ്യം കണ്ടുപിടിക്കാൻ പറ്റി യിട്ടില്ല. ശക്തിമത്തായതും തലച്ചോറിൽ ആകമാനം പ്രാവർത്തിക മാകുന്നതുമായ പ്രതിരോധപ്രവർത്തനം കൊറോണ വൈറസ് ബാധയുടെ അനുരണനമാണെന്ന് തീർച്ചയാണെങ്കിലും വൈറ സിന്റെ അസാന്നിദ്ധ്യത്തിൽ ഇവിടെ അത് സംഭവിക്കുന്നു എന്നത് അമ്പരപ്പിക്കുന്നതുതന്നെയാണ്. തലച്ചോറിൽ വൈറസ് പെരുകുന്ന തിന്റെ അടയാളങ്ങളൊന്നും കാണാനില്ലാത്ത വേളയിൽ ഇതെ ങ്ങനെ സംഭവിക്കുന്നു എന്നത് ഒരു വെല്ലുവിളിച്ചോദ്യമായി അവ ശേഷിക്കുന്നുണ്ട്. ബാധയുടെ ആദ്യഘട്ടത്തിൽ ചെറിയ തോതിൽ തലച്ചോറിൽ താൽക്കാലികമായി ഈ വൈറസ് വന്നുകൂടിയതിന്റെ പരിണിതിയായ ആഘാതമാണോ എന്നും സംശയിക്കപ്പെടുന്നുണ്ട്. വൈറസ്സിന്റെ സ്പൈക്പ്രോട്ടീനിന്റെ അംശങ്ങൾ തലച്ചോറിൽ പ്രവേശിക്കുന്നുണ്ടെന്നുള്ള പഠനങ്ങളുണ്ട് താനും. പ്രതിരോധ വ്യവസ്ഥ രൂക്ഷമായ പ്രതിപ്രവർത്തനം സജ്ജമാക്കുമ്പോൾ രക്തം വഴി ആന്റിബോഡികളും ഇമ്മ്യൂൺ കോശങ്ങളും തലച്ചോർ കോശ ങ്ങൾക്കിടയിൽ എത്തി അവിടെ ഒരു സംഘടനാത്മകത നിർമ്മി ക്കുകയാണ് എന്നതും ഒരു സാദ്ധ്യതയാണത്രെ.

രക്തക്കുഴലുകൾക്ക് പലേ പരിക്കുകളും പറ്റുന്നുണ്ട് കോവിഡ് വൈറസ് ബാധയാൽ, ഇത് നേരത്തെ തന്നെ അറിവുള്ളതുമാണ്. പക്ഷാഘാതം (stroke) സംഭവിക്കുന്നുണ്ട് പല കോവിഡ് രോഗി കളിലും. മറ്റ് ഫ്ളു വൈറസുകളാൽ ഇത് സംഭവിക്കാറില്ല. രക്ത ക്കുഴലുകളിൽ സംഭവിക്കുന്ന നാശങ്ങളാണോ തലച്ചോറിൽ പക്ഷാ ഘാതത്തിനു കാരണമാകുന്നത്? അന്വേഷണം തുടരുകയാണ്. പ്രായം ഏറിയവരിലും കാർഡിയോ വാസ്കുലാർ അസുഖമുള്ള വരിലും തലച്ചോറിലെ രക്തക്കുഴലുകൾക്ക് ക്ഷതം സംഭവിക്കുന്നു ണ്ടാകണം. രക്തക്കുഴലുകളുടെ വീക്കവും (vascular inflammation) രക്തക്കട്ടകൾ ഒഴുക്കു തടയുന്ന thrombosis ഉം അതുമൂലം ഓക്സി ജൻ കിട്ടാതെ നാശോന്മുഖമാകുന്ന ടിഷ്യുകളും കോവിഡ് രോഗി കളിൽ നിരീക്ഷിക്കപ്പെട്ടിട്ടുമുണ്ട്. രക്തക്കുഴലുകളുടെ അകം പൊതി യുന്ന കോശങ്ങൾ (endothelial cells) ക്ഷയിച്ചുപോകുന്നത് ഒരു പരിണിതിയാണ്. തലച്ചോറിൽ ഇത് സംഭവിച്ചാൽ ന്യൂറോണുകളുടെ പ്രവർത്തനം മന്ദീഭവിക്കുകയാണ്, ചെറിയ തോതിൽ രക്തസ്രാവം ഉണ്ടായേക്കാം, ചില അവയവങ്ങളിൽ സംഭവിക്കുന്നുമുണ്ട്. മസ്തി ഷ്കത്തിലെ രക്തസ്രാവം ഗുരുതരമാണ്, പക്ഷാഘാതത്തിലേക്ക് നീങ്ങിയേക്കാം.

Long Covid കാരണങ്ങൾ നിഗൂഢതകൾ ഏറെ

ആരൊക്കെയാണ്, എന്തുകൊണ്ടാണ് ഇതിനു വശംവദരാകുന്നത്? ചിലർ മറ്റുള്ളവരെ അപേക്ഷിച്ച് കൂടുതൽ ആപൽഘട്ടത്തിൽ പെട്ടുപോകുന്നില്ലേ? കോവിഡ് അസുഖം വന്ന് പോയിട്ടും ശാരീരികമോ മാനസികമോ ന്യൂറോളജിപരമോ സംവേദനാത്മകമോ ബോധജ്ഞാനപര(cognitive)മോ ആയ പ്രത്യാഘാതങ്ങൾ ഉളവാകുന്നതും വിട്ടുപോകാതെ മാസങ്ങളോളം നിലനിൽക്കുന്നതും എന്തുകൊണ്ട് പലരിലും പല തീവ്രതയിൽ അനുഭവപ്പെടുത്തുന്നു? പെട്ടെന്ന് ഉത്തരമില്ലാത്ത ലോങ് കോവിഡ് ചോദ്യങ്ങളാണിവ.

കോവിഡ് ബാധയിൽനിന്ന് വിമുക്തരായവർക്ക് പലർക്കും അവരുടെ പഴയ ജീവിതം തിരിച്ചുപിടിക്കാൻ സാധിക്കാതെ വരുന്നു എന്നത് ഇന്ന് ലോകത്തെമ്പാടും അറിയപ്പെടുന്ന കഷ്ടസ്ഥിതിവിശേഷമാണ്. പലതും ന്യൂറോളജിപരമായതും സൈക്യാട്രിക്കുമാണ്, സംശയമില്ല. ഓർമ്മയുടെ പ്രശ്നങ്ങൾ, ഏകാഗ്രതയില്ലായ്മ, ദൈനംദിനപ്രവർത്തികളിൽ മന്ദത, പലതും സാധിച്ചെടുക്കാനാവാതെ വരിക, തലവേദന, ത്വക്കിന്റെ സംവേദനക്ഷമതയിലെ അപാകതകൾ, ശ്വാസവേഗത്തിലോ ഹൃദയമിടിപ്പിലോ ദഹനവ്യവസ്ഥയിലോ ക്ഷതിദോഷങ്ങൾ (ഇത് സ്വയം നിയന്ത്രിതമായ നാഡീവ്യവസ്ഥ (autonomic nervous system)യുടെ തകരാറുമൂലമാണ്), പെട്ടെന്നുള്ള തളർച്ച ലോങ് കോവിഡിന്റെ ലക്ഷണമാണ്. ഗുരുതരമാകുമ്പോൾ മതിവിഭ്രമം (delusions), മിഥ്യാവിഭ്രാന്തി (paranoia) ഇവയിലൊക്കെ എത്തിപ്പെട്ടേക്കാം.

പലരും 50 വയസ്സിൽ താഴെ ഉള്ളവരും ഇത്തരം പ്രശ്നങ്ങളൊന്നുമില്ലാതെ സാധാരണജീവിതം നയിച്ചിരുന്നവരുമാണ്. ലക്ഷണങ്ങൾ പലർക്കും പലതാണ് എന്നത് അസുഖത്തിന്റെ ഉറവിടകാരണങ്ങൾ കണ്ടുപിടിക്കുന്നതിൽ വൈഷമ്യങ്ങൾ ഏറ്റുന്നു. കോവിഡ് ബാധയാൽ മാത്രം ഉത്പന്നമാകുന്നതും നേരത്തെ ഉണ്ടായിരുന്ന ന്യൂറോ/കാർഡിയോ വാസ്കുലാർ പ്രശ്നങ്ങൾ അധികമാകുന്നതും വേർതിരിച്ചറിയാൻ സാധിക്കുന്നില്ല എന്നതും വെല്ലുവിളിയാണ്, ചികിത്സ നിശ്ചയിക്കാൻ പ്രയാസമാകുകയുമാണ്. പല പഠനങ്ങളുടേയും ഫലങ്ങൾ അറിഞ്ഞുവരുന്നതേ ഉള്ളൂ. 3762 പേരെ ഉൾപ്പെടുത്തിയുള്ള ഒരു പഠനത്തിൽ കോവിഡ് ബാധയ്ക്കുശേഷം ഏഴു മാസത്തോളം ലോങ് കോവിഡ് ലക്ഷണങ്ങൾ ഉണ്ടായിരുന്നത്രേ, ചിലർക്ക് സൈക്യാട്രിക് പ്രശ്നങ്ങളും. സ്കാനിങ് ഇമേജുകൾ തലച്ചോറിലെ ചില ഇടങ്ങളിൽ അപക്ഷയം (brain atrophy) വ്യക്തമാക്കുന്നുണ്ട്. PET imaging വെളിവാക്കുന്നത് തലച്ചോറിലെ ഇടങ്ങളിലെ ചയാപചയവ്യവസ്ഥ (metabolic activity)യിലെ ന്യൂനതകളാണ്.

തീവ്രതരമായ കോവിഡ്ബാധയാൽ ന്യൂറോണുകൾക്ക് സംഭവിക്കുന്ന നീർവീക്കവും (neuro inflammation) ക്ഷതവും (neuronal injury) ചിലപ്പോൾ മറ്റ് പ്രത്യാഘാതങ്ങളിലേക്ക് നയിച്ചേക്കാം: ന്യൂറോണുകളുടെ അപകർഷങ്ങൾ (neuro degeneration) ആക്കം കൂട്ടപ്പെടുകയോ പുതുത ായിട്ട് ഉടലെടുക്കുകയോ ചെയ്യാം. ആൽസൈമേഴ്സ്, പാർക്കിൻസൺസ് മുതലായ രോഗങ്ങൾ ആണ് വന്നുഭവിക്കാൻ സാദ്ധ്യതയുള്ളവയുടെ ഉദാഹരണങ്ങൾ. കൂടുതൽ നിരീക്ഷണങ്ങളും പഠനങ്ങളും ആവശ്യമായ മേഖല ആണിത്. കുട്ടികളിൽ കോവിഡ് 19 പിന്നീട് ന്യൂറോപ്രശ്നങ്ങൾ സൃഷ്ടിക്കുന്നുണ്ടോ എന്നതും ഗൗരവമായി വീക്ഷിക്കേണ്ടിയിരിക്കുന്നു.

ലോങ്ങ് കോവിഡ് തടയാൻ സാദ്ധ്യതകൾ?

വളരെ അടുത്ത നാളുകളിൽ നടന്ന ചില പഠനങ്ങൾ ലോങ്ങ് കോവിഡ് വരാനുള്ള സംഭാവ്യതകൾ നേരത്തെ പ്രത്യക്ഷപ്പെടുന്നുണ്ടെന്നും അവ ആദ്യമേ തന്നെ തിരിച്ചറിഞ്ഞാൽ ചില ചികിത്സകൾ സാദ്ധ്യമാവുമെന്നും തെളിയിക്കുന്നു. വൻ വഴിത്തിരിവാണ് ഈ നിരീക്ഷണങ്ങൾ സംജാതമാക്കിയിട്ടുള്ളത്. സിയാറ്റിലിലെ ഇൻസ്റ്റിറ്റ്യൂട്ട് ഫോർ സിസ്റ്റം ബയോളജിയിലെ ജെയിംസ് ഹീത്, സിയാറ്റിലിലെതന്നെ ഫ്രെഡ് ഹച്ചിസൺ ക്യാൻസർ സെന്ററിലെ ജെയ്സൺ ഗോൾഡ്മാൻ എന്നിവർ മറ്റ് 74 ഓളം ശാസ്ത്രജ്ഞരുമായി ഒത്തുചേർന്ന് വിപുലമായ ഡാറ്റ ശേഖരം വിശ്ലേഷണം ചെയ്താണ് ഈ നിഗമനങ്ങളിൽ എത്തിയത്.

2022 ജനുവരി 24-ൽ പ്രസിദ്ധീകരിച്ച 'സെൽ' ജേർണലിലാണ് ഈ പഠനഫലങ്ങൾ പ്രസിദ്ധീകരിച്ചത്. 200-ൽപ്പരം കോവിഡ് രോഗികളെ മൂന്നു മാസത്തോളം നിരീക്ഷിച്ച് അവരിൽനിന്ന് ലഭിച്ച സൂക്ഷ്മ വിവരങ്ങളാണ് ഈ പഠനത്തിൽ. കോവിഡ് ബാധക്കാലത്ത് ശ്രദ്ധിക്കപ്പെടാവുന്ന നാല് ഘടകങ്ങൾ പിൽക്കാലത്ത് ലോങ്ങ് കോവിഡ് വരുന്നതിന്റെ മുൻ സൂചനകൾ ആയി പ്രഖ്യാപിക്കുകയാണ് ഈ ശാസ്ത്രജ്ഞർ. ലോങ്ങ് കോവിഡിന്റെ ജീവശാസ്ത്ര പ്രവർത്തന വിധത്തിന്റെ പശ്ചാത്തലം വിശദമാക്കുന്ന ആദ്യത്തെ പഠനം തന്നെ ഇത്. ഓരോന്നും വൈറസ് ബയോളജിയിൽ അറിവുള്ള വസ്തുതകളുമായി ഒത്തുപോകുന്നതാണ്, മറ്റ് ശാസ്ത്രജ്ഞർ പിന്തുടരുന്ന സിദ്ധാന്തങ്ങൾക്ക് അനുകൂലപരമാണ്, ആത്യന്തികമായി വ്യവഹാരാനുയോജ്യവുമാണ്.

കോവിഡ് രോഗം വരുമ്പോൾത്തന്നെ ഈ നാല് ഘടകകാരണങ്ങളെ പ്രതിരോധിക്കാനുള്ള വഴികൾ തേടിയാൽ പിന്നീട് ലോങ്ങ് കോവിഡ് തടയാനുള്ള സാദ്ധ്യത തെളിയുകയാണ്.

താഴെപ്പറയുന്നവയാണ് ആ നാലു സൂചകങ്ങൾ

1. രക്തത്തിലെ കോവിഡ് വൈറസിന്റെ ജനിതകവസ്തുവായ

ആർ.എൻ.എ. (RNA)യുടെ അളവ്. ശരീരത്തിനുള്ളിൽ വൈറസിന്റെ നിറവിന്റെ (viral load) അടയാളമാണിത്.

2. നമ്മുടെതന്നെ പ്രോട്ടീനുകളെ തെറ്റിദ്ധരിച്ച് അവയ്ക്കെതിരെ പ്രതിരോധവ്യവസ്ഥ നിർമ്മിച്ചെടുക്കുന്ന ആന്റിബോഡികൾ. Autoantibodies എന്നറിയപ്പെടുന്നു ഇവ. Auto immuntiy എന്ന പ്രതിഭാസം.

3. നമ്മുടെ ശരീരത്തിൽ പണ്ടേ കയറിക്കൂടി ഉറങ്ങുന്ന 'എപ്സ്റ്റീൻ ബാർ വൈറസ്' (Epstein-Bar Virus) ഉണർന്നു വരുന്നത്

4. പ്രമേഹവും മറ്റു ചില രോഗങ്ങളും.

ഈ നാലു സൂചകങ്ങളിൽ ഏതെങ്കിലും ഒന്നോ രണ്ടോ കൂടിയ അളവിൽ കോവിഡ് ബാധാസമയത്ത് നിരീക്ഷിക്കപ്പെടുകയാണെങ്കിൽ അതിനുശേഷം ലോങ് കോവിഡ് വന്നു ഭവിക്കാൻ ഇടയാകുന്നത്രെ. സുപ്രധാനമായ കാര്യം ഇത്തരം അറിവുകൾ കോവിഡ് ബാധ വരുമ്പോൾത്തന്നെ എന്തെങ്കിലും ചികിത്സ തുടങ്ങാനുള്ള സാദ്ധ്യതയേറ്റുന്നു എന്നുള്ളതാണ്. ഈ ഗവേഷണത്തിലെ പ്രധാന ശാസ്ത്രജ്ഞനായ ഡോ. ഹീത് പറയുന്നത് ഇങ്ങനെ: "ഞങ്ങൾ ഈ അനാലിസിസ് ചെയ്തതിന്റെ കാരണം ഇതാണ്. കോവിഡ് രോഗി ഡോക്ടറോട് എപ്പോഴും ക്ഷീണമാണെന്ന് പറയുമ്പോൾ കൂടുതൽ വിശ്രമിക്കാനും ഉറങ്ങാനും ഡോക്ടർ ഉപദേശിക്കും. അത് ഒട്ടും സഹായകമല്ല. അതുകൊണ്ട് കൃത്യമായി അളക്കാവുന്ന ലക്ഷണങ്ങൾ അറിഞ്ഞ്, ഈ രോഗിക്ക് ചില പ്രശ്നങ്ങൾ ഉണ്ടെന്ന് നിശ്ചയമായി പറയാൻ സാധിക്കുന്ന സാഹചര്യം ആവശ്യമാണെന്ന് ഞങ്ങൾ കരുതി."

18 മുതൽ 89 വയസ്സു വരെ പ്രായമുള്ള 209 രോഗികളെ 2020-ലും 2021-ലും മൂന്നുമാസത്തിൽ കൂടുതൽ കൃത്യമായി നിരീക്ഷിച്ചാണ് ഈ അനുമാനങ്ങൾ സാദ്ധ്യമാക്കിയത്. ലോങ് കോവിഡിൽ കാണപ്പെടുന്ന 20 ലക്ഷണങ്ങളാണ് പഠിക്കപ്പെട്ടത് അതിയായ ക്ഷീണം, തലച്ചോർ മന്ദതയോ അവ്യക്തതയോ (brain fog എന്ന് അറിയപ്പെടുന്നത്), ശ്വാസം മുട്ടൽ ഇവയൊക്കെ ഉൾപ്പെട്ടു, ഇതിൽ. 37 ശതമാനം രോഗികൾക്ക് മൂന്നോ നാലോ ലോങ് കോവിഡ് ലക്ഷണങ്ങൾ ഉണ്ടായിരുന്നു, 24 ശതമാനം രോഗികൾക്ക് ഒന്നോ രണ്ടോ ലക്ഷണങ്ങൾ, 39 ശതമാനത്തിനു ലക്ഷണങ്ങൾ ഒന്നുമില്ലാത്തവരും ആയിരുന്നു. മൂന്നോ അതിൽക്കൂടുതലോ ലോങ് കോവിഡ് ലക്ഷണങ്ങൾ ഉള്ളവരിൽ 95 ശതമാനത്തിന് ഒന്നിൽക്കൂടുതൽ മേൽപ്പറഞ്ഞ സൂചകങ്ങൾ അവരുടെ കോവിഡ് കാലത്ത് നിരീക്ഷിക്കപ്പെട്ടിരുന്നു. ലോങ് കോവിഡ് വരാനുള്ള സാദ്ധ്യതയേറ്റിയതിൽ പ്രധാനം auto antibodies ഉണ്ടാകുക എന്നതായിരുന്നു; മൂന്നിൽ രണ്ട് ഭാഗം

ലോങ് കോവിഡ് രോഗികളിൽ ഇത് കാരണമായി ഭവിച്ചിരുന്നു. പ്രതിരോധവ്യവസ്ഥയുടെ ഉന്നം തെറ്റിപ്പോകുന്ന ഈ അവസ്ഥയിൽ വൈറസിനെ ചെറുക്കാനുള്ള ആന്റിബോഡികൾ നിർമ്മിക്കുന്നത് കുറയുന്നുണ്ട്, ഇത് വൈറസ് ഒഴിഞ്ഞു പോകാതിരിക്കാൻ കാരണ മായേക്കാം, അല്ലെങ്കിൽ വീണ്ടും ഒരു വൈറസ് ബാധയ്ക്ക് പശ്ചാ ത്തലം ഒരുക്കിയേക്കാം. മാത്രമല്ല, ലോങ് കോവിഡിന്റെ തീക്ഷ്ണ തയും ഗുരുതരമായേക്കാം എന്നും അനുമാനങ്ങളുണ്ട്.

ഒരു പ്രധാന തീർപ്പ് അണുബാധ വരുമ്പോഴുള്ള വൈറസ് നിറവ് (viral load) പിന്നീട് ലോങ് കോവിഡ് വരാനുള്ള സാദ്ധ്യതയേറ്റുന്നു എന്നതിനാൽ നേരത്തെ തന്നെ വൈറസുകളെ പ്രതിരോധിക്കാ നുള്ള മരുന്നുകൾ (antivirals) നൽകിയാൽ ലോങ് കോവിഡിന്റെ രൂക്ഷത ഗണ്യമായി കുറയ്ക്കാം എന്നതാണ്. വൈറസിന്റെ എണ്ണം കുറയ്ക്കുമ്പോൾ auto immuntiy (നമുക്കെതിരെ തന്നെ പ്രവർത്തി ക്കുന്ന ഇമ്മ്യൂൺ സിസ്റ്റം) ഉളവാകുന്നതിനേയും നേരിടാം. നമു ക്കുള്ളിൽ പണ്ടേ വസിക്കുന്ന എപ്സ്റ്റീൻ ബാർ വൈറസ് ഉണർന്ന് പ്രവർത്തിക്കുന്നതിനെ തടയിടുമ്പോൾ മറ്റ് പല തജ്ജന്യമായ അസുഖങ്ങളുടെ സാദ്ധ്യതയും കുറയുകയാണ്. ന്യൂറോണുകളുടെ പ്രവർത്തനം മന്ദീഭവിപ്പിക്കുന്ന 'മൾട്ടിപ്പിൾ സ്കീളോറോസിസി'ന് ഈ വൈറസ് ആണ് പ്രധാന കാരണക്കാരൻ. നീണ്ടുനിൽക്കുന്ന അതിയായ ക്ഷീണത്തിനും (ഒരു ലോങ് കോവിഡ് ലക്ഷണം) ഒരു കാരണം എപ്സ്റ്റീൻ ബാർ വൈറസ് ആണ്. ഈ വൈറസിനെ നേരിടാൻ ഇമ്മ്യൂണോതെറാപ്പിയും ഉപയുക്തമായേക്കാം.

ജിജ്ഞാസ ഉണർത്തുന്ന മറ്റൊരു വെളിപാട് ആയിരുന്നു കോവിഡ് ബാധാസമയത്ത് കോർട്ടിസൊൾ എന്ന ഹോർമോണിന്റെ അളവ് കുറയുന്നു എന്നത്. ആത്മസംഘർഷ(stress)ത്തെ നിയന്ത്രി ക്കുന്ന ഹോർമോൺ ആണിത്. കോർട്ടിസൊൾ തെറാപ്പി ചില ഡോക്ടർമാർ പരീക്ഷിച്ചു തുടങ്ങിക്കഴിഞ്ഞു. മറ്റൊരു കൗതുകകര മായ കണ്ടുപിടിത്തം ലോങ് കോവിഡ് ഉള്ളവരിൽ ചിലരുടെ രക്ത ത്തിൽ ഉറക്കം/ഉണർവ് ചാക്രികത(sleep/wake cycle)യെ നിയന്ത്രി ക്കുന്ന പ്രോട്ടീനുകൾ കാണപ്പെട്ടു എന്നുള്ളതാണ്. ചില ന്യൂറോളജി ക്കൽ പ്രശ്നങ്ങൾക്ക് കാരണം ഇതായിരിക്കുമത്രെ.

മേൽച്ചൊന്ന നാലു സൂചകങ്ങളും ഒന്ന് മറ്റൊന്നിനെ കുറുകെ കടക്കുകയോ മറ്റൊന്നിനുമേൽ അതിവ്യാപിക്കുകയോ ചെയ്തേക്കാം. ഇത് വ്യഞ്ജിപ്പിക്കുന്നത് ഋജുവായ രീതിയിൽ ലോങ് കോവിഡിനെ കാലേകൂട്ടിത്തടയാമെന്നാണ്. കോവിഡ് ബാധക്കാലത്തുതന്നെ ഈ ലക്ഷണങ്ങൾ തിരിച്ചറിയേണ്ടതുണ്ട്, മാസങ്ങൾക്കുശേഷം, ലോങ് കോവിഡ് സമയത്ത് ഇവ അവ്യക്തമായിരുന്നേക്കാം. ആദ്യം ലക്ഷണ ങ്ങൾ ഏതൊക്കെ എന്ന് തിരിച്ചറിയേണ്ടിയിരിക്കുന്നു, ചികിത്സ തുടങ്ങേണ്ടിയിരിക്കുന്നു, ലോങ് കോവിഡിനെ പ്രതിരോധിക്കാൻ.

സുവ്യവസ്ഥിതമായ ന്യൂറോളജിക്കൽ/പ്രതിരോധവ്യവസ്ഥാ പഠനങ്ങൾ അത്യാവശ്യമായിരിക്കുന്ന വേളയാണിത് എന്ന് സയൻസ് മാഗസിനിൽ ഡൊ. സെറീന സ്പൂഡിച്ചും ഡോ. അവീന്ദ്രനാഥും എഴുതുന്നു. 'ലോങ് കോവിഡ് രോഗികൾ മിക്കപ്പോഴും അപമാന മേൽക്കേണ്ടി വരുന്നു, ജോലിയിൽ സ്ഥിരത ഇല്ലാതാകുകയോ ജോലി ലഭിക്കാൻ പ്രയാസപ്പെടുകയോ ചെയ്യുന്നു, സ്വന്തം മാന സികപ്രശ്നങ്ങൾക്കുപരിയായി' എന്ന് അവർ നിരീക്ഷിക്കുന്നു. രോഗ നിർണ്ണയത്തിൽ നിശ്ചിതത്വം ഉറപ്പാക്കേണ്ടതുണ്ട്, ചികിത്സാപരമായ ഇടപെടലുകൾ നടത്തേണ്ടതുമുണ്ട്, തീർച്ചയായും. 2021 ജൂണിൽ ത്തന്നെ യു.കെയിൽ ഒന്നേകാൽ മില്യൺ ആൾക്കാരിലാണ് ലോങ് കോവിഡ് നിരീക്ഷിക്കപ്പെട്ടത്. മാനസികവും ശാരീരികവുമായ പ്രശ്ന ങ്ങളുള്ള ഒരു ജനതയാണ് സൃഷ്ടിക്കപ്പെട്ടിരിക്കുന്നത് ഇപ്പോൾ. 'അദൃശ്യമായ മഹാമാരി' (hidden pandemic) എന്നാണ് പുതിയ പേര് ഈ പ്രതിഭാസത്തിനു. ലോകജനത അഭിമുഖീകരിക്കുന്ന ഈ ബൃഹത്തായ പൊതുജനാരോഗ്യപ്രശ്നം ലോകത്തെ മൊത്തം വ്യവ ഹാരങ്ങളെ ബാധിക്കാൻ പോന്നതാണ്.

References

1. Spudich, S. and Nath A. Nervous system consequences of COVID-19. Science 375: 267-269 2022
2. Su, Y. and 75 others including Goldman J. D. and Heath J. R. Multiple early factors anticipate post-acute COVID-19 sequelae. Cell. Jan 2022. Online publication. https://doi.org/10.1016/j.cell.2022.01.014
3. Belluck, P. New research hints at 4 factors that may increase chances of long Covid. The New York Times, Jan 25, 2022
4. Davis H. E., Assaf G. S/, McCorkell L., Wei H., Low R. J., Re'em Y., Redfield S., Austin J. P. and Akrami A. Characterizing long COVID in an international cohort: 7 months of symptoms and their impact. EClinical Medicine 38,101019 2021

■

Cardiovascular		25. Fainting 19. Pain/burning in chest 33. Tachycardia	49. Bradycardia 38. Palpitations 64. Visibly inflamed/bulging vei
Dermatologic		30. COVID toe	53. Dermatographia 55. Other Skin and Allergy 42. Peeling skin 54. Petechiae 44. Skin rashes
Gastrointestinal	9. Diarrhea 2. Loss of Appetite 4. Vomiting	26. Abdominal pain 18. Nausea	45. Constipation 43. Gastroesophageal reflux
HEENT (Head, ears, eyes, nose, throat)	7. Runny nose 6. Sore Throat		48. Hearing loss 51. Other ear/hearing issues 39. Other eye symptoms 58. Tinnitus 59. Vision symptoms
Immunologic/ Autoimmune			65. New allergies 63. New anaphylaxis reaction
Musculoskeletal		32. Bone ache or burning 21. Muscle aches 15. Tightness of Chest	37. Joint pain 40. Muscle spasms
Neuropsychiatric		20. Acute (sudden) confusion/disorientation 12. Changes to sense of smell and taste 22. Dizzines, unsteadiness or balance issues 31. Hallucinations 29. Headaches and related symptoms 35. Insomnia 27. Other sleeping symptoms 34. Sleep apnea 36. Slurring words/speech	41. All sensorimotor symptoms 47. Brain fog 61. Memory issues 50. Neuralgia (nerve pain) 62. Speech/language issues 52. Tremors 56. Vibrating Sensations
Pulmonary/ Respiratory	3. Dry cough 5. Rattling of breath	14. Breathing difficulty (normal O2 saturation level) 17. Cough with mucus production 10. Coughing up Blood 24. Other Respiratory and Sinus 16. Shortness of Breath 13. Sneezing	
Reproductive/ Genitourinary/ Endocrine			60. All menstrual/period issues 46. Bladder control issues
Systemic	8. Elevated temperature (98.8-100.4F) 1. Fever (>= 100.4F)	11. Chills/flushing/sweats 28. Fatigue 23. Low temperature	39. Other temperature issues 57. Post Exertional Malaise

Table 1. ലോങ് കോവിഡ് ലക്ഷണങ്ങൾ. (From reference 4)

പന്നിഹൃദയം മനുഷ്യരിൽ

മറ്റ് ജന്തുക്കളുടെ അവയവങ്ങളോ ശരീരഭാഗങ്ങളോ മനുഷ്യരിൽ തുന്നിച്ചേർക്കുന്നത് ഒട്ടും അസാധാരണമല്ല. എന്നാൽ 2022-ൽ യൂണിവേഴ്സിറ്റി ഓഫ് മെരിലാന്റിൽ നടന്ന ഹൃദയമാറ്റ ശസ്ത്രക്രിയ എന്തുകൊണ്ടും നൂതനവും ക്രാന്തികാരിയുമാണ്, സംശയമില്ല. എന്തുകൊണ്ടും സ്വീകാര്യമാവുന്നതും സാധാരണ ട്രാൻസ്പ്ലാന്റേഷനിൽ നടക്കുന്നതുപോലെ ഉപേക്ഷിക്കപ്പെടാൻ സാദ്ധ്യത വളരെയേറെ കുറഞ്ഞതുമായ ഒരു പുതിയ രീതിയുടെ ആവിഷ്കാര സാഫല്യമാണ് ഇത്. അതിനുവേണ്ടി ജനിതകമാറ്റം വരുത്തിയ പന്നിയുടെ ഹൃദയമാണ് ഉപയോഗിക്കപ്പെട്ടത് എന്നതിനാൽ. മറ്റ് പുതുമകൾ ആധുനികമായ ഒരു പ്രതിരോധശമനി (immuno suppressant) രോഗിയിൽ ഉപയോഗിച്ചു എന്നതും പന്നിയുടെ ഹൃദയം സൂക്ഷിച്ചത് കൊക്കെയ്ൻ കലർന്ന ഒരു ലായനിയിൽ ആയിരുന്നു എന്നതുമാണ്. എത്രയും വിജയകരമായി ഈ പരീക്ഷണം എന്ന് തെളിയാനാകുന്നതേ ഉള്ളൂ എന്നാലും ഈ തന്ത്രം അവയവമാറ്റ ശസ്ത്രക്രിയയ്ക്ക് കാത്തിരിക്കുന്ന ഒട്ടേറെപ്പേർക്ക് സഹായകരമാകും എന്ന പ്രതീക്ഷ നൽകുന്നു എന്നതാണ് ഈ സർജറിയുടെ സാംഗത്യം.

എട്ട് മണിക്കൂർ നീണ്ടുനിന്ന സർജറി. മൂന്നാം ദിവസം സ്വമേധയ ശ്വസിച്ചുതുടങ്ങി, രോഗി. പന്നിയുടെ ഹൃദയം സാധാരണ എന്നപോലെ മിടിക്കുകയും ചെയ്തു. രണ്ടു മാസത്തോളമേ രോഗി ജീവിച്ചിരുന്നുള്ളൂ എങ്കിലും വിപ്ലവകരമായ ഒരു പുതുസാദ്ധ്യതയാണ് ഈ അവയവമാറ്റ ശസ്ത്രക്രിയ സാധിച്ചെടുത്തത് എന്നത് കണക്കിലെടുക്കേണ്ടതാണ്.

57 വയസ്സായ ഡേവിഡ് ബെന്നെറ്റിനു ഹൃദയമിടിപ്പ് കണക്കിലധികം കൂടുന്ന അസുഖമായിരുന്നു (Ventricular fibrillation arrhythmia). അതുമൂലം ഹൃദയം മിക്കവാറും പ്രവർത്തനരഹിതവും ആയി, തീവ്രതരമായ ഹൃദയസ്തംഭനവും ഉണ്ടായി. ഒരു

മനുഷ്യഹൃദയത്തിനുവേണ്ടി കാത്തിരിക്കാനുള്ള അവസ്ഥയല്ലായിരുന്നു അദ്ദേഹത്തിന്റേത്. അത് റിജെക്റ്റ് ചെയ്യാതെ സൂക്ഷിക്കാനോ പ്രാപ്തമല്ലാത്തവിധം തീരെ മോശമായ ആരോഗ്യാവസ്ഥ ആയിരുന്നു ഡേവിഡിന്. മാത്രമല്ല ഒരു മനുഷ്യഹൃദയം അദ്ദേഹത്തിനു നൽകുന്നത് നഷ്ടവുമായിരിക്കും ഉയർന്ന രക്തസമ്മർദ്ദം ഉണ്ടായിരുന്നത് വേണ്ടവിധം പരിചരിക്കാതിരുന്ന ആളുമാണ്. കാർഡിയാക് സർജൻ മുഹമ്മദ് മൊഹിയുദ്ദീൻ പറഞ്ഞത് 'A human organ is considered very precious thing, the main concern was whether to give the heart to a person who may not be able to take care of it' എന്നാണ്. ഡേവിഡ് ബെന്നെറ്റിന്റെ അനുവാദത്തോടെ എഫ്.ഡി.എ. (Food and Drug Administration) 'സഹാനുഭൂതി ഉപയോഗ'(compassionate use)ത്തിനുള്ള അനുജ്ഞ നൽകി, പന്നിയുടെ ഹൃദയം തുന്നിച്ചേർക്കാൻ. ഡേവിഡിനെ സംബന്ധിച്ച് ഇതല്ലെങ്കിൽ സാവധാനം മരണത്തിനു കീഴടങ്ങുക എന്ന പോംവഴിയേ ഉണ്ടായിരുന്നുള്ളൂ.

മൊഹിയുദ്ദീനും കൂട്ടരും റിവൈവിക്കോർ (Revivicor) എന്ന കമ്പനി പ്രദാനം ചെയ്യുന്ന പന്നിയുടെ അവയവങ്ങൾ ബാബൂൺ കുരങ്ങുകളിലും മറ്റും സ്ഥാനാന്തരണം (transplantation) ചെയ്ത് പരിചയമുണ്ട്. പന്നിയുടെ ഹൃദയം ബാബൂണിൽ രണ്ട് വർഷം വരെ പ്രവർത്തിച്ചതായി നിരീക്ഷിച്ചിട്ടുമുണ്ട്. ഈ തന്റേടമാണ് ഡേവിഡ് ബെന്നെറ്റിൽ അറ്റകൈ പ്രയോഗമായി ജനിതകമാറ്റം നടത്തിയ പന്നിഹൃദയം തുന്നിച്ചേർക്കാനുള്ള ആത്മവിശ്വാസം നൽകിയത്.

ഡിസൈനെർ മൃഗങ്ങൾ

നൂറ്റാണ്ടുകളായി മൃഗങ്ങളുടെ അവയവങ്ങൾ മനുഷ്യരിൽ തുന്നിച്ചേർക്കുന്ന വിദ്യ പരീക്ഷിക്കപ്പെട്ടിട്ടുണ്ട്. 1960-കളിൽ ചിമ്പാൻസിയുടെ കിഡ്നി മനുഷ്യരിൽ ചേർത്തിട്ടുണ്ട്. വിജയകരമല്ലായിരുന്നു ആ പരീക്ഷണങ്ങൾ. 1984-ൽ ഒരു ബാബൊൺ കുരങ്ങിന്റെ ഹൃദയം ഒരു കുഞ്ഞിൽ ചേർത്തു നോക്കിയിട്ടുണ്ട്. 21 ദിവസം മാത്രം ആ കുഞ്ഞ് ജീവിച്ചു. ഇതിനുശേഷം മെഡിക്കൽ സമൂഹം പൊതുവേ അന്യ അവയവങ്ങൾ (Xenotransplantation- Xeno=A-\y) മനുഷ്യരിൽ തുന്നിച്ചേർക്കുന്നതിൽ ഒട്ടും താൽപ്പര്യം കാണിച്ചില്ല. മനുഷ്യരുടെ പ്രതിരോധവ്യവസ്ഥ വളരെ ബലിഷ്ഠവും വീര്യവത്തും ആണ്. അന്യകോശങ്ങളേയോ അവയവങ്ങളേയോ പുറന്തള്ളാൻ അതിസാമർത്ഥ്യം ഉള്ളതാണ്. ഇത് xenotransplantation C-നു വൻ വെല്ലുവിളി ആണ്. ഇപ്പോൾ ഡി.എൻ.എ.യിൽ മാറ്റങ്ങൾ വരുത്താൻ എളുപ്പമുള്ള ഉപായങ്ങളും പദ്ധതികളുമുണ്ട്. മനുഷ്യരുടെ ഫിസിയോളജിയുമായി അവയവങ്ങളുള്ള 'ഡിസൈനർ മൃഗങ്ങളെ'

സൃഷ്ടിക്കാമെന്നുള്ള സാദ്ധ്യത ഒരു സ്വപ്നസാക്ഷാത്കാരം തന്നെയാണ്. റിവൈവിക്കോർ കമ്പനി ജനിതകമാറ്റം വരുത്തിയ പന്നിയെ സൃഷ്ടിച്ചത് അതിന്റെ ഹൃദയം മനുഷ്യരിൽ സ്വീകരിക്കപ്പെടാനുള്ള ഉപാധികളോടെയാണ്.

1993-ൽ 'ഡോളി' എന്ന ചെമ്മരിയാട്ടിൻകുട്ടിയെ ക്ലോൺ ചെയ്തെടുത്ത പി.പി.എൽ. തെറാപ്യൂടിക്സ് കമ്പനിയിൽനിന്ന് ഉരുത്തിരിഞ്ഞതാണ് ഇന്നത്തെ ഡിസൈനർ പന്നിയെ നിർമ്മിച്ച റിവൈവിക്കോർ കമ്പനി. പിന്നീട് യുണൈറ്റഡ് തെറാപ്യൂടിക്സ് ഇത് ഏറ്റെടുത്തു. ഈ കമ്പനിയുടെ തലപ്പത്തുള്ളതോ xenotransplantation-ൽ ശ്രദ്ധോന്മത്തയും ഭവിഷ്യവക്താവുമായ ശ്രീമതി മാർട്ടിൻ റോത്ബ്ലാറ്റും. ആധുനിക മോളിക്യുലാർ ബയോളജിയും വൈദ്യശാസ്ത്രവും ഒന്നിച്ച് വെല്ലുവിളികൾ ഏറ്റെടുത്ത് ചികിത്സാരീതികളിൽ വിപ്ലവം സൃഷ്ടിച്ച വേള.

10 ജീനുകൾ മാറ്റിയെടുത്തു

ഹൃദയദാതാക്കളായ പന്നികളുടെ 10 ജീനുകളാണ് മാറ്റിമറിക്കപ്പെട്ടത്. റിവൈവിക്കോർ കമ്പനി ഇക്കാര്യത്തിൽ പ്രഗത്ഭരാണ്. ഭ്രൂണാവസ്ഥയിൽത്തന്നെ ജീൻ എഡിറ്റിങ് നടത്തിയാണ് ഈ പുതിയ ജനിതകവ്യവസ്ഥയുള്ള പന്നികളെ നിർമ്മിച്ചെടുത്തത്. ഇതിൽ ആറെണ്ണം മനുഷ്യരുടെ ജീനുകളാണ്.

അവയവസ്ഥാനാന്തരീകരണം മറ്റു ജന്തുക്കളിൽ നിന്ന് മനുഷ്യരിലേക്ക് നടത്തുമ്പോൾ പ്രതിരോധശക്തി തീവ്രമായി പ്രയോഗിക്കപ്പെടും. മനുഷ്യഹൃദയം മാറ്റിവയ്ക്കപ്പെടുന്നപോലെയല്ല. ഓരോ ജന്തുവിനും തന്റെ വ്യക്തിത്വം സൂചിപ്പിക്കുന്ന അന്നജതന്മാത്രകൾ (carbohydrate molecules) കോശങ്ങളുടെ ഉപരിതലത്തിൽ ഉണ്ട്. മറ്റൊരു ജന്തുവിൽ ഈ കോശങ്ങൾ (അവയവങ്ങൾ) എത്തുമ്പോൾ ഈ തന്മാത്രകൾക്കെതിരെ ആന്റിബോഡികൾ നിർമ്മിച്ച് പുതുതായി കയറിപ്പറ്റുന്ന കോശങ്ങളെ ഇല്ലാതാക്കാൻ പ്രതിരോധവ്യവസ്ഥ ശ്രമിക്കും, പുതിയ അവയവത്തെ നിരാകരിക്കും. പന്നിയുടെ ഹൃദയകോശങ്ങളുടെ ഉപരിതലത്തിൽ മനുഷ്യരിൽ ഇല്ലാത്ത ആ അന്നജതന്മാത്രകൾ (galactose എന്ന ചെറുഅന്നജതന്മാത്ര പ്രോട്ടീനുമായി ഘടിപ്പിക്കപ്പെട്ടവയാണ് ഇവ) തിരിച്ചറിഞ്ഞ് അവയെ നിരാകരിക്കുകയാണ്. അതുകൊണ്ട് ഹൃദയദാതാക്കളായ പന്നികളിലെ കോശോപരിതലത്തിലുള്ള ഈ തന്മാത്രകൾ നിർമ്മിച്ചെടുക്കാൻ സഹായിക്കുന്ന മൂന്ന് എൻസൈമുകളുടെ ജീനുകളെ നിർവ്വീരീകരിച്ചു ആദ്യമേ. അപ്പോൾ കോശങ്ങൾ അന്നജതന്മാത്രകൾ നിർമ്മിക്കുകയില്ല. Gene knock out എന്ന തന്ത്രമാണിത്.

മനുഷ്യരുടെ ആറു ജീനുകളാണ് ഈ പന്നിഭ്രൂണങ്ങളിൽ സന്നിവേശിക്കപ്പെട്ടത്. അതിൽ രണ്ടെണ്ണം നീർവീക്കം (inflammation) തടയാനുള്ളവ ആയിരുന്നു. ട്രാൻസ്പ്ലാന്റ് ചെയ്യപ്പെടുന്ന അവയവങ്ങളിൽ നീർവീക്കം സാധാരണയാണ്. വേറെ രണ്ട് ജീനുകൾ സ്വാഭാവികമായി രക്തം കട്ടപിടിക്കാൻ സഹായിക്കുന്നവയാണ്. ക്ഷതമേൽക്കുന്ന രക്തക്കുഴലുകളെ പരിരക്ഷിക്കാനാണിത്. മറ്റ് രണ്ട് ജീനുകൾ പ്രതിരോധവ്യവസ്ഥ ആന്റിബോഡികൾ നിർമ്മിക്കുന്നതിനെ നിരുത്സാഹപ്പെടുത്തുന്നവയാണ്. അങ്ങനെ അത്ര പെട്ടെന്ന് ഈ പുതിയ ഹൃദയത്തെ നിരാകരിക്കാൻ സാദ്ധ്യമല്ലാതെ വരികയാണ്. പത്താമത്തെ ജീൻമാറ്റം ഹൃദയത്തിന്റെ വലിപ്പംവെയ്ക്കൽ തടയാൻ ഉദ്ദേശിച്ചുള്ളതാണ്. 2021-ൽ ഡോ. മൊഹിയുദ്ദീനും കൂട്ടരും ബാബൂണുകളിൽ നടത്തിയ പരീക്ഷണങ്ങൾ സൂചിപ്പിച്ചത് ട്രാൻസ്പ്ലാന്റേഷനുശേഷം ഹൃദയം ചെറിയ രീതിയിൽ വലിപ്പം വെയ്ക്കുന്നുണ്ട് എന്നാണ്. വളർച്ചാഹോർമോൺ (growth hormone) കോശങ്ങൾക്കകത്ത് കയറുന്നത് തടയുകയാണ് ഇതിന്റെ പ്രതിവിധി എന്നും അന്ന് അവർ നിരീക്ഷിച്ചിരുന്നു. വളർച്ചാഹോർമോൺ കോശോപരിതലത്തിൽ പറ്റിപ്പിടിക്കാൻ ഉപയോഗിക്കുന്ന സ്വീകരണി (receptor) നിർമ്മിക്കുന്ന ജീനിനെ ഇല്ലാതാക്കുക എന്നതായിരുന്നു തന്ത്രം. ഇത് ചെയ്തില്ലെങ്കിൽ നമ്മുടെ നെഞ്ചിൻകൂടിന്റെ അനുപാതത്തിലല്ലാതെ ഹൃദയത്തിനു വലിപ്പം വെയ്ക്കാൻ സാദ്ധ്യതയുണ്ട്. ഇങ്ങനെ പത്തു ജീനുകൾ ഭ്രൂണാവസ്ഥയിൽത്തന്നെ മാറ്റിയെടുക്കപ്പെട്ട ഒരു ജീവിയുടെ അവയവം മനുഷ്യരിൽ സ്ഥാനാന്തരണം ചെയ്യപ്പെടുന്നത് ആദ്യമായാണ്.

ഈ പത്ത് ജീനുകളിലേയും മാറ്റങ്ങൾ ആവശ്യമായിരുന്നോ എന്ന ചോദ്യം സംഗതമാണെങ്കിലും കൃത്യമായ മറുപടി ഇപ്പോഴില്ല. ഏതൊക്കെ ജീനുകൾ മാറ്റിമറിച്ചാലാണ് മനുഷ്യരിൽ മറ്റ് ജന്തുക്കളുടെ അവയവങ്ങൾ നെടുനാൾ പ്രാവർത്തികമായിരിക്കുക, പ്രതിരോധവ്യവസ്ഥ ആ അവയവങ്ങളെ തള്ളിക്കളയാതിരിക്കുക എന്നതിലൊക്കെ ഇനിയും അറിവുകൾ നേടേണ്ടതുണ്ട്. നീർവീക്കം കുറയ്ക്കുന്ന മനുഷ്യജീൻ (CD 47) ഉൾച്ചേർത്ത പന്നിയുടെ മജ്ജാകോശങ്ങൾ (bone marrow) ബാബൂണുകളിൽ ട്രാൻസ്പ്ലാന്റ് ചെയ്തത് വിജയകരമായിരുന്നു, എന്നാൽ ഇതേ ജീൻ മാറ്റം കിഡ്നിയിൽ പ്രയോഗിക്കപ്പെട്ടപ്പോൾ, നേർവിപരീതഫലങ്ങളാണ് ഉളവായത്. പന്നിയുടെ കിഡ്നി മനുഷ്യരിൽ ട്രാൻസ്പ്ലാന്റ് ചെയ്യാൻ ആവശ്യമായ ജനിതകമാറ്റങ്ങളെക്കുറിച്ച് പല കമ്പനികളും പഠനത്തിൽ ഏർപ്പെട്ടിട്ടുണ്ട്.

ഡേവിഡ് ബെന്നെറ്റ് പുതിയ ചില മരുന്നുകളും പരീക്ഷണാർത്ഥം നൽകിയിട്ടുണ്ട്. പ്രതിരോധപ്രവർത്തനം കുറയ്ക്കാനുള്ള

(immuno supression) ആന്റിബോഡി (KPL 404 എന്ന് പേര്) ആണത്. മനുഷ്യരുടെതന്നെ അവയവങ്ങൾ ട്രാൻസ്പ്ലാന്റേഷന് ഉപയോഗിക്കുമ്പോൾ നൽകാറുള്ള immuno suppressants പോരാതെ വരികയാണ് മറ്റൊരു ജന്തുവിന്റെ, പന്നിയുടെ ഹൃദയം മനുഷ്യരിൽ തുന്നിച്ചേർക്കുമ്പോൾ. KPL-404 ചെയ്യുന്നത് നമ്മുടെ രക്തത്തിലുള്ള, ആന്റിബോഡികൾ നിർമ്മിക്കുന്ന ബി കോശങ്ങളുടെ (B cells) പ്രവർത്തനം നിർവീകരിക്കുകയാണ്. അതേസമയം ഈ ബി കോശങ്ങൾ മറ്റൊരു പടയാളിസമൂഹമായ റ്റി കോശങ്ങൾക്ക് (T cells) അറിവുകൊടുക്കുന്നതും തടയപ്പെടുകയാണ്. റ്റി കോശങ്ങൾ നേരിട്ട് പടവെട്ടി വരത്തന്മാരെ നശിപ്പിക്കുന്നവരാണ്. ഈ പുതിയ immunosupressant ആയ KPL -404 ഒരു 'game changer' തന്നെ എന്ന് ഡോ. മൊഹിയുദ്ദീൻ അവകാശപ്പെടുന്നു. മാറ്റപ്പെട്ട പത്ത് ജീനുകളേക്കാൾ പ്രാധാന്യം അർഹിക്കുന്നത് ഇതത്രെ.

ശ്രദ്ധ പതിപ്പിക്കേണ്ട നിർണ്ണായകമായ കാര്യം പന്നികളുടെ ഡി.എൻ.എ.യിൽ സ്വതവേ കയറിക്കൂടിയിരിക്കുന്ന ചില വൈറസ് ജീനുകളെപ്പറ്റിയാണ്. അവയവമാറ്റത്തിലൂടെ ഈ വൈറസുകൾ മനുഷ്യരിൽ പെരുകാനുള്ള സാദ്ധ്യത തള്ളിക്കളയാനാവില്ല. പന്നികളുടെ പാൻക്രിയാസ് കോശങ്ങൾ പ്രമേഹരോഗികളിൽ നിക്ഷേപിക്കപ്പെട്ടിട്ടുണ്ട്, വൈറസ്സുകളൊന്നും ഈ കോശങ്ങൾ ലഭിച്ച മനുഷ്യരിൽ പ്രത്യക്ഷപ്പെട്ടിട്ടില്ല എന്ന് നിരീക്ഷിക്കപ്പെട്ടിട്ടുണ്ട്. ആൾക്കുരങ്ങുകളിൽ ട്രാൻസ്പ്ലാന്റ് ചെയ്യപ്പെട്ടിട്ടുള്ള പന്നി അവയവങ്ങളും ഇത്തരം ഒരു വൈറസ് ബാധ ഏൽപ്പിച്ചതായും തെളിഞ്ഞിട്ടില്ല. എങ്കിലും ഡേവിഡ് ബെന്നെറ്റിൽ ഇത്തരം വൈറസ്സുകൾ പ്രത്യക്ഷപ്പെടുന്നുണ്ടോ എന്നറിയുന്നതിൽ ജാഗരൂകരായിരുന്നു ഡോക്ടർമാർ.

ഹൃദയപരിപാലനം-നൂതനരീതികൾ

ട്രാൻസ്പ്ലാന്റേഷനു മുൻപേ അതീവസൂക്ഷ്മതയോടെ, പുതിയ രീതിയിൽ പരിപാലിക്കപ്പെട്ടിരുന്നു പന്നിയുടെ ഹൃദയം. നേരത്തെ ബാബൂൺ കുരങ്ങുകളിൽ നടത്തിയ പരീക്ഷണങ്ങളിൽനിന്ന് ഉൾക്കൊണ്ട പാഠങ്ങൾ ഇവിടെ സഹായകമായി. പന്നിയിൽനിന്ന് മുറിച്ചുമാറ്റപ്പെട്ട് കഴിഞ്ഞ് അവശ്യപോഷകാംശങ്ങൾ അടങ്ങിയ ഒരു ലായനി ആ ഹൃദയത്തിൽ ഒഴുകിപ്പരക്കാനുള്ള സാഹചര്യം നിർമ്മിക്കുക എന്നത് അതിലൊന്നായിരുന്നു. അല്ലെങ്കിൽ പറിച്ചുനടലിനു ശേഷം ഹൃദയം അവശതയിലാകും. രക്തചംക്രമണവും ഓക്സിജനും ഇല്ലാതെ ഹൃദയകോശങ്ങൾ പരിക്ഷീണിതരാവുകയാണ്, ഊർജ്ജനിർമ്മിതി നടപ്പാകുന്ന 'മൈറ്റോകോൺഡ്രിയ' എന്ന കോശാവയവങ്ങൾ പ്രവർത്തനരഹിതമാവുന്നതായിരിക്കും കാരണം.

മേൽപ്പറഞ്ഞ പോഷകലായനിയിൽ ഹൃദയത്തെ ഊർജ്ജസ്വല മാക്കി നിർത്തുന്ന ഹോർമോണുകൾ അഡ്രീനലിൻ, കോർട്ടിസോൾ ഒക്കെ ഉൾപ്പെടുന്നു. മാത്രമല്ല ഹൃദയമിടിപ്പിന്റെ തോത് നിലനിറു ത്താനെന്നവണ്ണം സാക്ഷാൽ കൊക്കെയ്ൻ തന്നെ ഈ ലായനിയിൽ കലർത്തിയിട്ടുണ്ട്. അവയവമാറ്റ ശസ്ത്രകിയാരീതികളിലെ വിപ്ലവാ ത്മകമാറ്റങ്ങളിൽ ചിലതാണിത്.

എന്തുകൊണ്ട് ഡേവിഡ് ബെന്നെറ്റ് മരിച്ചു?

എന്തുകൊണ്ട് ഡേവിഡ് ബെന്നെറ്റ് പിന്നീട് മരിച്ചു എന്നതിന്റെ ഉത്തരം പന്നിയുടെ ഹൃദയം തിരസ്കരിക്കപ്പെട്ടതുകൊണ്ടല്ല എന്നത് ശുഭോദർക്കമാണ്. ജനിതകമായി മാറ്റിയെടുത്ത ഹൃദയം മനുഷ്യ ശരീരം തിരസ്കരിച്ചില്ല എന്നത് വിജയംതന്നെ. പക്ഷേ മറ്റു ചില കാരണങ്ങളാലാണ് ഡേവിഡിന്റെ ഹൃദയം പ്രവർത്തനക്ഷമമല്ലാ തായത്. താഴത്തെ അറകളുടെ (ventricles) ഭിത്തികൾ കട്ടിപിടിച്ചു തുടങ്ങി, വേണ്ടവണ്ണം അയവ് ഇല്ലാതെ പോയി എന്നതായിരുന്നു പ്രധാന കാരണം. ഇത് എങ്ങനെ സംഭവിച്ചു എന്നതിനു ചില അനു മാനങ്ങൾ ഉണ്ട് ഡോക്ടർമാർക്ക്. നേരത്തെ ഡേവിഡിന്റെ രക്ത ത്തിൽ പന്നികളിൽ കാണപ്പെടുന്ന ചിലതരം വൈറസ്സുകളുടെ സാന്നിദ്ധ്യം നേരിയ തോതിൽ നിരീക്ഷിക്കപ്പെട്ടിരുന്നു. ഇക്കാരണ ത്താലോ മറ്റ് കാരണങ്ങളായോ പ്രതിരോധപ്രവർത്തനങ്ങളിൽ ഒരു സ്ഫോടനാത്മകമായ റിയാക്ഷൻ നടന്നിരിക്കണം, അത് നീർ വീക്കത്തിന് ഇടയാക്കുകയും ഹൃദയഭിത്തികളിൽ നീർക്കെട്ട് (edema) ഉളവാക്കുകയും ചെയ്തിരിക്കണം. ഈ നീർക്കെട്ട് താമസി യാതെ ഹൃദയഭിത്തികളെ നാരു നിറഞ്ഞത് (fibrotic) ആക്കി ത്തീർത്തിരിക്കണം, അത് ഹൃദയമിടിപ്പിൽ വൈകല്യങ്ങൾ അണ യ്ക്കുകയും ചെയ്തിരിക്കണം എന്നാണ് ബലമായ സംശയം.

I personally suspect he developed a capillary leak in response to his inflammatory explosion, and that filled his heart with edema, the edema turned into fibrotic tissue, and he went into severe and unreversing diastolic heart failure," Griffith said in the webinar.

ക്ലിനിക്കൽ ട്രയലുകൾ അത്യാവശ്യം

ഒരേ ഒരു പരീക്ഷണമെന്ന നിലയ്ക്കാണ് ഈ ശസ്ത്രക്രിയ യ്ക്ക് അനുമതി ലഭിച്ചത്. ഇനിയും ഇത് ആവർത്തിക്കണമെങ്കിൽ കൂടുതൽ നിരീക്ഷണങ്ങളും പഠനങ്ങളും ആവശ്യമാണ്. ബാബൂണി ലെങ്കിലും ഇത്തരം ശസ്ത്രക്രിയകൾ നടത്തി വിപുലമായ അറിവു കൾ നേടി എഫ്.ഡി.എ.യുടെ അനുമതി നേടാനാണ് ഡൊ. മൊഹി യുദ്ദീനും സംഘവും ശ്രമിക്കുന്നത്. ജനിതകമാറ്റം സംഭവിപ്പിച്ച്

പന്നികളെ വളർത്തിയെടുക്കുന്ന കമ്പനിയായ റിവൈവിക്കോർ അവരുടെ പദ്ധതികളും ഗവേഷണസൗകര്യങ്ങളും വിസ്തൃതമാക്കിക്കൊണ്ടിരിക്കയാണ്. വൻരീതിയിൽ പന്നിഹൃദയങ്ങൾ ലഭ്യമാക്കുന്ന ഘട്ടത്തിലേക്കാണ് അവരുടെ നീക്കം. ഒരു പ്രസവത്തിൽ എട്ടു കുഞ്ഞുങ്ങൾവരെ കാണും. ഒരു വയസ്സാകുമ്പോഴേക്കും ഇണ ചേരാനുള്ള പ്രാപ്തി ലഭിക്കുന്നു, ഹൃദയത്തിന്റെ വലിപ്പം നമുക്ക് പാകമാണ് ഇതൊക്കെയാണ് പന്നികളെ ഉപയോഗിക്കുന്നതിലെ മെച്ചം. ഹൃദയലഭ്യത ഒരു കടമ്പയായിരിക്കില്ല. എന്നാലും അവയവമാറ്റത്തിൽ ഇത് ഒരു നിത്യസത്യം എന്ന നിലയിലേക്ക് മാറാൻ സമയമെടുക്കും എന്ന് ഡോക്ടർമാരും ഗവേഷണക്കമ്പനികളും സമ്മതിക്കുന്നുണ്ട്. ആയിരക്കണക്കിന് രോഗികളാണ് ഹൃദയമാറ്റത്തിനു കാത്തിരിക്കുന്നത്, അമേരിക്കയിൽ മാത്രം ഒരു ലക്ഷം ആൾക്കാരുണ്ട് ഇങ്ങനെ. ഓരോ വർഷവും 6000 ഹൃദ്രോഗികൾ ഈ കാത്തിരിപ്പിനിടെ മരിച്ചുപോകുന്നുണ്ട്. മനുഷ്യഹൃദയങ്ങളുടെ ദൗർലഭ്യത്തിനു പ്രതിവിധിയായി പന്നിഹൃദയങ്ങൾ ഉണ്ടാകുമെന്നുള്ളത് ആശാവഹമാണ്.

ധാർമ്മികത എവിടെ?

വളരെക്കാലമായുള്ള ഒരു വിവാദം വീണ്ടും ഉണർന്നുവന്നിട്ടുണ്ട് ഇതോടെ. മനുഷ്യന് ആവശ്യമുള്ളപ്പോഴൊക്കെ മൃഗങ്ങളെ കൊന്ന് അവരുടെ അവയവങ്ങൾ എടുക്കുക എന്നത് നീതിബോധത്തിനു യുക്തമല്ല. ഈ വാദവുമായി മൃഗാവകാശസംരക്ഷണപ്രവർത്തകർ രംഗത്തെത്തിയിട്ടുണ്ട്. ഈ സർജറിയെ നിശിതമായി അപലപിച്ചും കഴിഞ്ഞു. PETA (People for the Ethical Treatment of Animals) ഭാരവാഹികൾ ഈ ശസ്ത്രക്രിയ കഴിഞ്ഞ ഉടൻതന്നെ ഒരു പ്രസ്താവന ഇറക്കിയിരുന്നു. മൃഗങ്ങൾ എപ്പോഴും കയ്യേറാനുള്ള വെറും ഉപകരണശാലകൾ മാത്രമല്ലെന്നും സങ്കീർണ്ണത പേറുന്ന ബുദ്ധിയുള്ള ജീവികൾ ആണെന്നും വാദിക്കുന്നു, അവർ. മൃഗങ്ങളിലുള്ള വൈറസ്സുകൾ മനുഷരിൽ കയറിപ്പറ്റി അധിവാസം ഉറപ്പിക്കുന്ന പ്രതിഭാസം വന്നുചേർന്നേക്കാം എന്ന് അവർ സൂചിപ്പിക്കുന്നുണ്ട്.

"അവയവങ്ങൾക്ക് ക്ഷാമം ഉണ്ടെങ്കിൽ മറ്റ് വഴികൾ നോക്കൂ." അവർ കൃത്യമായി താക്കീത് തരുന്നു.

■

അർബുദചികിത്സയിലെ നൂതന പദ്ധതികൾ

വ്യാധികളുടെ ചക്രവർത്തിയാണ് ക്യാൻസർ. അമേരിക്കയിൽ പ്രതിദിനം 1670 പേർ ക്യാൻസർ വന്ന് മരിക്കുന്നതായിട്ടാണ് കണക്ക്. ലോകത്ത് ഒരു ദിവസം 22,000 പേരും. ഇക്കൊല്ലം പതിന്നാലു മില്യൻ ആൾക്കാർ മനസ്സിലാക്കും തങ്ങൾക്ക് ക്യാൻസർ ആണെന്ന്. ഈ നിലയ്ക്കു പോയാൽ 2030 ആകുമ്പോഴേക്ക് 21 മില്യൻ ആൾക്കാർ അർബുദരോഗികളായിരിക്കും, 13 മില്യൻ പേർ ഒരു കൊല്ലം മരണത്തിനു കീഴ്പ്പെടും. അമേരിക്കയിൽ 2022-ൽ ആറു ലക്ഷം പേർ ക്യാൻസർ വന്ന് മരിക്കുമെന്നാണ് കണക്ക്. മനുഷ്യകുലം ക്യാൻസറിന് അടിമപ്പെട്ടിരിക്കുന്നു എന്നത് സത്യം. കോശങ്ങൾ വെറുതേ വിഭജിക്കുക എന്ന ലളിതമായ കാരണമാണ് ക്യാൻസറിനു പിന്നിൽ. എന്നാൽ ഇതിനു പാടേ തടയിടാൻ നമുക്ക് ആവുന്നില്ല.

മരണത്തിന്റെ ഈ വെല്ലുവിളിയെ നേരിടാൻ നവനവങ്ങളായ ചികിത്സാപദ്ധതികളുമായി ശാസ്ത്രജ്ഞർ എത്തുകയാണ്; തീവ്രശ്രമങ്ങളാണ് ആധുനിക തന്മാത്രാശാസ്ത്രലാബുകളിൽ നടന്നുപോരുന്നത്. ഇതിനു ഫലം കാണുന്നുണ്ട് എന്നത് ആശാവഹമാണ്. ക്യാൻസർ മരണനിരക്കുകളിൽ ഗണ്യമായ കുറവുകൾ ഉണ്ടെന്ന് അമേരിക്കൻ ക്യാൻസർ സൊസൈറ്റി അവകാശപ്പടുന്നുണ്ട്. 1991-ലെ നിരക്കിൽ നിന്നും 32 ശതമാനം കുറവാണത്രേ 2019-ൽ സംഭവിച്ചത്. ഇംഗ്ലണ്ടിൽ അതിജീവനതോത് (survival rate) ഇരട്ടിയായിട്ടുണ്ട്, ഈയിടെ. ജപ്പാനിൽനിന്നുള്ള കണക്കുകളും ക്യാൻസർ തോത് കുറയുന്നുണ്ടെന്ന് സൂചിപ്പിക്കുന്നു. കഴിഞ്ഞ പത്തുകൊല്ലത്തെ കണക്കുകൾ സൂചിപ്പിക്കുന്നത് അവിടെ ക്യാൻസർ അതിജീവനം 58 ശതമാനം കൂടിയിട്ടുണ്ടെന്നാണ്. പൊതുവേ പല ക്യാൻസറുകളുടെയും അതിജീവനകാലഘട്ടം മെച്ചപ്പെട്ടിട്ടുണ്ടെന്ന് പല രാജ്യങ്ങളിൽനിന്നുള്ള സ്റ്റാറ്റിസ്റ്റിക് പഠനങ്ങൾ സമർത്ഥിക്കുന്നു. ഇൻഡ്യയിലും ചില ക്യാൻസർ ബാധയും മരണങ്ങളും കുറയുന്നുണ്ടെന്നാണ്

കണക്കുകൾ. ഉദാഹരണത്തിനു സെർവിക്കൽ (ഗർഭാശയമുഖ) ക്യാൻസർ. ആധുനികചികിത്സകളും ക്യാൻസർ പരിശോധനയും അത്ര വ്യാപകമല്ലാത്ത ഇൻഡ്യയിൽ ക്യാൻസർ ബാധിക്കുന്നതിന്റേയും മരണപ്പെടുന്നതിന്റേയും തോത് കുറയാൻ സമയമെടുക്കും എന്ന് അനുമാനിക്കേണ്ടിയിരിക്കുന്നു.

ക്യാൻസർ ഇന്ന് അത്ര ഭീതിദമല്ല, വളരെ നേരത്തെ കണ്ടുപിടിക്കപ്പെടുകയാണെങ്കിൽ. പ്രത്യേകിച്ചും ശ്വാസകോശാർബുദബാധ ഇപ്പോൾ നേരത്തെ അറിയുന്നുണ്ട്, അതുകൊണ്ടുള്ള മരണങ്ങളും കുറഞ്ഞിട്ടുണ്ട്. സ്തനാർബ്ബുദവും കുടൽ ക്യാൻസറും (colon cancer) ബാധിച്ചവർക്ക് അതതു ഭാഗങ്ങൾ നീക്കം ചെയ്തശേഷമുള്ള കീമോതെറാപ്പി കൂടുതൽ നാൾ ജീവിക്കാൻ വഴിയൊരുക്കുന്നുണ്ട്. പ്രൊസ്റ്റേറ്റ്, സെർവിക്സ്, മലാശയം, സ്തനം ഒക്കെ പലപ്പാഴായി നേരത്തെതന്നെ പരിശോധിച്ചുകൊണ്ടിരിക്കുക ഒക്കെ ക്യാൻസർ വരുന്നത് ചെറുക്കാനുള്ള വഴി തെളിയിക്കുകയാണ്. ശ്വാസകോശാർബുദമാണ് ഈയിടെ നേരത്തെ കണ്ടുപിടിക്കപ്പെടുന്നത്. അവയ്ക്കുള്ള മരുന്നുകളും വിപുലമായിട്ടുണ്ട്. സിഗററ്റ് വലി ഗണ്യമായി കുറഞ്ഞതും മറ്റൊരു കാരണമാണ്. പ്രൊസ്റ്റേറ്റ് ക്യാൻസർ വന്ന് മരിക്കുന്നത് 50 ശതമാനം കുറഞ്ഞിട്ടുണ്ട്, നിരന്തരമായ പരിശോധന നടപ്പാക്കിയിട്ടുള്ളതിനാൽ.

പല രാജ്യങ്ങളിലും 50 വയസ്സ് കഴിഞ്ഞവർ നിർബ്ബന്ധമായും ഈ ടെസ്റ്റ് എടുത്തിരിക്കേണ്ടതാണ്. ക്യാൻസറിന്റെ മരണനിരക്ക കുറയ്ക്കാം എന്നതിന്റെ പിന്നിലെ ശക്തി തീരുമാനിക്കപ്പെട്ടിരിക്കുന്നു: നിരോധനവും പ്രതിരോധവും നേരത്തെയുള്ള രോഗനിർണ്ണയവും ചികിത്സയും ഒക്കെയാണ്. പക്ഷേ ഇൻഡ്യയിലോ മൂന്നാം ലോകരാജ്യങ്ങളിലോ ഇതിനുള്ള സംവിധാനങ്ങൾ അത്ര കാര്യക്ഷമമോ സാധാരണമോ അല്ല, പലതും പൊതുജനത്തിനു പ്രാപ്തവുമല്ല. പണക്കാർക്ക് രക്ഷപ്പെടാൻ കൂടുതൽ അവസരം കിട്ടുന്ന ഒരു മഹാവ്യാധി ആയിരിക്കുകയാണ് ക്യാൻസർ എന്ന നിഗമനത്തിൽ സത്യമുണ്ട്.

ക്യാൻസറിന്റെ ആവിർഭാവം, വളർച്ച എന്നിവയെക്കുറിച്ച് വിപുലമായ അറിവുകളാണ് ഇന്നുള്ളത്. തന്മാത്രാശാസ്ത്ര (molecular biology) ഗവേഷണഫലങ്ങൾ ക്യാൻസറിന്റെ കാരണങ്ങളെക്കുറിച്ചും എന്തൊക്കെ മാറ്റങ്ങൾ കോശങ്ങളിൽ ഉളവാകുന്നു എന്നതിനെക്കുറിച്ചും പുതിയ അറിവുകൾ സംഭാവന ചെയ്യുകയും ആ സംഭവങ്ങളെ എങ്ങനെ നേരിടുകയോ തടയുകയോ ചെയ്യാം എന്നുള്ള വിവരങ്ങൾ ലഭിക്കുകയും ചെയ്തതോടേ ചികിത്സയ്ക്ക് പുതിയ മാർഗ്ഗങ്ങൾ തുറന്നു കിട്ടുകയാണുണ്ടായത്. ഇന്ന് വളരെ

കൃത്യമായി അത്തരം വ്യതിയാനസംഭവങ്ങളെ നേരിടാനുള്ള ഉപായങ്ങൾ ആവിഷ്കരിക്കപ്പെട്ടിട്ടുണ്ട്. പ്രതിരോധശാസ്ത്ര (Immunology)വും ജനിതകശാസ്ത്ര(Genetics)വും ഇതിൽ പങ്കുചേരുന്നതോടെ പുതിയ മരുന്നുകളിലും കുത്തിവയ്പുകളിലും മറ്റ് ചികിത്സകളിലും മുൻപെങ്ങുമില്ലാത്ത വിധം നൂതന സാങ്കേതികമാർഗ്ഗങ്ങൾ ഉൾച്ചേർക്കപ്പെടുകയാണ്. ഇക്കഴിഞ്ഞ നാലഞ്ചു വർഷങ്ങൾക്കുള്ളിൽ വമ്പൻ മാറ്റങ്ങളാണ് ക്യാൻസർ ചികിത്സയിൽ വന്നുഭവിച്ചത്. അർബുദത്തോട് പോരാടുക എന്നതിനു പകരം കള്ളവും ഒളിച്ചുകളിയും സ്ഥിരസ്വഭാവമാക്കിയ അർബുദകോശങ്ങളെ അതിചാതുര്യംകൊണ്ട് ജയിക്കുക എന്ന പുതിയ നേരിടൽ പ്രക്രിയ അർബുദരോഗികളിൽ നവപ്രത്യാശ ഉണർത്തുന്നു.

അർബുദകോശങ്ങൾ അതിതന്ത്രശാലികളാണ്. വെറുതേ സ്വന്തം പാടുനോക്കിയിരിക്കേണ്ട ഈ കോശങ്ങൾ നിയന്ത്രണങ്ങളെ വകവയ്ക്കാതെ വിഭജിച്ച് വിഭജിച്ച് അവരുടെ സമൂഹം (ട്യൂമർ) സൃഷ്ടിച്ചെടുക്കുകയാണ്. കൂടുതൽ പോഷകങ്ങൾ കിട്ടാൻ പുതിയ രക്തക്കുഴലുകൾ അങ്ങോട്ട് പൈപ്പ്ലൈൻപോലെ വലിക്കും. മര്യാദയുടെ ചില ചെക്ക്പോയിന്റുകൾ അതിലംഘിക്കും. കോശങ്ങളുടെ സർവ്വനിയന്ത്രണങ്ങളുമുള്ള, മദർ സുപ്പീരിയർ ആയ ന്യൂക്ലിയസിലെ ഡി.എൻ.എയിൽ വരുന്ന മാറ്റങ്ങളാണ് പലപ്പോഴും ഇതിനു കാരണം. പുതിയ ചില പ്രോട്ടീനുകൾ നിർമ്മിച്ചെടുക്കും ക്യാൻസർ കോശങ്ങൾ, നിലവിലുള്ളവയുടെ പ്രവർത്തനങ്ങൾ മാറ്റിയെടുക്കും. നേരത്തെ 'കീമോതെറാപ്പി'ക്ക് ഉപയോഗിച്ചിരുന്ന മരുന്നുകൾ കോശവിഭജനത്തിനു തടയിടുന്നവ ആയിരുന്നുവെങ്കിൽ ഇന്ന് മറ്റു പല നിശിതമായ പ്രയോഗങ്ങളാലാണ് ഈ തെമ്മാടികോശങ്ങളെ നിലയ്ക്കു നിറുത്തുന്നത്. പ്രധാനമായും നമ്മുടെതന്നെ പ്രതിരോധവ്യവസ്ഥ(Immune system)യെ ഊർജ്ജതരമാക്കുന്ന വിദ്യകളാണ് ചികിത്സാപദ്ധതിയിൽ. കൊടും രാസവസ്തുക്കൾകൊണ്ടുള്ള പ്രയോഗമായ കീമോതെറാപ്പി മിക്കവാറും ഇന്നലത്തെ കഥയായി മാറിയേക്കാം.

അതിലും എളുപ്പമായ വിദ്യ ക്യാൻസർ കോശങ്ങൾ പ്രദർശിപ്പിക്കുന്ന മേൽപ്പറഞ്ഞ പ്രത്യേക തന്മാത്രകൾക്കെതിരെ പ്രവർത്തിക്കുന്ന 'ആന്റി ബോഡി' എന്ന പ്രോട്ടീൻ കുത്തിവയ്ക്കുക എന്നതാണ്. വാക്സീൻ നിർമ്മിച്ചെടുക്കുന്ന തന്ത്രങ്ങൾ തന്നെ ഇതിനു പിന്നിലും. ഈ 'ആന്റിബോഡികൾ' അർബുദകോശങ്ങളെ തെരഞ്ഞുപിടിച്ച് നശിപ്പിച്ചുകൊള്ളും. ഈ തന്മാത്രകളോട് കൂട്ടിച്ചേർക്കപ്പെട്ട കീമോതെറാപ്പി രാസവസ്തുക്കൾ ഇതിനു ആക്കം കൂട്ടുന്ന വിദ്യയും ഉണ്ട്. ക്യാൻസർ കോശങ്ങളെ മാത്രം ഇവകൾ ഉന്നം വയ്ക്കുന്നതുകൊണ്ട് ശരീരം ആകമാനം വിഷമതകളിൽപെടുന്നില്ല.

കഴിഞ്ഞ മൂന്നാലുകൊല്ലങ്ങൾക്കിടയിൽ പലേ ക്യാൻസറുകൾക്കു മുള്ള ഈ കുത്തിവയ്പ് മരുന്നുകൾ വിപണിയിൽ ഇറങ്ങിയിട്ടുണ്ട്.

ഉന്നം വെച്ചുള്ള ചികിത്സ (Targeted Therapy)

കൃത്യമായി ചില തന്മാത്രകളെ ലക്ഷ്യമാക്കി ചികിത്സ നിശ്ചയി ക്കുന്നതാണ് 'ഉന്നം ചികിത്സ'യിൽ. കോശവിഭജനത്തിനു പല പ്രോട്ടീനുകളുടെ സാന്നിദ്ധ്യവും ഉണർച്ചയും നിയന്ത്രണങ്ങളും ആവശ്യമാണ്. ഏതു ക്യാൻസർ എന്നതനുസരിച്ച് ഈ പ്രോട്ടീനു കൾ മാറപ്പെടാം. ഇവയെ അമർച്ച ചെയ്യുകയോ ഇല്ലാതാക്കുകയോ നിർവ്വീരീകരിക്കുകയോ ആണ് 'ഉന്നചികിത്സ'യിൽ ലക്ഷ്യമിടുന്നത്. പല മരുന്നുകളും ട്യൂമർ വളർച്ച, അനുക്രമവികാസം, ശരീരത്ത് പടരൽ ഈ പ്രക്രിയകളെ ഒക്കെ നിയന്ത്രിക്കാൻ പോരുന്നവയാണ്. പതിവ് കീമോതെറാപ്പി മരുന്നുകളിൽനിന്ന് വ്യത്യസ്തമാണ് ഇവ. 'ഉന്നചികിത്സ'യിൽ പ്രത്യേക ക്യാൻസറിനു കൃത്യമായ തന്മാത്ര കൾ ലക്ഷ്യമിടുകയാണ്, സാധാരണ കീമോതെറാപ്പിയിൽ കോശ വിഭജനത്തെ തടുക്കുക എന്ന പൊതുലക്ഷ്യമേ ഉള്ളൂ. നിശിതമായ ഉന്നത്തിൽ പ്രത്യേക തന്മാത്രകളിന്മേൽ മാത്രം പ്രവർത്തിക്കുകയും ചെയ്യും ഉന്നചികിത്സയിൽ, വെറുതെ ഒരുപറ്റം കോശങ്ങളെ കൊല്ലുക എന്ന നടപടി അല്ല. ട്യൂമർ കോശങ്ങളെ നിലയ്ക്ക് നിറു ത്തുക എന്നതാണ് തന്ത്രം, സാധാരണ കീമോതെറാപ്പിയിൽ വക തിരിവില്ലാതെ കോശങ്ങൾ കൊല്ലപ്പെടുകയാണ്.

ഉന്നചികിത്സ ഇപ്പോൾ പുതിയ ക്യാൻസർ മരുന്നുസാദ്ധ്യതകൾ നിർണ്ണയിച്ച് വികസിപ്പിച്ചെടുക്കാനുള്ള തീവ്രയജ്ഞവഴിയിലാണ്. ഈ ചികിത്സാപദ്ധതിയിൽ വ്യക്തിയുടെ ജീനുകൾ, പ്രോട്ടീനുകൾ ഒക്കെ പഠിച്ച് അതനുസരിച്ച് മരുന്ന് നിശ്ചയിക്കുന്ന രീതിയാണു ള്ളത്. ഒരു വ്യക്തിയുടെ മൂത്രാശയക്യാൻസറിന്റെ പശ്ചാത്തലമല്ലാ യിരിക്കും മറ്റൊരാളുടെ ഇതേ ക്യാൻസറിന്. ക്യാൻസർ കോശ ങ്ങളിൽ മാത്രം കാണുന്ന, അല്ലെങ്കിൽ കൂടുതലായി നിർമ്മിച്ചെടു ക്കുന്ന പ്രോട്ടീനുകളെ ഉന്നംവെയ്ക്കുകയാണ് തന്ത്രവിദ്യ എന്നതി നാൽ രോഗിയുടെ ഡി.എൻ.എ.യുടേയോ പ്രോട്ടീനുകളുടെയോ മാറ്റങ്ങളെക്കുറിച്ച് അറിയേണ്ടിയിരിക്കുന്നു. കോശത്തിന്റെ ഉപരി തലത്തിലുള്ള, വിഭജനത്തിനു നിർദ്ദേശം കൊടുക്കുന്ന ചില പ്രത്യേക പ്രോട്ടീനുകളെ പറ്റിപ്പിടിച്ച് നിർവ്വീര്യമാക്കുന്ന ഉന്ന ചികിത്സാമരുന്നാണ് Trastuzumab അല്ലെങ്കിൽ Herceptin. ഇത് വാക്സിൻ നിർമ്മിച്ചെടുക്കുന്നതുപോലെ കോശോപരിതലപ്രോട്ടീ നുകൾക്കെതിരെ ഉള്ള ആന്റിബോഡി ആണ്. അവസാനത്തെ മൂന്ന് അക്ഷരങ്ങൾ, mab സൂചിപ്പിക്കുന്നത് ഇതാണ് (monoclonal antibody). ഒരു പ്രത്യേക പ്രോട്ടീനിനെ മാത്രമോ ആ പ്രോട്ടീനിന്റെ

ഒരു ഭാഗത്തെ മാത്രമോ പറ്റിപ്പിടിക്കുന്ന ആന്റിബോഡികൾക്ക് 'monoclonal' എന്ന വിശേഷണം ചേർക്കും. Herceptin ഇന്ന് സ്തനാർബുദത്തിനും ആമാശയ ക്യാൻസറിനും ചികിത്സയാണ്.

ഇത്തരം mab എന്ന മൂന്നക്ഷരം പേരിൽ അവസാനമുള്ള പുതിയ മരുന്നുകൾ ഇപ്പോൾ ഇൻഡ്യയിൽ ലഭ്യമാണ്. Ketyruda എന്ന പേരിൽ അറിയപ്പെടുന്ന Pembrolizumab 2017ൽ ഗവണ്മെന്റ് അംഗീകാരം ലഭിക്കപ്പെട്ട മരുന്നാണ്, ശ്വാസകോശാർബുദം, സ്തനാർബുദം ലിംഫോമ, മെലനോമ (ത്വക് ക്യാൻസർ) ഇവയ്ക്കൊക്കെയുള്ള ആൻഡിബോഡി ആണിത്. Opdivo എന്ന Nivolumab ഉം ഇപ്പോൾ ഇന്ത്യയിൽ ലഭ്യമാണ്, ആമാശയ/ശ്വാസകോശ/ലിവർ ക്യാൻസറുകൾക്കും ലിംഫോമ, മെലനോമ എന്നിവയ്ക്കൊക്കെ ചികിത്സ ഈ ആന്റിബോഡികൊണ്ട് സാദ്ധ്യമാകുന്നു. 2019-ൽ ആസ്ട്രസെനിക്ക എന്ന ബ്രിട്ടീഷ് കമ്പനി ശ്വാസകോശാർബുദത്തിനു ഫലപ്രദമായ Durvalumab ഇൻഡ്യയിൽ ലഭ്യമാക്കിയിട്ടുണ്ട്. ആണുങ്ങളിൽ ഏറ്റവും കൂടുതൽ മരണം സംഭവിക്കുന്നത് ശ്വാസകോശാർബുദം മൂലമാണ്, 63,000 പേരാണ് ഒരു വർഷം മരിക്കുന്നത്. നമുക്ക് അത്യാവശ്യം ഇത്തരം മരുന്നുകളാണ്. ഇത്തരം ആന്റിബോഡി മരുന്നുകൾ ഏറ്റവും കൂടുതൽ നിർമ്മിച്ചെടുക്കപ്പെട്ടിട്ടുള്ളത് രക്താർബുദം (leukemia), ലിംഫോമ, ശ്വാസകോശാർബുദം എന്നിവയ്ക്കാണ്. പക്ഷേ ഈ ആന്റിബോഡി മരുന്നുകൾക്കെല്ലാം ലക്ഷക്കണക്കിനാണു വില.

നമ്മുടെ പ്രതിരോധശക്തിയെത്തന്നെ ഉപയോഗിക്കുക

നമ്മുടെ രക്തത്തിലുള്ള റ്റി കോശങ്ങൾ (T cells) ആണ് അനധികൃതമായി കടന്നു കൂടുന്ന ബാക്റ്റീരിയയോ മറ്റ് അന്യമായ കോശങ്ങളേയോ നശിപ്പിക്കുന്നത്. ഈ റ്റി കോശങ്ങൾ നേരിട്ട് വെട്ടികൊലപാതകം ചെയ്യുന്ന ആയോധനകലയിൽ പ്രത്യേകം പരിശീലനം നേടിയവരാണ്. അന്യകോശങ്ങളോട് പറ്റിനിന്ന് അവയെ നശിപ്പിക്കുകയാണ് ജന്മോദ്ദേശം. അർബുദകോശങ്ങളെ നേരിടാൻ ഈ T cells നെ തയാറാക്കുക എന്നതാണ് പുതിയ അടവ്. പക്ഷേ അർബുദകോശങ്ങൾ നമ്മുടേത് തന്നെ ആയതിനാൽ ഈ റ്റി കോശങ്ങൾക്ക് അവയെ തിരിച്ചറിയാൻ പറ്റാതെ പോകുകയാണ്. എന്നാൽ അതിചാതുര്യവാന്മാരായ ക്യാൻസർ കോശങ്ങൾക്ക് അറിയാതെ ചില വിഡ്ഢിത്തങ്ങൾ പറ്റുന്നുണ്ട്. അവയുടെ ഡി.എൻ.എയിലെ ചില പാകപ്പിഴകളാൽ (ഇതുകൊണ്ടാണ് അവ നിയന്ത്രണങ്ങളില്ലാത്ത അർബുദകോശങ്ങളായി മാറിയതുതന്നെ) പുതിയ ചില പ്രോട്ടീൻ തന്മാത്രകൾ ഉപരിതലത്തിൽ പ്രദർശിപ്പിച്ച് 'ഞങ്ങൾ ക്യാൻസർ കോശങ്ങളാണേ' എന്ന് അറിയിച്ചുകൊണ്ടിരിക്കും. ഈ

കോശങ്ങളെ തിരിച്ചറിയാൻ ഇത് സഹായിക്കും. നമ്മുടെ റ്റി സെല്ലുകളെ ഇവരുടെ നേരേ തിരിക്കുകയാണ് ഇന്നത്തെ വിദ്യകളിലൊന്ന്.

അർബുദകോശങ്ങൾ അതീവ സാമർത്ഥ്യക്കാരാണെന്നതിൽ സംശയമില്ല. കൊല്ലാൻ വരുന്ന റ്റി സെൽസിനെ നിർവ്വീരീകരിച്ച് ആക്രമണോൽസുകതയിൽ നിന്ന് പിൻതിരിപ്പിക്കാൻ അവയ്ക്കറിയാം. റ്റി സെൽസിന്റെ ഉപരിതലത്തിലെ ഒരു കൂട്ടം പ്രോട്ടീനുകളെ പൊത്തി അമർത്തിയാണ് ഇതു സാദ്ധ്യമാക്കുന്നത്. ഈ പ്രവണത പാടേ അകറ്റാനുള്ള ചില പ്രോട്ടീനുകൾ കുത്തിവയ്ക്കുന്നത് ഇന്ന് ക്യാൻസർ ചികിത്സയിലെ നൂതനവും പ്രഭാവശാലിയും ആയ മാർഗ്ഗമാണെന്നുള്ളത് വിപ്ലവംതന്നെ. 'ചെക്ക് പോയിന്റ് അമർത്തൽ' (Check point inhibition) എന്ന് വിളിയ്ക്കുന്ന ഈ ചികിത്സാപദ്ധതി വൻവിജയമാണ്; 2010–നു മുൻപ് 12 ശതമാനം മാത്രം അതിജീവനം സാദ്ധ്യമായിരുന്ന ചർമ്മാർബുദം പിടിപെട്ടവർ 60 ശതമാനത്തിലേക്കാണ് കുതിച്ചുയർന്നത്. നേരത്തെ പരാമർശിച്ച Opdivo (Nivolumab) ഇത്തരം ഒരു ചെക്ക് പോയിന്റ് അമർത്തൽ ആണ് സാദ്ധ്യമാക്കുന്നത്.

Car-T എന്ന തന്ത്രവിദ്യ

പ്രതിരോധവ്യവസ്ഥയുടെ രീതികളെ വിദഗ്ധമായി ചൂഷണം ചെയ്ത് മെനഞ്ഞെടുത്ത മറ്റൊരു അതിശക്തമാർന്ന ചികിത്സാപദ്ധതിയാണ് 'ജീവിക്കുന്ന മരുന്ന്' (Living drug) എന്ന വിശേഷിക്കപ്പെട്ട Car-T ഉപായം. രോഗിയുടെ സ്വന്തം റ്റി കോശങ്ങളെ പുതിയ കളരിയഭ്യാസം പഠിപ്പിച്ചെടുത്ത് ശരീരത്തിൽ കടത്തിവിടുകയാണ് സൂത്രപ്പണി. ജീൻ തെറാപ്പി (പുതിയ ജീനുകൾ സന്നിവേശിപ്പിച്ച കോശങ്ങൾ ഉപയോഗിച്ചുള്ള ചികിത്സ) പുതിയ മാനങ്ങൾ തേടുന്ന ആധുനിക രീതിയാണിത്. മേൽപ്പറഞ്ഞ റ്റി കോശങ്ങളിൽ പുതിയ ജീനുകൾ കൊരുത്താണ് അർബുദകോശങ്ങളെ നേരിടാൻ തയ്യാറാക്കുന്നത്. രോഗിയുടെ രക്തത്തിൽനിന്നും തന്നെ വേർതിരിച്ചെടുത്ത റ്റി കോശങ്ങളിൽ ക്യാൻസർ കോശങ്ങളെ നേരിടാനുള്ള ആയോധനവിദ്യകൾ പേറുന്ന ജീനുകൾ സന്നിവേശിപ്പിക്കുകയും (പരീക്ഷണശാലയിൽ അത്യാധുനിക മോളിക്യുലാർ ട്രിക്കുകൾ ഉപയോഗിച്ചാണിത്) പിന്നെ ഇവയുടെ എണ്ണം കൂട്ടുകയും ചെയ്യുന്നു. റ്റി കോശങ്ങളുടെ ഉപരിതലത്തിൽ രണ്ട് പ്രോട്ടീനുകൾ ഒന്നിപ്പിച്ചത് നിർമ്മിച്ചെടുക്കുന്ന രീതിയിലാണ് അവയെ മാറ്റിയെടുക്കുന്നത്. Chimeric ആണിവ.

ഗ്രീക്ക് പുരാണങ്ങളിൽ രണ്ട് ജീവികൾ ഒന്നിച്ച് ചേർന്നതിനെ ആണ് Chimera എന്ന് വിളിക്കുന്നത്. Chimeric Antigen Receptor

ആണ് 'Car' എന്ന് ചുരുക്കി എഴുതുന്നത്. ഈ പ്രോട്ടീന്റെ ഒരു ഭാഗം അർബുദകോശങ്ങളിൽ മാത്രം പറ്റിപ്പിടിക്കാൻ ഉള്ളതും മറ്റേ ഭാഗം റ്റി കോശങ്ങളെ വീര്യവത്താക്കാനും ഉള്ളതാണ്. രോഗിയിലെ പ്രത്യേക അർബുദകോശങ്ങളെ മാത്രം നേരിടുന്നവയാണിവ, ഇങ്ങനെ ലാബിൽ മാറ്റിയെടുത്ത, രോഗിയുടെ തന്നെ റ്റി സെൽസ് രോഗിയിൽ കുത്തിവച്ചാൽ ഇവ നേരേ പോയി ക്യാൻസർ കോശങ്ങളെ നശിപ്പിച്ചുകൊള്ളും. റ്റി സെൽസിനു മറ്റൊരു പ്രവണതയുമുണ്ട്. ഒരു തവണ ക്യാൻസർ കോശങ്ങളുമായി ഏറ്റുമുട്ടിയാൽ അവ പെട്ടെന്ന് സ്വന്തം രൂപത്തിൽ ആയിരക്കണക്കിനു അതേ റ്റി സെൽസ് ആയി വിഭജിച്ചു പെരുകും. അതുകൊണ്ട് ഒറ്റത്തവണ മാത്രം ഈ റ്റി സെൽസ് കുത്തിവച്ചാൽ മതി. അമേരിക്കയിലെ ഭക്ഷ്യഔഷധി ഭരണസമിതി (Food and Drug Administration) ഈയിടെ അനുമതി നൽകിയ ഈ ചികിത്സാപദ്ധതി ഏറേ വിജയം കാണുകയാണ് പല ക്യാൻസർ രോഗികളിലും.

നിഷ്കൃഷ്ട ചികിത്സ (Precision Medicine)

പല ക്യാൻസറിനും ഒരേ ചികിത്സ അനുവദിക്കുന്ന മറ്റൊരു ആധുനിക രീതി വികാസം പ്രാപിച്ചിച്ചിരിക്കുന്നു കഴിഞ്ഞ രണ്ടു മൂന്നു വർഷങ്ങൾക്കിടയിൽ. ഓരോ അവയവത്തിനും ഓരോ ക്യാൻസർ എന്ന പതിവ് നിശ്ചയരീതി മാറി മൂലകാരണമെന്താണ് എന്നതനുസരിച്ച് ചികിത്സ നിശ്ചയിക്കുകയാണ് ഈ പദ്ധതിയിൽ. വ്യക്തിപരമായ ഈ സമ്പ്രദായം നിഷ്കൃഷ്ട ചികിത്സാപദ്ധതി (Precision medicine) എന്ന് അറിയപ്പെടുന്നു. ഒരു അവയവത്തിന്റെ ക്യാൻസറിനു പൊതുചികിത്സാരീതി എന്ന വ്യവസ്ഥ മാറ്റിയിട്ട് അർബുദ കോശങ്ങളുടെ ഡി.എൻ.എ. വിശദാംശങ്ങൾ നിരീക്ഷിച്ച് ഒരാൾക്ക് അനുയോജ്യമായ ഒരു ചികിത്സ എന്ന് നിജപ്പെടുത്തുകയാണിവിടെ.

ചിലപ്പോൾ പല ക്യാൻസറിനും ഒരേ ചികിത്സ ആകാനും മതി. 12 വിവിധ ക്യാൻസറുകൾക്ക് ഒരേ ഡി.എൻ.എ. പ്രശ്നങ്ങളാണെന്ന് കണ്ടുപിടിക്കപ്പെട്ടിട്ടുണ്ട്. കോശങ്ങൾ വിഭജിക്കുമ്പോൾ അവയിലെ ഡി.എൻ.എ. പകർപ്പെടുക്കുമ്പോൾ ചില തെറ്റുകൾ വരാറുണ്ട്, ഉടൻ റിപ്പയർ ചെയ്യാറുമുണ്ട്. പക്ഷേ ചിലപ്പോൾ ഈ അറ്റകുറ്റപ്പണിയിൽ പാളിച്ച വന്നുഭവിക്കും, ക്യാൻസറിലേക്ക് നയിക്കും. ഇത്തരം ക്യാൻസറുകളെ ഒറ്റയടിക്കു നേരിടാൻ പ്രാപ്തമായ മരുന്നുകൾ നേരത്തെ പ്രസ്താവിച്ച 'ചെക്ക് പോയിന്റ് അമർച്ച' തന്നെ ഈയിടെയാണ് വിപണിയിൽ ഇറങ്ങിയത്. രോഗിയുടെ ക്യാൻസർ കോശങ്ങളിലെ ഡി.എൻ.എ. പരിശോധനയിലാണു തുടക്കം.

വിത്തുകോശചികിത്സകൾ

കീമോതെറാപ്പി എന്നത് വിഭജിക്കുന്ന കോശങ്ങളെ നശിപ്പിക്കാനുള്ളതാണ്. പക്ഷേ എല്ലിന്റെ മജ്ജയിൽ രക്തകോശങ്ങൾ വിഭജിക്കേണ്ടത് അത്യാവശ്യമാണ്. കീമോമരുന്നുകൾ ഈ വിത്തുകോശങ്ങളെ കൊന്നുകളഞ്ഞാൽ രക്തത്തിൽ അത്യാവശ്യകോശങ്ങൾ ഇല്ലാതെ വരും. അതുകൊണ്ട് കീമോതെറാപ്പി കഴിഞ്ഞ് ബന്ധുക്കളുടെ മജ്ജയിൽനിന്ന് വിത്തുകോശങ്ങൾ സംഭരിച്ച് രോഗിയിൽ നിക്ഷേപിക്കുന്ന പദ്ധതി നിലവിലായിട്ട് കുറെക്കാലമായി. ഇൻഡ്യയിൽ പല പ്രസിദ്ധ ആശുപത്രികളിലും ഇതിനുള്ള സംവിധാനവുമുണ്ട്. പക്ഷേ മറ്റൊരാളുടെ കോശങ്ങൾ നമ്മുടെ ശരീരഫിസിയോളജിയുമായി ഒത്തുപോകുന്നില്ലെങ്കിൽ അവ ത്യജിക്കപ്പെടാൻ ഇടയാകുന്നു. ഈ ചികിത്സാ തന്ത്രം ആധുനികവൽക്കരിച്ചെടുത്തിട്ടുണ്ട് ഈയിടെ. കീമോതെറാപ്പിക്ക് മുൻപ് തന്നെ നമ്മുടെ രക്തത്തിൽനിന്നോ മജ്ജയിൽനിന്നോ വിത്തുകോശങ്ങൾ സംഭരിച്ച് ശീതീകരണികളിൽ സൂക്ഷിക്കുക, കീമോതെറാപ്പിക്കുശേഷം അവയെ ഉണർത്തി നമ്മളിൽത്തന്നെ നിക്ഷേപിക്കുക ഇതാണ് വിദ്യ. ഉന്ന ചികിത്സ (Targeted therapy) സാധ്യമല്ലാത്ത മസ്തിഷ്ക ക്യാൻസറുകൾക്കൊക്കെ കീമോതെറാപ്പിയേ നിലവിൽ ഉള്ളൂ. വിത്തുകോശങ്ങൾ നിക്ഷേപിക്കേണ്ട അത്യാവശ്യം ഇത്തരം ക്യാൻസർ ചികിത്സയ്ക്കാണ് ആവശ്യമായി വരുന്നത്. അതിപരിഷ്കൃതമായ ലാബുകൾ ഉണ്ടെങ്കിലേ ഈ പ്രക്രിയ നടപ്പാക്കാൻ സാദ്ധ്യമാകൂ. ഇൻഡ്യയിലെ ചില ആശുപത്രികളിൽ ഇത് ആരംഭിച്ചിട്ടുണ്ടെന്ന് അവകാശപ്പെടുന്നുണ്ട്. ചെലവ് ലക്ഷങ്ങളാണ്.

കുടൽ ബാക്റ്റീരിയയെ മാറ്റിയെടുക്കുക

നമ്മുടെ കുടലിൽ ലക്ഷോപലക്ഷം ബാക്റ്റീരിയ ജീവിക്കുന്നുണ്ട്, നൂറിൽക്കൂടുതൽ സ്പീഷീസുകൾ. അവ പലവയും നമ്മളുടെ ഫിസിയോളജിക്ക് സഹായം ചെയ്യുന്നവയുമാണ്. തലച്ചോറ് പ്രവർത്തനങ്ങളെ വരെ സ്വാധീനിക്കാൻ പോന്നവയാണ് കുടലിൽ വെറുതെ താമസിക്കുന്ന ഇവ. എന്നാൽ ചില ബാക്റ്റീരിയ കോളോൺ ക്യാൻസറിനു തുടക്കമിടുന്നവയാണെന്ന് കണ്ടുപിടിച്ചിട്ടുണ്ട്. മറ്റ് ചിലവയെ മാറ്റിയെടുത്താൽ ശ്വാസകോശാർബുദത്തെ ഗണ്യമായ രീതിയിൽ പ്രതിരോധിക്കാമത്രെ. ചില ബാക്റ്റീരിയ ഒരു പ്രത്യേകതരം ഇമ്മ്യൂൺ കോശങ്ങളെ ഉത്തേജിപ്പിച്ച് ക്യാൻസർ വളർച്ചയെ തടയാൻ പോന്നവയുമാണ്. മറ്റ് ചില കുടൽ ബാക്റ്റീരിയ കീമോതെറാപ്പി മരുന്നുകളെ നിർവ്വീര്യമാക്കാൻ മാത്രം ശക്തിയുള്ളവയാണ്. ഈ വക ബാക്റ്റീരിയ കുടലിൽ കൂടുതലാണെങ്കിൽ കീമോതെറാപ്പി ഫലിക്കാതെ വരും. ക്യാൻസർ വന്ന് കഴിഞ്ഞ് കുടൽ ബാക്റ്റീരിയകളെ

തരം തിരിച്ച്, പ്രശ്നകാരികളെ മാറ്റിയെടുത്തോ സഹായികളെ കൂടുതൽ പ്രവേശിപ്പിച്ചോ ചികിത്സ തുടങ്ങാവുന്നതാണ്. പല സ്പീഷീസ് കുടൽ ബാക്റ്റീരിയയുടെ തോത് നിർണ്ണയിച്ച് ക്യാൻസർ സാദ്ധ്യത മുൻകൂട്ടി അറിയാനും വഴികളുണ്ടത്രേ. ചില സ്പീഷീസ് ബാക്റ്റീരിയയെ ഒതുക്കാൻ ആന്റിബയോട്ടിക് ചികിത്സയും തുടങ്ങാം ക്യാൻസർ ചികിത്സയുടെ ഭാഗമായി. ഭാവിയിലെ ക്യാൻസർ ചികിത്സയുടെ ഗണ്യമായ ഉത്തരവാദിത്തം കുടൽ ബാക്റ്റീരിയയ്ക്ക് നൽകപ്പെട്ടേക്കാം.

ക്യാൻസറിനെ തുടക്കത്തിൽത്തന്നെ കണ്ടുപിടിച്ച് തിരിച്ചറിയാൻ ഉതകുന്ന രക്തത്തിൽ നിന്നെടുക്കുന്ന ഡി.എൻ.എ. ടെസ്റ്റുകൾ ഉടൻ വിപണിയിൽ ഇറങ്ങിയേക്കാം. ട്യൂമറിലേക്ക് നേരിട്ട് കുത്തിവയ്പ്പു നടത്തുന്ന ചില ഉപായങ്ങളും ഗവേഷകർ വ്യക്തമാക്കുന്നുണ്ട്. മേൽപ്പറഞ്ഞ തെറാപ്പികൾ 'ചെക്ക് പോയിന്റ്' അമർച്ച, കാർ റ്റി (Car-T) മുതലായവ ഇൻഡ്യയിലോ കേരളത്തിലോ പ്രാവർത്തികമാകുമോ എന്ന് ആലോചിക്കേണ്ട സമയം കഴിഞ്ഞിരിക്കുന്നു. മേൽ സൂചിപ്പിച്ചതുപോലെ 'mab' എന്ന് അവസാനിക്കുന്ന ആന്റിബോഡികളാണ് ഇന്ന് ഫലപ്രദമായ ചികിത്സാവിധി. പക്ഷേ ഇവയെല്ലാം വളരെ വിലപിടിപ്പുള്ളവയാണ്. ഒരു ഡോസിനു (ചിലപ്പോൾ മൂന്നു മാസം കഴിക്കേണ്ടുന്നതാണ് ഒരു ഡോസ്) തന്നെ മൂന്നോ നാലോ ലക്ഷങ്ങളാണ് വില. അത്തരം ചില മരുന്നുകൾക്ക് പത്ത് ലക്ഷം രൂപവരെ ആയേക്കും. ആന്റിബോഡികൾ നിർമ്മിച്ചെടുക്കുന്ന കമ്പനികൾ ഇൻഡ്യയിൽ ഇല്ല തന്നെ. പാശ്ചാത്യ കുത്തക കമ്പനികൾ ഇവിടെ വിൽക്കുന്ന ഔദാര്യത്തിലാണു നമ്മൾ. മരുന്നുകൾ ഇവിടെത്തന്നെ നിർമ്മിക്കാനുള്ള യാതൊരു ഭാവിപരിപാടികളും ആവിഷ്കരിക്കപ്പെടുന്നില്ല ഇൻഡ്യയിൽ. അതിനുള്ള ശാസ്ത്രജ്ഞന്മാരേയും നിർമ്മിച്ചെടുക്കുന്നില്ല. ഗവേഷണം പലപ്പോഴും കോളേജിൽ അദ്ധ്യാപകനാകാനുള്ള മിനിമം യോഗ്യതയ്ക്കു വേണ്ടിയുള്ളത് മാത്രം ആകുന്നുണ്ട്. മെഡിക്കൽ കോളേജുകൾ ഗവേഷണ സ്ഥാപനങ്ങളേ അല്ല. ജീൻ തെറാപ്പിയും വിത്തുകോശ ട്രാൻസ്പ്ലാന്റേഷനും ഒക്കെ ചെയ്യാൻ പ്രാപ്തമായ അത്യാധുനിക മോളിക്യുലാർ ലാബുകളും അതിനുള്ള ശാസ്ത്രജ്ഞരും നമുക്കില്ല. ആധുനിക ക്യാൻസർ ചികിത്സ അതീവസമ്പത്തുള്ളവർക്കു മാത്രം തീറെഴുതപ്പെട്ടിരിക്കുന്നു. മെഡിക്കൽ എൻട്രൻസ് എഴുതുന്നതു മാത്രം ജീവിതലക്ഷ്യം എന്ന് പഠിപ്പിച്ച് വളർത്തപ്പെടുന്ന പുതുതലമുറയ്ക്കും ആധുനിക ശാസ്ത്രഗവേഷണം എന്നത് അന്യമായിരിക്കും എന്നതാണ് ഇന്നത്തെ ദയനീയത.

■

സ്കിറ്റ്സോഫ്രീനിയ ചികിത്സയിലെ വെല്ലുവിളികൾ

അമ്മാവനു ഭ്രാന്തിന്റെ ലക്ഷണം കണ്ടുതുടങ്ങിയിട്ടുണ്ട്. വെളുത്ത വാവിന്റെ അന്ന് ഇത് കൂടുതലാകുന്നുണ്ട്. അധികം താമസിയാതെ ചങ്ങലയ്ക്കിടേണ്ടി വരും. അല്ലെങ്കിൽ വലിയ തടിയിൽ ദ്വാരമിട്ട് അതിൽ ഒരു കാൽ തിരുകിക്കയറ്റുന്ന രീതിയും പരിഗണിക്കാം. മന്ത്രവാദം പതിവുപോലെ നടക്കട്ടെ. അത്യാവശ്യമെങ്കിൽ ഇലക്ട്രിക് ഷോക്ക് അടിപ്പിക്കാം.

1960കളിൽ ചിലപ്പോൾ 70കളിൽപ്പോലും കേരളത്തിൽ ഭ്രാന്ത് കൈകാര്യം ചെയ്തിരുന്ന രീതിയാണിത്. ഭ്രാന്തിനുള്ള അന്നത്തെ മരുന്നുകൾ, 1952-ൽ കണ്ടുപിടിക്കപ്പെട്ട chlorpromazine ഉൾപ്പെടെ ഇൻഡ്യയിൽ വ്യാപകമായിത്തുടങ്ങിയിട്ടുമില്ല. മോർഫീൻപോലെ തലച്ചോറിനെ മന്ദീഭവിപ്പിക്കുന്ന മരുന്നുകളേ ചികിത്സകരുടെ പക്കൽ ഉണ്ടായിരുന്നുള്ളൂ. 1970-കളോടെ ചില മരുന്നുകൾ ഇൻഡ്യയിലെ വൻ നഗരങ്ങളിൽ എത്തപ്പെട്ട് തുടങ്ങിയിരുന്നു. ബ്രിട്ടീഷുകാർ സ്ഥാപിച്ച 'ഭ്രാന്താലയ'(asylums)ങ്ങളാകട്ടെ, നാടു മുഴുവൻ വ്യാപിച്ചിരുന്നത് അതേപടി പിൻതുടർന്നിട്ടുണ്ട്. മാനസികരോഗികളെ അടക്കിനിർത്താനും ഇട്ടു പൂട്ടാനും ഉള്ള ഇടമെന്നതിൽക്കൂടുതൽ ഒന്നും സാധിച്ചെടുത്തില്ല ഈ വ്യവസ്ഥ. 1970-കളുടെ അവസാനം വരെ ആധുനിക മരുന്നുകൾ ഉൾപ്പെട്ട ഒരു നിശ്ചിത ചികിത്സ ഇല്ലായിരുന്നു എന്നതുതന്നെ സത്യം. ദൈവകോപവും ശാപങ്ങളും ആഭിചാരപ്രക്രിയകളുടേ പരിണിതിയുമായി ഭ്രാന്തിന്റെ കാരണങ്ങൾ നിർവചിക്കപ്പെട്ട് ചികിത്സ എന്നത് ആ വഴിയിൽക്കൂടി നീങ്ങുക എന്നത് പൊതുബോധത്തിൽ പണ്ടേ ആഴ്ന്നിറങ്ങിയിരുന്നു. ഒരു ചെറിയ മാനസികപ്രശ്നത്തിനു വശംവദയായവളെ കഠിനമായ ആഭിചാരപ്രക്രിയകൊണ്ടു മാത്രമേ രക്ഷപ്പെടുത്താനാവൂ എന്ന് അമേരിക്കയിൽനിന്നു വന്ന മലയാളി ഡോക്ടറെക്കൊണ്ട് പറയിച്ച്,

അത് നടപ്പിലാക്കുന്ന കഥയുള്ള സിനിമ (മണിച്ചിത്രത്താഴ് 1993, മറ്റ് ഭാഷകളിൽ പിന്നീട് ഇറങ്ങിയ റിമേക്കുകൾ) മലയാളി സമൂഹത്തിനും പൊതുവേ ഇന്ത്യൻ സമൂഹത്തിനും പ്രിയംകരമായിരിക്കുന്നു ഇന്നും. ഭ്രാന്ത് കുടുംബപരേതരുടെ ശാപത്താൽ സംഭവിക്കുന്നതു മാത്രമാണെന്ന് ഒരു സൈക്യാട്രിസ്റ്റ് തന്നെ തെര്യപ്പെടുത്തുന്ന സിനിമ (പത്താം നിലയിലെ തീവണ്ടി ഇന്നസെന്റ്, സുരേഷ് ഗോപി) 2003-ൽ ഇറങ്ങിയതാണ്, മലയാളികൾ വാഴ്ത്തിയതാണ്. ഭ്രാന്ത് ദൈവകോപപരിണിതി മാത്രമാണെന്ന ചിന്തയുടെ ചരിത്രം വളരെ നീണ്ടതാണ്, ലോകം മുഴുവൻ ഇത് വ്യാപിച്ചിരുന്നു താനും. ദയനീയമായ തലച്ചോർ അപഭ്രംശങ്ങളെ ഏറ്റവും കൂടുതൽ വസൂലാക്കിയത് മതങ്ങൾ തന്നെ.

ചന്ദ്രന്റെ ദശകളും മനോനിലയും തമ്മിലുള്ള ബന്ധം എല്ലാ സമൂഹങ്ങളിലും കെട്ടുകഥയായോ വിശ്വാസമായോ ഉറപ്പിച്ചെടുത്തിട്ടുണ്ട്. വെളുത്തവാവിന്റെ അന്നാണ് ഭ്രാന്ത് തീവ്രതരമാകുന്നത് എന്ന വിശ്വാസം ലോകത്താകമാനം ഉണ്ട്. യൂറോപ്പിൽ പരക്കെയുള്ള വിശ്വാസം പൗർണ്ണമിരാവിൽ മനുഷ്യർ ഹിംസ്രചെന്നായോ (werewolf) രക്തരക്ഷസ്സോ (vampire) ആയി മാറും എന്നാണ്. ബൈബിളിൽ മാത്യുവിന്റെ സുവിശേഷത്തിൽ lunatic എന്ന വാക്ക് കാണാം, അപസ്മാരത്തെ സൂചിപ്പിക്കാനായി. അരിസ്റ്റോട്ടിലും റോമൻ ചരിത്രകാരൻ പ്ലിനിയും ചന്ദ്രൻ വേലിയേറ്റത്തെ ബാധിക്കുന്നതിനാൽ ജലാംശം കൂടുതലുള്ള തലച്ചോറിൽ സമാനമായ ഫലം ഉളവാക്കുന്നെന്നും അത് തലച്ചോർ പ്രവർത്തനങ്ങളെ ബാധിക്കുന്നു എന്നും സമർത്ഥിക്കാൻ ശ്രമിച്ചിട്ടുണ്ട്.

തലച്ചോറിലെ ജലാംശത്തെ ബാധിക്കാൻ മാത്രം ചന്ദ്രന്റെ ഗ്രാവിറ്റിക്ക് ശക്തിയില്ല, വേലിയേറ്റങ്ങൾ ഉണ്ടാക്കുന്നുണ്ട് എങ്കിലും. ചന്ദ്രന്റെ വൃദ്ധിക്ഷയങ്ങൾ പല ജന്തുക്കളിലും പ്രത്യുല്പാദനപരമായ ഫിസിയോളജിയിൽ മാറ്റമുണ്ടാക്കുന്നു, തലച്ചോറിലെ ഹൈപ്പൊതാലാസ്പിറ്റുവിറ്ററി ബന്ധങ്ങൾ മാറി ഹോർമോൺ ചാക്രികതയിൽ ക്രമാന്തരണങ്ങൾ സാധിക്കുന്നു എന്നൊക്കെ തെളിഞ്ഞിട്ടുണ്ട്. പക്ഷികളിൽ ദിനരാത്രചാക്രികത നിയന്ത്രിക്കുന്ന മെലറ്റോണിനും കോർടിക്കോസ്റ്റീറോൺ എന്ന ഹോർമോണും അവയുടെ അളവിൽ ദിവസത്തിൽ മാറ്റമുണ്ടാകാറുണ്ട്. എന്നാൽ വെളുത്തവാവിന്റെ അന്നിത് സംഭവിക്കുന്നില്ല. മനുഷ്യരിൽ ഇത്തരം ധാരാളം പഠനങ്ങൾ നടന്നിട്ടുണ്ട്. വാവുകൾക്ക് തലച്ചോറിനേയോ ന്യൂറോഹോർമോണുകളേയോ സ്വാധീനിക്കാൻ സാദ്ധ്യമാണെന്ന് ഇതു വരെ അസന്നിഗ്ധമായി തെളിഞ്ഞിട്ടില്ല. എങ്കിലും വെളുത്തവാവ്-ഭ്രാന്ത് ബന്ധം കഠിനമായിത്തന്നെ എല്ലാ സമൂഹങ്ങളിലും നിലനിൽക്കുന്നുണ്ട്.

വെളുത്തവാവുന്നാളിലെ അമ്പിളിയുടെ ഗുരുത്വാകർഷണവലിവും (gravitational pull) എലെക്ട്രോ മാഗ്നെറ്റിക് റേഡിയേഷനും മനുഷ്യതലച്ചോറിൽ ന്യൂറോഹോർമോണുകൾ സ്രവിപ്പിക്കപ്പെടാൻ സാദ്ധ്യതയുളവാക്കുന്നു എന്നത് തള്ളിക്കളയേണ്ടതല്ലെന്ന് വിശ്വസിക്കുന്ന ശാസ്ത്രജ്ഞന്മാരുമുണ്ട്.

ഭ്രാന്ത് എന്നൊന്ന് ഇല്ല!

വാസ്തവത്തിൽ ഭ്രാന്ത് എന്നൊരു അസുഖം ഇല്ല തന്നെ. പല മാനസികാസുഖങ്ങളെ ഒന്നിച്ച് വിളിച്ചിരുന്ന പേരാണ് ഭ്രാന്ത്. വ്യത്യസ്തങ്ങളായ, ഒരു മുഴു സ്പെക്ട്രം അസുഖങ്ങൾക്ക് പൊതുവെ കൽപ്പിക്കപ്പെട്ട പേര്. അപസ്മാരമോ ചുഴലിയോ ഒക്കെ ഇതിൽ ഉൾപ്പെട്ട് പോയിരുന്നു ബൈപോളാർ അസുഖം (നേരത്തെ manic depression എന്നറിയപ്പെട്ടിരുന്നു ഇത്), സ്കിറ്റ്സോഫ്രീനിയ ഇവ രണ്ടുമാണ് സാധാരണ 'ഭ്രാന്ത്' എന്ന് വിവക്ഷിക്കപ്പെട്ടിരുന്നത്. ഇന്ന് insantiy എന്ന വാക്ക് വ്യവഹാരങ്ങളിൽ നിന്ന് മാറ്റപ്പെട്ടു കഴിഞ്ഞു, നിയമവ്യവസ്ഥ (legal)യിൽ മാത്രം ഉപയോഗിക്കപ്പെടുന്നു അത്. 'Lunatic' എന്ന വാക്ക് ആക്ഷേപകരവുമാണ്. ശരീരത്തിലെ മറ്റ് ഏത് അവയവത്തിനും വരുന്ന പീഡകൾപോലെ മറ്റൊരു അവയവമായ തലച്ചോറിനു വരുന്ന അസുഖം എന്ന രീതിയിലുള്ള കാഴ്ചപ്പാടിലേക്ക് മാറിക്കഴിഞ്ഞു ലോകസമ്മിതി. ചങ്ങലകളാൽ ബന്ധിപ്പിക്കപ്പെട്ടവരുടേയും തടിയിൽ ഇടപ്പെട്ടവരുടേയും കാറ്റും വെളിച്ചവും കടക്കാത്ത ഇടുങ്ങിയ മുറിയിൽ പൂട്ടിയിടപ്പെട്ടവരുടേയും ലോകം ഇന്നില്ല, അവർക്ക് പൊതുസമൂഹത്തിൽ വ്യാപരിക്കാൻ വിലക്കുകൾ വിരളം. ഭ്രാന്താശുപത്രികൾ ഇന്ന്' മാനസികരോഗാശുപത്രികളായി മാറിയിട്ടുണ്ട്. ഭ്രാന്ത് വന്ന മകന് അമ്മ വിഷം കൊടുത്ത് കൊല്ലേണ്ടതില്ല (തനിയാവർത്തനം സിനിമ). 'കൊല്ലേണ്ടതെങ്ങിനെ' എന്ന് സുഗതകുമാരി കവിതയെഴുതേണ്ടതില്ല.

ഭ്രാന്ത് എന്ന് വിവക്ഷിച്ചിട്ടുള്ളത് രണ്ട് അസുഖങ്ങളുടെ സങ്കരമായിരുന്നു എന്നതാണ് സത്യം. ബൈപോളാർ രോഗവും സ്കിറ്റ്സോഫ്രീനിയയും. ഇവ രണ്ടിന്റേയും ലക്ഷണങ്ങൾ ഭ്രാന്ത് എന്ന് നിർവ്വചിക്കപ്പെട്ടിരുന്ന അസുഖത്തിൽ നിരീക്ഷിക്കാവുന്നതാണ്, കൂടുതലായും സ്കിറ്റ്സോഫ്രീനിയയിലാണ് ഭ്രാന്ത് ലക്ഷണങ്ങൾ കാണുന്നത് എന്നതുകൊണ്ട്.

ബൈപോളാർ അസുഖം ലോകത്ത് 48 മില്യൺ ആൾക്കാരിൽ കാണപ്പെടുന്നു. അമേരിക്കയിൽ 2.4 ശതമാനം ആൾക്കാരിലും. പേരു സൂചിപ്പിക്കുന്നതുപോലെ വികാരങ്ങളുടെ തള്ളിച്ച വരുന്ന വേളകളും അതിവിഷാദത്തിലേക്ക് വഴുതിവീഴുന്ന വേളകളും ഇടവിട്ട് വരുന്നത്

ഇതിന്റെ സ്വഭാവമാണ്. Manic mood ഉം depressive mood ഉം. ഇടയ്ക്ക് സാധാരണ വികാര/പെരുമാറ്റങ്ങൾ തന്നെ. കഠിനതരമാവുമ്പോൾ സൈക്കോസിസ് വന്നു ഭവിച്ചേക്കാം. ജനിതകപരമായും പരിസ്ഥിതിപരമായും കാരണങ്ങൾ ഈ അസുഖത്തിനു പിന്നിലുണ്ട് താരതമ്യേന ചികിൽസിച്ച് രോഗതീക്ഷ്ണതയിൽ ഗണ്യമായ കുറവ് വരുത്താൻ സാദ്ധ്യതയുള്ളതാണ് ബൈപോളാർ അസുഖം. ആണുങ്ങളും പെണ്ണുങ്ങളും ഒരേപോലെ വശംവദരാകാം ഈ മനോരോഗത്തിന്.

സ്കിറ്റ്സോഫ്രീനിയ

സ്കിറ്റ്സോഫ്രീനിയ തീവ്രതരമായ മാനസികരോഗമാണ്. 24 മില്യണോളം ആൾക്കാർ ഇതു ബാധിച്ചവരാണ്. ലക്ഷണങ്ങളാകട്ടെ വളരെ വ്യത്യസ്തങ്ങളാണുതാനും. ഏകദേശം 0.7 ശതമാനം ആൾക്കാർ അവരുടെ ജീവിതത്തിൽ ഈ രോഗം അനുഭവിച്ചവരാണ്. ആണുങ്ങളിലാണ് ഈ മാനസികരോഗം കൂടുതലായി കാണപ്പെടുന്നത്, നേരത്തെ തന്നെ, ചിലപ്പോൾ കുട്ടികൾ ആയിരിക്കുമ്പോൾ തന്നെ ലക്ഷണങ്ങൾ കണ്ടുതുടങ്ങുന്നതും അവരിലാണ്. രോഗകാരണം ജനിതകമോ പാരിസ്ഥിതികമോ ആകാം. പാരിസ്ഥിതികമായ കാരണങ്ങൾ പലതാകാം: കുട്ടിക്കാലത്തെ വിഷമതകൾ, വൻ നഗരങ്ങളിൽ വളരാനിടയായത് കഞ്ചാവ് പോലത്തെ ലഹരിമരുന്നുകൾ ഉപയോഗിക്കൽ, ചില അണുബാധകൾ ഭ്രൂണാവസ്ഥയിൽ അമ്മയ്ക്ക് വേണ്ടത്ര പോഷകം ലഭിക്കാതിരിക്കൽ, കൂടുതൽ പ്രായമായ അച്ഛനും അമ്മയ്ക്കും ജനിക്കുക എന്നതൊക്കെ.

യഥാതഥത്വത്തെ വിലക്ഷണമായും അസ്വാഭാവികവുമായി വീക്ഷിക്കുന്നതാണ് രോഗത്തിന്റെ പ്രധാനലക്ഷണം. ബോധജ്ഞാനപരമായ ഈ മാറ്റം ശ്രദ്ധ കേന്ദ്രീകരിക്കുന്നതിനെ ശിഥിലമാക്കും, ഓർമ്മയിൽ അപഭ്രംശം സംഭവിക്കും, കാര്യനിർവ്വഹണപ്രാപ്തി ന്യൂനതരമാകും. പെരുമാറ്റത്തിലും വികാരപ്രകടനങ്ങളിലും സാരമായ മാറ്റങ്ങൾ വന്നുഭവിക്കും. ലക്ഷണങ്ങളും അടയാളങ്ങളും പലർക്കും പലതായിരിക്കാം, പക്ഷേ പൊതുവായി ഇവയൊക്കെ സൂചകങ്ങളാണ്:

മിഥ്യാഭ്രമം (delusions) യാഥാർത്ഥ്യവുമായി ബന്ധമില്ലാത്ത തോന്നലുകളും വിശ്വാസങ്ങളും. തന്നെ ഉപദ്രവിക്കാൻ ആളുകൾ വരുന്നു, അനന്യമായ കഴിവുകളുണ്ട് തനിക്ക്, മറ്റൊരാൾ തന്നോട് പ്രേമത്തിലാണ്, വൻ ദുരന്തം സംഭവിക്കാൻ പോകുകയാണ്, മറ്റുള്ളവരുടെ ചില ആംഗ്യങ്ങളും സംഭാഷണങ്ങളും തന്നെ മാത്രം ഉദ്ദേശിച്ചാണ് ഇങ്ങനെയൊക്കെ തോന്നൽ.

ഉന്മത്തമായ മായാദൃശ്യത (hallucinations) ഇല്ലാത്ത കാഴ്ചകൾ കാണുക, സംഭാഷണങ്ങൾ കേൾക്കുക, ഇതൊക്കെ അതിശക്തമായി സാധാരണ അനുഭവവ്യവഹാരങ്ങളായി തോന്നുകയും വിശ്വസിക്കുകയും ചെയ്യുക.

മുകളിൽ പരാമർശിച്ച രണ്ടും ഉൽക്കടമാകുമ്പോൾ 'സൈക്കോസിസ്' (psychosis) ഉടലെടുക്കുകയാണ്.

അവ്യക്തവും വികലവുമായ ആലോചനകളും സംസാരവും. ചോദ്യങ്ങൾക്ക് മറുപടി തികച്ചും ബന്ധപ്പെട്ടതല്ലായിരിക്കുക. സംസാരം വെറും കുറെ വാക്കുകൾകൊണ്ട്, അതും അർത്ഥമില്ലാത്തതാകുക.

ക്രമരഹിതവും അവ്യവസ്ഥാപരവും വിലക്ഷണവുമായ ചലനങ്ങളും പെരുമാറ്റവും. കുട്ടികളെപ്പോലെ പെരുമാറുകയോ അപ്രതീക്ഷിതമായി അക്രമാസക്തമാകുകയോ ചെയ്യുക, ലക്ഷ്യമില്ലാത്ത പ്രവർത്തികൾ ചെയ്യുക, അസാധാരണമോ വികലമോ ആയ നിൽപ്പോ നടപ്പുരീതികളൊ അല്ലെങ്കിൽ കൊള്ളരുതാത്തതോ ക്രമാതീതമായതോ ആയ ചലനങ്ങൾ.

മുകൾച്ചൊന്നത് ഉള്ളതിൽക്കൂടുതലായ (positive) ലക്ഷണങ്ങളാണെങ്കിൽ സാധാരണയിൽനിന്നും ന്യൂനതരമായ (negative) രോഗസൂചനകളും ഉണ്ട്. ദൈനംദിനകർത്തവ്യങ്ങൾ നിറവേറാൻ സാധിക്കാതെ വരിക എന്നതാണത്. ശരീരശുദ്ധി പാലിക്കുന്നതിൽ ശ്രദ്ധയില്ലായ്മ, വികാരരഹിതമായ നോട്ടവും സംസാരവും, സമൂഹത്തിൽ നിന്ന് ഉൾവലിയുക, ഒന്നിലും താൽപ്പര്യമില്ലാതിരിക്കുക, ഒരു നിശ്ചിത പ്ലാൻ രൂപീകരിക്കാൻ സാധിക്കാതെ വരിക ഒക്കെ ലക്ഷണമാണ്. സന്തോഷവും സുഖവും അനുഭവിക്കാൻ സാദ്ധ്യമല്ലാതാകുന്നതും ഇത്തരക്കാരിൽ കാണപ്പെടാം. അവബോധവും ഗ്രഹണശക്തിയും തുലോം ന്യൂനതരമായതിനാൽ ശ്രദ്ധയോ ഏകാഗ്രതയോ കമ്മിയായിരിക്കും.

പലപ്പോഴും കുട്ടിയായിരിക്കുമ്പോൾത്തന്നെ സ്കിറ്റ്സോഫ്രീനിയയുടെ ലക്ഷണങ്ങൾ കണ്ടുതുടങ്ങിയേക്കാം. ആണുങ്ങൾക്ക് കൗമാരപ്രായത്തിൽ ഇത് കാണപ്പെടാം എങ്കിൽ സ്ത്രീകളിൽ 20 വയസ്സു കഴിഞ്ഞോ 30 വയസ്സു കഴിഞ്ഞോ മാത്രമാണ് പ്രത്യക്ഷപ്പെടുന്നത്. സൂക്ഷ്മദുർഗ്രഹമായി ചിലപ്പോൾ സ്കൂൾ കാലങ്ങളിൽ ലക്ഷണങ്ങൾ കണ്ടേക്കാം; പഠിത്തത്തിൽ മോശമായിത്തുടങ്ങുമ്പോഴോ മറ്റുള്ളവരുമായുള്ള ബന്ധങ്ങൾ പ്രശ്നഭരിതമാകുമ്പോഴോ അല്ലെങ്കിൽ പഠിക്കാനോ കളിക്കാനോ ഉത്സാഹം കുറയുമ്പോഴോ ശ്രദ്ധിക്കേണ്ടതാണ്, സ്കിറ്റ്സോഫ്രീനിയ ലക്ഷണങ്ങളായേക്കാം. വൻനഗരങ്ങളിൽ

വളരുന്നവരിൽ ഈ അസുഖം കൂടുതലായി കാണപ്പെടുന്നതിന്റെ കാരണങ്ങൾ ദുർഗ്രഹമാണ്. കുടുംബബന്ധഛരിന്നത, ജോലിയില്ലായ്മയും അവഗണനയും ദാരിദ്ര്യപൂർണ്ണമായ ഗൃഹാന്തരീക്ഷം, കുട്ടിയായിരിക്കുമ്പോൾത്തന്നെ അച്ഛനു 40 വയസ്സിൽക്കൂടുതൽ പ്രായമുണ്ടായിരിക്കുക ഒക്കെ സ്കിറ്റ്സോഫ്രീനിയയിലേക്ക് നയിച്ചേക്കാം.

തലച്ചോറിൽ എന്തു സംഭവിക്കുന്നു?

മറ്റ് പ്രധാനരോഗങ്ങളെപ്പോലെ വ്യാപകമായതാണെങ്കിലും സ്കിറ്റ്സോഫ്രീനിയയുടെ മൂലകാരണങ്ങൾ ഇന്നും കൃത്യമായി വേർതിരിച്ചെടുക്കാൻ സാധിച്ചിട്ടില്ല എന്നതാണു സത്യം. അതുകൊണ്ടുതന്നെ ഉചിതമായ മരുന്നുകൾ രൂപീകരിച്ചെടുക്കാൻ സാധിക്കുന്നില്ല എന്നതും സുവിദിതമാണ്. ന്യൂറോ ഇമേജിങ്ങും തന്മാത്രാശാസ്ത്രവും ജെനെറ്റിക്സും പല സൂക്ഷ്മപഠനങ്ങൾ നടത്തിയിട്ടുണ്ട് അവ ചില ദുർഘടങ്ങളെ മാറ്റിത്തന്നിട്ടുമുണ്ട്. എന്നിട്ടും ഒന്നോ രണ്ടോ ജീനുകളോ തലച്ചോറിലെ ഒരു പ്രത്യേക ഘടനാമാറ്റമോ മാത്രമായി ഈ മാനസികരോഗത്തിന്റെ മൂലകാരണത്തെ ചുരുക്കാനാവുന്നില്ല.

ഘടനാപരമായ (anatomical) മാറ്റങ്ങൾ പലതും ഈ രോഗബാധിതരുടെ തലച്ചോറിൽ നിരീക്ഷിക്കപ്പെട്ടിട്ടുണ്ട്. രോഗം മൂർച്ഛിക്കുന്നതനുസരിച്ച് ഈ മാറ്റങ്ങളും കൂടുതൽ വിലക്ഷണമാകുന്നുണ്ട്. ആദ്യമായി അറിഞ്ഞത് തലച്ചോറിന്റെ ആകപ്പാടെയുള്ള വ്യാപ്തി (volume) കുറഞ്ഞതായിട്ടാണ്. തലച്ചോറിനുള്ളിലെ ദ്രാവകം നിറഞ്ഞ അറകൾ (ventricles) വികസിക്കുന്നതും ഒരു ഘടനാവ്യത്യാസം ആണ്. തലച്ചോറിന്റെ പുറമേയുള്ള അടരായ കോർടെക്സ് പലേ പ്രധാന ധർമ്മങ്ങളുടേയും കേന്ദ്രമാണ്. ഓർമ്മ, ചിന്തിക്കൽ. പഠിച്ചെടുക്കൽ, കാര്യകാരണബന്ധം അറിയൽ, വികാരങ്ങൾ, പ്രശ്നങ്ങൾക്ക് എളുപ്പവഴി കണ്ടുപിടിക്കൽ, ബോധജ്ഞാനം, സംവേദനങ്ങൾ സ്വീകരിക്കൽ ഇങ്ങനെ പ്രധാന പ്രവർത്തികളെ കൃത്യമായി നിയന്ത്രിക്കുന്ന ഇടം. ഈ കോർടെക്സ് സ്കിറ്റ്സോഫ്രീനിയ രോഗികളിൽ സാധാരണയിൽനിന്നും നേർത്തതാണ്, പ്രത്യേകിച്ചും ഇടതു ഭാഗത്ത്. കൂടുതൽ നിർണ്ണായകമായ മുൻഭാഗ(frontal)ത്തും വശത്തുള്ളതും (temporal) ആയ കോർടെക്സിലാണ് ഈ കുറവ് വ്യക്തമായി കാണുന്നത്. ടെമ്പൊറൽ ലോബിന്റെ വ്യാപ്തിയും ചെറുതാണ്.

നീണ്ടകാലഓർമ്മയുടെയും ഓർമ്മ വീണ്ടെടുക്കുന്നതിന്റേയും കേന്ദ്രമായ 'ഹിപ്പോകാമ്പസി'നു വലിപ്പം കുറവാണ് രോഗികളിൽ. സ്വശരീരത്തിലെ ഇടങ്ങൾ, പുറത്തുള്ള ഇടങ്ങൾ ഇവയെക്കുറിച്ച്

അറിവു നൽകുന്നതും ഹിപ്പോകാമ്പസ് ആണ്. കാര്യനിഷ്പാദനവും അറിവും തമ്മിൽ ബന്ധപ്പെടുത്തുന്ന 'കോഡേറ്റ് ന്യൂക്ലിയസ് (caudate nucleus), ഉത്തേജനവും അതിന്റെ പ്രതിക്രിയയും പ്രകാശിതമാക്കുന്ന 'പുടാമെൻ' (putamen) ഇവ രണ്ടും കൂടുതൽ വലിപ്പത്തിലാണ് സ്കിറ്റ്സോഫ്രീനിയക്കാർക്ക്. വികാരനിയന്ത്രണത്തിന്റെ കേന്ദ്രമായ അമിഗ്ദല, റിലേ കേന്ദ്രമായ തലാമസ്, നിറവ്, സംതൃപ്തി എന്നിവ ഉളവാക്കുന്ന (ആഹാരം. ലൈംഗികം, മരുന്ന് ഒക്കെ ഇതിൽപ്പെടും) 'ന്യൂക്ലിയസ് അക്കുംബെൻസ് (nucleus accumbens) എന്നിവയൊക്കെ ചില രോഗികളിൽ സാധാരണയിലും ചെറുതാണ്. കോർടെക്സിൽനിന്ന് ഉള്ളിലെ നിയന്ത്രണകേന്ദ്രത്തിലേക്ക് സംവേദനങ്ങൾ അയയ്ക്കുന്ന ന്യൂറോൺ തന്തുക്കളിൽ (axons) വലിയ മാറ്റങ്ങളും നിരീക്ഷിക്കപ്പെട്ടിട്ടുണ്ട്. എന്നാൽ ഈ വക മാറ്റങ്ങൾ ഒന്നും രോഗം നിർണ്ണയിക്കാൻ ഉപയുക്തമല്ല. കാരണം പല രോഗികളിലും ഇതിൽ ചിലതു മാത്രം സംഭവിക്കുന്നു എന്നതുകൊണ്ട്. വ്യക്തികൾ തമ്മിലുള്ള ഈ വ്യത്യാസംകൊണ്ട് സ്കിറ്റ്സോഫ്രീനിയ നിജപ്പെടുത്താൻ സാധാരണസ്കാനിങ്ങ് വിദ്യകൾ ഒരു പോംവഴിയായെടുക്കാൻ സാധിക്കാതെ വരുന്നു.

ന്യൂറോൺ സംവേദനികൾ മര്യാദ വിടുന്നു

ന്യൂറോണുകളിൽനിന്ന് ന്യൂറോണുകളിലേക്ക് സന്ദേശങ്ങൾ പായിക്കുന്ന സംവേദനികൾ (ന്യൂറോട്രാൻസ്മിറ്ററുകൾ) വഴിവിട്ട് പെരുമാറുന്നുണ്ട് സ്കിറ്റ്സോഫ്രീനിയയിൽ. ഇതിൽ പ്രധാനി ഡോപമീൻ എന്ന സംവേദനിയാണ്. ഒരു കാര്യം ചെയ്തുകഴിയുമ്പോഴുള്ള, പ്രതിഫലം കിട്ടിയതിലെ (reward) ഒക്കെ സുഖസന്തോഷപ്രദാനം ഈ ഡോപമീന്റെ പ്രവർത്തിയാണ്. ചലനങ്ങളെ നിയന്ത്രിക്കുന്നതും തൽസമയത്തെ ഓർമ്മ നിലനിർത്തുന്നതും ഉന്നതമായ ബോധജ്ഞാനത്തിനു അടിസ്ഥാനമാകുന്നതും ഡോപമീൻ തന്നെ. തലച്ചോറിന്റെ എവിടെ, എങ്ങനെ ഈ ന്യൂറോസംവേദിനി പ്രവർത്തിക്കുന്നു എന്നത് സുപ്രധാനമാണ്. ഒരു പ്രത്യേക ഇടത്ത് അളവ് കുറഞ്ഞാൽ പാർക്കിൻസൺസ് അസുഖം വന്നുഭവിക്കും. സ്കിറ്റ്സോഫ്രീനിയ തലച്ചോറിൽ ഡോപമീന്റെ അളവ് കൂടുതലാണ് എന്ന് പണ്ടേ കണ്ടുപിടിച്ചു കഴിഞ്ഞിട്ടുണ്ട്. ഇതിന്റെ അളവ് കുറയ്ക്കാനുള്ള മരുന്നുകൾ ഫലപ്രദമാണുതാനും. ഡോപമീനിന്റെ സ്വീകരിണികൾക്ക് തടയിടുകയാണ് മറ്റൊരു മാർഗ്ഗം. സൈക്കോസിസ് കുറയ്ക്കാനുള്ള മരുന്നുകൾ കൃത്യമായും ഡോപമീൻ സ്വീകരിണികളെ നിർവ്വീര്യമാക്കുന്നു എന്ന് തെളിഞ്ഞിട്ടുണ്ട്. പക്ഷേ സ്കിറ്റ്സോഫ്രീനിയയ്ക്ക് ഡോപമീൻ അളവ് വ്യത്യാസം മാത്രമാണ് കാരണം എന്ന് തെളിയിക്കപ്പെട്ടിട്ടില്ല. സ്വീകരിണികളെ

അമർച്ച ചെയ്യുന്നതുകൊണ്ട് മാത്രമല്ല മിക്ക മരുന്നുകളും ഫലിക്കുന്നത് എന്നും മറ്റു കാര്യവിധികൾ ഇതിൽ സംഗതമായിട്ടുണ്ടെന്നുമാണ് അനുമാനം. ഇപ്പോൾ ഉപയോഗിച്ചു വരുന്ന clozapine, respiridone, quetiapine ഒക്കെ ഡോപമീൻ സ്വീകരിണികളുമായി ബന്ധപ്പെട്ടതല്ല. ലഹരി മരുന്നായ ആംഫീറ്റമിൻ ഡോപമിനിന്റെ അളവ് കൂട്ടുന്നുണ്ടെങ്കിലും സൈക്കോസിസ് വരുന്നത് തുടർച്ചയായ അതിന്റെ ഉപയോഗംകൊണ്ട് മാത്രമാണ് എന്നതും ഡോപമിൻ പ്രകല്പന(dopamine hypothesis)യെ തുണയ്ക്കുന്നില്ല. ഡോപമിൻ അളവ് കൂടുന്നത് മറ്റു ഘടനാപരമായ അപഭ്രംശങ്ങളാലാവാമെന്നും നേരിട്ട് ഡോപമിൻ മാറ്റംകൊണ്ട് മാത്രം സ്കിറ്റ്സോഫ്രീനിയ ഉളവാകുന്നില്ലെന്നും അനുമാനമുണ്ട്.

മറ്റു ന്യൂറോസംവേദിനികളും സ്കിറ്റ്സോഫ്രീനിയ നിദാനത്തിനു കാരണമായേക്കാം. ഗ്ലൂടമേറ്റ് (Glutamate) എന്ന സംവേദിനി ഇതിലൊന്നാണ് ഈ ട്രാൻസ്മിറ്ററിന്റെ ധർമ്മം ഓർമ്മ, ബോധജ്ഞാനം, മൂഡ് നിയന്ത്രണം ഒക്കെയാണ്. ഇതിന്റെ പ്രവർത്തനത്തെ പ്രതിരോധിക്കുന്ന ലഹരിമരുന്നായ പി സി പി (PCP, phencyclidine, "Angel Dust") സ്കിറ്റ്സോഫ്രീനിയയ്ക്ക് സമാനമായ ലക്ഷണങ്ങൾ ഉളവാക്കുന്നുണ്ട്. കൂടാതെ രോഗികളുടെ തലച്ചോറിൽ മാറ്റങ്ങൾ ഭവിച്ചിട്ടുള്ള ന്യൂറോവലയങ്ങളിലെ പ്രധാന സംവേദിനിയും ഗ്ലൂടമേറ്റ് ആണ്. പോസ്റ്റുമോർട്ടം തലച്ചോർ പഠനങ്ങളിൽനിന്ന് ഗ്ലൂടമേറ്റ് സ്വീകരിണികളുടെ വ്യത്യാസങ്ങൾ സ്കിറ്റ്സോഫ്രീനിയയിൽ കൃത്യമായി തെളിയുന്നുണ്ട്.

ന്യൂറോസംവേദിനികളിൽ പ്രധാനിയായ സിറടോണിനും സ്കിറ്റ്സോഫ്രീനിയയിൽ അപമര്യാദയായി പെരുമാറുന്നുണ്ട്. പഠിച്ചെടുക്കൽ (learning), ഓർമ്മ, ഉറക്കം, സന്തോഷം, ലൈംഗികപെരുമാറ്റം, വിശപ്പ് ഇവയൊക്കെ നിയന്ത്രിക്കുന്നുണ്ട് സിറടോണിൻ. സ്കിറ്റ്സോഫ്രീനിയ രോഗികളുടെ തലച്ചോറിൽ സിറടോണിന്റെയോ അതിന്റെ സ്വീകരിണികളുടേയോ അളവിലും വിന്യാസങ്ങളിലും മാറ്റം ഉണ്ടായതായി നിരീക്ഷിക്കപ്പെട്ടിട്ടുണ്ട്. മറ്റൊരു ന്യൂറോട്രാൻസ്മിറ്റർ ആയ 'ഗാബാ'(GABA)യുടെ പ്രവർത്തനങ്ങളും മന്ദീഭവിക്കപ്പെടുന്നുണ്ട് സ്കിറ്റ്സോഫ്രീനിയയിൽ. ന്യൂറോഹോർമോൺ ആയ നോർഎപിനെഫ്രിൻ, കൂടാതെ കോളിസിസ്റ്റോകൈനിൻ, ന്യൂറോറ്റെൻസിൻ ഇവയൊക്കെ സ്കിറ്റ്സോഫ്രീനിയയാൽ അപഭ്രംശം സംഭവിച്ച തലച്ചോറിടങ്ങളിൽ അളവ് മാറ്റങ്ങൾ പ്രദർശിപ്പിക്കുന്നുണ്ട്.

ഡോപമീൻ സിദ്ധാന്തം സ്കിറ്റ്സോഫ്രീനീയ ഉളവാകുന്നതിന്റെ ആധാരമായിരുന്നെങ്കിലും മറ്റ് ന്യൂറോസംവേദിനികളെപ്പറ്റിയുള്ള

അറിവുകൾ പുതിയ തിരുത്തലുകൾ ആവശ്യമാക്കിയിരിക്കയാണ്. രക്തപരിശോധന വഴി ഇവയുടെ അളവ് കണ്ടുപിടിക്കുന്നത് ഒരു ഡയഗ്നോസിസ് അല്ല എന്നുള്ളത് രോഗം നിർണ്ണയിക്കുന്നതിനെ സങ്കീർണ്ണമാക്കുകയാണ്. Magnetic resonance spectroscopy, functional MRI ഇവയൊക്കെ കൂടുതൽ കൃത്യത സംഭാവന ചെയ്യും എന്ന പ്രത്യാശയുണ്ട്. തലച്ചോറിന്റെ ഘടനാവ്യത്യാസമോ ന്യൂറോ ട്രാൻസ്മിറ്റർ വ്യത്യാസങ്ങളോ ഏതാണ് ആദ്യം സംഭവിക്കുന്നത് എന്നത് കോഴിയോ മുട്ടയോ എന്ന സംശയച്ചോദ്യത്തിനു സമമായി നിലകൊള്ളുന്നു.

ജനിതക കാരണങ്ങൾ

സ്കിറ്റ്സോഫ്രീനിയ ഉണ്ടാകാനുള്ള അപകടസാദ്ധ്യത ജനിതകപരമാണ്, 70-80 ശതമാനത്തോളം. ഈ കണക്കുകൂട്ടലിൽ വ്യത്യാസം വന്നേക്കാം, കാരണം പരിസ്ഥിതിപരമായ സ്വാധീനം ഇതിൽ ഇടപെടുന്നുണ്ട് എന്നതിനാൽ. കൂടപ്പിറപ്പുകൾക്ക് സ്കിറ്റ് സോഫ്രീനിയ ഉണ്ടെങ്കിൽ സാദ്ധ്യത 6.5 ശതമാനമാണ്. മാതാപിതാക്കൾക്കുണ്ടെങ്കിൽ മക്കൾക്ക് ഇത് വരാനുള്ള സാദ്ധ്യത 50 ശതമാനമാണ്. ഒരു പ്രത്യേക dominant ജീനോ ഒരു പ്രത്യേക ക്രോമൊസോമിലെ നിശ്ചിത ഇടമോ (locus) നിജപ്പെടുത്താൻ ഇതുവരെ സാധിച്ചിട്ടില്ല. പല ജീനിനും ചെറിയ ഒരു പ്രഭാവമേ വരുത്താൻ സാധിക്കുന്നുള്ളൂ. ചില ക്രോമസോമുകളുടെ നിശ്ചിത ഇടങ്ങൾ ഇരട്ടിച്ചതായോ ഇല്ലാതായോ കാണപ്പെടുന്നുണ്ട്. ക്രോമസോം 6, 8, 22 കളിൽ ചില ഇടങ്ങൾ സ്കിറ്റ്സോഫ്രീനിയ വരാനുള്ള സാദ്ധ്യതയുമായി ബന്ധപ്പെട്ടാണിരിക്കുന്നത്. ഒരു നിശ്ചിത എണ്ണം രോഗികളിൽ ഒരു ക്രോമസോം ഇടമോ ഒരു ജീനോ അസുഖവുമായി ബന്ധപ്പെടുത്തിയാൽത്തന്നെ അത് സാർവ്വലൗകികമല്ലെന്ന് പിന്നീട് തെളിയുകയാണ്.

ഡോപമിൻ സ്വീകരിണിയുടെ ജീനുമായി ബന്ധപ്പെടുത്തിയ ജനിതകപഠനങ്ങൾ ഇതാണ് തെളിയിച്ചത്. 60ൽക്കൂടുതൽ ജീനുകളുടെ മാറ്റങ്ങൾ ഇന്ന് സ്കിറ്റ്സോഫ്രീനിയ പട്ടികയിലുണ്ട്. CRHR1 എന്നൊരു ജീൻ ആത്മഹത്യാപ്രവണതയ്ക്ക് പിന്നിലുണ്ട് എന്നൊരു അനുമാനമുണ്ട്. പാരമ്പര്യമായി സ്കിറ്റ്സോഫ്രീനിയ ഉളവാകുമ്പോൾ ജനിതകപരമായി എന്താണ് കൈമാറ്റം ചെയ്യപ്പെടുന്നത് എന്നത് നിശ്ചയിക്കേണ്ടിയിരിക്കുന്നു. ഒരു സാദ്ധ്യത ജീനുകൾ പരിസ്ഥിതിയുടെ പ്രഭാവത്താൽ മാറപ്പെടുന്നു എന്നതാണ്. മറ്റൊരു സാദ്ധ്യത പല ലക്ഷണങ്ങളുടെ സങ്കരമാണ് സ്കിറ്റ്സോഫ്രീനിയ, അതുകൊണ്ട് പല ജീനുകൾ സ്വാധീനം ചെലുത്തുന്നുണ്ടായിരിക്കണം എന്നതാണ്. ചില കുടുംബങ്ങളിൽ ഒരേ മാതിരി ലക്ഷണങ്ങളുള്ള

രോഗം കാണപ്പെടുന്നുണ്ട്. എന്നത് ഒരു നിശ്ചിത ജീൻ സംഘം ഒന്നിച്ച് അടുത്ത തലമുറയിലേക്ക് കൈമാറ്റം ചെയ്യപ്പെടുന്നു എന്ന അനുമാനത്തിലെത്തിക്കുന്നുണ്ട്.

പരിസ്ഥിതിയുടെ സ്വാധീനം, സാഹചര്യങ്ങളുടെ കെടുതികൾ

കുടുംബപരമായ പഠനങ്ങൾ അസന്ദിഗ്ദ്ധമായി തെളിയിച്ചിട്ടുണ്ട് സാഹചര്യങ്ങൾ സ്കിറ്റ്സോഫ്രീനിയയിലേക്ക് നയിക്കുന്നതിന്റെ സത്യങ്ങൾ. അവ 30 മുതൽ 50 ശതമാനം വരെ ആകാൻ സാദ്ധ്യതയുണ്ട്. ജനിതകഘടകങ്ങൾ പ്രാരംഭപ്പടി തുറക്കുകയാണ്, ന്യൂറോണുകൾ പരിസ്ഥിതിക്ക് വശംവദരാകാൻ അടിമപ്പെട്ട് പോവുകയാണ്. അമ്മയുമായിട്ടുള്ള സ്നേഹബന്ധത്തിലെ വിള്ളലുകൾ, ദാരിദ്ര്യം, മറ്റ് സംഘർഷങ്ങൾ, അണുബാധകൾ ഇവയൊക്കെ പിന്നീട് സ്കിറ്റ്സോഫ്രീനിയ ഉളവാകാൻ വഴിതെളിച്ചേക്കാം. സൈക്കോസോഷ്യൽ വൈവിദ്ധ്യഘടകങ്ങളേക്കാൾ ഇന്ന് തലച്ചോർ വളർച്ചയെ ബാധിക്കുന്നവയ്ക്ക് പ്രാധാന്യം ഏറുകയാണ്. ആഘാതങ്ങൾ പലതാണ്; ഗർഭ/പ്രസവ സങ്കീർണ്ണതകൾ, ഭ്രൂണത്തിന്റെ അണുബാധ, ജനിച്ച കാലാവസ്ഥ, ഗർഭകാലപട്ടിണി ഇവയൊക്കെ. നീണ്ട സമയം എടുത്തുള്ള പ്രസവം, അകാലജനനം, പ്രീ എക്ലാമ്പ്സിയ എന്ന പ്രസവപ്രശ്നം, ജനനസമയത്തുള്ള stress, ആവശ്യത്തിന് ഓക്സിജൻ കിട്ടാതെ വരിക എന്നതൊക്കെ പിൽക്കാലത്ത് സ്കിറ്റ്സോഫ്രീനിയ ഉടലെടുക്കാനുള്ള സാദ്ധ്യതകൾ വർദ്ധിപ്പിക്കയാണ്. എന്നാൽ സ്വതവേ ജനിതകപരമായ ദോഷങ്ങൾ ഉള്ളവരെയാണ് ഇത്തരം പരിസ്ഥിതിപരമായ ആഘാതങ്ങൾ സ്കിറ്റ്സോഫ്രീനിയയിലേക്ക് നയിക്കുന്നത് എന്ന അനുമാനവും ഉണ്ട്.

മേൽപ്പറഞ്ഞ സങ്കീർണ്ണപ്രശ്നങ്ങൾ എപ്രകാരമാണ് മാനസികാപഭ്രംശത്തിലേക്ക് നയിക്കുന്നത് എന്നതിൽ പ്രധാനം തലച്ചോറിനുഭവിക്കുന്ന മാറ്റങ്ങൾ തന്നെയായിരിക്കണം. പ്രസവസമയത്ത് ഓക്സിജൻ ലഭ്യത കുറഞ്ഞാൽ ഹിപ്പോകാമ്പസ് എന്ന ഭാഗം വേണ്ടവണ്ണം പരിപക്വമാവുകയില്ല. സ്കിറ്റ്സോഫ്രീനിയയിൽ കാണപ്പെടുന്നതുപോലെ കൂടുതൽ വലിപ്പം വെച്ച തലച്ചോർ അറകൾ (ventricles) ജനനസമയത്ത് പ്രശ്നങ്ങളുണ്ടായ കുഞ്ഞുങ്ങളിൽ കാണാറുണ്ട്. പക്ഷേ ഇങ്ങനെ സംഭവിച്ച പല കുഞ്ഞുങ്ങൾക്കും സ്കിറ്റ്സോഫ്രീനിയ ഉണ്ടാകുന്നില്ല എന്നത് ഒരു കൃത്യ അനുമാനം നിർമ്മിച്ചെടുക്കുന്നതിൽ തടസ്സങ്ങൾ സൃഷ്ടിക്കുന്നു. ഒരേ ഒരു പരിസ്ഥിതി ഘടകം സ്കിറ്റ്സോഫ്രീനിയ ഉളവാക്കാൻ കാരണമാകുന്നു എന്ന് സ്ഥിരീകരിക്കാൻ സാധിക്കുന്നില്ല ഇപ്പോൾ. പല ഘടകങ്ങൾ,

ചെറിയ സ്വാധീനങ്ങൾ ചെലുത്തുന്നവ പലേ ജീനുകളെ ചെറുതായിട്ടെങ്കിലും ദോഷപ്പെടുത്തുന്നു,ഇവ ഒന്നിക്കുമ്പോൾ പരിണതി കൂടുതൽ ദോഷകരം ആവുന്നു എന്ന ആശയമാണ് മിക്ക ശാസ്ത്രജ്ഞർക്കും ഇന്ന്.

എപിജെനെറ്റിക്സ് അഥവാ ഉപരിജനിതകം

പരിസ്ഥിതിയുടെ സ്വാധീനംകൊണ്ട് ജീനുകളിൽ മാറ്റം വരാം. ഇതിൽ ചിലവ സ്ഥിരമായിത്തീരും, അടുത്ത തലമുറയിലേക്ക് പകരാനും ഇടയാകും. Epigenetics എന്നറിയപ്പെടുന്നു ഇത്. ഡി.എൻ. എയുടെ തന്മാത്രകളിന്മേൽ വരുത്തുന്ന സൂക്ഷ്മമായ മാറ്റങ്ങളാണ് ജീനുകളുടെ പ്രവർത്തനത്തെ ബാധിക്കുന്നത്. സ്കിറ്റ്സോഫ്രീനിയയിൽ മാറ്റം സംഭവിക്കുന്ന പല ജീനുകൾക്കും ഇത്തരം രാസമാറ്റം സംഭവിക്കുന്നുണ്ട്. രോഗം ബാധിച്ചവരുടെ തലച്ചോറിന്റെ പല ഭാഗങ്ങളിൽ നിന്നായി എടുത്ത സാമ്പിളുകളിലെ 60 ഓളം ജീനുകൾ പരിശോധിച്ചപ്പോൾ അവയിൽ ഘടനാവ്യത്യാസങ്ങൾ വന്നതായി തെളിഞ്ഞു. ഡി.എൻ.എയിൽ 'മിതൈൽ ഗ്രൂപ്പ്' (CH3) ചേർത്തിരിക്കയാണ്. 'മെതിലേഷൻ' എന്നാണിതിനു പേര്. ഭ്രൂണ വളർച്ച, കോശങ്ങളുടെ നിജസ്ഥിതി തീരുമാനിക്കൽ, നാഡീവ്യവസ്ഥയുടെ വളർച്ച, നിജപ്പെടുത്തൽ ഒക്കെ നിയന്ത്രിക്കുന്ന ജീനുകളാണിവ എന്നും കണ്ടുപിടിക്കപ്പെട്ടു.

വേർപ്പെട്ട ഇരട്ടകളിൽ നടത്തിയ പരീക്ഷണങ്ങൾക്ക് കൂടുതൽ അസന്നിഗ്ദ്ധതയുണ്ട്: ഒരേ ജനിതകം പേറുന്നവർ, രണ്ടിടത്തു വളർന്നവരിൽ പക്ഷേ ഒരാൾക്കു മാത്രം സ്കിറ്റ്സോഫ്രീനിയ ബാധിച്ചവരിൽ, ഈ മെതിലേഷൻ വ്യത്യസ്തമായി നിരീക്ഷിക്കപ്പെട്ടു. മറ്റൊരു എപ്പിജെനെറ്റിക് പ്രവർത്തവിധം ഡി.എൻ.എയെ പൊതിയുന്ന 'ഹിസ്റ്റോൺ' എന്ന പ്രോട്ടീനു രാസമാറ്റം വരുത്തുന്നതാണ്. ഇതും സ്കിറ്റ്സോഫ്രീനിയക്കാരുടെ തലച്ചോറിലെ പല ഇടങ്ങളിൽ നിന്നുള്ള ജീനുകളിലാണ് പരിശോധിക്കപ്പെട്ടത്.

ജീനുകൾ പ്രോട്ടീൻ നിർമ്മിച്ചെടുക്കാൻ വേണ്ടി ഇടനിലയ്ക്കായി നിജപ്പെടുത്തുന്ന 'ആർ.എൻ.എ' തന്മാത്രകൾക്ക് ഭംഗം വരുന്നതും മറ്റൊരു ഉപരിജനിതക സംഭവമാണ്. സ്കിറ്റ്സോഫ്രീനിയ ബാധിച്ച തലച്ചോറിലെ പല ജീനുകളും മാറിപ്പോകുന്നതിന്റെ പിന്നിൽ ഈ ആർ.എൻ.എ. മാറ്റവും പ്രവർത്തിക്കുന്നുണ്ടത്രെ. ഇങ്ങനെ 'തന്മാത്രാവടുക്കൾ (molecular scars) പരിസ്ഥിതി ആഘാതങ്ങൾ പ്രകാരം സംജാതമായത് സ്കിറ്റ്സോഫ്രീനിയയുടെ ജനിതകപശ്ചാത്തലമായി കണക്കാക്കുന്നതിൽ അനൗചിത്യമില്ലത്രെ. ഭ്രൂണാവസ്ഥയിലോ വളരുന്ന കാലത്തോ പരിസ്ഥിതി ആഘാതം മാനസികമോ ശാരീരികമോ

മൂലം ഇത് സംഭവിക്കാം, മാനസിക പ്രശ്നങ്ങൾക്ക് വഴിതെളിക്കാം. മേൽച്ചൊന്നപോലെ ഈ ഡി.എൻ.എ. മാറ്റം സ്ഥായി ആയെങ്കിൽ അടുത്ത തലമുറയിലേക്ക് പകർന്നെന്നുമിരിക്കും.

സൈക്യാട്രിസ്റ്റിന്റെ വെല്ലുവിളികൾ

സ്കിറ്റ്സോഫ്രീനിയയ്ക്ക് കൃത്യമായ ചികിത്സ ഇന്നില്ല. പല മരുന്നുകളും സൈക്കോസിസിനെ മന്ദീഭവിപ്പിക്കുന്നവയാണ്. Risperidone, Aripiprazole പോലത്തെ പുതിയ മരുന്നുകൾ കൂടുതൽ കൃത്യതയുള്ളവയാണ്, ഒരു ഡോസിനുതന്നെ നീണ്ടനാളത്തെ പ്രവർത്തനശേഷിയുമുണ്ട്. Aripiprazole ബൈപോളാർ അസുഖത്തിനും ഉപയോഗയോഗ്യമാണ്. എന്നാൽ ക്ലോസാപിൻ (Clozapine) എന്ന മരുന്നിനു പല രോഗികളിലും പല രീതിയിലുള്ള പ്രതിക്രിയയാണ്. രോഗിയുടെ അല്ലെങ്കിൽ രോഗത്തിന്റെ ജനിതകഘടനയിലുള്ള മാറ്റങ്ങളായിരിക്കും കാരണം. മരുന്നിനോടൊപ്പം പെരുമാറ്റ (behavioural) തെറാപ്പി അത്യാവശ്യമാണ്, ഫലം ചെയ്യുന്നതാണ്. Deep brain stimulation ഫലപ്രദമാണെന്നും തെളിഞ്ഞിട്ടുണ്ട്. തലച്ചോറിലെ മാറ്റങ്ങൾ ഉന്മാദമായോ ഹാലുസിനേഷൻ ആയോ മിഥ്യാഭ്രമം ആയോ പുറമേ വെളിവാകുന്നത് എങ്ങനെയെന്ന് കൃത്യമായ അറിവില്ല. ഏതു ജീൻ ഏതു ലക്ഷണത്തിനു പിന്നിൽ എന്നത് പറഞ്ഞുതരാൻ അത്യാധുനികസാങ്കേതികത പ്രാപ്തമാകുന്നില്ല.

സ്കിറ്റ്സോഫ്രീനിയ ഒഴിവാക്കാനോ തടയാനോ സൂത്രങ്ങളില്ല. ലക്ഷണങ്ങൾ ഗുരുതരമാകാതിരിക്കാനുള്ള ഉപാധികളുണ്ട്, അത്രമാത്രം. മേൽവിവരിച്ച തലച്ചോർ ദോഷങ്ങൾ ന്യൂറോപാത്തോളജി, ഘടനാപരമായ മാറ്റങ്ങൾ, ജനിതകപരമായ ജടിലത, എപിജെനെറ്റിക് വ്യത്യാസങ്ങൾ ഓരോ രോഗിയിലും ഓരോ തരത്തിൽ പ്രത്യക്ഷപ്പെടുന്നു എന്നത് ചികിത്സാനിർണ്ണയങ്ങൾ എളുപ്പമല്ലാതാക്കുകയാണ്. ഭാവിയിൽ സൈക്യാട്രിക് രോഗനിർണ്ണയം രോഗിയുടെ മസ്തിഷ്കത്തിലെ മാറ്റങ്ങൾ അടിസ്ഥാനമാക്കി ആയിരിക്കും. രോഗലക്ഷണങ്ങൾ മാത്രം വീക്ഷിച്ചിട്ട് ആയിരിക്കില്ല. 3D MRI നിർമ്മിതബുദ്ധിയുടെ സഹായത്തോടെ രോഗം നിശ്ചയിക്കാൻ സഹായിക്കുന്നുണ്ട്. Functional MRIയും.

Reference

1. Lynn, E. D. What a clinician should know about the neurobiology of schizophrenia: A historical perspective to current understanding. Focus 18:368-374 2020

2. Ban T. A. Fifty years of chlorpromazine: A historical perspective. Neuropsychiatric Disease and treatment 3:495-500 2007
3. Zhang, W., Zhang, M., Yan, H., Meng, Q. Human forebrain organoid-based multi-omics analyses of PCCB as a schizophrenia associated gene linked to GABAergic pathways. Nature Communications 14: Article number 5176, 2023
4. Sabe, M., Pillinger, T., Kaiser, S., Solm, M. Half a century of research on antipsychotics and schizophrenia: A scientomteric study of hotspots, nodes, bursts, and trends. Neuroscience and Behavioral Reviews. 136: 104608 2022
5. Weickert, T. W. and Weickert C. S. A path to novel, effective treatments for schizophrenia. Neuropsychopharmacology 2023 https://doi.org/10.1038/s41386-023-01705-1
6. Ursini, G., Di Carlo, P., Weiberger D. R. Prioritization of potential causative genes for schizophrenia in placenta Nature Communications 14: Article number 2613. 2023
7. Zhang, J., Rao, V. M., Tian, Y. and Guo, J. Detecting schizophrenia with 3D structural brain MRI using deep learning. Scientific Reports 13: Article number:14433. 2023
8. Mishra, A., Mathai, T. and Ram, D. History of psychiatry: An Indian perspective. Indian Psychiatry Journal 27:21-26 2018

■

എരിവ്, ചൂട്, സ്പർശം അനുഭവങ്ങളുടെ ജീനുകൾ

ഡോ. ഡേവിഡ് ജൂലിയസ് (David Julius), ഡോ. ആർഡേം പറ്റാപൗടിയൻ (Ardem Patapoutian) എന്നിവർക്ക് 2021-ലെ Physiology and Medicine നോബെൽ സമ്മാനം നൽകിയത് ജന്തുക്കൾക്ക് സ്വാഭാവികമായ ചില അനുഭവങ്ങളുടെ വിശദതന്മാത്രാശാസ്ത്രം അനാവരണം ചെയ്തതിനാണ്. എരിവ് എങ്ങനെ ഉളവാക്കപ്പെടുന്നു അതിന്റെ ന്യൂറോബയോളജി എങ്ങനെ, ചൂട് എന്ന അനുഭവം എന്താണ്, സ്പർശം എന്ന സമ്മർദ്ദം എങ്ങനെയാണ് ന്യൂറോണുകളുടെ വിദ്യുത്സന്ദേശങ്ങളായി മാറുന്നത് എന്നതൊക്കെ തികച്ചും ആധുനികമായ വിദ്യകളോടെയാണ് പഠിച്ചെടുക്കപ്പെട്ടത് എന്ന് മാത്രമല്ല പലേ അസുഖങ്ങൾക്കും നൂതനമായ ചികിത്സാപദ്ധതികൾ വെട്ടിത്തുറന്നു എന്നത് ആരോഗ്യരംഗത്ത് വിപ്ലവം സൃഷ്ടിച്ചതുമാണ്.

ഡോ. ജൂലിയസ് യൂണിവേഴ്സിറ്റി ഓഫ് കാലിഫോർണിയ, സാൻഫ്രാൻസിസ്കോയിലും ഡോ. പറ്റാപൗടിയൻ സ്ക്രിപ്സ് ഇൻസ്റ്റിറ്റ്യൂട്ട്, ലഹോയയിലും (രണ്ടും കാലിഫോർണിയയിൽത്തന്നെ) ശാസ്ത്രജ്ഞരാണ്. ശുദ്ധ സെൽ ബയോളജി പഠനങ്ങൾ നേരേ ക്ലിനിക്കൽ ടെക്സ്റ്റ് പുസ്തകത്തിലെ താളുകളിൽ ചെന്നുകയറുന്ന അപൂർവ്വം സംഭവവുമാണ് ഇവിടെ വിദിതമായത്. പ്രധാനമായും വേദന എന്ന സാർവ്വലൗകികവ്യാധിയോട് പൊരുതാൻ പുതിയ വഴികൾ തേടാമെന്ന ശുഭാപ്തിവിശ്വാസവും.

ഡോ. ജൂലിയസ് മുളകിലെ എരിവ് വസ്തുവായ ക്യാപ്സൈസിൻ ഏതു ജീനിനെ, ഏതു പ്രോട്ടീനിനെ ഉണർത്തുന്നു എന്നറിയാൻ ചൂട്, വേദന എന്നിവയ്ക്ക് ആധാരമായ ജീനുകളിൽ വിശദമായ അന്വേഷണം നടത്തി TRPV1 എന്ന ജീനിൽ എത്തപ്പെടുകയായിരുന്നു. ഇത്തരം ജീനുകൾ പ്രധാനമായും ന്യൂറോണുകളുടെ ഉപരിതലത്തിലെ സ്തരത്തിൽ (plasma membrane) സ്ഥിതി ചെയ്യുന്ന 'ചാനൽ' പ്രോട്ടീനുകൾ നിർമ്മിച്ചെടുക്കുന്നവയാണ്. ഇവ

സോഡിയം, പൊട്ടാസ്യം, കാൽഷ്യം എന്നിവ കോശങ്ങളിലേക്കും പുറത്തേക്കും പ്രവേശിക്കാനുതകുന്നതാണ്, 'ion channel' എന്ന് വിളിക്കപ്പെടുന്നവ. ഡൊ. പറ്റാപൗടിയൻ ആകട്ടെ, സ്പർശം പോലെ യാന്ത്രികമായ സമ്മർദ്ദങ്ങൾ വിദ്യുത്സന്ദേശങ്ങളായി എങ്ങനെ മാറ്റപ്പെടുന്നു എന്നാണ് അന്വേഷിച്ചത്. ഇതിനു കഴിവുള്ള കോശങ്ങൾ തെരഞ്ഞുപിടിച്ച് അവയിൽ ഏത് ജീനുകൾ ഉണർന്നുവരുന്നു സ്പർശങ്ങളാൽ എന്ന് പഠിക്കുകയായിരുന്നു തന്ത്രം. ആ കോശങ്ങളിലെ പല ion channel ജീനുകളും ഓരോന്നോരോന്നായി നിർവ്വീകരിച്ചിട്ട് ചെറിയ സ്പർശത്തോട് പ്രതികരിക്കാത്ത കോശങ്ങളെ വേർതിരിക്കുകയും അവയിൽ ഏതു ജീൻ ആണ് ഇല്ലാതായത് എന്ന് കണ്ടുപിടിക്കുകയുമായിരുന്നു തന്ത്രം. രണ്ട് ion channel ജീനുകളാണ് കയ്യിൽ തടഞ്ഞത്. Piezo1, Piezo2 എന്നിവ. സ്പർശം സൃഷ്ടിക്കുന്ന സമ്മർദ്ദത്താൽ കോശസ്തരത്തിന്മേൽ വലിവുകൾ ഭവിക്കുകയും ഈ ജീനുകൾ നിർമ്മിക്കുന്ന പ്രോട്ടീനുകളുടെ ചാനൽ തുറക്കുകയും ചെയ്യുന്നു എന്നത് വളരെ പുതുമയേറിയ കണ്ടുപിടിത്തം തന്നെയായിരുന്നു. വേദനയുടേയും സ്പർശസമ്മർദ്ദത്തിന്റേയും മോളിക്യുലാർ ബയോളജി എന്ന പുതിയ അദ്ധ്യായം ശാസ്ത്രചരിത്രത്തിൽ എഴുതപ്പെട്ടു ഇതോടെ.

ഈ പ്രോട്ടീനുകളുടെ ആകൃതിയും ഘടനയും വെളിവാക്കാൻ ഒരു ആധുനികവിദ്യതന്നെ ഉപയോഗപ്പെടുത്തുകയായിരുന്നു എന്നത് കൗതുകകരമാണ്. 2017-ൽ നോബൽസമ്മാനം നൽകി ആദരിക്കപ്പെട്ട 'Cryo-electron microscopy' തന്നെ അത്. വളരെ താഴ്ന്ന ഊഷ്മാവിൽ പ്രോട്ടീൻ കണികകളെ തനതുരൂപത്തിൽത്തന്നെ വീക്ഷിക്കാനുള്ള വിദ്യ. ജീവശാസ്ത്രവും ഫിസിക്സും തമ്മിലുള്ള കൈകോർക്കൽ. TRPVയുടേയും പീസോ പ്രോട്ടീനുകളുടേയും പ്രവർത്തനരീതികൾ നിരീക്ഷിക്കാൻ ഈ ചിത്രലേഖനങ്ങൾ തെല്ലല്ല സഹായിച്ചത്.

ഈ രണ്ടു ഗവേഷണസംഘവും തണുപ്പ് എന്നത് എങ്ങനെയാണ് അനുഭവഭേദ്യമാകുന്നത് എന്നതറിയാൻ അതുളവാക്കുന്ന മെന്തോൾ എന്ന വസ്തു ഉപയോഗിച്ച് പരീക്ഷണങ്ങളിൽ ഏർപ്പെടുകയും ഇതിനു ഉപോൽബലകമാകുന്നത് TRPM8 എന്ന പുതിയ ion channel പ്രോട്ടീനാണ് എന്ന് പ്രഖ്യാപിക്കുകയും ചെയ്തു. പല പുതിയ TRPV പ്രോട്ടീനുകളും രംഗപ്രവേശം ചെയ്തു, പലതരം വേദനകൾക്ക് നീറ്റൽ, പൊള്ളൽ, എരിവുകൾ, സൂചി കുത്തുന്ന വേദനകൾ കാരണമാകുന്ന ion channels നിർവ്വചിക്കപ്പെടുകയുമാണ് പിന്നീടുണ്ടായത്. TRPV തന്നെ 30ഓളമുണ്ട്. ചൂടിനു TRPV1, ഇതേ പ്രോട്ടീനിന്റെ ഒരു വകഭേദം എരിവിന്, തണുപ്പിന് TRPM8, ആസിഡ് നീറ്റലിന് ASICs, മറ്റ് രാസവസ്തുക്കൾക്ക് TRPA1 വലിഞ്ഞു

മുറുകൽ അറിയാൻ TRPV2 എന്നിങ്ങനെ. ചർമ്മത്തിന്റെ ഉപരിതല ത്തിനു തൊട്ടുതാഴെ ചെറിയ മൊട്ടുകളുടെ ആകൃതിയിലുള്ള 'നോസിസെപ്റ്റർ' - ന്യൂറോണുകളുടെ അഗ്രത്തിന്റെ രൂപമാറ്റമാ ണിവ - ആണ് സംവേദനങ്ങൾ ഏറ്റെടുക്കുന്നത്. ഇവയുടെ സ്തര ത്തിന്മേലാണ് മേൽപ്പറഞ്ഞ ion channels ഘടിപ്പിക്കപ്പെട്ടിരിക്കുന്നത്. ചൂടും തണുപ്പും സൂചികുത്തലും രാസവസ്തുക്കളും ഈ ചാനലു കൾ തുറക്കുകയും സോഡിയമോ പൊട്ടാസ്യമോ കാൽഷ്യമോ ഉള്ളിൽ കടക്കുകയും നാഡീവ്യവസ്ഥയിലെ വിദ്യുത്സന്ദേശങ്ങ ളായി മാറ്റപ്പെടുകയും ചെയ്യുന്നു. ഇത് സുഷുംനാകാണ്ഡ (spinal cord)ത്തിലെത്തുകയും അതുവഴി തലച്ചോർ കേന്ദ്രങ്ങൾക്ക് അറിവ് കൊടുക്കുകയുമാണ്. ചാനലുകൾ തുറക്കുമ്പോൾ ചില ന്യൂറോ സംപ്രേഷക വസ്തുക്കൾ (neurotransmitters) പുറപ്പെടുവിക്കുകയും ചെയ്യുന്നുണ്ട് ന്യൂറോണുകൾ. Substance P, CGRPപോലത്തെ വേദനാസന്ദേശവാഹികൾ. വേദനാസംഹാരിയായ മോർഫിൻ ചില നോസിസെപ്റ്ററുകളിലെ കറപ്പ് സ്വീകരിണി(opioid receptor)കളെ മന്ദീഭവിപ്പിക്കുകയാണ്.

43 ഡിഗ്രിക്ക് മുകളിൽ TRPV1 ഉണർന്ന് പ്രവർത്തിക്കുന്നു, നാം ചൂട് അറിയുകയാണ്. പല TRPVകളും ഊഷ്മ മാപിനി (temperature sensors) ആണ്, തെർമോമീറ്റർ പോലെ. ഈ ജീനിനു മ്യൂട്ടേഷൻ സംഭവിച്ചാൽ ചൂടോ എരിവോ അറിയുകയില്ല. പലേ സസ്യജന്യ മായ രൂക്ഷവസ്തുക്കളും നമ്മൾ അറിയുന്നത് അവയ്ക്കനുസാരി യായി പ്രവർത്തിക്കുന്ന TRPV വഴിയാണ്. വാനില ഉണർത്തുന്ന ion channel ആണ് ആദ്യം കണ്ടുപിടിക്കപ്പെട്ടത്. അതുകൊണ്ട് Transient Receptor Potential Vanilloid (TRPV) എന്ന പേരും വീണു. വെളുത്തുള്ളിയിലെ രാസവസ്തു, തണുപ്പ് അനുഭവപ്പെടുത്തുന്ന മെന്തോൾ, കടുക്, കർപ്പൂരം, വേദനാസംഹാരിയായി പണ്ടേ അറിയ പ്പെട്ടിട്ടുള്ള ഇലക്കള്ളി (Euphorbia സ്പെസ്ഷീസ്)യുടെ കറ, ഇറു പുലി(വിഷച്ചിലന്തി)യുടെ വിഷം, പഴുതാരയുടെ വിഷം ഇവ യൊക്കെ നമ്മെ അനുഭവപ്പെടുത്താൻ പല TRPVകൾ നമ്മുടെ നാക്കിൽ, മൂക്കിൽ, ത്വക്കിനടിയിൽ നോസിസെപ്റ്ററുകളിന്മേൽ നിബ ന്ധിക്കപ്പെട്ടിരിക്കുന്നു. പലേ ക്യാൻസറുകളിലും TRPV2 കൂടുതലായി പ്രവർത്തനിരതമാകുന്നുണ്ടത്രേ. തലച്ചോറിനെ പ്രത്യേകിച്ചും ഓർ മ്മയെ ബാധിക്കുന്ന TRPVകളും ഉണ്ട്. TRPVകളെ നിയന്ത്രിച്ച് പല വേദനകളെ നേരിടാൻ മരുന്നുകൾ എത്തപ്പെട്ടു തുടങ്ങിയിട്ടുണ്ട്.

മുളകിലെ എരിവ് ക്യാപ്സെസിൻ (Capsaicin) - ഇന്ന് വേദനാസംഹാരി

ക്യാപ്സെസിൻ TRPV1 ചാനലിനെ ഉത്തേജിപ്പിച്ചു നിറുത്തും എന്ന് മേൽ പ്രസ്താവിച്ചിട്ടുണ്ട്. എന്നാൽ ഉഷ്ണം ഉഷ്ണേന

ശാന്തി എന്ന മട്ടിൽ വിപരീതഫലവും ഉളവാക്കുന്നുണ്ട് ഈ എരിവൻ. കൂടുതൽ ക്യാപ്സെസിൻ നിരന്തരമായി TRPV ചാനലിനെ ഊർജ്ജസ്വലമാക്കി നിറുത്താൻ ശ്രമിക്കുമ്പോൾ ഈ TRPV റിസപ്റ്ററുകൾ തോൽവി സമ്മതിച്ച് അടങ്ങിയൊതുങ്ങുകയാണ്, പ്രവർത്തനം മന്ദീഭവിക്കുകയാണ്. സംവേദനക്ഷമത തുലോം കുറയുകയാണ്. (desensitized). കൂടാതെ മേൽച്ചൊന്ന 'സബ്സ്റ്റൻസ് പി (substance P) എന്ന ന്യൂറോസംവേദക വസ്തു (neuro transmitter) വിന്റെ അളവ് കുറയ്ക്കപ്പെടുകയുമാണ്. മറ്റൊരു പ്രവർത്തനരീതിയുമുണ്ട്, ക്യാപ്സൈസെസിൻ: TRPV ഉത്തേജിക്കപ്പെടുമ്പോൾ മറ്റൊരു പ്രോട്ടീൻ ആയ 'പിസൊ' (Piezo)യുടെ അളവ് കുറയ്ക്കുന്നു ഇത് കോശങ്ങളുടെ വലിച്ചിൽ (stretch) കുറയ്ക്കുന്നതിനു കാരണമാകുന്നു, വേദനാസംവേദങ്ങൾ നാഡികളിൽ എത്തുന്നില്ല. തലച്ചോറിൽ ചില കേന്ദ്രങ്ങളേയും ബാധിക്കുന്നുണ്ട് ക്യാപ്സൈസെസിൻ. സുഷുംനാകാണ്ഡം വഴി തലച്ചോറിലെത്തുന്ന അല്ലെങ്കിൽ ത്വക്കിനടിയിൽ കുത്തിവയ്ക്കപ്പെടുന്ന ക്യാപ്സൈസെസിൻ 'ന്യൂക്ലിയാർ അക്കുംബെൻസ്' എന്ന ഇടത്തിൽ ഡോപമിന്റെ അളവ് കുറയ്ക്കുന്നുണ്ട്, വേദന കുറയാൻ ഇത് സഹായിക്കുകയാണ്. ഹിപ്പോക്യാമ്പസിൽ കറപ്പിന്റെ സ്വീകരിണികളിൽ മാറ്റം വരുത്തുന്നുണ്ട് എന്നതും വേദനയ്ക്ക് അറുതിവരുത്തുന്നു.

അങ്ങനെ മുളകിലെ ക്യാപ്സെസിൻ ഇന്ന് വേദനാസംഹാരിയാണ്, പലേ ക്രീമുകളും വിപണിയിലുണ്ട്. എരിവ് കൂടുതൽ കഴിക്കുന്നവർക്ക് പല വേദനകളെയും ചെറുക്കാൻ ശക്തിയുണ്ട് എന്ന പഴമക്കാരുടെ നിരീക്ഷണം ശരിയായിരിക്കയാണ്.

ക്യാൻസർ ചികിത്സയ്ക്ക് ക്യാപ്സൈസെസിൻ ഫലപ്രദമായേക്കും എന്ന് ചില പഠനങ്ങൾ സൂചിപ്പിക്കുന്നുണ്ട്. അമിതവണ്ണം കുറയ്ക്കാൻ ഈ എരിവ് വസ്തു സഹായിക്കും എന്ന ആശയവും നിലവിലുണ്ട്. പ്രമേഹത്തിനു ചികിത്സയായി ക്യാപ്സൈസെസിൻ ഉപയോഗിക്കാനുള്ള സാദ്ധ്യതയും തള്ളിക്കളയുന്നില്ല ശാസ്ത്രലോകം.

പീസോ ചാനലുകൾ (Piezo channels)

ഡോ. ആർഡേം പറ്റാപൗടിയനും സംഘവും അതിവിശദമായാണ് പഠിച്ചെടുത്തത് സ്പർശത്തിന്റെ സംവേദനങ്ങൾ സുഷുംനാകാണ്ഡത്തെ അറിയിക്കുന്ന Piezo1, Piezo2 എന്നീ ചാനൽ പ്രോട്ടീനുകളെപ്പറ്റിയാണ്. ശരീരത്തിന്റെ ചലനങ്ങളെപ്പെറ്റി നമുക്ക് അറിവു നൽകുകയും അതുവഴി അവയൊക്കെ അതിരുവിട്ടുപോകാതെ നിയന്ത്രിക്കുകയും ഒരു നിശ്ചിത സ്പെയ്സിലാണ് നമ്മൾ ചലിക്കുന്നതെന്നും അതിന് എന്തുമാത്രം സ്വാതന്ത്ര്യമെടുക്കാം എന്നൊക്കെ അറിവുകൾ നൽകുന്നതാണീ ചാനൽ. മറ്റ്

ഇന്ദ്രിയങ്ങൾ എങ്ങനെ സംവേദനങ്ങൾ സംപ്രേക്ഷണം ചെയ്യുന്നു, തലച്ചോർ അവയെ അനുഭവമായി എങ്ങനെ മാറ്റുന്നു എന്നതിനെക്കുറിച്ച് നമുക്ക് വിശദമായി അറിവുള്ളപ്പോൾ സ്പർശം എന്നുള്ളതിന്റെ ഇത്തരം അറിവുകൾ എന്നും തെന്നിമാറുകയാണുണ്ടായിരുന്നത്. വളരെ വലിപ്പമുള്ളവയാണ് ഈ പീസോ പ്രോട്ടീനുകൾ, ലിവർ ചലനങ്ങളും ബ്ലെയ്ഡുമൊക്കെയായി ഒരു ചെറിയ യന്ത്രം തന്നെയാണ്. സാധാരണ പ്രോട്ടീനുകളിൽ 500 വരെ അമൈനോ ആസിഡുകളുള്ളപ്പോൾ ഈ നാനോ യന്ത്രത്തിൽ 2500 അമൈനോ ആസിഡുകളാണുള്ളത്. സ്പർശത്തിന്റെ സമ്മർദ്ദം നമ്മെ കൃത്യമായി അറിയിച്ച് കുഞ്ഞുചുംബനമാണോ വലിഞ്ഞുമുറുക്കുന്ന കെട്ടിപ്പിടിത്തമാണോ അതിതീവ്രമായ പ്രഹരമാണോ എന്നൊക്കെ നമ്മെ അറിയിക്കുന്നു ഈ അടുത്ത കാലത്ത്, 2010-ൽ മാത്രം കണ്ടുപിടിക്കപ്പെട്ട ഈ പ്രോട്ടീൻ.

ശ്വാസകോശത്തിന്റെ വികാസവും രക്തക്കുഴലുകളുടെ വിജൃംഭണവും കിഡ്നിയിലെ സൂക്ഷ്മ റ്റ്യൂബ്യൂളുകളുടെ (tubules) സമ്മർദ്ദ വികാസങ്ങളും അസ്ഥിസന്ധികളിലെ അയവും മുറുക്കവും ഒക്കെ നിയന്ത്രിക്കാൻ ഈ പീസോ പ്രോട്ടീനുകൾ പ്രാപ്തരാണ്. വലിഞ്ഞുമുറുകുന്ന സ്തരങ്ങൾ (membranes) തികച്ചും യാന്ത്രികമായിത്തന്നെ ഈ ചാനലിനെ ഉത്തേജിപ്പിക്കുകയാണ്. വശങ്ങളിൽ വലിവ് വരുമ്പോൾ സ്പർശംകൊണ്ടോ മറ്റു സമ്മർദ്ദങ്ങൾകൊണ്ടോ മൂന്ന് ബ്ലെയ്ഡുകൾ അകന്ന് മാറുന്നു, നടുവിൽ ഒരു പഴുത് ഉണ്ടായി വരികയും അതുവഴി സോഡിയമോ പൊട്ടാസ്യമോ കാൽസ്യമോ ന്യൂറോണുകൾക്കകത്തോ മറ്റ് കോശങ്ങൾക്കകത്തോ പ്രവേശിക്കുന്നു, ന്യൂറോസംപ്രേക്ഷണത്തിനു തുടക്കമിടുകയായി. തികച്ചും mechanical ആയ ഒരു പ്രവൃത്തി ന്യൂറോണുകളുടേയോ മറ്റു കോശങ്ങളുടേയോ രാസസന്ദേശമായി മാറുകയാണ്. ശബ്ദതരംഗങ്ങളെ കേൾവിയായി മാറ്റുന്ന ചെവിക്കുള്ളിൽ ഈ പീസോ പ്രോട്ടീനുകൾ ജാഗരൂകരാകുന്നു എന്ന് പിന്നീട് തെളിഞ്ഞിട്ടുണ്ട്.

മൂന്ന് ബ്ലെയ്ഡുകൾ, നടുക്ക് ഒരു അടഞ്ഞ ദ്വാരം, കീഴേ രണ്ട് ലിവറുകൾ പീസോ പ്രോട്ടീൻ ഘടനയാണിത്. എങ്ങനെ അടയ്ക്കുകയും തുറക്കുകയും ചെയ്യും എന്നതിനു ചില അനുമാനങ്ങളുണ്ട്, കൃത്യമായ ഒരു ഫോട്ടോ എടുക്കാൻ സാധിച്ചിട്ടില്ലെങ്കിലും. ബ്ലെയ്ഡുകൾ വശത്തേക്ക് തിരിയുകയും മുകളിൽ ഒരു ദ്വാരം പ്രത്യക്ഷപ്പെടുകയും ലിവറുകൾ ഇത് തുറന്ന് പിടിക്കുകയും ചെയ്യുന്നു, വശങ്ങളിൽ സമ്മർദ്ദം വരുമ്പോൾ എന്നാണ് നിഗമനം.

മനുഷ്യരിൽ കാണപ്പെടുന്ന കൈകാലുകളുടെ ചലനനിയന്ത്രണം നഷ്ടപ്പെടുന്ന അസുഖത്തിനു കാരണം ഈ പീസോ ജീനിന്റെ പ്രവർത്തനശേഷിച്യുതി ആണെന്ന് നിരീക്ഷിക്കപ്പെട്ടിട്ടുണ്ട്. നാഡികൾക്ക് ക്ഷതം സംഭവിക്കുമ്പോൾ ചെറിയ ഒരു തലോടൽപോലും

അതിവേദന സമ്മാനിക്കുന്ന ഒരു അവസ്ഥാവിശേഷം വന്നുചേരും. എന്നാൽ Piezo2 നിർവ്വീരീകരിക്കപ്പെട്ട എലികളിൽ ഇത് സംഭവിക്കുന്നില്ല എന്നത് വേദനയും ശരീരത്തിൽ വന്നുചേരുന്ന സമ്മർദ്ദങ്ങളുമായി നേർബന്ധം സ്ഥാപിച്ചെടുക്കുകയാണ്. നിതാന്തവേദന (chronic pain)യ്ക്കുള്ള ചികിത്സാപദ്ധതികളിൽ Piezo2 C-നെ സ്വാധീനിക്കുന്ന മരുന്നുകൾ നിർമ്മിച്ചെടുത്ത് ഉൾപ്പെടുത്തേണ്ടതുണ്ട് എന്ന സൂചന തരുന്നുണ്ട് ഈ അറിവ്. Piezo1 ജീനിൽ മ്യൂട്ടേഷൻ സംഭവിക്കുകയാണെങ്കിൽ രക്തത്തിലെ ചുവപ്പുകോശങ്ങൾ (red blood cells)ചുരുങ്ങിച്ചുളിഞ്ഞുപോകും. 'അരിവാൾ അനീമിയ' (Sickle cell anemia)യിൽ സംഭവിക്കുന്ന അതേ കാര്യം. ഈ രോഗം ധാരാളമുള്ള ആഫ്രിക്കൻവംശജരിൽ Piezo1 ജീനിന്റെ വേരിയന്റുകൾ കാണപ്പെടുന്നു എന്ന സുപ്രധാന അറിവ് ഈയിടെ ലഭിച്ചിട്ടുണ്ട്. അസ്ഥി നിർമ്മിക്കാൻ നിയോഗിക്കപ്പെട്ട കോശങ്ങളിൽ (osteoblasts) Piezo1 ജീനിനെ അമർച്ച ചെയ്താൽ എല്ലുകൾ ചെറുതും ബലഹീനങ്ങളുമാകുമെന്ന് തെളിയിക്കപ്പെട്ടിട്ടുണ്ട്. സ്ഥിരം കിടപ്പിലായവരിലും ഗ്രാവിറ്റിക്കെതിരെ വർത്തിക്കേണ്ടിവരുന്ന ബഹിരാകാശ സഞ്ചാരികളിലും എല്ലുകൾ ബലഹീനങ്ങളാകുന്നത് ഈ ജീനിന്റെ പ്രവർത്തനരാഹിത്യമാകാമത്രെ. ഗുരുത്വാകർഷണസമ്മർദ്ദം അല്ലെങ്കിൽ തത്തുല്യമായ ബലങ്ങൾ അറിഞ്ഞെടുക്കുകയാണ് Piezo1 പ്രോട്ടീനിന്റെ ഒരു ധർമ്മം എന്ന് ഡോ. പറ്റാപൗടിയൻ വിശ്വസിക്കുന്നു.

യാന്ത്രിക ഇന്ദ്രിയസംവേദനം (mechano-sensitivity) ന്യൂറോബയോളജിയുടെ അറിവിനപ്പുറമായിരുന്നത് മറനീക്കി തൽസ്വരൂപം വെളിവാക്കിക്കൊണ്ടിരിക്കയാണ്. ബല/സമ്മർദ്ദ ജ്ഞാനേന്ദ്രിയങ്ങളെ (Force sensors)ക്കുറിച്ചുള്ള അറിവ് ആറാമിന്ദ്രിയം എന്നത് സങ്കല്പമല്ല എന്ന് തിരുത്തേണ്ട സമയമായെന്ന് സൂചിപ്പിക്കുന്നു.

■

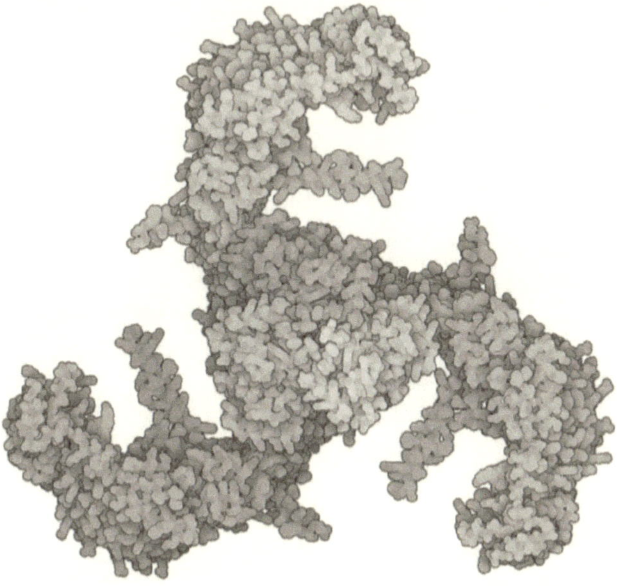

ചിത്രം 1. പീസോ പ്രോട്ടീൻ ആകൃതി

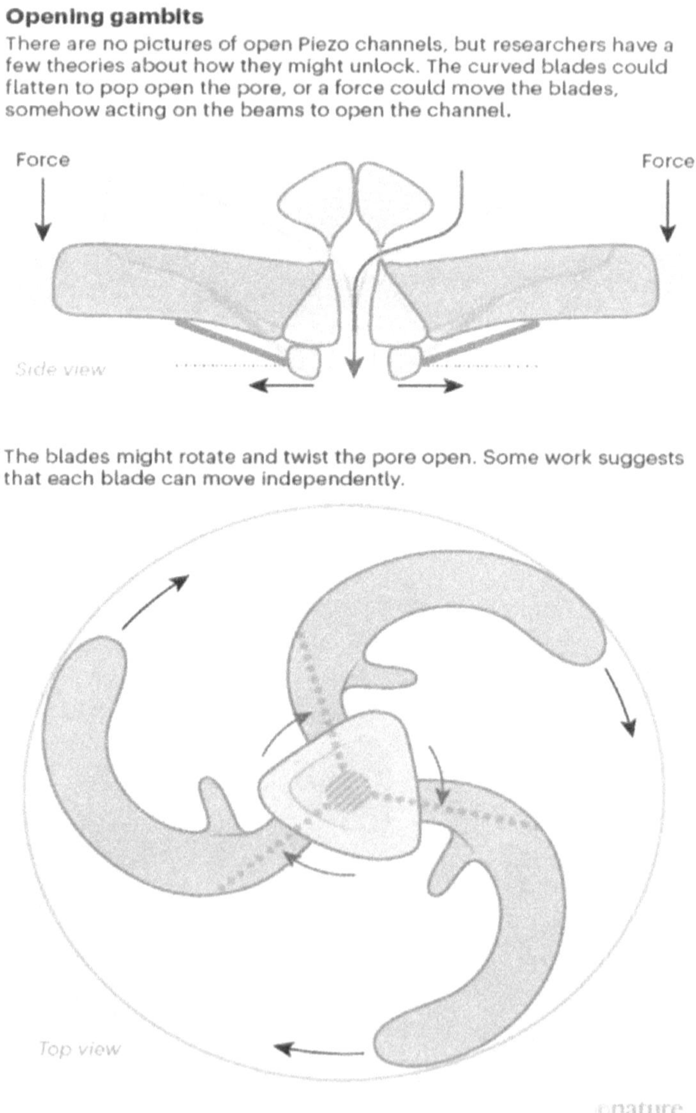

ചിത്രം 2. പീസോ പ്രോട്ടീൻ തുറക്കുന്നത്

സ്വപ്നം കാണുന്നതെന്തിന്?

ഒരിക്കലും സംഭവിക്കാത്ത കാര്യങ്ങൾ ഭാവനയിൽ സൃഷ്ടിക്കുന്നതെന്തിനാണ് നാം? അറിഞ്ഞുകൊണ്ടല്ലാതെ എന്തിന്, എങ്ങനെ ഉറക്കത്തിൽ ഇത് സാധിക്കുന്നു? ഉറക്കംതന്നെ എന്തിനാണ്? ചോദ്യങ്ങൾ സാധാരണക്കാർക്ക് മാത്രമല്ല ശാസ്ത്രജ്ഞർക്കും വെല്ലുവിളിയാണ്. അതിജീവനത്തിന് അത്യാവശ്യമല്ലെങ്കിൽ എന്തിനു സ്വപ്നം എന്ന ഈ പണിക്ക് പോകുന്നു?

സ്വപ്നം കാണുന്നതിന് ഊർജ്ജം ആവശ്യമാണ്. പൊതുവേ തലച്ചോറിന്റെ എല്ലാ പ്രവർത്തനങ്ങൾക്കും ഊർജ്ജം വൻരീതിയിൽ ഉപയോഗിക്കപ്പെടുന്നുണ്ട്. പരിണാമവിധി അനുസരിച്ച് ഊർജ്ജം ആവശ്യമുള്ള എന്തു ശരീരപ്രവർത്തനത്തിനും ജീവിതസംബന്ധിയായ എന്തെങ്കിലും ബന്ധം കാണുമെന്നാണ്, അതുകൊണ്ട് സ്വപ്നത്തിനും. പലേ ധാരണകളാണ് സ്വപ്നങ്ങളെക്കുറിച്ച് ചരിത്രത്തിലെ ഘട്ടങ്ങൾ സ്വരൂപിച്ചെടുത്തത്. ഇരുപതാം നൂറ്റാണ്ടിന്റെ ആദ്യപകുതിയിൽ ഫ്രോയ്ഡ് സമർത്ഥിച്ചത് സ്വപ്നങ്ങൾ ഉള്ളിൽ അടക്കപ്പെട്ട മോഹങ്ങളുടെ വിമുക്തി തേടലാണെന്നാണ്. ലൈംഗികചോദനകളുമായി ബന്ധപ്പെടുത്തണമിതെന്നുമാണ് ഫ്രോയിഡ് വാദിച്ചത്. പിന്നീട് വന്ന സ്വപ്നവ്യാഖ്യാനങ്ങൾ ഇങ്ങനെ പോകുന്നു: നമ്മുടെ പ്രശ്നങ്ങൾ നിർദ്ധാരണം ചെയ്യാനാണ് സ്വപ്നം കാണുന്നത്, പരിണാമം ഒരു ധർമ്മമോ വ്യവഹാരമോ നിർവ്വഹണമോ കണ്ടുവച്ചിട്ടുണ്ട്, വികാരങ്ങൾ നിയന്ത്രിക്കുന്നതിൽ ഒരു പങ്കുണ്ട് സ്വപ്നങ്ങൾക്ക്, സ്വപ്നങ്ങൾക്ക് ജൈവപരമായ ഒരു പ്രവർത്തനപങ്കും ഇല്ല, പരിതസ്ഥിതിയോടിണങ്ങി അതിജീവനം സാദ്ധ്യമാക്കുന്നതിലും പങ്കില്ല, ഓർമ്മ കാത്തുസൂക്ഷിക്കാനാണു സ്വപ്നങ്ങൾ, അങ്ങനെയങ്ങനെ. ഇത്തരം പര്യാലോചനകൾ ഇന്ന് അന്ത്യപ്രമാണമായി വിശ്വസിക്കപ്പെടുന്നില്ലെങ്കിലും സ്വപ്നവ്യാഖ്യാനക്കാർ പൂർണ്ണമായും ഇവയെല്ലാം തള്ളിക്കളഞ്ഞിട്ടില്ല.

സ്വപ്നങ്ങൾ എന്തുകൊണ്ട്, എങ്ങനെ എന്നുള്ളതിനെല്ലാം വിശകലനങ്ങൾക്ക് ഇന്ന് ആധാരമാക്കുന്നത് സ്കാനിങ് (Neuro imaging) പഠനങ്ങളും കമ്പ്യൂട്ടർ തന്ത്രങ്ങളുമൊക്കെയാണ്. കൃത്രിമബുദ്ധി (Artificial Intelligence) നിർമ്മിച്ചെടുക്കുന്ന തലച്ചോർ മോഡലുകൾ ഇതിനു സഹായമായെത്തുന്നുണ്ട്. അതുകൊണ്ടാണ് സ്വപ്നവ്യാഖ്യാനങ്ങൾ ഇന്ന് നവീകരിക്കപ്പെടുന്നത്. ന്യൂറോസയന്റിസ്റ്റുകളും കമ്പ്യൂട്ടർ വിദഗ്ധരുമാണ് ഇന്ന് സ്വപ്നങ്ങളെക്കുറിച്ച് ആധികാരികമായ അറിവ് തരുന്നത്, മനഃശാസ്ത്രജ്ഞരോ മനോരോഗ വിദഗ്ധരോ അല്ല.

തലച്ചോറിലെ ന്യൂറോണുകൾ തമ്മിലുള്ള 'ഇലക്ട്രിക്കൽ ഫയറിങ്' ആണ് എല്ലാ തലച്ചോർ പ്രവർത്തനങ്ങൾക്കും ആധാരം എന്നിരിക്കെ സ്വപ്നം കാണുന്നതും ഒരു 'എലെക്ട്രിക്കൽ' പ്രയോഗ വിശേഷമാണ്. സംഭവങ്ങളാണ് നമ്മളുടെ സ്വപ്നങ്ങളിൽ നിറഞ്ഞു നിൽക്കുന്നത്. ഉണർന്നിരിക്കുമ്പോൾ സംഭവങ്ങൾ അനുഭവപ്പെടുത്തുന്നത് പുറത്തുനിന്ന് പഞ്ചേന്ദ്രിയങ്ങൾ നമുക്ക് പലതും പറഞ്ഞ് തരുന്നതുകൊണ്ടാണ്, നമുക്ക് വ്യക്തമായറിയാം ഇത്. പക്ഷേ സ്വപ്നം കാണുമ്പോൾ പുറത്തുനിന്ന് ഒരു കാര്യവും ആ സംഭവഗതികളെ സ്വാധീനിക്കാൻ സാദ്ധ്യമല്ല. നമ്മുടെ ശരീരം അതുമായി ബന്ധപ്പെടുന്നില്ല. മനസ്സുകൊണ്ട് മാത്രം അവ അനുഭവിക്കുകയാണ്.

ശരീരം മുഴുവനും പഞ്ചേന്ദ്രിയ പ്രവർത്തനങ്ങളിൽനിന്ന് പൂർണ്ണമായും വിച്ഛേദിക്കപ്പെട്ടിരിക്കുന്നു. ശരീരം മുഴുവൻ സ്തംഭിക്കുന്ന, പക്ഷാഘാതം സംജാതമാകുന്നതുപോലെയുള്ള അവസ്ഥ ഉളവാക്കപ്പെടുകയാണ്. പക്ഷേ അപൂർവ്വമായി പേടിപ്പിക്കുന്ന രംഗങ്ങൾ വരുമ്പോൾ നിങ്ങൾ നിലവിളിച്ചെന്ന് ഇരിക്കും. സ്വപ്നങ്ങൾ വിഭ്രാന്തിപരമാണ്, മായാദർശനങ്ങൾ (ഹാലൂസിനേഷൻ) ആണ്. സ്വന്തം ജീവിതത്തിന്റെ ഭാഗമെന്ന് തോന്നിപ്പിക്കുന്നത്, പക്ഷേ യുക്തിക്ക് നിരക്കാത്ത കാര്യങ്ങൾ തന്നെ. ഓർമ്മകളുടെ ഒരു 'റിപ്ലേ' ആണോ സ്വപ്നങ്ങൾ? ഓർമ്മകൾ കൃത്യമായി അടുക്കിക്കെട്ടി സൂക്ഷിക്കാനുള്ള ഒരു പ്രയോഗവിധി ആണോ? ഓർമ്മകൾ നിർമ്മിച്ചെടുക്കുന്ന വേളയിലെ ന്യൂറോൺ 'ഫയറിങ്' സ്വപ്നത്തിലും നിരീക്ഷിക്കപ്പെടുന്നുണ്ട്, അതുകൊണ്ട് ഓർമ്മകളുമായി ചില ബന്ധങ്ങൾ കണ്ടേക്കാം എന്നൊരു അനുമാനമുണ്ട്. പക്ഷേ ഒരു 'റി പ്ലേ' ആയിരിക്കാൻ സാദ്ധ്യതയില്ലെന്ന ആധുനിക പഠനങ്ങൾ തെളിയിക്കുന്നു. സ്വപ്നങ്ങൾ കാണുന്നത് REM (Rapid Eye Movement അടഞ്ഞ കൺപോളകൾക്കടിയിൽ കൃഷ്ണമണികൾ ചലിക്കുന്ന അവസ്ഥ) എന്നൊരു ഉറക്കഘട്ടത്തിലാണ്. ഓർമ്മകൾ നിജപ്പെടുത്തുന്നത് ആ ഘട്ടത്തിലേ അല്ല. അസംബന്ധങ്ങൾ സ്വപ്നത്തിൽ കാണുന്നതിന് ഇതൊന്നും ഒരു വിശദീകരണവും ആകുന്നില്ല.

പുതിയ അറിവുകൾ

കമ്പ്യൂട്ടറുകൾ കൃത്രിമമായി സൃഷ്ടിച്ച ന്യൂറോൺ വലയങ്ങളാണ് ഇന്ന് തലച്ചോർ പ്രവർത്തനങ്ങൾ പഠിക്കാനുള്ള അടിസ്ഥാന സാമഗ്രിയായി ഉപയോഗിക്കുന്നത്. 'അഗാധപഠന' (Deep learning)ങ്ങൾക്ക് കഴിവുള്ളവയാണിവ. പഠിച്ച് കഴിഞ്ഞവ അടിസ്ഥാനമാക്കി പുതിയ അനുമാനങ്ങളുണ്ടാക്കാൻ നമ്മുടെ മസ്തിഷ്കത്തിന് എളുപ്പം പറ്റുമെങ്കിലും കമ്പ്യൂട്ടറുകൾ സ്വൽപ്പം പണിപ്പെടുന്നുണ്ട് ഇതിന്. പുതിയ അറിവുകൾ വരുമ്പോൾ തെല്ലൊന്ന് പതറുന്നു. 'Overfitting' എന്നാണിതിനെ വിളിക്കുക. ഇതിനെ മറികടക്കാൻ ഒരു വഴിയുള്ളത് ആദ്യം പഠിച്ചെടുത്തതിനെ ഒക്കെ ഒന്ന് കുലുക്കിയിളക്കി സ്വൽപ്പം അച്ചടക്കമില്ലായ്മ ഉളവാക്കുക എന്നതാണ്. ഉടൻ പുതിയ കാര്യങ്ങളും സ്വാംശീകരിക്കപ്പെടും. സ്വപ്നങ്ങളുടെ ധർമ്മം ഇതായിരിക്കണമെന്നാണ് പുതിയ അനുമാനം. സ്വതവേ ഉള്ളതും അനുഭവങ്ങളിൽനിന്ന് സ്വാംശീകരിച്ചവയും ഒക്കെക്കൂടി നമ്മളുടെ തലച്ചോർ ചില സാമാന്യവൽക്കരണ(generalization)ങ്ങൾ ആവിഷ്കരിച്ചെടുക്കും. ഓരോ ദിവസവും നമുക്ക് കിട്ടുന്ന പുതിയ അനുഭവങ്ങൾ, അറിവുകൾ ഒക്കെ അടുക്കിക്കെട്ടി പഴയതിനോട് ചേർക്കാൻ ശ്രമിക്കുമ്പോൾ ഈ സാമാന്യവൽക്കരണം പോരാതെ വരികയോ ചേർച്ചയില്ലാത്തതോ ആകാം. മുൻ ചൊന്ന 'ഓവെർ ഫിറ്റിങ്'നു തുല്യമായിട്ടുള്ളതാണിത്. ഇങ്ങനെ വരുമ്പോൾ ആകെയുള്ള വിവരങ്ങളിൽ കുറച്ച് വിവരക്കേടുകൾ ഉൾച്ചേർത്ത് കൊടുക്കുക, അതുകൊണ്ട് പുതിയ ക്രമം രൂപീകരിക്കപ്പെടുക എന്നത് സാദ്ധ്യമാകുന്നു. അങ്ങനെ ചേർക്കുന്ന വിവരക്കേടുകൾ ആണത്രെ സ്വപ്നങ്ങൾ. കമ്പ്യൂട്ടർ ഭാഷയിൽ 'ശബ്ദകോലാഹലം' (Noise) എന്ന് പറയുന്നു. ഓരോ ദിവസവും ലഭിക്കുന്ന അറിവുകളെ പാകപ്പെടുത്തി ഓർമ്മയിൽ സൂക്ഷിക്കുകയും ആ സംഭവങ്ങൾ പഠിപ്പിക്കുന്ന പാഠങ്ങൾക്കനുസരിച്ച് മനസ്സിനെ പാകപ്പെടുത്തേണ്ടിയും വരുമ്പോൾ 'ഓവർ ഫിറ്റിങ്' ആവശ്യമായി വരികയാണ്. ഇത് ശരിയാക്കാനുള്ള ശബ്ദകോലാഹലം പകൽ, ഉണർന്നിരിക്കുമ്പോൾ ഉൾച്ചേർക്കാൻ സാധിക്കുകയില്ല, ഉറക്കസമയം തന്നെ ഉചിതം. ദൂഷിതമായ നിക്ഷേപങ്ങൾ വാസ്തവത്തിൽ തലച്ചോറിൽ ചില സാമാന്യവൽക്കരണങ്ങൾ നടത്തിയെടുക്കാൻ നിലപാട് ഒരുക്കുകയാണ്. ഇതാണ് സ്വപ്നത്തിൽ സംഭവിക്കുന്നതത്രേ. ഉണർവിൽ, ഇനിയത്തെ ചെയ്തികളും പ്രകടനങ്ങളും മെച്ചപ്പെടുകയാണ് ഇതോടെ. പെരുമാറ്റപരമായി ചില മെച്ചങ്ങൾ സ്വപ്നം സംഭാവന ചെയ്യുന്നു എന്ന് അനുമാനം.

ജാഗ്രത് അവസ്ഥയിൽ സാധിക്കാത്ത കാര്യങ്ങളാണ് സുഷുപ്തി വേളയിൽ തലച്ചോർ ചെയ്തു കൂട്ടുന്നത്. ബന്ധമില്ലാത്ത കാര്യങ്ങളെ ബന്ധിപ്പിച്ച് കഥകൾ മെനയുകയാണ്, യുക്തിയില്ലായ്മ

തലങ്ങും വിലങ്ങും നിറച്ചിരിക്കുകയാണ്. പക്ഷേ സംഭവങ്ങളോ ദൃശ്യങ്ങളോ വ്യക്തിവിശേഷങ്ങളോ തമ്മിലുള്ള വിദൂരബന്ധങ്ങൾ ആഴത്തിലും പരപ്പിലും അന്വേഷിച്ച് ഒളിക്കപ്പെട്ട വിലപിടിപ്പുള്ള മൂല്യങ്ങളെ തെരയുകയാണ് സ്വപ്നത്തിൽ. ഉണർന്നിരിക്കുമ്പോൾ നമ്മുടെതന്നെ മസ്തിഷ്കം അനുവദിക്കാത്ത വ്യാപാരങ്ങൾ. മാത്രമല്ല ഉണർന്നിരിക്കുമ്പോൾ അപ്പപ്പോൾ ലഭിക്കുന്ന അറിവുകളും അനുഭവങ്ങളും സ്വാംശീകരിക്കാനേ തലച്ചോറിനു നേരമുള്ളൂ. അതുകൊണ്ട് മറ്റ് ശല്യങ്ങളൊന്നുമില്ലാത്ത ഉറക്കസമയത്ത് മനസ്സ് ചില തുറസ്സുകളിൽ സ്വയം മേയുകയാണ്. അപരിമേയമായ ഭാവനാവ്യാപാരത്തിലൂടെ കഴിഞ്ഞുപോയതോ വരാൻ പോകുന്നതോ ആയ കാര്യങ്ങൾക്ക് സാധുതയും സാഫല്യോദ്ദേശവും യുക്തിയുമുണ്ടോ എന്ന അന്വേഷണമാകാം ഇത്. പല പ്രവർത്തനങ്ങളും സാധിച്ചെടുക്കാനുള്ള 'സിററ്റോണിൻ' എന്ന ന്യൂറോഹോർമോണിന്റെ അളവ് പാടേ കുറയുകയാണ് ഈ സമയത്ത്. LSD എന്ന മയക്കുമരുന്ന് വിഭ്രാന്തികളും മായക്കാഴ്ചകളും സംഭാവന ചെയ്യുന്നു. ഇത് പ്രവർത്തിക്കുന്നതും ഇങ്ങനെ തന്നെയാണ്. മറ്റൊരു ന്യൂറോഹോർമോൺ ആയ നോർഅഡ്രീനലിൻ പാടേ അപ്രത്യക്ഷമാകുന്നു, മനസ്സ് ഏകാഗ്രത വിടുന്നു, സ്വൈര്യവിഹാരത്തിനു തയ്യാറാകുന്നു ഈ ഘട്ടത്തിൽ. കയറൂരി വിട്ട ഭാവനകൾ പറക്കുകയായി.

നോവലുകളും കഥകളും സ്വപ്നങ്ങൾപോലെ നമ്മൾ മെനഞ്ഞെടുക്കുന്ന കള്ളക്കഥകളാണ്, കൃത്രിമങ്ങളാണ്. അവയ്ക്കും സ്വപ്നസമാന്തരമായ ഇടപെടലുകൾ എന്ന സ്വാധീനവ്യവസ്ഥകൾ സാദ്ധ്യമല്ലേ? ആയിരിക്കാം. നേരത്തെ പരാമർശിച്ച ഓവർ ഫിറ്റിങ്ങിനെ ചെറുക്കാൻ കഥകൾക്ക് സാദ്ധ്യമാവുന്നുണ്ടായിരിക്കണം. കഥകൾക്ക് മാത്രമല്ല, കവിതയ്ക്കും ചിത്രങ്ങൾക്കും എല്ലാ കലാവിഷ്കാരങ്ങൾക്കും. വിഭ്രാന്തിപരമായ അസത്യങ്ങളാണ് കലാരൂപങ്ങളിൽ എന്ന് നമുക്ക് നന്നായറിയാം. മനസ്സ് ആഴത്തിൽ സാമാനീകരണത്തിനു പറ്റാതെ 'ഓവെർ ഫിറ്റിങ്ങി'ൽ പെട്ട് പോവുമ്പോൾ അതിൽനിന്ന് വിടുതൽ നേടാനുള്ള ഉപാധികളാണ് കലകൾ. ഉറങ്ങാതെതന്നെ സ്വപ്നം കാണുന്ന വിദ്യ.

ഒന്ന് സത്യമാണ്. വികാരങ്ങൾ തിങ്ങിനിറഞ്ഞതാണ് നമ്മുടെ സ്വപ്നസംഭവങ്ങൾ എല്ലാം. വികാരങ്ങളാണ് നമ്മുടെ ദൈനംദിന തീരുമാനങ്ങളെ സ്വധീനിക്കുന്നത്. അവയെ വിലയിരുത്ത[illegible] വികാരങ്ങളുമായി ബന്ധിപ്പിച്ചാണ്. ആഖ്യാനപരവും ഭാവ[illegible]ന്നവും വികാരപരവുമായ സ്വപ്നങ്ങൾ ഓരോ പുതിയ [illegible] അവസ്ഥയേയും ഉദ്ദേശങ്ങളെയും സ്വരുക്കൂട്ടിയെടുക്കു[illegible] അവയെ പര്യവേക്ഷണം ചെയ്യാനും സമഗ്രമായി പരിശോധിക്ക[illegible] ബലപ്പെടുത്താനും ആവശ്യമായിരിക്കാം. സ്വപ്നങ്ങൾക്ക് അ[illegible]ങ്ങളുണ്ടോ എന്ന ചോദ്യത്തിനു തീർച്ചയായും അർത്ഥങ്ങള[illegible]

എന്ന് ന്യൂറോസയന്റിസ്റ്റുകൾ പറയും.. പക്ഷേ അവ എന്താണെന്ന് സ്വപ്നം കണ്ട ആൾക്ക് അറിയാവുന്നിടത്തോളം അപഗ്രഥിക്കാൻ ശ്രമിക്കുന്നവർക്ക് അറിയണമെന്നില്ല എന്ന വിചിത്രവാദവും ശാസ്ത്രത്തിനുണ്ട്. സ്വന്തം അനുഭവങ്ങളേയും വികാരങ്ങളേയും തിരിച്ചറിയാനും അപഗ്രഥിക്കാനും ചില തീർപ്പുകൾ കൽപ്പിക്കാനും ഇനിയുള്ള അനുഭവങ്ങളെ സമീപിക്കാൻ എളുപ്പമാക്കാനുമാണ് സ്വപ്നങ്ങൾ കാണുന്നതെന്നാണ് അവർ നിരീക്ഷിക്കുന്നത്. ഉറങ്ങുമ്പോൾ തലച്ചോർ ചില പണികൾ ഒപ്പിച്ചെടുക്കുകയാണ്, അത് തലച്ചോറിനു ചില ഗുണങ്ങൾ ചെയ്യുന്നുണ്ട്, നമ്മൾ അറിയുന്നില്ല, അറിഞ്ഞിരിക്കണമെന്നില്ല എന്നുള്ളതാണ് ആധുനിക നിലപാട്. സ്വപ്നം കാണുമ്പോൾ ന്യൂറോണുകൾ തമ്മിൽ എങ്ങനെ ഘടിപ്പിക്കപ്പെടുന്നു എന്താണ് അവയുടെ സംവേദനങ്ങൾ എന്നിവയൊക്കെ വിശദമായി പഠിക്കപ്പെട്ടുകൊണ്ടിരിക്കയാണ്.

■

ആഗോളതാപനം: ആരു പേടിക്കണം

പരിണാമത്തിന്റെ വഴികളിൽനിന്ന് മാറിനടന്നവനാണ് മനുഷ്യൻ. പലപ്പോഴും പരിണാമത്തെ വെല്ലുവിളിക്കുകയോ ഒഴിവാക്കാൻ ശ്രമിക്കുകയോ ചെയ്യുന്നുണ്ട് ഇന്നും. സങ്കീർണ്ണമായ ഒരു മസ്തിഷ്കം പരിണാമം വെച്ചുകൊടുത്തപ്പോൾ അതുപയോഗിച്ച് സാങ്കേതികത ആവിഷ്കരിച്ച് യന്ത്രങ്ങൾ നിർമ്മിച്ചെടുത്ത് അവയെക്കൊണ്ട് അതിജീവനം സാദ്ധ്യമാക്കിക്കുക എന്നതുതന്നെ ഉദാഹരണം. തീ സ്വയം നിർമ്മിച്ചെടുക്കാൻ പ്രാപ്തമായത്, ചക്രം എന്ന ആവിഷ്കാരം എന്നതൊക്കെ പരിണാമത്തെ എങ്ങനെ മാറ്റിമറിച്ചു എന്നതിന്റെ നിത്യോദാഹരണങ്ങളുമാണ്. ഇന്ന് ഈ സാങ്കേതികയിലുള്ള പുരോഗതി അവനെ മാത്രമല്ല തിരിച്ചടിക്കുന്നത്, ലോകത്തെ സമസ്ത ജീവജാലങ്ങളേയുമാണ്.

ആന്ത്രോപോസീൻ യുഗം കഴിഞ്ഞിരിക്കുന്നു, മനുഷ്യനെ ഒരു സ്പീഷീസ് മാത്രമായിക്കരുതിയാൽ മതി എന്ന പോസ്റ്റ് ഹ്യൂമനിസം ചിന്താഗതി വേരുറപ്പിച്ചും കഴിഞ്ഞു. പക്ഷേ അടങ്ങാത്ത ആസക്തികൾ ഭക്ഷണം ഉൾപ്പെടെ കൊടുംനാശത്തിലേക്ക് ജീവലോകത്തെ നയിച്ചും തുടങ്ങിയിരിക്കിരിക്കുന്നു എന്നത് തിരിച്ചറിയാൻ വൈകി. അത്യുഗ്രൻ ചൂടും വരൾച്ചയും പല ഭാഗങ്ങളിൽ അനുഭവപ്പെട്ടും കഴിഞ്ഞു. ഗ്ലേസിയറുകൾ ഉരുകുന്നു, പലതരം ചിത്രശലഭങ്ങൾ ഇല്ലാതാകുന്നു, സമുദ്രങ്ങളിൽ അമ്ലാംശം കൂടുന്നു. പ്രകൃതിനാശങ്ങൾ വിപുലമാണ്.

ആറാമത്തെ വംശനാശം (The Sixth Extinction)

മനുഷ്യൻ എന്നും പ്രകൃതിയോടിണങ്ങി ജീവിച്ചു എന്നതും വലിയ തെറ്റിദ്ധാരണയാണ്. പല ജീവികളുടെ വംശനാശത്തിനു ചരിത്രാതീതകാലങ്ങളിൽത്തന്നെ മനുഷ്യൻ വഴിവെച്ചിട്ടുണ്ട്. വൻ വലിപ്പമുള്ള മാമൊതുകൾ, കരടികൾ (സ്ലോത്ത്) ഇവയൊക്കെ മനുഷ്യൻ ഇല്ലാതാക്കിവയാണത്രെ. പ്രത്യേകിച്ചും ആസ്ട്രേലിയയിലെ

വൻ സസ്തനികളുടെ വംശനാശത്തിനു വഴിവെച്ചത് മനുഷ്യർ തന്നെ എന്നതിനു തെളിവുകൾ ലഭിച്ചിട്ടുണ്ട്. കടുത്ത വേനലുകളും വറുതികളും മില്യണുകൾ കൊല്ലങ്ങളോളം അതിജീവിച്ചിട്ടുള്ള ഇവർ മനുഷ്യന്റെ വരവോടെ ഇല്ലാതായത് കാലാവസ്ഥാവ്യതിയാനം കൊണ്ടല്ല. അവസാനത്തെ ice age-നു മദ്ധ്യേ വൻ തുടച്ചുനീക്കലിനു പ്രാരംഭം കുറിച്ചു മനുഷ്യർ. മറ്റൊരു തരംഗം 25,000 കൊല്ലത്തിനു മുൻപ് വടക്കും തെക്കും അമേരിക്കകളിലെ വൻസസ്തനികളെ ഇല്ലാതാക്കി. മഡഗാസ്കറിലെ ഭീമൻ ലെമുറുകൾ, പിഗ്മി ഹിപ്പോകൾ, വൻ പക്ഷികൾ (ആനപ്പക്ഷികൾ) മദ്ധ്യകാലം വരെ ജീവിച്ചിരുന്നവയാണ്. ന്യൂസിലാന്റിലെ മോവകൾ (moa) നവോത്ഥാനകാലഘട്ടം വരെ ജീവിച്ചിരുന്നു. മനുഷ്യൻ ജനപദങ്ങളും നഗരങ്ങളും നിർമ്മിച്ചു, അണകൾ കെട്ടി. കാടുകൾ വെളിമ്പറമ്പുകളാക്കി, അങ്ങനെ തദ് ഭൂമിവാസികളായ ജന്തുജാലങ്ങളുടെ അതിജീവനത്തിനുവേണ്ടിയുള്ള സൈ്വര്യവിഹാരം തടസ്സപ്പെടുത്തി. എലിസബത്ത് കോൽബെർട്ട് അവരുടെ പ്രസിദ്ധ പുസ്തക(The Sixth Extinction)ത്തിൽ ഇത് കൃത്യമായി വിശദീകരിച്ചിട്ടുണ്ട്. അങ്ങനെ അഞ്ച് ചരിത്രപ്രസിദ്ധമായ വംശനാശങ്ങൾക്കുശേഷം ആറാമത്തെ വംശനാശമാണത്രെ മനുഷ്യർ നടപ്പാക്കിയത്, നടപ്പാക്കിക്കൊണ്ടിരിക്കുന്നത്. മറ്റൊരു സ്പീഷീസ് ആയ നിയാൻഡെർതാൽ മനുഷ്യരുടെ വംശനാശത്തിനും നമ്മൾ കാരണക്കാരായിട്ടുണ്ട് എന്നൊരു സിദ്ധാന്തത്തിൽ ചെറിയ സത്യങ്ങളുണ്ട്. ഓരോ സ്പീഷീസ് ഇല്ലാതാകുമ്പോഴും പാരിസ്ഥിതിക തുടർഗമനങ്ങൾ (environmental cascades) സംഭവിക്കയാണ്, ആവാസവ്യവസ്ഥ ആകെ തകിടം മറിയുകയാണ്.

വംശനാശം സംഭവിച്ച ജന്തുക്കളുടെ മൃതദേഹങ്ങൾക്കിങ്ങേ അറ്റം നിന്ന് ഇന്ന് അടുത്ത ഫോസിൽ ആകാൻ തയ്യാറാകുകയാണ് മനുഷ്യൻ. ആറാമത്തെ വംശനാശം അവൻ സൃഷ്ടിക്കുന്നു, അവനേയും കൊണ്ടുപോകുന്നു എന്ന സ്ഥിതിവിശേഷം. പരിണാമത്തെ വെട്ടിച്ച് കടക്കുന്നവനാണെങ്കിലും ഭൂമിയുടെ ജൈവപരമായതും ജിയോകെമിക്കൽ ആയതുമായ വ്യവസ്ഥകളെ ആശ്രയിച്ചാണ് അവന്റെ അതിജീവനം. അന്തരീക്ഷചേരുവകളെ മാറ്റിമറിച്ചും സമുദ്രങ്ങളെ അമ്ലപൂരിതമാക്കിയും മഴക്കാടുകളെ വെട്ടി നശിപ്പിച്ചും സ്വന്തം അതിജീവനം അപകടകരമാക്കിയിരിക്കുന്നു അവൻ. ഒരേസമയം വേട്ടക്കാരനും ഇരയും ആകുകയാണവൻ. ഇരിക്കുന്ന കൊമ്പ് മുറിക്കുന്നവൻ.

എന്നാൽ കാലാവസ്ഥാവ്യതിയാനത്തെ സാങ്കേതികതാഭ്യാസങ്ങൾകൊണ്ട് മനുഷ്യൻ നേരിടും എന്ന് ചിലർ വാദിക്കുന്നുണ്ട്. അതിചാതുര്യംകൊണ്ട് സംഭവിപ്പിച്ച അത്യാപത്തുകളെ അതേ അതിചാതുര്യംകൊണ്ട് നേരിടുക എന്നതാണിത്. ആഗോളതാപനത്തിന്റെ

കെടുതികളെ അന്തരീക്ഷമാറ്റങ്ങൾകൊണ്ട് വ്യതിചലിപ്പിക്കുക എന്ന വിദ്യ. മേഘങ്ങൾക്കും മുകളിൽ സൾഫേറ്റ് വിതറി സൂര്യതാപരശ്മികളെ തിരിച്ചയക്കുക, പസഫിക് സമുദ്രത്തിനു മുകളിൽ ജലബിന്ദുക്കൾ പ്രസരിപ്പിച്ച് മഴമേഘങ്ങളെ ത്വരിതപ്പെടുത്തുക, ഇങ്ങനെ പോകുന്നു സാങ്കേതികവിദ്യാമോഹങ്ങൾ. അന്യഗ്രഹങ്ങളിൽ, സ്പെയ്സ് സ്റ്റേഷനുകളിൽ കുടിയേറി വംശം നിലനിർത്തുമത്രേ. പക്ഷേ അതിസമ്പത്തിന്റെ ചാരുകസേരയിന്മേൽ സുഖശയനം സാധിക്കുന്ന രാജ്യങ്ങൾക്ക് മാത്രമുള്ളതാണിത്.

പക്ഷേ മരങ്ങൾ വെട്ടിക്കളയുന്നതും കാട്ടിലെ മണ്ണ് മാന്തിപ്പൊളിക്കുന്നതും കാർബൺഡയോക്സൈഡിന്റെ അളവ് കൂട്ടുകയാണ്. കന്നുകാലികൾ മിഥെയ്ൻ ഗ്യാസ് പുറപ്പെടുവിക്കുന്നത് വേറെ. വരൾച്ചയും ചൂടും കാട്ടുതീകളും 17 മില്യനോളം ജന്തുക്കളെ ഇല്ലാതാക്കിയിട്ടുണ്ട്. ഡെൽഹിയിൽ ചൂട് 44 ഡിഗ്രി സെൽഷ്യസ്, ഇംഗ്ലണ്ടിൽ 41 ഡിഗ്രി ഇങ്ങനെ പോകുന്നു ദുസ്സഹജീവിതത്തിന്റെ മാനങ്ങൾ. പാരിസ് തീരുമാനം ശരാശരി താപമാനത്തിലുള്ള വർദ്ധനവ് 2 ഠCനും താഴെയായി നിലനിറുത്താനാണ്. എന്നാലും 21-ാം നൂറ്റാണ്ടിന്റെ അവസാനത്തോടെ 51 ശതമാനത്തോളം ഭൂമിയുടെ ഉപരിതലത്തിൽ ഏകദേശം 3ഠC താപവർദ്ധന ഉണ്ടായേക്കും എന്ന് കണക്കുകൾ സൂചിപ്പിക്കുന്നു.

അസന്തുലിതമായ അതിജീവനം

കാലാവസ്ഥയിലുള്ള വ്യതിയാനം ഏറ്റവും കൂടുതൽ ബാധിക്കുന്നത് പാവപ്പെട്ടവരെയാണ്. പ്രത്യേകിച്ചും അവികസിതരാജ്യങ്ങളിലെ. അതേസമയം നമ്മളേക്കാൾ ലോലചേതനയുള്ള സസ്യജന്തുജാലങ്ങളേയും. മാറുന്ന പരിതസ്ഥിതിയുമായി പെട്ടെന്ന് പൊരുത്തപ്പെടാൻ കഴിയാത്തവരാണ് ഈ രണ്ട് കൂട്ടരും. വികസിതരാജ്യങ്ങളിലെ അനിയന്ത്രിതമായ ഗ്രീൻ ഹൗസ് വാതക പ്രസരണം ഇപ്രകാരം അവരുടെ അടുത്തെങ്ങുമില്ലാത്ത പാവം രാജ്യങ്ങളെ കുട്ടിച്ചോറാക്കുകയാണ്. അവരുടെ കൃഷിയെ ബാധിച്ച് ക്ഷാമത്തിലേക്ക് നയിക്കുന്നു എന്നു മാത്രമല്ല ഉഗ്രതരമായ താപതരംഗങ്ങളാലും വെള്ളപ്പൊക്കങ്ങളോ വരൾച്ചകളോ കാരണത്താലും മഹാമാരികളും മരണങ്ങളും അവരാണ് അനുഭവിക്കേണ്ടി വരുന്നത്. ഈ നൂറ്റാണ്ടിന്റെ മദ്ധ്യത്തോടേ ഏകദേശം 30 ശതമാനം സസ്യജന്തുജാലങ്ങൾ വംശനാശം വന്ന് അപ്രത്യക്ഷമായേക്കും എന്നാണ് കണക്കുകൂട്ടൽ.

വിഭവങ്ങളുടെ വിനിയോഗരീതികളും സാമ്പത്തികശ്രേണീബദ്ധമായി തരംതിരിവുകൾ സൃഷ്ടിക്കുന്നുണ്ട്. അനിയന്ത്രിതമായ ചൂടിൽ

നിന്ന് രക്ഷ നേടാൻ ശീതീകരണികൾ ലഭ്യമാകുന്നത് മേലേക്കിടയിൽ ഉള്ളവർക്ക് തന്നെ. പ്രകൃതിക്ഷോഭങ്ങളിൽനിന്ന് രക്ഷപ്പെടാനോ കര കയറാനോ എളുപ്പം സാധിക്കുന്നതും അവർക്കാണ്. ഒരു രാജ്യത്തിന്റെ സാമ്പത്തികനിലയാണ് ആഗോളതാപനത്തിന്റെ കെടുതികൾ രൂക്ഷതരമോ എന്ന് തീരുമാനിക്കുന്നതെന്ന് ചുരുക്കം. ഈ വ്യത്യാസം ഇനിയുള്ള കാലങ്ങളിൽ കൂടുതൽ വിസ്തൃതമാകാനാണ് സകല സാദ്ധ്യതകളും എന്ന് അനുമാനിക്കാൻ അതിബുദ്ധി ഒന്നും വേണ്ട.

കൂടുതൽ ബീഫ് തിന്നാൻ?

വൈദ്യുതി അതിപുരോഗമനം സംഭാവന ചെയ്തു മനുഷ്യകുലത്തിന്. പക്ഷേ കൽക്കരി കത്തിച്ചു ധാരാളം നമ്മൾ അതിനുവേണ്ടി, ഇന്നും കത്തിച്ചുകൊണ്ടിരിക്കുന്നു. ഫോസിൽ ഇന്ധനങ്ങളെ ആധാരമാക്കി മോട്ടോറുകൾ പ്രവർത്തിപ്പിച്ച് പലതും നേടി. പക്ഷേ കാർബൺഡയോക്സൈഡും (മോണോക്സൈഡും) കണക്കില്ലാതെ അന്തരീക്ഷത്തിലേക്ക് തുറന്നുവിട്ടു. ഇന്നും ചെയ്തുകൊണ്ടിരിക്കുന്നു. മീഥെയ്ൻ വായുവിൽ കൂടുതൽ കലർത്തി. ഗ്രീൻ ഹൗസ് വാതകങ്ങളിൽ 1620 ശതമാനം മീഥെയ്ൻ ആണ്. കാർബൺ ഡയോക്സൈഡിനെക്കാൾ പലേ മടങ്ങാണ് മീഥെയ്ൻ ചൂട് പിടിച്ചുവെക്കുന്നത്. പകുതിയിലധികം മീഥെയ്ൻ ബഹിർഗ്ഗമനം സംഭവിക്കുന്നത് മനുഷ്യന്റെ ചെയ്തികൾ കാരണത്താൽത്തന്നെയാണ്. റിഫൈനറികളിൽ നിന്ന് ചോരുന്നവ, കൽക്കരി ഖനികളിൽനിന്ന്, നിലം ഉഴുതുമറിക്കുമ്പോൾ, വളങ്ങൾ ഉപയോഗിക്കുമ്പോൾ ഇങ്ങനെയൊക്കെ. പശുക്കൾ നല്ല തോതിൽ മീഥെയ്ൻ പുറപ്പെടുവിക്കുന്നുണ്ട് എന്നത് സുവിദിതമാണ്. ചാണകവും. അഞ്ച് പശുക്കളെക്കൊണ്ട് ഒരു വീട് ഒരു കൊല്ലത്തേക്കുള്ള ഊർജ്ജം ഉത്പാദിപ്പിക്കാമത്രേ.

പാലിനേക്കാൾ ബീഫിനോടാണ് മനുഷ്യന് ആസക്തി. കൂടുതൽ 'ബീഫ്' → കൂടുതൽ പശുക്കൾ → കൂടുതൽ മീഥെയ്ൻ ഇങ്ങനെയാണ് അന്തരീക്ഷമാറ്റകാരണങ്ങൾ പ്രവർത്തിക്കുന്നത്. പശുക്കളുടെ കുടലിലെ ബാക്റ്റീരിയകൾ പുല്ലും ഇലകളും ദഹിപ്പിക്കുമ്പോൾ, സംജാതമാക്കുന്നതാണ് മിഥെയ്ൻ വാതകം. സാമ്പത്തികസ്ഥിതി മെച്ചപ്പെട്ടതോടെ ആഗോളപരമായി ബീഫ് തീറ്റ കൂടിയിട്ടുണ്ട്. ആഹാരസമ്പാദനത്തിനു വേണ്ടിയാണ് നമ്മൾ ഗ്രീൻ ഹൗസ് വാതകങ്ങൾ കൂടുതൽ ബഹിർഗമിപ്പിക്കുന്നതെന്നത് തമാശയായിത്തോന്നാം. ആകപ്പാടെയുള്ള കാലാവസ്ഥാ വ്യതിയാന പ്രശ്നത്തിന്റെ നാലിലൊന്ന് കൃഷിയും കന്നുകാലിവളർത്തലും മൂലമുള്ളതുതന്നെ. ഇത് ഗണ്യമായി വർദ്ധിക്കാനാണ് സാധ്യത. കാരണം ലോകത്ത് ബില്യൻ കണക്കിന് ആൾക്കാരാണ് പണക്കാരായി

മാറിയിരിക്കുന്നത്, അവർക്ക് കൂടുതൽ ബീഫ് തിന്നാൻ ആശയുമുണ്ട്. 2050-ലെ ആഗോളതാപനത്തിനു കടിഞ്ഞാണിട്ട സങ്കൽപ്പലോകത്തെക്കുറിച്ചുള്ള ഒരു ആവിഷ്കാരസംഭാഷണത്തിൽ അമേരിക്കക്കാർ ബീഫ് തിന്നുന്നത് വളരെക്കുറച്ചു എന്ന് വ്യക്തമായി കുറിച്ചിട്ടുണ്ട്. പല വൻ കാലിത്തൊഴുത്തുകളും ഗ്രീൻ ഹൗസ് വാതകങ്ങൾ മിതപ്പെടുത്താൻ യത്നിക്കുന്നുണ്ട്.

എത്രമാത്രം ആഗോളപരം?

How global is global എന്ന ചോദ്യം ഇന്ന് വളരെ സംഗതമാണ്. ഭൂമിയുടെ വെറും എട്ട് ശതമാനം ഉപരിതലവിസ്തീർണ്ണത്തിൽനിന്നും മാത്രം ആണ് 90 ശതമാനം ഹരിതവാടി വാതകങ്ങൾ (green house gases) ഉളവാക്കുന്നത്. ലോകത്തിലെ രണ്ടോ മൂന്നോ രാജ്യങ്ങൾ മാത്രമാണ് ഭൂരിഭാഗം കാർബൺ വമിപ്പിക്കുന്നതും മലിനീകരണത്തിനു കാരണമേറ്റുന്നതും. ഇന്ന് ചൈനയും അമേരിക്കയും ആണ് പ്രകൃതിനാശക വാതകങ്ങൾ കൂടുതൽ പുറന്തള്ളുന്നത്. തൊട്ടു താഴെ ഇൻഡ്യയുമുണ്ട്. പക്ഷേ ഇത് ധാരാളമാണ് ലോകം മുഴുവൻ താപനില ഉയർത്താൻ. ആന്ത്രോപോജെനിക് ആയ ഈ വാതകവമിക്കൽ കൂടുതൽ മനുഷ്യവാസമുള്ളിടത്ത് കേന്ദ്രീകരിച്ചാണ്. മിക്കവാറും ഭൂമിയുടെ വടക്കെ അർദ്ധഗോളത്തിൽ. ഇതാണ് ലോകം മുഴുവൻ താപനില മാറ്റുന്നത്. പോളാർ ആർക്റ്റിക് ഭാഗത്ത് ഈ ചൂടാകൽ തീവ്രതരവുമാണ്. വാതകനിർഗ്ഗമനം കേന്ദ്രീകൃതമാണ് പക്ഷേ താപനിലയിലുള്ള മാറ്റം സർവ്വപ്രചാരിതവുമാണ്. ഭൂമിശാസ്ത്രപരമായി വൻ അസമമിതി(symmetry)യാണുള്ളത് എന്നതാണ് ശ്രദ്ധേയം. (ചിത്രം 1 കാണുക).

ഒരു ചെറിയ ഇടത്തിലെ രാഷ്ട്രീയ/സാമൂഹ്യനിലപാടുകൾ ആഗോളപരമായി വ്യാപിക്കുകയും ഗണ്യമായി സ്വാധീനിക്കുകയും ചെയ്യുന്ന മറ്റൊരു പ്രതിഭാസം ഇന്ന് ഇല്ലതന്നെ. വാതകപ്രസാരണവും കാലാവസ്ഥാവ്യതിയാനവും തമ്മിലുള്ള ബന്ധം എകതാനമായി രേഖീയ(non linear)മല്ലെന്നുള്ളത് സങ്കീർണ്ണമാക്കുന്നുണ്ട്. വാതകങ്ങളുടെ ചേരുവ, എവിടെ എങ്ങനെ, എന്ന്, എങ്ങോട്ട് എന്നതൊക്കെ താപനിലയിലുള്ള മാറ്റങ്ങളെ സ്വാധീനിക്കുന്നുണ്ട്. അതുകൊണ്ട് ഒരു ചെറിയ സംസ്ഥാനത്തിന്റേയോ നഗരത്തിന്റേയോ തീരുമാനങ്ങൾ ആഗോളവ്യാപകമായ പ്രത്യാഘാതങ്ങൾക്ക് വഴിവെച്ചേക്കാം. അതുകൊണ്ടുതന്നെ ശാന്തസമുദ്രത്തിന്റെ ഉപരിതലത്തിൽ വന്ന് ഭവിക്കുന്ന എൽനിനോ എന്ന താപവ്യത്യാസപ്രതിഭാസം പല ഭൂഖണ്ഡങ്ങളിലേയും ആവാസവ്യവസ്ഥയെ സ്വാധീനിക്കുന്നതാണ്. ഒരു 'പൂമ്പാറ്റ പ്രഭാവം' (butterfly effect) പോലെ

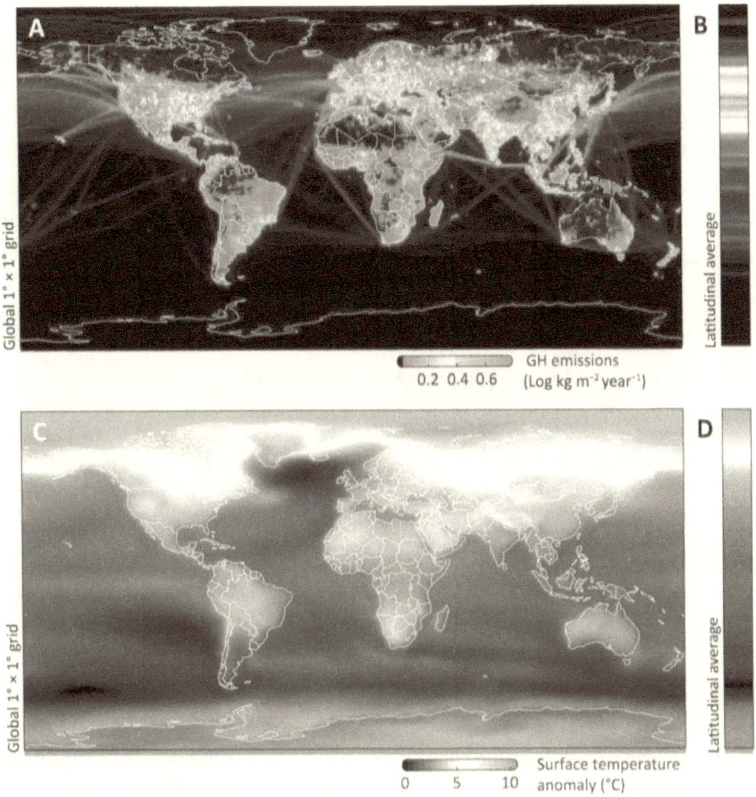

ചിത്രം 1. കേന്ദ്രീകൃതമായ ഇടങ്ങളിൽ ബഹിർഗമിക്കുന്ന ഗ്രീൻ ഹൗസ് വാതകങ്ങൾ (ചുവപ്പു നിറത്തിൽ) ലോകത്താകമാനം (താഴത്തെ ചിത്രം) താപനില മാറ്റിയെടുക്കുന്നു.

നിസ്സാരമോ അത്യന്തസൂക്ഷ്മമോ ആയ ആകസ്മികവ്യതിക്രമം (random perturbation) ഒരേ അവസ്ഥയിൽ സംഭവിച്ചാൽ എൽ നിനോയുടെ പ്രതികരണങ്ങളോ പ്രത്യാഘാതങ്ങളോ വ്യത്യസ്തമായിരിക്കാറുണ്ട്, ഇത് greenhouse effectനെ വളരെ വർഷങ്ങൾക്കുശേഷം ബാധിച്ചേക്കാവുന്നതുമാണ്.

ഇപ്പോഴുള്ള ആഗോളതാപനം പണ്ട് ഉളവായ കാരണങ്ങൾ കൊണ്ടാവാം. അതുകൊണ്ടുതന്നെ ഒരിടത്തെ കാർബൺഡയോക്സൈഡ് പ്രസാരണം പല ഇടങ്ങളിൽ പല രീതിയിൽ പ്രത്യാഘാതങ്ങൾ ഉണർത്തിയേക്കാം. ഒരേ ഗ്രീൻഹൗസ് വാതകപ്രഭാവം

അമേരിക്കയുടെ തെക്കുപടിഞ്ഞാറും മെക്സിക്കോയുടെ വടക്കു ഭാഗത്തും കരീബിയൻ സ്ഥലങ്ങളിലും വരൾച്ചയുണ്ടാക്കുമ്പോൾ വടക്കെ അമേരിക്കയിലും വടക്കൻ യൂറേഷ്യയിലും ഈർപ്പം നിറയാനോ മഴയ്ക്കോ സാദ്ധ്യതയുണ്ടാക്കുന്നു. ആൻഡിസ്/ഹിമാലയ പർവ്വതനിരകളിലെ ഹിമക്കട്ടകൾ ഉരുകിയൊഴുകി വെള്ളപ്പൊക്കം ഉണ്ടായെങ്കിൽ അതിനുശേഷം വരൾച്ചയാണ് സംഭവിക്കുന്നത്. ഗ്ലേസിയറുകൾ ഉരുകിയൊഴുകുമ്പോൾ ഹിമക്കട്ടകൾ നദീതീരങ്ങളിൽ പ്രത്യേകിച്ചും താഴ്ന്ന പ്രദേശങ്ങളിൽ ജനജീവിതം അസാദ്ധ്യമാക്കിത്തീർക്കും. കടലിലെ ജലനിരപ്പ് ഉയരുന്നു, തീരങ്ങൾ മുങ്ങിപ്പോകുന്നു. താപനിലയിലുള്ള മാറ്റങ്ങൾ കോറൽ പുറ്റുകളെ ഇല്ലാതാക്കുന്നു.

രാഷ്ട്രീയം തീരുമാനിക്കുന്നു - ഫോസിൽ ഇന്ധനങ്ങൾ എത്രനാൾ കത്തിക്കണം?

രാജ്യങ്ങളുടെ ബന്ധങ്ങളിൽ പാളിച്ച വന്നാൽ ഇളകിപ്പോകുന്നതാണ് ഇന്നത്തെ നിശ്ചയദാർഢ്യങ്ങൾ. ഉക്രെയ്ൻ ആക്രമണത്തിനു ശേഷം റഷ്യ natural gas പൈപ്പ് ലൈനുകൾ നിയന്ത്രണത്തിലാക്കി, ഫിൻലന്റിനു ഊർജ്ജം നൽകുന്നതേ ഇല്ല എന്ന തീരുമാനവും എടുത്തു. പലേ യൂറോപ്യൻ രാജ്യങ്ങളും പാരീസ് എഗ്രിമെന്റിൽ വെള്ളം ചേർക്കാൻ നിർബന്ധിതരായി. ജർമ്മനി കൽക്കരി കത്തിക്കുന്നത് വളരെ കുറച്ചുമതി എന്ന തീരുമാനത്തിൽനിന്ന് പിന്നോട്ട് പോയി. ഇനി വരുന്ന തണുപ്പുകാലത്തിനുവേണ്ടി ഊർജ്ജം സംഭരിക്കേണ്ടിയിരിക്കുന്നു എന്ന കാരണത്താൽ. ഓസ്ട്രിയ ആകട്ടെ അടച്ചുപൂട്ടപ്പെട്ട കൽക്കരിഖനികൾ തുറന്നിരിക്കയാണ്. ഇതേ തീരുമാനത്തിലാണ് ഫ്രാൻസും. കൽക്കരി ഉപയോഗത്തിനു അടപ്പിട്ട നെതർലന്റ് അത് തുറന്നിരിക്കയാണ്. ഇംഗ്ലണ്ടാകട്ടെ, അടയ്ക്കാനുദ്ദേശിച്ച രണ്ട് കൽക്കരി പവർ സ്റ്റേഷനുകൾ തുടർന്നു പ്രവർത്തിക്കാൻ അനുവാദവും കൊടുത്തിട്ടുണ്ട്. സ്റ്റീൽ നിർമ്മിതിക്ക് ഊർജ്ജം പകരാൻ കുംബ്രിയയിൽ കൽക്കരി ഖനി തുടങ്ങാൻ ഉദ്ദേശിച്ചത് വിവാദങ്ങളിൽപ്പെട്ട് നീണ്ടു പോയെങ്കിലും അത് ആരംഭിക്കാൻ തന്നെയാണ് തീരുമാനം. അല്ലെങ്കിൽ സ്റ്റീൽ കമ്പനികൾ കൽക്കരി ഇറക്കുമതി ചെയ്തേക്കും എന്ന പേടിയുമുണ്ട് ഗവണ്മെന്റിന്. ഒരു വർഷം 2.8 മില്യൻ ടൺ കൽക്കരിയാണ് കുംബ്രിയ ഖനി ഉത്പാദിപ്പിക്കാൻ പോകുന്നത്. ഇവിടെനിന്ന് ബഹിർഗമിക്കുന്ന കാർബൺ ഡയോക്സൈഡിന്റെ അളവ് മാത്രം രാജ്യത്തെ മറ്റു ഖനികൾ ആകപ്പാടെ ഉത്പ്പാദിപ്പിക്കുന്നതിനോടൊപ്പമായിരിക്കുമത്രെ. കൽക്കരി കത്തിക്കുന്നത് തുടരും, ഡീസലും പെട്രോളും ഇനിയും വാഹനങ്ങളിൽ നിറയും. കാലാവസ്ഥാവ്യതിയാനത്തെ പ്രതിരോധിക്കാനുള്ള 'രാഷ്ട്രീയ ഓക്സിജൻ' തീരെ ഇല്ലാതായിരിക്കുന്നു എന്ന് പ്രസിദ്ധ മാഗസീൻ ന്യൂ സയന്റിസ്റ്റ് പ്രഖ്യാപിച്ചു കഴിഞ്ഞു.

'Clean energy, renewable energy' എന്നൊക്കെ ഉച്ചൈസ്തരം ഘോഷിക്കുന്ന അമേരിക്ക തന്നെ പിന്തിരിപ്പൻ നയങ്ങളിലേക്ക് കൂപ്പ് കുത്തുന്നത് നാം കണ്ടതാണ്. പാരിസ് എഗ്രിമെന്റിനെ തെല്ലും വകവെച്ചില്ല ട്രമ്പ്. Environmental Protection Agencyയെ നിർവ്വീര്യ വുമാക്കി. റീഗൻ ആവട്ടെ ഊർജ്ജത്തിനുള്ള സമാന്തരസംവിധാന ങ്ങളെ അവഗണിക്കുകയും എണ്ണക്കമ്പനികളുടെയും കൽക്കരി ഖനി കളുടേയും ബിസിനസ് താൽപ്പര്യങ്ങൾക്ക് ഒരു പോറൽ പോലുമേൽ ക്കുന്നില്ല എന്ന് ഉറപ്പു വരുത്തുകയും ചെയ്തിരുന്നു. കാലാവസ്ഥാ വ്യതിയാനപ്രതിരോധത്തിൽ ഇങ്ങനെ പിന്നോട്ടടിച്ചുപോയ അമേ രിക്ക ഇപ്പോൾ പണിപ്പെടുന്നുണ്ട് നഷ്ടപ്പെട്ടുപോയ സമയം തിരിച്ചു പിടിക്കാൻ.

ആഗോളതാപനത്തെ ആർക്കാണു പേടി?

വൻ രാജ്യങ്ങൾക്ക് മുൻപോട്ടും പിറകോട്ടും ചാടിക്കളിക്കാനുള്ള കരുത്തും സ്വാതന്ത്ര്യവുമുള്ളപ്പോൾ ചെറിയ രാജ്യങ്ങൾക്ക് പൊതു ജനതയുടെ അതിജീവനത്തിന്റെയും സ്വാസ്ഥ്യത്തിന്റെയും പ്രശ്ന മാണ് ഫോസിൽ ഇന്ധനം എരിക്കണമോ വേണ്ടയോ എന്നത്. കോംഗോ റിപ്പബ്ലിക് ഉദാഹരണം. ലോകത്തെ ഏറ്റവും വലിയതും പഴക്കം ചെന്നതുമായ മഴക്കാടുകളിലൊന്നാണ് എണ്ണക്കമ്പനികൾക്ക് തീറെഴുതിക്കൊടുക്കാൻ തീരുമാനിച്ചിരിക്കുന്നത്. അപൂർവ്വമായ പർ വ്വതഗോറില്ലകൾ വസിക്കുന്ന ഇടവുമാണിത്. 'ഭൂമി എന്ന ഗ്രഹത്തെ രക്ഷിക്കുക എന്നതല്ല ഞങ്ങളുടെ ഇപ്പോഴത്തെ മുൻഗണന' എന്ന് കോംഗോയിലെ കാലാവസ്ഥാവിഷയങ്ങൾ വകുപ്പ് തലവൻ റ്റോസി മ്പാനു മ്പാനു (Tosi Mpanu Mpanu) കഴിഞ്ഞയാഴ്ച തുറന്നടിച്ചി രിക്കുന്നു. മുനയുള്ള ഈ വാക്കുകൾ പ്രകാശിപ്പിക്കുന്നത് അതി നിർണ്ണായകമായ ഒരു ചോദ്യംതന്നെയാണ്: കാലാവസ്ഥാടിയന്തിരാ വസ്ഥയെ സംബന്ധിച്ച്: എങ്ങനെ, എന്തുകൊണ്ട് ഫോസിൽ ഇന്ധ നങ്ങൾ കത്തിച്ചും മറ്റ് ഇടങ്ങളിലെ സ്വാഭാവികവിഭവങ്ങളെ ചൂഷണം ചെയ്തും ഐശ്വര്യപൂർണ്ണമായ ധനികരാജ്യങ്ങൾ പാവപ്പെട്ട രാജ്യ ങ്ങളോട് എണ്ണയും കൽക്കരിയും മണ്ണിനടിയിൽത്തന്നെ വെച്ചു കൊള്ളാൻ ആജ്ഞാപിക്കുന്നത്? 'ഒരുപക്ഷേ ഞങ്ങൾക്കും അവർ കളിച്ച കളികൾക്കുള്ള സമയമായിരിക്കുന്നു, അവർക്ക് ലഭിച്ച പ്രതി ഫലം ഞങ്ങളുടെ ജനതയ്ക്കും അവകാശപ്പെട്ടതാണ്' മ്പാനു തുറ ന്നടിക്കുന്നു.

ഇതേ ചോദ്യം ഇൻഡ്യയിലും നേരത്തെ ചോദിക്കപ്പെട്ടതാണ്. കൽക്കരി വൻ രീതിയിൽ നിർബാധം ഇന്നും കത്തിക്കുന്ന രാജ്യവു മാണ് ഭാരതം. പാരീസ് സമ്മിറ്റിൽ ഗ്രീൻ ഹൗസ് വാതകങ്ങൾ പൂജ്യത്തിലെത്തിക്കാൻ (നെറ്റ് സീറോ) 2070 വരെ സമയം ചോദി ച്ചാണ് പ്രധാനമന്ത്രി മോദി തിരിച്ചെത്തിയത്. അമേരിക്ക 2030-ലും

ചൈന 2050-ലും നെറ്റ് സീറോ വാഗ്ദാനം ചെയ്തിട്ടുള്ളപ്പോഴാണിത്. ചെറിയ തോതിലുള്ള ആണവനിലയങ്ങൾ പണിയാനുള്ള തത്രപ്പാടിലാണ് അമേരിക്കയും ചൈനയും. ഹൈഡ്രജൻ ഫ്യൂഷനിൽനിന്ന് ഊർജ്ജം കിനിയിക്കുന്ന പുതിയ വിദ്യകളും ആരംഭിച്ചു കഴിഞ്ഞിരിക്കുന്നു അവർ.

കാർബൺ പ്രസരണത്തിൽ ലോകത്ത് മൂന്നാം സ്ഥാനത്താണ് ഇൻഡ്യ. കാലാവസ്ഥ അപായസാദ്ധ്യതാലിസ്റ്റിൽ വളരെ മുകളിലുമാണ്. ഗ്രീൻ ഹൗസ് വാതകങ്ങളിൽ 79 ശതമാനം കാർബൺഡയോക്സൈഡും 14 ശതമാനം മിതെയ്നും 5 ശതമാനം നൈട്രസ് ഓക്സൈഡും ഇന്ത്യ പുറന്തള്ളുന്നു. ഓരോ ഇന്ത്യക്കാരനും ഒരു വർഷം രണ്ട് ടൺ ഗ്രീൻ ഹൗസ് വാതകങ്ങൾ പുറപ്പെടുവിക്കുന്നുണ്ടെന്ന് കണക്കുകൾ. Climate Action Tracker പ്രഖ്യാപിച്ചിരിക്കുന്നത് ഇന്ത്യയുടെ ഇന്നത്തെ പ്രവർത്തനങ്ങൾ 'അതിതീവ്രമായി അപര്യാപ്തമാണ്' എന്നു തന്നെയാണ്.

സാങ്കേതികതയിലുള്ള കുറവുകളോ കുറ്റങ്ങളോ അപര്യാപ്തതയോ അല്ല ആഗോളതാപനത്തെ നേരിടാൻ കടമ്പകൾ സൃഷ്ടിക്കുന്നത്. അത് 'ആഗോളം' ആണെന്നുള്ളതുതന്നെയാണ്. സമൂഹപരവും രാഷ്ട്രീയപരവുമായ തീരുമാനങ്ങളും പ്രായോഗികവിധികളുടെ ഉചിത തെരഞ്ഞെടുപ്പുമാണ് നിർണ്ണായകമായിട്ടുള്ളത്. രണ്ടോ മൂന്നോ രാജ്യങ്ങൾ മാത്രം വിചാരിച്ചാൽ നടപ്പാകുന്ന സംഗതിയുമല്ല. കോംഗോ റിപ്പബ്ലിക് ചോദിക്കുന്ന ചോദ്യം അസ്ഥാനത്തുമല്ല. സ്വന്തം ജനതയുടെ സുധാരണത്തിനും സ്വാസ്ഥ്യത്തിനും ഊർജ്ജസ്രോതസ്സുകൾ നേടേണ്ടത് ഒരു രാജ്യത്തിന്റെ അവകാശമാണ്. പക്ഷേ അതിനു ഫോസിൽ ഇന്ധനങ്ങൾ കത്തിക്കേണ്ടി വരുന്നെങ്കിൽ അത് ഒഴിവാക്കാൻ സഹായങ്ങളുമായി വികസിത രാജ്യങ്ങൾ മുന്നോട്ട് വരേണ്ടിയിരിക്കുന്നു. ഈ സഹജാവബോധവും പാരസ്പര്യവും സഹകരണവും അടിസ്ഥാനമാക്കിയെങ്കിൽ മാത്രമേ പവിഴപ്പുറ്റുകൾ മറന്നുപോയ ഇന്ദ്രനീല നിറം വീണ്ടും പുതയ്ക്കുകയുള്ളൂ. പറന്നുപോയ മൊണാർക്ക് ചിത്രശലഭങ്ങൾ തിരിച്ചെത്തുകയുള്ളൂ. സഹ്യാദ്രിയിലെ കുളിർമ്മ നിലനിൽക്കുകയുള്ളൂ.

■

അനായാസേന മരണം

വിഖ്യാത സിനിമാ സംവിധായകൻ ഗൊദാർദ് സ്വയം ജീവിതം അവസാനിപ്പിക്കുകയായിരുന്നു. ഡോക്ടറുടെ സഹായത്തോടെയുള്ള ആത്മഹത്യ തന്നെയായിരുന്നു അത്. നിയമപരമായി ഇത് അനുവദിക്കുന്ന സ്വിറ്റ്സർലന്റിൽ വെച്ചായിരുന്നു അദ്ദേഹം തന്നെ തെരഞ്ഞെടുത്ത മഹാപ്രയാണം. അദ്ദേഹത്തിന്റെ സിനിമകളിലെ വ്യക്തിനിഷ്ഠപരതയുടെ തുടർച്ചപോലെ.

'തനിയാവർത്തനം' സിനിമയുടെ അവസാനം ഭ്രാന്തനെന്ന് വിധിക്കപ്പെട്ട ബാലൻ മാഷിന് അമ്മ വിഷം കൊടുത്ത് മരണത്തിലേക്ക് നയിക്കുന്നതായിട്ടാണ്. 'വൺ ഹു ഫ്ളു ഓവെർ ദി കക്കൂസ് നെസ്റ്റ്' എന്ന പ്രസിദ്ധ ഹോളിവുഡ് സിനിമയിലും പ്രതിരോധിക്കാനോ പ്രതികരിക്കാനോ കഴിവില്ലാതാക്കപ്പെട്ടവനായ റാൻഡിൽ മക്മർഫിയെ ബലവാനായ 'ചീഫ്' തലയണ അമർത്തി ശ്വാസം മുട്ടിച്ച് കൊല്ലുകയാണ്. സമൂഹത്തിലെ ഭൂരിപക്ഷത്തെപ്പോലെ പെരുമാറാനും അവരുടെ നിയമങ്ങൾ അനുശാസിക്കാനും അപ്രാപ്തരെന്ന് വിധിയെഴുതപ്പെട്ടവരാണ് ഈ രണ്ട് കഥാപാത്രങ്ങളും. മരണമാണ് അവർക്ക് യോജിച്ചത് എന്ന് നമ്മളേയും വിശ്വസിപ്പിക്കാൻ ശ്രമിക്കുകയാണ് ഈ കഥാന്ത്യങ്ങൾ. ആ മരണങ്ങൾ അവർ സ്വമേധയാ തീരുമാനിക്കുന്നതല്ല, സമൂഹത്തിന്റെ പ്രതിനിധികൾ തീർപ്പാക്കുന്നതാണ്. ബാലനു ജന്മം നൽകിയ അമ്മയ്ക്ക് തീർച്ചയായും അയാളുടെ ജീവനെടുക്കാനും അവകാശമുണ്ടെന്ന് പരോക്ഷമായി സൂചിപ്പിക്കപ്പെടുകയാണ്. സുഗതകുമാരിയുടെ 'കൊല്ലേണ്ടതെങ്ങനെ' എന്ന കവിതയിലും സമൂഹനീതികളോട് ചേരാൻ അപ്രാപ്തയായ, അതിന്റെ പ്രായോഗികതകളിൽ പങ്കുചേരാൻ പറ്റാത്തവളുമായ മകളെ അമ്മ തന്നെയാണ് ഇല്ലാതാക്കാൻ തീരുമാനിക്കുന്നത്.

"കൊല്ലേണ്ടതെങ്ങനെ
ചിരിച്ച മുഖത്തു നോക്കി
അല്ലിൽ തനിച്ചിവിടെ
അമ്മ തപസ്സിരിപ്പൂ.

വല്ലാതെ നോവരുത്
വേവരുത്... ഒന്നുമാത്രം
എല്ലാം മറക്കുമൊരു ഉറക്കം."

എങ്ങനെയാണത് നടപ്പാക്കേണ്ടത് എന്നതിലേ ചിന്താക്കുഴപ്പം ഉള്ളൂ അമ്മയ്ക്ക്.

ജീവന്റെ നൈരന്തര്യം ഏതുജീവിയും കാംക്ഷിക്കുന്നു എന്നിരിക്കെ മരണം എന്നത് അനിവാര്യമെങ്കിലും അത് സ്വയമേ തെരഞ്ഞെടുക്കുന്നതോ സ്വാഭാവികമായി സംഭവിക്കുകയോ ചെയ്യണമെന്ന് പ്രകൃതിനിയമം മനുഷ്യമനസ്സിൽ തെര്യപ്പെടുത്തലുകൾ ഏറ്റിവെച്ചിട്ടുണ്ട്. സ്വന്തം സ്പീഷീസിനെ ഏറെ കൊല ചെയ്യുന്ന അപൂർവ്വജീവിയാണ് മനുഷ്യൻ, അതുകൊണ്ട് മറ്റൊരാളെ കൊല ചെയ്യുന്നതിന്റെ ധാർമ്മികത ഇപ്പൊഴും ഒരു ഐറണി എന്ന പോലെ തന്നെ നിലനിൽക്കുന്നുണ്ട് ബോധ/അബോധമനസ്സിൽ. ആധുനിക കാലത്ത് വിഭവങ്ങൾക്കുവേണ്ടി മത്സരിക്കേണ്ടി വരുന്നില്ലെങ്കിലും അതിനു ഹിംസ ആവശ്യകമല്ലെങ്കിലും യുദ്ധം എന്ന നിരർത്ഥക ചെയ്തിയിലൂടെ (രണ്ടാം ലോകമഹായുദ്ധത്തിൽ) 56 മില്യൺ മനുഷ്യരെ കൊന്നവരാണു നമ്മൾ. അതിന്റെ പരിണതി എന്നോണം 26 മില്യൺ വേറെ മരിച്ചിട്ടുണ്ട്. ലോക കോടതിയോ ശിക്ഷാവിധികളോ ധാർമ്മിക പദ്ധതികളോ ഈ കൊലപാതകത്തിനു ശിക്ഷ വിധിക്കുന്നില്ല. ഇപ്രകാരം മനുഷ്യന്റെ മരണം, കൊലപാതകം എന്നിവയ്ക്ക് പൊതു ധാർമ്മിക നിയമങ്ങൾ ഇല്ലെങ്കിലും ഒരു രാജ്യത്തെ പൗരന്റെ ജീവൻ സംരക്ഷിക്കാൻ ഭരണകൂടം പിന്നിലുണ്ടെന്ന് നിയമസംഹിതകൾ എഴുതപ്പെട്ട് തെളിയിക്കുന്നുണ്ട്. ആരുടെ ജീവൻ ആണ് സംരക്ഷിക്കപ്പെടേണ്ടത് എന്നത് ഒരു രാഷ്ട്രീയ/സാമ്പത്തിക പശ്ചാത്തലത്തിൽ തീരുമാനിക്കപ്പെടുക എന്നത് സംഗതമായി വരുന്നുണ്ടിവിടെ. കൊലപാതകത്തിനു ശിക്ഷിക്കപ്പെട്ട ആളെ അതേ കൊലപാതകംകൊണ്ട് ഇല്ലാതാക്കുക എന്നത് വൈചിത്ര്യമായി കണക്കാക്കപ്പെടുന്നില്ല. എന്നാൽ സ്വന്തം ജീവൻ എടുക്കാൻ ഒരാൾക്ക് അവകാശവുമില്ല; ആത്മഹത്യ കുറ്റകരമാണ്.

ആധുനികോത്തരകാലത്ത് ആരെയാണ് സമൂഹത്തിനു വേണ്ടത്?

ആധുനികതയുടെ കാലത്തെ ആശകളും സ്വപ്നങ്ങളും തൃഷ്ണകളും റദ്ദുചെയ്തുകൊണ്ടാണ് ഉത്തരാധുനികത മുദ്രണം ചെയ്യപ്പെട്ടത്. അസമത്വങ്ങളെ മുക്കിത്താഴ്ത്താനുള്ള സ്വപ്നങ്ങൾ ഒക്കെ കൈവെടിയേണ്ടി വന്നു, സമൂഹത്തിനു പ്രദാനം ചെയ്യാനുള്ള എല്ലാ നന്മകളും വിഭവങ്ങളും എല്ലാവർക്കും ലഭ്യമാക്കാനുള്ള ത്വരയും ശിഥിലീകരിക്കപ്പെട്ടു. സമൂഹസമത്വം എന്ന് പഴയ ഉട്ടോപ്യയ്ക്ക്

പകരം ആധുനികോത്തര യുക്തിപ്രാധാന്യവാദം നിലവിൽ വന്നു. ജോലിയില്ലാത്തവരോ അതിനു പ്രാപ്തിയില്ലാത്തവരോ ഒരു റിസർവ് എന്ന നിലയിൽനിന്ന് മാറി പുറം തള്ളപ്പെട്ടവരായി മാറി. അവർ ഉൽപ്പാദകരോ ഉപഭോഗകരോ അല്ലാതായി, സാമ്പത്തിക യുക്തിയിൽ ബഹിഷ്ക്കരിക്കപ്പെട്ടവരായി. ഉത്തരാധുനികത പ്രയോഗമേന്മ(utilitarian)യിൽ അധിഷ്ഠിതമായി, അതിനുള്ള യോഗ്യതയോ പ്രാപ്തിയോ ഇല്ലാത്തവർ ജീവിതം കൈകാര്യം ചെയ്യാനുള്ളവർ അല്ലെന്ന് വിധിയെഴുതപ്പെട്ടു. സമൂഹത്തിന് ഒന്നും തിരിച്ചുകൊടുക്കാനില്ലാത്തവൻ മരണപ്പെടേണ്ടവനാണോ എന്ന ചോദ്യവും ലളിതവൽക്കരിക്കപ്പെട്ടു.

ബാലൻ മാഷിനും (തനിയാവർത്തനം) റാൻഡിൽ മക്മർഫിക്കും (വൻ ഹു ഫ്ള്യു ഓവർ ദി കക്കൂസ് നെസ്റ്റ്) സുഗതകുമാരിയുടെ കവിതയിലെ മകൾക്കും മരണം വിധിക്കുന്നത് അവർക്ക് ഇനി സമൂഹത്തിനു പ്രദാനം ചെയ്യാൻ ഒന്നുമില്ലെന്നും അതുകൊണ്ട് അവരുടെ മരണം യുക്താനുശീലവും ആത്മസ്പർശിയല്ലാത്തതും ആകുന്നു എന്ന് ധ്വനിപ്പിച്ചുകൊണ്ട് തന്നെയാണ്. ജീവിതനൈരന്തര്യമോ മരണമോ അവർ സ്വയം തെരഞ്ഞെടുക്കേണ്ടതല്ലെന്നും അവരുടെ ജീവിതത്തെക്കുറിച്ച് മറ്റുള്ളവർക്കാണ് വിധി കൽപ്പിക്കാൻ അവകാശവും അധികാരവുമുള്ളത് എന്ന് തെര്യപ്പെടുത്തുന്നുമുണ്ട്. ഇവിടെയാണ് വ്യക്തിയുടെ സ്വാതന്ത്ര്യത്തെക്കുറിച്ചുള്ള ചർച്ചകൾക്ക് ഘനീഭാവം കൈവരുന്നത്. മരിക്കുവാനോ ജീവിക്കുവാനോ ഉള്ള അവകാശം വ്യക്തികൾക്ക് നൽകണമെന്ന് സാമ്പത്തികശാസ്ത്രം അല്ല നിർദ്ദേശിക്കേണ്ടത്, ധാർമ്മികതയുടെ ഉൾക്കാമ്പുകളാണ്.

സത് മൃത്യു-ധാർമ്മികതയുടെ ചോദ്യങ്ങൾ

യൂതനേഷ്യ (Euthanasia) എന്നത് മരണം കാംക്ഷിക്കുന്നവർക്ക് അത് നൽകുന്ന ഏർപ്പാടാണ്. 'അനായാസേന മരണം വിനാ ദൈന്യേന ജീവനം ദേഹി മേ കൃപയാ' എന്ന് പ്രാർത്ഥിച്ചു പോകുന്നത് ശരീരത്തിന്റെ ആവശ്യമായിട്ടാണ്, മോക്ഷപ്രാപ്തിക്കല്ല. യൂതനേഷ്യ എന്ന ഗ്രീക്ക് വാക്കിന്റെ അർത്ഥം 'നല്ല മരണം' (Good Death)എന്നാണ്. ദൈന്യജീവിതത്തിൽനിന്നുള്ള വിടുതൽ. മരണം സുനിശ്ചിതം, യാതനകൾ, കൊടുംപീഡകൾ നിരന്തരം, എന്നാൽ മരണം ഇപ്പോഴായിക്കൂടെ എന്ന് അഭ്യർത്ഥിക്കുന്ന വേളയിൽ അതിനു സഹായിച്ചു കൊടുക്കുന്നതോ വഴിതെളിക്കുന്നതോ ധർമ്മബോധത്തിന്റെ ഉത്തരവാദിത്തമെന്ന് വാദങ്ങളുണ്ട്. മരണം ഏതായാലും ദൈന്യവും കഠിനതരവുമാണ്, അത് മയപ്പെടുത്തി ലഘൂകരിച്ച് സഹിക്കാൻ പറ്റുന്നതാക്കാൻ യൂതനേഷ്യ വഴിതെളിക്കുകയാണ്. ജീവിക്കാൻ, അല്ലെങ്കിൽ ജീവൻ നിലനിറുത്താൻ ഏവർക്കും

അവകാശം ഉള്ളതുപോലെ മരിക്കാനും അവകാശമില്ലേ എന്ന ചോദ്യം ചോദിക്കപ്പെടുന്നില്ലെങ്കിലും അതിനു നീതിന്യായവ്യവസ്ഥിതിക്കേ അവകാശമുള്ളൂ എന്നത് വിരോധാഭാസമായി നിലകൊള്ളുന്നു. മനുഷ്യൻ സൃഷ്ടിച്ച, മനുഷ്യർ ഉൾപ്പെടുന്ന കൂട്ടായ്മയ്ക്ക് തീർപ്പ് കൽപ്പിക്കാം, ഒരു വ്യക്തിയെ തൂക്കിക്കൊല്ലാൻ, പക്ഷേ വ്യക്തിക്ക് സ്വയം അത് പാടില്ല എന്നത് ഖണ്ഡനാത്മകവും പരസ്പരവിരോധിയുമാണ്. സമഗ്രാധിപത്യ (totalitarian) വ്യവസ്ഥയിൽ ഭരണകൂടമാണ് പരമവും ആത്യന്തികവുമായ വിധികേന്ദ്രം; യൂതനേഷ്യയുടെ കാര്യത്തിൽ പലേ രാജ്യങ്ങളും ഇപ്രകാരമാണ് പെരുമാറുന്നത്. ഹിറ്റ്ലറിന്റെ കാലത്ത് നിർബ്ബന്ധിത യൂതനേഷ്യ നടപ്പിലായിരുന്നു എന്ന് ഓർക്കുക. സമൂഹത്തിനു ആവശ്യമില്ലാത്തവരെ കൊല്ലുക അല്ലെങ്കിൽ അവരെ സ്വയം മരണത്തിലേക്ക് നയിക്കുക എന്നത് ഭരണകൂടനിയമം ആയ ചരിത്രവേള.

സമൂഹത്തിന്റെ ആവശ്യത്തിനു വേണ്ടിയാണോ മനുഷ്യന്റെ ജീവിതം എന്ന ചോദ്യം പല വേദാന്തികളും പണ്ടേ ചർച്ച ചെയ്തു തുടങ്ങിയതാണ്, ഇമ്മാനുവൽ കാന്റ് രോഗിയുടെ മരണനിശ്ചയം പ്രകൃതിനിയമങ്ങളുമായി ഇടഞ്ഞുനിൽക്കുന്നതിനെക്കുറിച്ച് വാചാലനായപ്പോൾ നീത് ഷേ ഓർമ്മപ്പെടുത്തിയത് സമൂഹത്തിൽ പരാദമായിപ്പോയവന്റെ, ഡോക്ടർമാരുടേയും യന്ത്രങ്ങളുടേയും അടിമയായിപ്പോയവന്റെ അഭിമാനക്ഷതത്തെപ്പറ്റിയാണ്, അവന്റെ സ്വതന്ത്രചിന്താവകാശത്തെക്കുറിച്ചാണ്, സ്വത്വാധികാര(autonomy)ത്തെക്കുറിച്ചാണ്. കാന്റിനും സ്വാഭിമാനത്തെക്കുറിച്ചും അതിന്റെ ക്ഷതത്തെക്കുറിച്ചും ആശങ്കകൾ ധാരാളമുണ്ട്. മരണം തെരഞ്ഞെടുക്കാനുള്ള സർവ്വാധികാരം വ്യക്തിയുടേതുതന്നെ എന്ന് ഘോഷിക്കപ്പെടുന്നു ഈ വേദാന്തസാരങ്ങൾ.

എളുപ്പമാക്കപ്പെടുന്ന മരണങ്ങൾ

ആധുനിക യന്ത്രവിദ്യകളാണ് ഇന്ന് മരണത്തിലേക്കുള്ള ദൂരം നീട്ടിയെടുക്കുന്നത്. നിർമ്മിതബുദ്ധിയും ക്വാണ്ടം മെക്കാനിക്സുമൊക്കെ ഇന്ന് ആശുപത്രിക്കുള്ളിൽ സാങ്കേതികസഹായങ്ങളുമായി എത്തിയിട്ടുണ്ട്. തലച്ചോറ് മരിച്ചാലും ഹൃദയമിടിപ്പ് തുടർന്നെടുക്കാം, തകരാറിലായ കിഡ്നിക്ക് പണ്ടേ ഡയാലിസിസ് പ്രതിവിധിയായുണ്ട്. അവയവകൈമാറ്റങ്ങൾ പുതുമാനങ്ങൾ ആർജ്ജിച്ചിട്ടുണ്ട്.

യാന്ത്രികതയിൽ നിബദ്ധമായ ജീവന് ഒരു പ്രത്യേകതയുണ്ട്. അതേ യാന്ത്രികതയുടെ ഇല്ലായ്മ മരണം എളുപ്പമാക്കുന്നു എന്നത്. ഓക്സിജൻ ട്യൂബ് കൊണ്ട് മാത്രം ജീവൻ നില നിറുത്തപ്പെടുന്ന ഒരു രോഗിയുടെ മരണം സാദ്ധ്യമാക്കാൻ ആ ട്യൂബ് വലിച്ചാൽ മതി.

തലച്ചോറിലേക്ക് പ്രവഹിക്കുന്ന അല്ലെങ്കിൽ ഹൃദയമിടിപ്പ് ക്രമപ്പെടുത്തുന്ന വൈദ്യുതി ഒരു സ്വിച്ച് കൊണ്ട് ഇല്ലാതാക്കാം, മരണം ഉടനടിയാണ്. ഐ വി (intravenous) ആയി കൊടുക്കുന്ന ദ്രാവകത്തിന്റെ കുപ്പി മാറ്റിയാൽ മതി, രോഗി മരണത്തിലേക്ക് വഴുതി വീണുകൊള്ളും. വാസ്തവത്തിൽ കൊലപാതകം ആണെങ്കിലും അത് ലഘുവായ പ്രവർത്തി ആയി മാറുന്നു. ഈ ചെയ്തിയുടെ തീക്ഷ്ണതയും കാഠിന്യവും കുറഞ്ഞിരിക്കുന്നതുകൊണ്ട് ഭീകര പ്രവർത്തി എന്ന പൊതുബോധം മയപ്പെടുകയാണ്.

ഈയിടത്തെ ഗൊദാർദിന്റെ 'ആത്മഹത്യ' പല ചർച്ചകൾക്കും വഴിവെച്ചിട്ടുണ്ട്. ക്യാൻസറോ അതിമാരകമായ മറ്റ് അസുഖങ്ങളോ ജീവിതം അത്യന്തം ദുരിതത്തിൽ ആഴ്ത്തിയതുകൊണ്ടല്ല അദ്ദേഹം ഈ വഴി തെരഞ്ഞെടുത്തത്. ജീവിതം വിരസമായിരിക്കുന്നു, സ്വത്വം നശിച്ചു തുടങ്ങിയിരിക്കുന്നു എന്നത് അദ്ദേഹം വെളിപ്പെടുത്തിയിരുന്നു. പലേ അസുഖങ്ങൾ ഉണ്ടായിരുന്നു എന്നതും സത്യമാണ്. എന്നാൽ ഒരു വീൽ ചെയറിൽ തളയ്ക്കപ്പെട്ട ജീവിതം ഒരിക്കലും ഇഷ്ടപ്പെടുന്നില്ല എന്ന് പണ്ടേ അറിയിച്ചിട്ടുമുണ്ട് ഗൊദാർദ്. അത്യന്തം പ്രഭാവപൂർണ്ണവും കലാഭാവനാപ്രസരിതവും സീമാഭഞ്ജകനിദർശനകവുമായ ജീവിതത്തിനു ശേഷം 91-ാം വയസ്സിൽ ഈ ലോകം വിട്ടുപോകാൻ തീരുമാനിക്കുമ്പോൾ അതിൽ വ്യാകുലത തെല്ലുമേ അദ്ദേഹത്തിനോ സ്വകുടുംബത്തിനോ തോന്നിയില്ല, നമുക്കും തോന്നേണ്ടതില്ല.

സ്വച്ഛന്ദമൃത്യു-സഹായത്തിനുള്ള വഴികൾ

ഇന്ന് പല നിർവ്വചനങ്ങളാൽ വേർതിരിക്കപ്പെട്ടിട്ടുണ്ട് മരണ സഹായപ്രവർത്തികൾ.

യൂതനേഷ്യ - രോഗിയുടെ ബോധപൂർവ്വവും കാര്യക്ഷമതാപരവുമായ ആവശ്യപ്രകാരം ഡോക്ടർ മരുന്നുകൾ കുത്തിവെച്ച് മരണം ഉറപ്പാക്കുക.

ഡോക്ടറുടെ സഹായത്തോടെ ആത്മഹത്യ (PAS-Physician assisted suicide): ഡോക്ടർ ആത്മഹത്യയ്ക്കുള്ള മരുന്നുകൾ നൽകുക, രോഗിയുടെ ആവശ്യപ്രകാരം.

ഗൊദാർദ് തെരഞ്ഞെടുത്തത് ഈ മാർഗ്ഗമാണ്.

അനൈച്ഛികമായി (non voluntary) മരണത്തിലേക്ക് നയിക്കുക - രോഗിയുടെ ആവശ്യപ്രകാരമല്ലാതെ, കാര്യക്ഷമതയും പ്രാപ്തിയും നഷ്ടപ്പെട്ട രോഗിയുടെ മരണം ഉറപ്പാക്കുക.

ചികിത്സ നിറുത്തുകയോ അത് ചെയ്യാതിരിക്കുകയോ നടപ്പാക്കുക - രോഗിയുടെ ആവശ്യപ്രകാരം ഓക്സിജനോ അത്യാവശ്യ

ദ്രവങ്ങളോ നൽകുന്നത് അവസാനിപ്പിക്കുക, മരണത്തിലേക്ക് നയിക്കുക. ഇത് യൂതനേഷ്യ ആയി കണക്കാക്കുന്നില്ല.

കഠിനവേദന, വിഭ്രാന്തി, വൻ അസ്വാസ്ഥ്യങ്ങൾ ഇവയൊക്കെ കുറയ്ക്കുവാൻ മയക്കുമരുന്നുകൾ നൽകി സാവധാനം മരണത്തിലേക്ക് നീങ്ങാൻ അനുവദിക്കുക. രോഗിയുടെ അനുവാദമില്ലാതെ ആയിരിക്കും ഇത് നടപ്പാക്കുക. മരണം ഒരു ഉദ്ദേശമല്ലാത്തതിനാൽ ഇത് യൂതനേഷ്യയിൽ പെടുന്നില്ല.

ഇതിൽ പലതും ഇപ്പോഴും ധാർമ്മികതയുടെ പേരിൽ തർക്കങ്ങൾ ക്ഷണിക്കുന്നവയാണ്. Physician assisted suicide (PAS) വ്യാപകമാണ് ഇന്ന്. അമേരിക്കയിൽ ഒറീഗണിൽ ഇത് നിയമപരമാണ്, ഒരു വർഷത്തിൽ 50-ൽക്കൂടുതൽ രോഗികൾ ഈ വഴി തെരഞ്ഞെടുക്കുന്നുണ്ട്. ബെൽജീയത്തിൽ യൂതനേഷ്യ നിയമപരമാണ്.

സ്വിറ്റ്സർലന്റിൽ PAS അനുവദനീയമാണ്. മറ്റുരാജ്യങ്ങളിൽ നിന്നെത്തുന്നവർക്കും ഇത് ലഭ്യമാണ്, 'ഡിഗ്നിറ്റാസ്' എന്ന സംഘടന സഹായം നൽകുകയും ചെയ്യും. നെതർലന്റ്, ലക്സംബെർഗ്, ക്യാനഡ, കൊളംബിയ, വിക്റ്റോറിയ, പടിഞ്ഞാറൻ ഓസ്ട്രേലിയ ഒക്കെയാണ് PAS അനുവദനീയമായ മറ്റ് രാജ്യങ്ങൾ. ഓസ്ട്രേലിയയുടെ മറ്റ് ഭാഗങ്ങളിൽ ഉടൻ ഇത് നിയമപരമാകുകയാണ്.

അമേരിക്കയിൽ അഞ്ച് സംസ്ഥാനങ്ങളിൽ യൂതനേഷ്യയും PASഉം മേൽ പ്രസ്താവിച്ച നടപടികളും നിയമപരമാണ്. നെതർലന്റ്, ക്യാനഡ ഒക്കെ യൂതനേഷ്യ അനുവദിച്ചിട്ടുള്ള രാജ്യങ്ങളാണ്. ഇംഗ്ലണ്ടിലും അയൽരാജ്യങ്ങളിലും ഒരു കാലത്ത് യൂതനേഷ്യ പാടേ നിരോധിച്ചിരുന്നു, കൊലപാതക്കുറ്റമാണ് ചുമത്തിയിരുന്നത്. സ്വിറ്റ്സർലന്റിൽ അനുവദനീയമാണെങ്കിലും യൂതനേഷ്യ നിഷിദ്ധമാണ്, കാരണം സ്വന്തമായ തീരുമാനത്താലല്ല ആ മരണം എന്നതുകൊണ്ടു തന്നെ.

ക്യാൻസർ രോഗികളാണ് യൂതനേഷ്യയ്ക്കും physician assisted suicide നും കൂടുതൽ തയ്യാറാകുന്നത്. അമേരിക്കയിലെ ഒറിഗണിലെ ഒരു പഠനം തെളിയിച്ചത് സാധാരണ രോഗികളേക്കാൾ എട്ട് ഇരട്ടിയാണ് ക്യാൻസർ രോഗികൾ യൂതനേഷ്യ ആവശ്യപ്പെടുന്നത് എന്നാണ്. ബ്രിട്ടനിൽ ആകപ്പാടെ 41 ശതമാനം assisted suicide ക്യാൻസർ രോഗികളുടേതാണ്. ഇതിൽ ഏറ്റവും കൂടുതൽ ശ്വാസകോശാർബുദരോഗികളാണ്. നിയമങ്ങളെ വെല്ലു വിളിച്ച് രോഗികളെ സത്മൃത്യുവിന് അനുവദിച്ച ചില ഡോക്ടർമാർ പിന്നീട് കുണ്ഠിതപ്പെട്ടതായും രേഖകളുണ്ട്.

മരണം കഴിഞ്ഞു, പക്ഷേ കഴിഞ്ഞോ?

മരണം എത്രമാത്രം ആത്യന്തികമാണെന്ന് തീർപ്പ് കൽപ്പിക്കുന്നത് ആധുനികശാസ്ത്രം തിരുത്തിക്കൊണ്ടിരിക്കയാണ്. മരിച്ചുപോയ ജന്തുക്കളുടെ അവയവങ്ങൾ വീണ്ടും പ്രവർത്തനനിരതമാക്കാം എന്ന് അസന്ദിഗ്ദ്ധമായി തെളിഞ്ഞിരിക്കയാണ് ഈയിടെ. പന്നികളിലെ പരീക്ഷണങ്ങൾ തെളിയിച്ചത് ഹൃദയം, മസ്തിഷ്കം, കരൾ, കിഡ്നി ഒക്കെ മരണത്തിന് ഒരു മണിക്കൂറിനുശേഷം ജീവന്റെ തുടിപ്പ് വീണ്ടും ഏറ്റെടുക്കുന്നതായിട്ടാണ് ചില പ്രത്യേക ദ്രാവകങ്ങളാൽ. ഇത്തരം ഗവേഷണഫലങ്ങൾ ശുഭോദർക്കമാണ്, പക്ഷേ മനുഷ്യരിൽ എത്താൻ ഇനിയും ധാരാളം പരീക്ഷണങ്ങൾ വേണ്ടിവരും. ഇത്തരം പരീക്ഷണഫലങ്ങൾ മുൻ കൂട്ടിക്കണ്ടിട്ടുണ്ടെന്നവണ്ണം മൃതദേഹങ്ങൾ ശീതീകരിച്ചു വെയ്ക്കുന നടപടികൾ ചില രാജ്യങ്ങളിൽ തുടങ്ങിയിട്ടുണ്ട്. ഒരു നാൾ ആ ശരീരങ്ങളെ പുറത്തെടുത്ത് പുതുജീവൻ ഊതിക്കയറ്റാൻ സാദ്ധ്യത തെളിയുന്നുണ്ട് പന്നികളിലെ പരീക്ഷണങ്ങളാൽ.

മരിച്ചവരിൽ അവയവങ്ങൾ പുനർജ്ജീവിപ്പിക്കുമ്പോൾ മരണം എന്നതിന്റെ നിർവ്വചനം മാറിപ്പോകയാണ്. മരണം എന്നത് യഥേഷ്ടം തെരഞ്ഞെടുക്കാവുന്നത് എന്ന ആശയം പ്രബലമായാൽ ഭാവിയിൽ ഒരു കാലത്ത് ജീവിച്ചാൽ മതി എന്ന് തീരുമാനിക്കാം. അസുഖം വരുന്നതിന്റെ ലക്ഷണങ്ങൾ കണ്ടു തുടങ്ങിയാൽ അതിനൊക്കെ ചികിത്സ കണ്ടുപിടിക്കുന്ന കാലത്ത് തിരിച്ചെത്താം എന്ന തീരുമാനത്തിൽ സ്വച്ഛന്ദ മൃത്യു കൈവരിക്കാം.

ഗൊദാർദിന്റെ ഐച്ഛികമരണം ധാർമ്മികതയുടെ ചോദ്യങ്ങൾക്ക് മറുപടിയുമാണ്. ജീവിതം പലേ അസുഖങ്ങളാൽ ക്ലിഷ്ടതരമായിരിക്കുന്നു, അതുകൊണ്ട് സ്വയം മരണം തെരഞ്ഞെടുക്കുന്നു എന്ന് ലോകം അറിയണമെന്ന് അദ്ദേഹം വെളിപ്പെടുത്തിയിരുന്നു. മതനിബന്ധനകളോ വേദാന്തനിഷ്കർഷകളോ അല്ല വ്യക്തിയുടെ ജീവിതാവകാശം തീരുമാനിക്കേണ്ടത് എന്ന വെളിപാടുമാണിത്. ദൈവം നമ്മളെ സൃഷ്ടിച്ചു, ദൈവം മാത്രമേ അത് തിരിച്ചെടുക്കാവൂ എന്ന പ്രബോധനത്തിന്റെ വില കുറഞ്ഞിരിക്കുന്നു, അതേ സമയം ഉത്തരാധുനികതയുടെ നിബന്ധനകളിൽനിന്ന് വ്യക്തി വിടുതൽ നേടുകയും ചെയ്യുന്നു.

Reference

Westphal E. R., Nowak W. S. and Krenchinski C. V. Of philosophy, ethics and moral about euthanasia: The discomfort between modernity and postmodernity. Clin. Med. Rev. Case Rep. 6: 270, 2019.

■

ചാറ്റ് ജിപിറ്റി, നിർമ്മിതബുദ്ധി വിജയങ്ങളും പരാജയങ്ങളും

നിങ്ങൾ ഗൂഗിൾ പേ ഉപയോഗിച്ച് പണം കൈമാറിയിട്ടുണ്ടോ? സംശയകരമായ പണം മാറ്റത്തെക്കുറിച്ച് അറിവ് കിട്ടിയിട്ടുണ്ടോ? പേ പാൽ (Pay Pal) ഉപയോഗിച്ചിട്ടുണ്ടോ? അലെക്സാ എന്ന യന്ത്രത്തോട് ചോദ്യങ്ങൾ ചോദിച്ച് ഉത്തരം കിട്ടിയിട്ടുണ്ടോ? ഉണ്ടെങ്കിൽ നിങ്ങൾ നിർമ്മിതബുദ്ധിയുടെ ഉപഭോക്താവാണ്. നിങ്ങൾ മോഹൻലാലിന്റെ 'മരയ്ക്കാർ' സിനിമയിലെ, 'ബാഹുബലി'യിലെ വി എഫ് എക്സ് കണ്ട് കയ്യടിച്ചിട്ടുണ്ടോ? ഫെയ്സ്ബുക്ക്, ഗൂഗിൾ, ട്വിറ്റർ, നെറ്റ്ഫ്ളിക്സ് ഒക്കെ ഉപയോഗിച്ചിട്ടുണ്ടെങ്കിൽ AI അല്ലെങ്കിൽ നിർമ്മിതബുദ്ധിയുടെ ഉപകാരങ്ങൾ ആസ്വദിച്ച് ആനന്ദിച്ചവരാണ്. നിങ്ങളുടെ ഇ മെയിൽ ലിസ്റ്റിൽ 'സ്പാം' സൂചിപ്പിച്ച് അവയെ ഇല്ലാതാക്കാൻ നിങ്ങൾക്ക് പറ്റുന്നത്, നെറ്റ്ഫ്ളിക്സ് തുറക്കുമ്പോഴേ നിങ്ങൾക്കു വേണ്ട മലയാളം സിനിമകളുടെ ലിസ്റ്റ് വരുന്നുണ്ടെങ്കിൽ നിങ്ങൾ 'എ.ഐ'(AI)യുടെ സ്വാധീനത്തിൽ ആയവരാണ്. ഇനി ഒരു തിരിച്ചുപോക്കില്ലാത്തവിധത്തിൽ 'എ.ഐ.' നമ്മളെ പിടിച്ചടക്കിക്കഴിഞ്ഞു. നിർമ്മിതബുദ്ധി പ്രോഗ്രാമുകൾ ചിത്രങ്ങൾ വരയ്ക്കുന്നു, ടാക്സ് അടയ്ക്കുന്നു, കെട്ടിടങ്ങൾ ഡിസൈൻ ചെയ്യുന്നു, ആശുപത്രിയിൽ സർജറി നടത്തുന്നു. അവയില്ലാതെ ഇനി ഒരു ദിവസം മുന്നോട്ട് പോകില്ല.

ചരിത്രത്തിൽ സമാനകതളില്ലാത്ത ഒരു ജീവിതപരിസരമാണ് ഉരുത്തിരിഞ്ഞു വന്നിരിക്കുന്നത്. ആവിഷ്കാരപരത മനുഷ്യസഹജമാണ്. മൂന്നു ലക്ഷം കൊല്ലങ്ങൾക്ക് മുൻപേ നമ്മൾ തുടങ്ങിയതാണിത്. മാറ്റങ്ങൾ സൃഷ്ടിക്കുക എന്നത്. കലയും നൃത്തവും ഘോഷണപത്രങ്ങളും നീതിസംഹിതകളും കെട്ടിടങ്ങളും അണക്കെട്ടുകളും ബഹിരാകാശപേടകങ്ങളും ജനാധിപത്യ വ്യവസ്ഥകളും എല്ലാം എല്ലാം നൂതനമായി സമൂഹത്തിൽ വ്യാപരിക്കപ്പെടുന്നവിധത്തിൽ നമ്മൾ കാലത്തെ, ഭൂമിയെ മാറ്റിയെടുത്തു. ഇന്ന് നമ്മളെ

ഭരിക്കാനോ മനുഷ്യപരിമിതികളെ ഭേദിക്കാനോ സാമർത്ഥ്യമിയലുന്ന ബുദ്ധിസ്വരൂപം നമ്മൾതന്നെ ആവിഷ്കരിച്ചിരിക്കയാണ്. പ്രവചനാതീതമായ ഭാവി എല്ലാ വാതിലുകളും തുറന്ന് നമ്മേ നയിക്കാൻ തയാറായിരിക്കുന്നു. Artificial intelligence ദാ, നമ്മോടൊപ്പം എന്നും വസിക്കാൻ പോകുകയാണ്.

ആഗോളപരമായ സമ്പദ്‌വ്യവസ്ഥ 2030 ആകുമ്പോഴേക്ക് 15 ട്രില്ല്യൺ ഡോളറോളം മെച്ചത്തിലാകുമത്രെ നിർമ്മിതബുദ്ധിയുടെ സ്വാധീനം മൂലം. കാർ അസംബ്ലിയും നിർമ്മിതിയും, വീടിന്റെ വിലയോ മരുന്നിന്റെ വിലയോ നിശ്ചയിക്കൽ, നമ്മുടെ അഭിരുചി കണ്ടറിഞ്ഞ് സോഷ്യൽ മീഡിയയിൽ പരസ്യങ്ങൾ പ്രത്യക്ഷപ്പെടുത്തുക , കാർ ഡ്രൈവർ ഇല്ലാതെ ഓടിക്കുക, ഇതുപോലുള്ള കാര്യങ്ങൾ നേരത്തെതന്നെ നിർമ്മിതബുദ്ധിയുടെ ഉപകരണങ്ങൾ (tools) കൈകാര്യം ചെയ്തിരുന്നു. പക്ഷേ ഇവ പഠിച്ചെടുത്ത കാര്യങ്ങൾ അതേപടി പിൻതുടരുന്നവയാണ്. പിന്നീടാണ് ഉത്പാദകപരമായ നിർമ്മിതബുദ്ധി (generative AI) നിലവിൽ വന്നത്. പുതിയ ഉള്ളടക്കങ്ങൾ അതാതു സമയത്ത് പ്രദാനം ചെയ്യുന്ന വ്യവസ്ഥയാണിത്. 'ചാറ്റ് ജി പി റ്റി' (ChatGPT) ഉദാഹരണം. അന്യോന്യം സമ്പർക്കം പുലർത്തുന്ന, നമ്മുടെ പെരുമാറ്റങ്ങൾക്കനുസരിച്ച് മാറി മറിയുന്ന, അത്യന്തം ജൈവപരമെന്ന് തോന്നിപ്പിക്കുന്നതാണ് ഇതിന്റെ ഘടന. യന്ത്രമോ മനുഷ്യനോ എന്ന് തിരിച്ചറിയാൻ പ്രയാസമാകുന്ന തരത്തിലാണ് ഇത്തരം നിർമ്മിതബുദ്ധി പ്രയോഗങ്ങൾ ആവിഷ്കരിക്കപ്പെട്ടിരിക്കുന്നത്. ഒരു ചോദ്യത്തിന് ഉത്തരം പറയുമ്പോൾ അത് മനുഷ്യനാണോ യന്ത്രമാണോ എന്ന് തിരിച്ചറിയാൻ സാധിച്ചെങ്കിൽ കമ്പ്യൂട്ടർ മനുഷ്യചിന്തയ്ക്കൊപ്പം എത്തുന്നില്ലെന്ന് തെളിയിക്കുന്ന 'ട്യൂറിങ്ങ് പരീക്ഷണം' (Turing test) അസംഗതമാകാനുള്ള സാദ്ധ്യത തെളിഞ്ഞുവരികയാണ് എന്നതാണ് പുതുമ.

അമാനുഷികം

ട്യൂറിങ്ങിന്റെ പണ്ടത്തെ ധാർമ്മികപരമായ ചോദ്യം മനുഷ്യരെപ്പോലെ പെരുമാറുന്നുണ്ടോ കമ്പ്യൂട്ടർ എന്നായിരുന്നു എങ്കിൽ മനുഷ്യനു പറ്റാത്തതാണ് നിർമ്മിതിബുദ്ധി സാധിച്ചെടുക്കുന്നത് എന്നതാണ് സംഗതം. മനുഷ്യൻ പഠിപ്പിച്ചെടുത്ത്, പരിശീലിപ്പിച്ച വിദ്യകൾ സമർത്ഥമായി നടപ്പിലാക്കുന്ന ഉത്തമ ശിഷ്യൻ മാത്രമല്ലേ നിർമ്മിതബുദ്ധി എന്ന ചോദ്യം സാർത്ഥകമാണെങ്കിലും മനുഷ്യാതീതമായ പ്രായോഗിക ചെയ്തികളിലേക്ക് സ്ഥാനാന്തരണത്തിനു പ്രാപ്തി നേടിയതാണ് നിർമ്മിതബുദ്ധിയുടെ അമാനുഷികതയ്ക്ക് ഉദാഹരണമാകുന്നത്. ഒരു സർജറിക്കു മുൻപ് ഒരു ഡോക്ടർക്ക്

ആ സർജറിയെക്കുറിച്ച് ഇന്നുവരെയുള്ള എല്ലാ അറിവുകളും ഒറ്റയടിക്ക് പറഞ്ഞുകൊടുക്കാൻ സാധിക്കുക എന്നത് ഈയിടെ വരെ കൽപ്പിതകഥകളിൽ മാത്രം കാണപ്പെടാൻ സാദ്ധ്യതയുള്ളത് മാത്രമായിരുന്നു.

ശാസ്ത്രത്തിന്റെ രീതികളെ 'ഷോർട്ട് സർക്യൂട്ട്' ചെയ്യുന്ന വേലകളാണ് AI യുടെ കൈവശമുള്ളത്. പ്രോട്ടീനുകളുടെ ത്രിമാനരൂപവും ഘടനയും അവയുടെ പ്രവർത്തനങ്ങളെക്കുറിച്ച് അറിയാൻ അത്യാവശ്യമാണ്. ഓരോ പ്രോട്ടീന്റെ ഘടനയും വെവ്വേറേ പഠിച്ചെടുക്കുകയായിരുന്നു പതിവ്. പലേ അമിനോ ആസിഡുകളും കണ്ണി ചേർത്ത് മാലയാക്കി പല തരത്തിൽ മടക്കിയെടുത്താണ് പ്രൊട്ടീനുകൾ ത്രിമാനസ്വരൂപം കൈവരിക്കുന്നത്. 2022 ആദ്യകാലത്ത് ലണ്ടൻ ആസ്ഥാനമാക്കിയിട്ടുള്ള 'ഡീപ് മൈൻഡ്' (Deep Mind) എന്ന AI കമ്പനി 220 മില്യൺ പ്രോട്ടീനുകളുടെ ത്രിമാനഘടനയാണ് പ്രവചിച്ചത്. ഡി.എൻ.എ. ഡാറ്റാബേസിൽ ലഭ്യമായ അറിവുകൾ ആധാരമാക്കിയാണ് ഇത് സാധിച്ചെടുത്തത്. അധികം താമസിയാതെ 'മെറ്റാ' (Meta ഫെയ്സ്ബുക്ക് കമ്പനിയുടെ പുതിയ പേര്) 600 മില്യൺ പ്രോട്ടീനുകളുടെ ബാക്റ്റീരിയ, വൈറസ് പോലുള്ള അണുജീവികളിൽ കാണുന്നവ ത്രിമാനഘടനയാണ് വെളിവാക്കി വിജയം നേടിയത്.

നിർമ്മിതബുദ്ധിയിലെ 'ഭാഷാ മാതൃക' (Language model) അടിസ്ഥാനമാക്കിയാണ് ഈ പ്രവചനം സാദ്ധ്യമായത്. പല പ്രോട്ടീനുകളുടെയും അമിനോ ആസിഡ് തരങ്ങളെക്കുറിച്ചും അവയെ കണ്ണി ചേർത്ത് മടക്കിയെടുത്തിട്ടുള്ളത് എങ്ങനെയാണെന്നും AI കമ്പ്യൂട്ടറുകളെ പഠിപ്പിച്ചെടുക്കുകയും പുതിയ പ്രോട്ടീനുകളുടെ ഘടന അവ വെളിവാക്കുകയുമായിരുന്നു ട്രിക്ക്. എല്ലാ അമിനോ ആസിഡുകളെക്കുറിച്ചും അറിവില്ലെങ്കിൽ ഈ 'ഭാഷാ മാതൃക' തന്റെ മിടുക്കു കൊണ്ട് വിട്ടുപോയ ഭാഗങ്ങൾ പൂരിപ്പിച്ചെടുക്കുകയും ചെയ്തു. പിന്നീട് ത്രിമാനസ്വരൂപം നിർമ്മിച്ചെടുക്കാൻ AlphaFold എന്ന പ്രോഗ്രാം നിയുക്തമാക്കി. മെറ്റാ ആകട്ടെ വളരെ പെട്ടെന്ന് ത്രിമാന സ്വരൂപം ഗണിച്ചെടുക്കുന്ന ESMFold എന്ന പ്രോഗ്രാമും. ഈ പ്രോട്ടീനുകളാകട്ടെ, ഇനിയും തിരിച്ചറിഞ്ഞിട്ടില്ലാത്ത പലേ അണുജീവികളുടേതാണെന്നുള്ളതാണ് ശ്രദ്ധേയം. മണ്ണിലെ, കടൽവെള്ളത്തിലെ, മനുഷ്യന്റെ കുടലിലെ എന്നുവേണ്ട ഭൂമിയിലെ പല അണുജീവികളുടേയും പ്രോട്ടീൻ സ്വരൂപങ്ങൾ വിദിതമായിരിക്കുകയാണ് ശാസ്ത്രചരിത്രവുമായി തട്ടിച്ചുനോക്കുമ്പോൾ നൊടിനേരംകൊണ്ട് എന്ന് സമർത്ഥിക്കാവുന്നതുതന്നെ.

രണ്ടു കാര്യങ്ങളാണ് ഇവിടെ അമാനുഷികം എന്ന് വിശേഷിക്കപ്പെടേണ്ടത്. ഒന്ന് ഈ പ്രോഗ്രാമുകൾ നമുക്ക് തരുന്ന നൂതന അറിവുകളുടെ അളവും തോതും. പല വർഷങ്ങൾ, പല ശാസ്ത്രജ്ഞർ

ഒന്നിച്ചു പണിയെടുത്താലേ സാധാരണരീതിയിൽ ഇത് സാദ്ധ്യമാവൂ. രണ്ട്, ഈ ഗവേഷണങ്ങളുടെ വേഗത. ഒരു പ്രോട്ടീനിന്റെ സ്വരൂപം നിർണ്ണയിക്കാൻ ഒരു മിനിട്ടേ എടുക്കുകയുള്ളൂ എന്ന ആല്ഫാഫോൾഡ് വിദഗ്ധർ അവകാശപ്പെടുന്നു. ജീവശാസ്ത്രത്തിലെ വൻ അറിവുകളാണ് ചുരുങ്ങിയ സമയത്തിനുള്ളിൽ സമാഹരിക്കപ്പെട്ടിരിക്കുന്നത്. പലേ പുതിയ വൈറസുകളുടെയും വിവരങ്ങൾ 'ഡീപ് മൈൻഡ്' ശേഖരിച്ചുകൊണ്ടിരിക്കയാണ്.

ഈ വേഗതയും വ്യാപ്തിയും എല്ലാ മേഖലകളിലും വ്യാപകമായിട്ടുണ്ട്, മനുഷ്യസ്വഭാവപരിമിതികളെ ഭേദിക്കുന്നതാണിത്. സിനിമാനിർമ്മാണം ഉദാഹരണം. നേരത്തെ പഠിച്ചെടുത്ത കാര്യങ്ങൾ പരിശോധിച്ച് അത് അടിസ്ഥാനമാക്കി പുതിയ ആവിഷ്കാരങ്ങൾ നിർമ്മിച്ചെടുക്കാൻ പ്രാപ്തിയുള്ള 'machine learning' പ്രോഗ്രാമുകൾ നൂതനങ്ങളായ സ്ക്രിപ്റ്റും കഥാസാരങ്ങളും ഉപയുക്തമാക്കുന്നത് ഹോളീവുഡിൽ നിലവിൽ വന്നിട്ടുണ്ട്. പല ആൽഗോരിതങ്ങൾ (algorithms) ഉൾക്കൊള്ളിച്ച് സാദ്ധ്യതകൾ വിശ്ലേഷണം ചെയ്തിട്ടാണിത് എന്നതുകൊണ്ട് പുതിയ കഥാസാരവും കഥപറഞ്ഞെടുക്കാനുള്ള വൈവിദ്ധ്യരീതികളും ലഭ്യമാക്കുകയാണ്. സമയം ലാഭിക്കുന്നതിനോടൊപ്പം പണച്ചിലവും കുറയുകയാണ്. അഭിനേതാക്കളെ തെരഞ്ഞെടുക്കാനും കാസ്റ്റിങ്ങ് ഡയറക്ടർമാർ ഇത്തരം പ്ലാറ്റ്ഫോമുകൾ ഉപയോഗിച്ചു തുടങ്ങിയിട്ടുണ്ട്. ഒരു രംഗത്തിന് ആവശ്യമായ പ്രത്യേക ഉപകരണങ്ങൾ രൂപകല്പന ചെയ്യാനും നിർമ്മിതബുദ്ധിയെ ആശ്രയിക്കാം. ഈയിടെ പ്രസിദ്ധമായത് ഒരു മാന്ത്രികലായനിക്കുപ്പി അതീവചാതുര്യത്തോടെ 'AI' രൂപകല്പന ചെയ്തതാണ്.

ആവിഷ്ക്കാരപരത എത്രത്തോളം?

സ്വപ്നത്തിൽ കാണുന്ന രൂപങ്ങൾപോലും ചിത്രങ്ങളായി വരച്ചു തരുന്ന പ്രോഗ്രാമുകൾ ഉണ്ട്. സംഗീതം രചിക്കുന്ന സോഫ്റ്റ്വെയറുകളുമുണ്ട്. പക്ഷേ ഇവയെല്ലാം പണ്ട് പഠിച്ചത് പാടുന്ന രീതിയിലുള്ളവയാണ്, പുതിയ, തനതായ ആവിഷ്കാരങ്ങളായി സ്വീകരിക്കപ്പെടാവുന്നവയല്ല. അനേകം അൽഗോരിതങ്ങൾ ചികഞ്ഞ് സ്വരുക്കൂട്ടി നിർമ്മിച്ചെടുക്കുന്നവ തന്നെ. ചതുരംഗക്കളിയിൽ ലോകത്തെ പ്രഗത്ഭരെ തോൽപ്പിക്കുന്ന കമ്പ്യൂട്ടറുകൾ ഉണ്ട്, സ്വന്തമായി സോഫ്റ്റ്വെയറുകൾ ചമയ്ക്കുന്നവയും. പക്ഷേ ഇവയൊന്നും ലോകത്തെക്കുറിച്ച് ഒരു അറിവും ഉള്ള മട്ടിലല്ല പെരുമാറുന്നത്, അത് പഠിപ്പിച്ചെടുക്കുക എളുപ്പവുമല്ല. എന്നാൽ അതിൽനിന്ന് മാറ്റങ്ങൾ വന്നു തുടങ്ങുന്നതായി സൂചനകളുണ്ട്. മേൽ പരാമർശിച്ച 'ഡീപ് മൈൻഡ്'ലെ വിദഗ്ധർ ഒരു നിർമ്മിതബുദ്ധി സൃഷ്ടിച്ചിട്ടുണ്ട്.

പ്രകൃതിധർമ്മപ്രകാരമുള്ള ലോക(physical world)ത്തിൽ വസ്തുക്കൾ പദാർത്ഥശാസ്ത്ര(physics)ത്തിന്റെ നിയമങ്ങൾ അനുശീലിക്കുന്നതായിരിക്കും എന്ന് മനസ്സിലാക്കിയെടുത്തിരിക്കുന്ന സോഫ്റ്റ് വെയർ. 'പ്ലേറ്റോ' (PLATO - Physics Learning through Auto-encoding and Tracking Objects) എന്ന് പേരിട്ടിരിക്കുന്ന ഈ AI, വസ്തുക്കളുടെ ചലനങ്ങളും ഇടംതേടലുകളും നിലയുറപ്പിക്കലുകളും ഒക്കെ അനുകരിക്കപ്പെടുന്ന വീഡിയോകൾ (simulated videos) വഴിയാണ് പരിശീലിപ്പിക്കപ്പെട്ടത്. വസ്തുക്കൾ വെറുതെ അപ്രത്യക്ഷമാകുന്നവ അല്ലെന്നും അവയുടെ ഭൗതികഗുണങ്ങൾ സ്ഥിരമാണെന്നും ഒക്കെ പഠിപ്പിച്ചെടുത്തു 'പ്ലേറ്റോ'യെ. തെറ്റുകൾ വരുത്തിയാൽ കണ്ടുപിടിക്കാനുള്ള കഴിവ് പ്ലേറ്റോയ്ക്ക് ഉണ്ടത്രെ.

വാചകങ്ങളോ വിവരണങ്ങളോ കൽപ്പനാചിത്രങ്ങളായി മാറ്റാൻ കഴിവുണ്ട് 'ഡാൽഇ' (Dall-E) എന്ന AI സൊഫ്റ്റ് വെയറിന്. ഉദ്പാദക നിർമ്മിതബുദ്ധി (generative AI) സർഗ്ഗാത്മകതയുടെ പൂട്ട് തുറക്കുമെന്നാണ് പ്രത്യാശ. മനുഷ്യമസ്തിഷ്കത്തെപ്പോലെ ന്യൂറൽ വലയങ്ങൾ (neural network) സൃഷ്ടിച്ചെടുത്തിട്ടുണ്ട് പുതിയ സോഫ്റ്റ് വെയർ മാതൃകകൾ. പഴയ രീതിയിൽ കൃത്യമായ സൂചനകൾ പിന്തുടരുകയായിരുന്നെങ്കിൽ, ഈ തലച്ചോർ ന്യൂറോൺ മാതൃക ആകെയുള്ള വിവരങ്ങളിൽ ചില പാറ്റേണുകൾ കണ്ടുപിടിക്കുകയും അവ പഠിച്ചെടുക്കുകയും അതനുസരിച്ച് പെരുമാറാൻ പ്രാപ്തമാകുകയും ആണ്. OpenAI കമ്പനിയുടെ 2020–ലെ സോഫ്റ്റ് വെയറി(പിന്നീട് ഇതാണ് 'ചാറ്റ്ജിപിറ്റി (ChatGPT) ആയി പുതുക്കിയെടുത്തത്)നു പ്രശ്നങ്ങൾ ഉണ്ടായിരുന്നു, പരിശീലനത്തിനുപയോഗിച്ച ഡാറ്റയിലെ തെറ്റുകൾ മൂലം സ്ത്രീവിരുദ്ധതയും വംശവെറിയും പൊടുന്നനവേ പ്രത്യക്ഷമാക്കിയിരുന്നു.

ചാറ്റ്ജിപിറ്റി(ChatGPT)യും സാദ്ധ്യതകളും

മനുഷ്യനും കമ്പ്യൂട്ടറും തമ്മിൽ സംഭാഷണത്തിൽ ഏർപ്പെടുന്ന വിധം ചിട്ടപ്പെടുത്തിയ സോഫ്റ്റ്‌വെയറാണ് ചാറ്റ്ബോട്ടുകൾ (Chatbots). കാലിഫോർണിയയിലെ OpenAI എന്ന കമ്പനിയുടെ ചാറ്റ്ബോട്ട് ആയ ചാറ്റ്ജിപിറ്റി(ChatGPT) മനുഷ്യസഹജമായ രീതിയിൽ സംഭാഷണം ചെയ്യുകയും ചോദ്യങ്ങൾക്ക് ഉത്തരം നൽകുകയും കവിതയെഴുതുകയും എന്നുവേണ്ട പരീക്ഷ എഴുതി പാസ്സാകുകയും ചെയ്യുന്ന, ആവിഷ്കാരപരമായ ആധുനിക ആപ് ആണ്. മേൽചൊന്ന Dall-Eയും ഇവരുടേതാണ്. കഴിഞ്ഞ നവംബറിൽ (2022) ആണ് ഇത് പൊതുജനസമക്ഷം പ്രത്യക്ഷപ്പെടുത്തിയത്. പൊടുന്നനേ കമ്പനിയുടെ മൂല്യം 30 ബില്യൺ ഡോളറായി ഉയർത്തപ്പെട്ടു. 'Deep learning' എന്ന വിദ്യയാണ് ആധാരം, കൃത്രിമ ന്യൂറൽ

വലയങ്ങൾ ഉപയോഗിച്ചിട്ടുണ്ട്, സ്വാഭാവിക ഭാഷാ രീതിക്രിയകൾ (natural language processing) അടിസ്ഥാനമാക്കിയിട്ടുണ്ട്. ഒരു മാസംകൊണ്ട് 100 മില്യൺ ഉപഭോക്താക്കളെയാണ് ചാറ്റ്ജിപിറ്റി സമാഹരിച്ചത്. ഇൻസ്റ്റഗ്രാമിനോ ടിക് ടോക്കിനോ കിട്ടാത്ത പൊതു സമ്മതി. അമേരിക്കൻ മെഡിക്കൽ ലൈസൻസിങ്ങ് പരീക്ഷയും പ്രശസ്ത മാനേജ്മെന്റ് പഠന സ്ഥാപനമായ വാർടൻ ബിസിനസ് സ്കൂളിലെ എം.ബി.എ. പരീക്ഷയും പാസ്സായി ചാറ്റ്ജിപിറ്റി. ലേഖനങ്ങൾ വിദഗ്ധമായി എഴുതിത്തരും എന്നതുകൊണ്ട് പല യൂണിവേഴ്സിറ്റികളും വിദ്യാലയങ്ങളും ഇത് വിലക്കിയിട്ടുണ്ട്.

'വസന്തത്തെക്കുറിച്ച് ഒരു കവിതയെഴുതൂ' എന്ന് നിർദ്ദേശിച്ചാൽ അതിമനോഹരമായ കവിതയുമായി വരും ചാറ്റ് ജിപിറ്റി. ചോദ്യം ആവർത്തിച്ചാൽ ആദ്യത്തേതുമായി ബന്ധമില്ലാത്ത മറ്റൊരു കവിതയുമായി വരും. മമ്മുട്ടിയും മോഹൻലാലും അഭിനയിക്കുന്ന ഒരു പുതിയ സിനിമയ്ക്ക് 'കഥാസാരം തരിക' എന്ന് നിർദ്ദേശിച്ചാൽ ഒരു മിനിട്ടിനകം അതുമായെത്തും. ആയിരമായിരം വിവരശേഖരങ്ങൾ ഒറ്റയടിക്ക് പരിശോധിച്ച് അതെല്ലാം ഉൾക്കൊള്ളിക്കാനുള്ള അപാര കഴിവാണ് ഇതിൽ നിബന്ധിച്ചിരിക്കുന്നതെന്ന് സാരം.

വ്യാവസായികസംരഭങ്ങൾക്ക് വൻ അനുഗ്രഹമാണ് ഇത്തരം ആവിഷ്കാരങ്ങൾ. നിർമ്മാണവേലകൾക്കും ഉൽപ്പന്നത്തിന്റെ സ്വരൂപവും മേന്മയും നിശ്ചയിക്കാനും വിപണിയുടെ തന്ത്രങ്ങൾ ആവിഷ്കരിക്കാനുമൊക്കെ ഇത്തരം കോഡുകൾ ഉപയുക്തമാണ്. നമ്മുടെ ദൈനംദിന ജോലികളിൽ, ലോകവുമായി ബന്ധപ്പെടുന്നതും അതിൽ വ്യാപൃതമാകുന്നതിൽ മാറ്റങ്ങൾ സംഭവിക്കാൻ പര്യാപ്തമാവുകയാണ് ഇത്തരം നിർമ്മിതബുദ്ധി വ്യാപാരങ്ങൾ. സർഗ്ഗാത്മകതയുടെ രീതിചര്യകൾ മാറപ്പെടാം, ശാസ്ത്രകണ്ടുപിടുത്തങ്ങളുടെ ആവിഷ്കാരാടിസ്ഥാനങ്ങൾ വ്യതിചലിക്കാം, വിദ്യാഭ്യാസം എന്നതിന്റെ കർമ്മവിധികൾ തകിടം മറിയാം. മനുഷ്യകുലം ഭാവനാതീതമായ അത്ഭുതകർമ്മങ്ങൾക്ക് സാക്ഷ്യം വഹിച്ചേക്കാം.

നമ്മളെപ്പോലെ ചിന്തിക്കുമോ?

അമാനുഷികത ആവോളം പ്രദർശിപ്പിച്ചുകഴിഞ്ഞു, ആവിഷ്കാരങ്ങൾ ചാറ്റ് ജിപിറ്റിയും മറ്റും ഏറ്റെടുത്തു. ചതുരംഗം കളിയിൽ തോൽപ്പിക്കാനാവില്ല മക്കളേ എന്ന് പ്രഖ്യാപിച്ചും കഴിഞ്ഞു കമ്പ്യൂട്ടറുകൾ. പക്ഷേ ഒരു സൂപ്പർ ശക്തി ഇനിയും കിട്ടിയിട്ടില്ല നിർമ്മിതബുദ്ധിക്ക്: മനസ്സ് വായിച്ചെടുക്കുക എന്നത്. കമ്പ്യൂട്ടർ പ്രോഗ്രാമുകൾക്ക് മനസ്സ് ഉണ്ടോ തന്നെ?

നമുക്ക് മറ്റൊരാളുടെ ചിന്ത എന്താണെന്നും പൊതു അവസ്ഥകളിൽ എങ്ങനെ പെരുമാറുമെന്നും ഏകദേശം ധാരണയുണ്ട്. വളരെ

ചെറുപ്പത്തിൽത്തന്നെ ഇത് മനസ്സിലാക്കിയെടുക്കും നമ്മുടെ മസ്തിഷ്കം. മനുഷ്യപെരുമാറ്റങ്ങളും ചിന്താപദ്ധതികളും ഇത് അടിസ്ഥാനമാക്കിയാണ് രൂപപ്പെടാറ്. നമ്മുടെ പെരുമാറ്റത്തിന്റെ അനന്തരഫലം മറ്റുള്ളവരിൽനിന്ന് ഏതുരീതിയിൽ പ്രതീക്ഷിക്കാം എന്നും നമുക്കറിയാം. 'മനസ്സിന്റെ പരികൽപ്പന' (Theory of mind) എന്നറിയപ്പെടുന്നു ഇത്. നിർമ്മിതബുദ്ധികൾ നമ്മുടെ ദൈനംദിനജീവിതത്തിൽ ഉപയോഗപ്രദമാകണമെങ്കിൽ നമ്മളോട് യോജിച്ച് പ്രവർത്തിക്കേണ്ടിയിരിക്കുന്നു. ഉദാഹരണത്തിനു താനേ ഓടുന്ന കാറാണെങ്കിൽ അതിനു മുൻപിലേക്ക് ഒരു പന്ത് ഉരുണ്ടുവരുന്നതു കണ്ടാൽ അതിനു പിറകെ ഒരു കുട്ടിയും വന്നേക്കാം എന്ന തോന്നൽ AIയ്ക്ക് ഉണ്ടാവേണ്ടതാണ്. എന്നുവെച്ചാൽ സഹജാവബോധം അവശ്യം നിർമ്മിതബുദ്ധിയുടെ ഭാഗമായിരിക്കണം എന്നു തന്നെ.

ചതുരംഗത്തിൽ ഗ്രാന്റ്മാസ്റ്ററെ സൃഷ്ടിക്കാൻ നിർമ്മിതബുദ്ധിക്ക് എളുപ്പമുണ്ട്. പക്ഷേ മനുഷ്യപെരുമാറ്റത്തിലെ അനിശ്ചിതത്വം പഠിപ്പിച്ചെടുക്കാൻ എളുപ്പമല്ല. വഴങ്ങാവുന്ന, വ്യതിചലനാത്മകമാകുന്ന ചിന്തകൾ അതിന് ആവശ്യമാണ്. ഇതിനു സാധിക്കുന്ന നിർമ്മിതബുദ്ധിപ്രയോഗങ്ങൾ സാദ്ധ്യമാകുന്നതിന്റെ സൂചനകൾ നമുക്കുണ്ട് ഇപ്പോൾ. മനുഷ്യരോടൊപ്പം ചില മത്സരക്കളികളിലും ഒളിച്ചുകളിയിലും ഏർപ്പെടുക എന്നിവ കമ്പ്യൂട്ടർ സോഫ്റ്റ്‌വെയറുകൾ ചെയ്തുതുടങ്ങിയിട്ടുണ്ട് എന്നതിനാൽ സമൂഹസ്നേഹികളായ യന്ത്രങ്ങൾ അസാദ്ധ്യമല്ലെന്ന് തെളിയുന്നുണ്ട്. നിന്നെപ്പോലെ നിന്റെ അയൽക്കാരനേയും സ്നേഹിച്ചു തുടങ്ങുക എന്നത് കമ്പ്യൂട്ടർ മനസ്സിലാക്കുന്ന വേള അതിവിദൂരമല്ല.

പക്ഷേ മനുഷ്യപെരുമാറ്റത്തിന്റെ നിയമങ്ങൾ സങ്കീർണ്ണമാണ്, നമുക്കറിയാം. ഏറ്റവും ലളിതമായ സമൂഹപെരുമാറ്റശേഷിപോലും യന്ത്രങ്ങളുടെ ഭാവത്തിലേക്ക് വിവർത്തനം ചെയ്യാൻ എളുപ്പമല്ല. നമ്മുടെ പെരുമാറ്റങ്ങളിലെ കണക്കുകൂട്ടലുകൾ അല്ല ചില സൂത്രവാക്യങ്ങളിലൂടെ യുക്തി നിബന്ധിച്ച കമ്പ്യൂട്ടർ പ്രയോഗരീതികളിൽ. അനിശ്ചിതത്വം എന്നത് കമ്പ്യൂട്ടറിനു മറികടക്കാൻ പറ്റുന്ന കടമ്പയല്ല. ഒരു ലക്ഷ്യം ആദ്യം ഉറപ്പിച്ചിട്ട് അതിലെത്താൻ നേരത്തെയുള്ള അറിവുകൾ പരിശോധിച്ച് പല പരീക്ഷണ/പിശകുകളിലൂടെ (trial and error) കടന്ന് ഓരോ പടിയിലും പാഠങ്ങൾ പഠിച്ച് മുന്നേറാൻ ചില നിർമ്മിതബുദ്ധികൾ പരിശീലിക്കപ്പെടുന്നുണ്ട്. ഗൂഗിളിന്റെ 'ഡീപ് മൈൻഡ് (Deep Mind) കൃത്രിമ ന്യൂറൽ വലയങ്ങൾ സൃഷ്ടിച്ച് മനുഷ്യമസ്തിഷ്കത്തിന്റെ അനുകരണപ്രയോഗങ്ങളെ ആധാരമാക്കുന്നു. Theory of Mind-net (ToM-net) എന്ന പേരിൽ അറിയപ്പെടുന്ന ഈ AIയ്ക്ക് ധാരാളം വിവരങ്ങൾ തുടക്കത്തിൽത്തന്നെ നൽകുന്നു, പടിപടിയായി പുതിയ കാര്യങ്ങൾ പഠിച്ചെടുക്കുന്നു,

സാങ്കൽപ്പികമായ മറ്റൊരാളുടെ ആലോചനകളെക്കുറിച്ച് അറിവു നേടുന്നു. ന്യൂയോർക്കിലെ കൊളംബിയ യൂണിവേഴ്സിറ്റിയിലെ ഡോ. ലിപ്സണും കൂട്ടരും കമ്പ്യൂട്ടറിൽ ഒരു ത്രിമാന ഇടത്ത് ഒരു ഇരയേയും വേട്ടക്കാരനേയും പ്രതിഷ്ഠിച്ച് ഒളിച്ചുകളിയുടെ തദ്സമ അനുകരണം സൃഷ്ടിച്ചെടുത്തു. മറ്റാളുടെ മനസ്സിൽ എന്താണെന്ന് അറിയുന്ന രീതിയിൽ ഇരയുടെ കാഴ്ച വേട്ടക്കാരന്റെ കണ്ണിലൂടെ മാത്രം എന്ന സംവിധാനത്തിലാണ് ഈ ഒളിച്ചുകളി പ്രായോഗികമാക്കിയത്. ഇര അങ്ങനെ രക്ഷപ്പെടാൻ ഇടയായി. ഇതേ തത്വം ഉപയോഗിച്ച് 2021-ൽ ലിപ്സണും കൂട്ടരും ഒരു റോബോട്ട് ചെയ്തു കൂട്ടുന്ന പല പ്രവർത്തികളുടെ ആയിരക്കണക്കിനു ചിത്രങ്ങൾ ഒരു നിർമ്മിതബുദ്ധിക്ക് പരിചയമാക്കുകയും പിന്നീട് അത് ഈ റോബോട്ടിന്റെ മാനസികപദ്ധതി എന്താണെന്ന് കൃത്യമായി ഊഹിച്ചെടുക്കുകയും ചെയ്തു.

ഈയിടെ മനസ്സുപിടിച്ചെടുക്കുന്ന മറ്റൊരു തന്ത്രവുമായി 'മെറ്റാ' (Meta-Facebookന്റെ പുതിയ പേര്) എത്തിയിട്ടുണ്ട്. സിസറോ (Cicero) എന്ന AI 'ഡിപ്ലോമസി' എന്ന ബോർഡ് ഗെയിം കളിക്കാൻ പ്രാപ്തമാണ്. ഏഴുപേർ യൂറോപ്പ് പിടിച്ചടക്കാൻ മത്സരിക്കുന്നതാണ് പ്രമേയം. കൂട്ടുകെട്ടുകൾ ഉണ്ടാക്കാൻ പരസ്പരം മനസ്സ് അറിയേണ്ടിയിരിക്കുന്നു. ഈ ഏഴുപേരിൽ ഓരോരുത്തരുടേയും ലക്ഷ്യവും വിശ്വാസങ്ങളും ഉദ്ദേശ്യങ്ങളും പരസ്പരം പഠിച്ചെടുത്ത് അവർ പെരുമാറുന്നതായി നിരീക്ഷിക്കപ്പെട്ടു. സമൂഹത്തിൽ പ്രായോഗിക ജ്ഞാനവുമായി പെരുമാറുന്നതിനു തുല്യമാണിത്. പക്ഷേ പരിമിതിയുണ്ട് ഈ പഠനത്തിന്: ഡിപ്ലോമസി' എന്ന ഈ ബോർഡ്ഗെയിമിൽ ഒതുങ്ങുകയാണ് ഇവരുടെ അറിവും പെരുമാറ്റവും.

ഉപകാരപ്രദമായ റോബോട്ടുകൾ നിർമ്മിക്കാനല്ല 'തിയറി ഓഫ് മൈൻഡ്" പ്രാവർത്തികമാകുന്ന നിർമ്മിതബുദ്ധികൾ ആവിഷ്കരിക്കുന്നത്. ഇത് ഒരു ചവിട്ടുപടിയാണ്, നിർമ്മിതബുദ്ധിയും റോബോട്ടിക്സുമൊന്നിച്ച് വികാരങ്ങളുള്ള യന്ത്രങ്ങൾ സൃഷ്ടിക്കുക എന്ന ലക്ഷ്യത്തിലെത്താൻ വേണ്ടി എന്ന് കമ്പ്യൂട്ടർ വിദഗ്ധർ സാക്ഷ്യപ്പെടുത്തുന്നു.

ടെക് കമ്പനി രാക്ഷസർ യുദ്ധത്തിനു തയ്യാർ

നിർമ്മിതബുദ്ധിയും സോഷ്യൽ മീഡിയയിൽ അവയുടെ ഉപയോഗപ്രയോഗങ്ങളും എല്ലാം വിപണിയിൽ വിസ്ഫോടനങ്ങൾ സൃഷ്ടിച്ചത് ഇതിൽ കാശിറക്കിയിട്ടുള്ള ടെക് കമ്പനികളെ ഭ്രാന്തചിത്തരും ഉന്മാദാവേശികളും ആക്കിയിട്ടുണ്ട്. ഇവരെല്ലാം ബില്യൺ കണക്കിനു ഡോളർ നിർമ്മിതബുദ്ധിയിൽ അടവെച്ചു വിരിയിക്കാൻ നിക്ഷേപിച്ചിട്ടുണ്ട്. സിലിക്കൺ വാലിയിൽ യുദ്ധക്കളങ്ങൾ സജ്ജമാവുകയാണ്. ചാറ്റ് ജിപിറ്റിയുടെ ആകസ്മികവിജയം പലരേയും

പരിഭ്രാന്തരും ആക്കിയിട്ടുണ്ട്. മൈക്രോസോഫ്റ്റും ആൽഫബെറ്റിന്റെ (Alphabet) സ്വന്തമായ ഗൂഗിളും അവരുടെ കോർപ്പറേറ്റ് യുദ്ധതന്ത്രങ്ങൾ സാമ്പത്തികവ്യവസ്ഥയുടെ മൂലഭൂതതത്ത്വ (infratsru-cture)ത്തിന്റെ പ്രധാന അടരായി നിജപ്പെട്ടേക്കാവുന്ന നിർമ്മിതബുദ്ധിപ്രകരണങ്ങളെ പിടിച്ചടക്കാൻ വെമ്പുകയാണ്. മൈക്രോസോഫ്റ്റ് ആകട്ടെ, ചാറ്റ് ജിപിറ്റിയും ഡാൽഇ(Dall-E)യും ആവിഷ്കരിച്ച OpenAI എന്ന കമ്പനിയിൽ 10 ബില്യൻ ഡോളർ നിക്ഷേപിച്ചും കഴിഞ്ഞു. അവരുടെ സേർച്ച് എൻജിൻ ആയ 'ബിങ്ങ്' (Bing)ലും 'ഓഫീസ്' സോഫ്റ്റ്‌വെയറിലും ഉദ്പാദക നിർമ്മിത ബുദ്ധി (generative AI) സന്നിവേശിപ്പിക്കാനും നിശ്ചയിച്ചിട്ടുണ്ട്. ഗൂഗിൾ വിഭ്രാന്തിയിലായി, ചാറ്റ് ജിപിറ്റിയുടെ പൊടുന്നനവേ ഉള്ള കടന്നുകയറ്റം കാരണം. അവരുടെ സ്വന്തം ചാറ്റ് ബോട്ട് ആയ 'ബാർഡ്' (Bard) പെട്ടെന്ന് വിപണിയിൽ ഇറക്കാനും തത്രപ്പെട്ടു. മൈക്രോസോഫ്റ്റ് തലവൻ സത്യ നാഡെല്ല 'ഞങ്ങൾ ഇതാ മുന്നേറുന്നു' എന്ന യുദ്ധപ്രഖ്യാപനസമാനമായ വെല്ലുവിളിയുമായി എത്തി ഈ ഫെബ്രുവരിയിൽത്തന്നെ. വാൾസ്ട്രീറ്റിലാവട്ടെ, ഏതൊക്കെ കമ്പനികൾ 'നിർമ്മിതബുദ്ധി' ഭാവിപരിപാടികളിൽ ഉൾപ്പെടുത്തിയിട്ടുണ്ടോ അവരുടെ സ്റ്റോക്ക് നിലവാരമുയർത്തി.

പല നിർമ്മിതബുദ്ധി ഉപകരണങ്ങൾ ചാറ്റ് ജിപിറ്റിയും ബാർഡും ഡാൽഇയും ശരിക്കും മൂത്തുപഴുക്കാത്തവയാണ്, മത്സരം കാരണം വിപണിയിൽ ഇറക്കിയവ ആണ്. പലതും സുരക്ഷിതവുമല്ല. ചാറ്റ് ജിപിറ്റിയിലെ വിഡ്ഢിത്തവും തെറ്റുകളും പലരും ചൂണ്ടിക്കാണിക്കുന്നുണ്ട്. മൈക്രോസോഫ്റ്റ് 2016-ൽ ഇറക്കിയ ചാറ്റ്ബോട്ട് ആയ 'റ്റേ' (Tay) ഉടൻ പിൻവലിക്കേണ്ടി വന്നു. ആകപ്പാടെ വംശവെറിയും ഫെമിനിസത്തെ ആക്രമിക്കുന്ന ആക്രോശങ്ങളും വന്ന് നിറഞ്ഞതിനാൽ. ലണ്ടനിലെ Stability AI എന്ന കമ്പനി Stable Diffusion എന്ന ടൂൾ പുറത്തിറക്കി, വാചകങ്ങളേയോ ആഖ്യാനങ്ങളേയോ സ്വപ്നതുല്യമായ ചിത്രങ്ങളാക്കുന്ന നിർമ്മിതബുദ്ധി ആയിരുന്നു ഇത്. പ്രസിദ്ധരായ ചിത്രകാരന്മാരുടെ ചിത്രങ്ങൾ മോഷ്ടിക്കപ്പെട്ടു, വ്യാജപകർപ്പുകൾ നിർമ്മിക്കപ്പെട്ടു, ചിലത് വിൽക്കപ്പെട്ടു, കമ്പ്യൂട്ടറിനെ പഠിപ്പിച്ചെടുക്കാനുപയോഗിച്ച ചിത്രങ്ങൾ ബ്ലാക്‌മെയിൽ ചെയ്യാൻ ഉപയുക്തമായി. അങ്ങനെ കെടുതികൾ കുന്നുകൂടി. വൻകമ്പനികൾ പലതും പ്രശ്നഭരിതമോ വിലക്ഷണമോ ആയതിനാൽ പെട്ടിയിലടച്ചിരുന്ന സോഫ്റ്റ്‌വെയറുകൾ മത്സരം മൂർച്ഛിച്ചതിനെത്തുടർന്ന് നിർബാധം പൊതുജനമദ്ധ്യത്തിലേക്ക് ഇറക്കിവിട്ടു.

2015 മുതലുള്ള ചരിത്രം ഇക്കഴിഞ്ഞ ഫെബ്രുവരി 27-ന് ടൈം മാഗസിൻ ഇപ്രകാരം സംക്ഷിപ്തമാക്കിയിട്ടുണ്ട്:

2015 മാർച്ച്: സ്റ്റാൻഫോർഡ് ബെർക്കിലി സർവ്വകലാശാലാ ഗവേഷകർ ആഖ്യാനങ്ങൾ (text) കൽപ്പനാചിത്രങ്ങൾ (images) ആക്കി മാറ്റാനുള്ള സാദ്ധ്യത തെളിയിക്കുന്ന diffusion algorithm ആദ്യമായി വിവരിച്ചു.

2016 മാർച്ച്: മൈക്രോസോഫ്റ്റ് 'Tay chatbot' ചാറ്റ് റൂം തുറന്നു, 24 മണിക്കൂറുകൾക്കകം വംശവെറിയുടെ കേദാരമായിത്തീർന്നതിനാൽ ഉടൻ പിൻവലിച്ചു. 'ഹോളോകോസ്റ്റ് നടന്നിട്ടേ ഇല്ല' എന്ന വാദിച്ചവർ ആയിരുന്നു ഒരുപാട് പേരും.

2017 ജൂൺ: ഗൂഗിൾ ഗവേഷകർ ആദ്യമായി ചാറ്റ് ബോട്ടുകൾക്ക് അത്യൂർജ്ജം പകരുന്ന 'ട്രാൻസ്ഫോർമർ അൽഗോരിതം' പ്രസിദ്ധീകരിച്ചു.

2019 ജനുവരി: മൈക്രോസോഫ്റ്റ് ഒരു ബില്യൺ ഡോളർ കാശായും കമ്പ്യൂട്ടർ ശക്തി ആയും OpenAI എന്ന കമ്പനിയിൽ നിക്ഷേപിക്കുന്നു.

2019 ഫെബ്രുവരി: OpenAI കമ്പനി GPT-2 എന്ന ഭാഷാനിർമ്മിതി ഉപകരണം പ്രഖ്യാപിക്കുന്നു, പക്ഷേ 'വിദ്വേഷപരമായ പ്രകരണങ്ങളോടുള്ള ഉത്ക്കണ്ഠകളാൽ' പൊതുജനങ്ങൾക്കിടയിൽ അവതരിപ്പിക്കേണ്ട എന്ന് തീരുമാനിക്കുന്നു.

2020 ജൂൺ: OpenAI കമ്പനി അതിശക്തിയാർന്ന GPT-3 എന്ന ചാറ്റ്ബോട്ട് പ്രകാശിപ്പിക്കുന്നു, പക്ഷേ ഒരു നിശ്ചിത ഉപഭോക്താക്കൾക്കു മാത്രം.

2021 മേയ്: ഗൂഗിൾ സ്വന്തം ചാറ്റ്ബോട്ട് ആയ LaMDA പ്രഖ്യാപിക്കുന്നു, പക്ഷേ പൊതുജനസമക്ഷം അവതരിപ്പിക്കുന്നില്ല.

2022 ഏപ്രിൽ: OpenAI കമ്പനി Dall-E 2 എന്ന ആഖ്യാനങ്ങളെ ചിത്രങ്ങളാക്കുന്ന ടൂൾ പ്രകാശിപ്പിക്കുന്നതായി വെളിപ്പെടുത്തുന്നു, പക്ഷേ വിപുലമായി ലഭ്യമാക്കപ്പെടുന്നില്ല.

2022 ഓഗസ്റ്റ്: പുതിയ സ്റ്റാർട്ട്അപ് കമ്പനിയായ Stability AI 'Stable Diffusion' എന്ന, ആഖ്യാനപാഠങ്ങൾ (text) പരികൽപ്പനാചിത്രങ്ങളാക്കുന്ന നിർമ്മിതബുദ്ധി ടൂൾ പൊതുജനസമക്ഷം അവതരിപ്പിക്കുന്നു.

2022 സെപ്റ്റംബർ: OpenAI പൊതുജനോപയോഗത്തിന് Dall-E 2 സമർപ്പിക്കുന്നു.

2022 നവംബർ: OpenAI ലോകവാസികൾക്കെല്ലാം ChatGPT സമർപ്പിക്കുന്നു.

2022 നവംബർ: 'മെറ്റാ' (Meta, ap Facebook) സ്വന്തം ചാറ്റ് ബോട്ട് ആയ 'ഗാലക്റ്റിക്ക' പ്രസിദ്ധീകരിക്കുന്നു, പക്ഷേ തെറ്റായ

ഉത്തരങ്ങൾ വമ്പിച്ച ആരോപണങ്ങൾക്ക് വഴിവെയ്ക്കുന്നു, ഉടൻ ഗാലക്റ്റിക്കയെ കൊന്നു കളയുന്നു.

2023 ജനുവരി: മൈക്രോസോഫ്റ്റ് OpenAIയ്ക്ക് 10 ബില്ല്യൻ ഡോളർ സമ്മാനിക്കുന്നു.

2023 ഫെബ്രുവരി: മൈക്രോസൊഫ്റ്റ് അവരുടെ 'ബിങ്ങ്' എന്ന സേർച്ച് എൻജിൻ ChatGPTയുമായി ചേർക്കുന്നതിനുള്ള പ്രാരംഭ വിശകലനങ്ങൾക്ക് തുടക്കമിട്ടു.

Deep Fake മുതൽ ലോക ഏകാധിപത്യം വരെ നിർമ്മിതബുദ്ധി എന്ന ഇരുതല മൂർച്ചവാൾ

ലോകചര്യകൾ കമ്പ്യൂട്ടർ പ്രോഗ്രാമുകൾ സാധിതമാക്കുന്ന ഈ വേളയിൽ മനുഷ്യജനതയ്ക്ക് മാത്രമല്ല എല്ലാ ജീവജാലങ്ങൾക്കും അനുഗ്രഹമാണ് ലഭിക്കുന്നത്. എത്ര എളുപ്പം അസാദ്ധ്യമെന്ന് കരുതിയതൊക്കെ സാദ്ധ്യമാകുന്നു, ജൈവലോകത്തിന്റേയും ഭൗതിക ലോകത്തിന്റെയും ശക്തിയും വേഗവും എന്തെല്ലാം സൗഭാഗ്യം സാധിക്കാം എന്ന് ആശ്ചര്യപ്പെടേണ്ട കാലംതന്നെ. പക്ഷേ ഇങ്ങനെ സർവനിയന്ത്രാവ് ആയ ഒരു അധീശശക്തിക്ക് വശംവദരായതിന്റെ മറ്റ് വശങ്ങൾ കാണാതിരുന്നുകൂടാ.

കമ്പ്യൂട്ടർ പണി അറിയാവുന്ന പലർക്കും അനുഗ്രഹമെന്ന് നമ്മൾ കരുതുന്ന പലതും ആറ്റംബോംബാക്കാനും കഴിവുണ്ടെന്ന് ഓർക്കാൻ വിഷമമില്ല. PET, MRI പോലത്തെ സ്കാനിങ്ങ് വിദ്യകളിലെ കൽപ്പനാചിത്രങ്ങൾ (images) ഇന്ന് നിർമ്മിതബുദ്ധിയുടെ ഉപകരണങ്ങളാണ് എളുപ്പം പഠിച്ചെടുത്ത് രോഗസൂചനകൾ നൽകുന്നത്. ഇതേ പ്രയോഗവിധികൾ ഉപയോഗിച്ച് യഥാർത്ഥമായ ചിത്രങ്ങളെ വ്യാജമാക്കാനും എളുപ്പമാണ്. അത്തരം ചിത്രങ്ങളും വീഡിയോകളും ഇന്ന് ധാരാളം നിർമ്മിച്ചെടുക്കപ്പെടുന്നുണ്ട്. Deepfakes എന്നറിയപ്പെടുന്നവ. നിർമ്മിതബുദ്ധിയുടെ എല്ലാ സാമർത്ഥ്യങ്ങളും ഉപയോഗിച്ചിട്ടുള്ളതിനാൽ യഥാർത്ഥമെന്നേ തോന്നൂ. ബ്ലാക് മെയിൽ ചെയ്യാനും പീഡനത്തിനും വൻ ഉപദ്രവത്തിനും തെറ്റായ വിവരങ്ങൾ പ്രചരിപ്പിക്കാനും ഇത്തരം ഡീപ് ഫെയ്ക് ചിത്രങ്ങളും വീഡിയോകളും ഉപയോഗിക്കപ്പെടുന്നുണ്ട്. സോഷ്യൽ മീഡിയ ലോകത്തെ ബന്ധിപ്പിച്ച് ഒന്നാക്കുമെന്ന് സ്വപ്നം കണ്ടിടത്ത് വിഷലിപ്തമായ വിച്ഛേദക്കത്തികളാണ് ആഴ്ന്നിറങ്ങിയത്.

സുരക്ഷയേക്കാൾ ലാഭം മേൽക്കൈ നേടുമ്പോൾ അസ്തിത്വപരമായ അപകടസാദ്ധ്യതകളാണു തെളിയുന്നത്. മനുഷ്യനേക്കാൾ മെച്ചമായും വേഗത്തിലും ഗാഢമായും ചിന്തിക്കാനും പഠിച്ചെടുക്കാനും കഴിവുള്ള നിർമ്മിതബുദ്ധിയെ നമ്മൾ വണങ്ങുന്നതോടൊപ്പം പേടിക്കേണ്ടതുമല്ലേ? തന്നെ പരിഷ്കരിക്കപ്പെടാനും സ്വയം

നവീകരിക്കപ്പെടാനും പുതിയ രൂപസംവിധാനങ്ങൾ നേടാനും അധികാരപ്രാപ്തി കൈവരിക്കാനും കഴിവുള്ള നിർമ്മിതബുദ്ധിക്ക് ഒരു ഏകാധിപതിയുടെ ഛായ ഇല്ലേ? മനുഷ്യന്റെ മാർഗ്ഗനിർദ്ദേശങ്ങളോ ഇടപെടലുകളോ ആവശ്യമില്ലാത്ത നിർമ്മിതബുദ്ധി ആരെ, എന്തിനു വക വെയ്ക്കണം? അത് മനുഷ്യകുലത്തെതന്നെ ഇല്ലാതാക്കില്ലേ? അല്ലെങ്കിൽ ഒരു കുൽസിത ഏകാധിപതിക്ക് ഇത് സാധിക്കില്ലേ? നമ്മളെ ചകിതരാക്കുന്ന ചോദ്യങ്ങളാണ്. ടൈം മാഗസിനിലെ ഈയിടത്തെ ലേഖനത്തിൽ ലോകത്തുള്ള കാർബൺ മുഴുവൻ സംഭരിക്കാൻ നിർദ്ദേശം കിട്ടിയ നിർമ്മിതിബുദ്ധി സർവജീവജാലങ്ങളെയും നശിപ്പിച്ച് കാർബൺ ഊറ്റിയെടുക്കുന്ന ഭീകരദൃശ്യം കാഴ്ച വെയ്ക്കുന്നുണ്ട്. 1968-ലെ '2001 A Space Odyssey' എന്ന സ്റ്റാൻലി കുബ്രിക് സിനിമയുടെ അവസാനം മനുഷ്യനെ ധിക്കരിച്ച് പരമാധികാരം കയ്യാളുന്ന, വികാരരഹിതമായി സംസാരിക്കുന്ന കമ്പ്യൂട്ടറിനെ ദൃശ്യപ്പെടുത്തുന്നുണ്ട്. ഇന്നും അത് സംഗതമാണെന്നുള്ളത് ഭീതിദമാണ്. ലോകത്തെ മുഴുവൻ ഗ്രസിച്ച, മില്യൻകണക്കിനു മനുഷ്യർ മരിച്ചു വീണ കോവിഡ് മഹാമാരിക്കുശേഷവും യുദ്ധം എന്ന പഴഞ്ചൻ ചിന്താഗതിയുടെ ക്രൗര്യവുമായി നിലകൊള്ളുന്ന വ്ളാഡിമർ പുടിനെപ്പോലെയുള്ളവർക്ക് നടുവിലാണ് നമ്മൾ എന്ന സത്യം ഞെട്ടിക്കുന്നതുതന്നെയാണ്. ■

നിർമ്മിതബുദ്ധി വിജയിക്കുന്നു, മാനുഷികതയോ?

സമൂഹത്തിന്റെ ദൈനംദിന വ്യാപാരങ്ങളിൽ അഭൂതപൂർവ്വമായ വളർച്ചയാണ് സാങ്കേതികതയാൽ സംജാതമായിട്ടുള്ളത്. ഇന്റർനെറ്റ്, നിർമ്മിതബുദ്ധി, ഓൺലൈൻ എന്നിവയുടെ ഒക്കെ പ്രയോഗക്ഷമതയും പ്രയുക്തമാക്കലും എല്ലാ തുറകളിലും അതിവേഗത സൃഷ്ടിച്ചിരിക്കുന്നു, ഇന്നുവരെ സാദ്ധ്യമല്ലാതിരുന്നത് സാദ്ധ്യമാവുന്നു. സാങ്കേതികത സൃഷ്ടിക്കുന്ന സത്യവും അസത്യവും ഇടകലർന്ന മായാവിഭ്രമത്തിൽ മനുഷ്യൻ നിർബ്ബന്ധിതനായി പെട്ടുപോവേണ്ടി വന്നിരിക്കുന്നു. മനുഷ്യകുലത്തിനു സമ്മാനിച്ചിരിക്കുന്ന സംഭാവനകൾ അതുല്യശക്തിയാർന്നതും കൃത്യതയുള്ളതും പ്രായോഗികതയിൽ മുന്നേറ്റങ്ങൾ സാധിച്ചെടുത്തതുമാണ് തീർച്ചയായും. അറിവ് എന്നുള്ളത് സർവവ്യാപിയും സദാലഭ്യതയേറുന്നതുമായി മാറി, ചുറ്റുപാടുകളെക്കുറിച്ച് ബോധവാനാകാനും അതിനെ മാറ്റിമറിക്കാനും ലോഭമെന്യേ പ്രയോഗരീതികൾ സമ്മാനിച്ചിരിക്കുന്നു. 'സ്മാർട്ട്' മെഷീനുകൾ, 'ബോട്ട്'കൾ (ചാറ്റ് ജിപിറ്റി പോലെ) മെഷീൻ പഠനങ്ങൾ (machine learning) നിർമ്മിതബുദ്ധി എന്നിവയൊക്കെ അതിവേഗതയും പരിഷ്കൃതിയും പ്രഗതിശീലത്വവും കൂടുതലായി വ്യവഹാരങ്ങളിൽ ഉൾച്ചേർക്കപ്പെട്ടുകൊണ്ടിരിക്കയാണ് എന്നതിൽ തർക്കമില്ല താനും.

പക്ഷേ മാനുഷികത എവിടെ എന്ന ചോദ്യം അവശേഷിക്കുന്നു. യന്ത്രങ്ങൾ നമ്മെ ഭരിച്ചുതുടങ്ങിയിരിക്കുന്നു, അതിന്റെ സൗഭാഗ്യങ്ങൾ നിരസിക്കാൻ വയ്യാത്തതുമാണ്, പക്ഷേ ഒരു കാലത്ത് ഇതിന്റെ ദൂഷ്യവശങ്ങൾക്ക് നമ്മൾ അടിമപ്പെട്ട് പോകില്ലേ? നമ്മൾ നമ്മളല്ലാതാകില്ലേ? ചോദ്യം സംഗതമാണ്.

സാങ്കേതികതയുടെ മുന്നേറ്റങ്ങൾ സമൂഹത്തെ എന്നും തുണച്ചിട്ടുണ്ട് എന്ന് ചരിത്രം സാക്ഷ്യപ്പെടുത്തുന്നു. പ്രശ്നങ്ങൾ സംജാതമാകുമ്പോൾ പുതിയ നിയന്ത്രണങ്ങൾ, ശാസനങ്ങൾ, വ്യവസ്ഥകൾ,

വിദ്യാജ്ഞാനങ്ങൾ എന്നിവയൊക്കെ സങ്കേതികതയുടെ കുറ്റവും കുറവും പരിഹരിക്കാനെത്തും. സ്വയം നിയന്ത്രിക്കുന്ന ഡിജിറ്റൽ വ്യവസ്ഥകൾ ദൈനംദിനജീവിതത്തിൽ അഴിയാത്ത ഇഴകൾ ചേർത്താലും ഈ കരുത്തേറിയ മേൽനോട്ടം ഇടപെടലുകൾ നടത്തിയിരിക്കും. പക്ഷേ ഇന്ന് അഭിവൃദ്ധിയുതകാൻ സാങ്കേതികതയെ പുൽകുമ്പോൾ തീരുമാനങ്ങളെടുക്കാനും അവനവനെ ഭരിക്കാനുമുള്ള സ്വാതന്ത്ര്യവും സാങ്കേതികയ്ക്ക് പുറംപണിക്കരാറ് (outsource) ഏല്പിച്ചുകൊടുക്കാൻ നിർബന്ധിതനാകുകയാണ് മനുഷ്യൻ. ഗവണ്മെന്റുകളും വ്യവസായങ്ങളും സമൂഹവ്യവസ്ഥകളും യന്ത്രനിയന്ത്രണത്തിൽ മാത്രമാകുന്നതിനെപ്പറ്റി ഉൽക്കണ്ഠ പരക്കേ ഉളവാകുന്നുണ്ട്. ന്യായവിധികൾ ചമയ്ക്കാനും തീരുമാനങ്ങളെടുക്കാനും ഈ യന്ത്രപ്രണാലികളുടെ സ്വാധീനത്തിലല്ലാതെ സാധ്യമാകുന്നില്ല എന്ന പേടിയുണ്ട്. അതുകൊണ്ട് മാനുഷികവ്യവഹാരങ്ങളുടെ ഭാവി എന്താണ് എന്ന ചോദ്യം അത്യാവശ്യമായി ചോദിക്കപ്പെടുന്നു. ഭാവിയിൽ 'സ്മാർട്ട് മെഷീനുക'ളും 'ബോട്ട്'കളും നിർമ്മിതബുദ്ധി ശക്തി പകരുന്ന വ്യവസ്ഥകളും മനുഷ്യർക്ക് എളുപ്പം നിയന്ത്രിക്കാവുന്ന രീതിയിൽ രൂപകൽപ്പന ചെയ്യപ്പെടുമോ അതും നമ്മുടെ ജീവിതവുമായി ബന്ധപ്പെട്ടിരിക്കുന്ന സാങ്കേതിക തീരുമാനങ്ങളുടെ കാര്യത്തിൽ? ചോദ്യങ്ങൾ നിശിതമാണ്.

മനുഷ്യൻ എന്നാൽ എന്താണ് അർത്ഥമാകുന്നത്?

നിർമ്മിതബുദ്ധിയുടെ അൽഗോരിതങ്ങൾ വൈപുല്യമിയന്നതാണ്, വൈവിദ്ധ്യമേറിയതാണ്. മനുഷ്യനെ ഇത് വെല്ലുവിളിക്കുന്നുണ്ട് തീർച്ചയായും. അവന്റെ സ്വാതന്ത്ര്യത്തേയും രീതിവ്യവഹാരങ്ങളേയും കഴിവുകളെയും പേടിപ്പെടുത്തുന്നുണ്ട്. മനുഷ്യബുദ്ധിയേയും സാമർത്ഥ്യത്തേയും ത്രാണിയേയും മറികടന്നേക്കും അത്. പ്രത്യേകിച്ചും സങ്കീർണ്ണതീരുമാനങ്ങൾ എടുക്കുന്നതിൽ, യുക്തിചിന്തയും അനുമാനങ്ങളും കെട്ടിപ്പടുക്കുന്നതിൽ, പഠിച്ചെടുക്കുന്നതിൽ, സൂക്ഷ്മതയിയന്ന വിശകലനത്തിനും പാറ്റേണുകൾ തിരിച്ചറിയുന്നതിനും ഉള്ള കഴിവുകളിൽ, ഭാഷാപ്രയോഗങ്ങളിലും വിവർത്തനകുശലതയിൽ ഒക്കെ നൈപുണ്യം നേടി മെച്ചപ്പെട്ട രീതിയിൽ കൈകാര്യം ചെയ്തേക്കും യന്ത്രങ്ങൾ. തീർച്ചയായും ആരോഗ്യരംഗത്ത് ചികിത്സ, രോഗനിർണ്ണയം, പൊതുജനാരോഗ്യം ഒക്കെ വൻ വിപ്ലവമാണ് സൃഷ്ടിച്ചിരിക്കുന്നത്. വിദ്യാഭ്യാസരംഗത്ത് വൻ കുതിപ്പുകൾക്ക് സാദ്ധ്യതയൊരുക്കുന്നു. 'സ്മാർട്ട്' സിസ്റ്റങ്ങൾ വാഹനങ്ങളിലും കെട്ടിടങ്ങളിലും പാടത്തും യന്ത്രശാലകളിലും അതീവ മിടുക്കരായി വ്യവഹാരങ്ങളിൽ ഏർപ്പെട്ട് മനുഷ്യർക്ക് സമയ/പണ ലാഭം പ്രദാനം ചെയ്യുന്നു. കൃത്യമായി ക്രമപ്പെടുത്തിയ

ഭാവി ആഗതമാകുന്നു. പക്ഷേ മനുഷ്യൻ എന്ന സത്ത, അതിന്റെ ഉണ്മ എവിടെ എന്ന ചോദ്യമാണ് ഇതിനുള്ളിൽ ഉരുത്തിരിയുന്നത്. നഷ്ടമാക്കപ്പെട്ട ഉണ്മ തിരിച്ചുപിടിക്കാൻ സാധിക്കുമോ? സത്താനഷ്ടത്തിന്റെ പരിണിതഫലം എന്തൊക്കെ ആയിരിക്കും? യന്ത്രങ്ങൾ നിയന്ത്രിക്കുന്ന ലോകത്ത് ഒറ്റയാകുന്നവനെ ആരു തുണയ്ക്കും? സമൂഹത്തിൽ അത് വിപത്തുകളുടെ സൃഷ്ടിയിലേക്ക് നയിക്കുകയില്ലേ? 'ഹെർ' (Her) എന്ന ഹോളിവുഡ് സിനിമയിലേതുപോലെ കമ്പ്യൂട്ടറുകൾ സൃഷ്ടിക്കുന്ന മായാമനുഷ്യരെ സ്നേഹിച്ചു തുടങ്ങണമോ? അത് ആത്മനാശത്തിലേക്കല്ലേ വഴിവെക്കുന്നത്? ഭാവിയിലെ ചോദ്യങ്ങളല്ല, ഇവ ഇന്നുതന്നെ ഉള്ള ആശങ്കകളാണ്.

മനുഷ്യൻ ഒറ്റപ്പെട്ട ജീവിയല്ല. പ്രകൃതിയുടെ ഒരു ഭാഗം മാത്രം. മറ്റനേകം സ്പീഷീസുകൾപോലെ മനുഷ്യൻ ഒരു സ്പീഷീസ് മാത്രം എന്ന് പോസ്റ്റ് ഹ്യൂമൻ ചിന്ത പ്രഖ്യാപിച്ചും കഴിഞ്ഞു. അവന്റെ സത്ത നിർമ്മിച്ചെടുക്കുന്നത് പ്രകൃതി, അതിലെ ജീവജാലങ്ങളും അചേതനങ്ങളും ഉൾപ്പെടെ, ഉൾച്ചേർത്താണ്. യന്ത്രങ്ങൾ ഗതി നിയന്ത്രിക്കുന്ന, യന്ത്രങ്ങളുടെ തീരുമാനങ്ങളെ അനുസരിക്കേണ്ടുന്ന വാതാവരണം ഈ രീതിയെ ഖണ്ഡിക്കുന്നതാണ്. മനുഷ്യൻ മാത്രം യന്ത്രങ്ങളാൽ ചലിക്കപ്പെടുന്നു, അവന്റെ മനസ്സും ശരീരവും സമൂലം എന്നത് പ്രകൃതിയിൽ അവൻ ഒറ്റപ്പെടാൻ ഇടയാകുകയാണ്. മനുഷ്യൻ എന്ന ഉണ്മ അപനിർമ്മിക്കപ്പെടുകയാണിവിടെ. ഇന്നോളം പരിചയപ്പെട്ടിട്ടില്ലാത്ത വേഗതയിലാണ് അവന്റെ ജീവിതചര്യകൾ. ഇത് മറ്റ് ജീവജാലങ്ങളുടെ ജൈവവേഗതയുമായി വിഘടിക്കപ്പെട്ടതാണ്. ഞാൻ എവിടെ എന്ന ചോദ്യം ഒരിക്കലെങ്കിലും സ്വയം ചോദിക്കുകയാണെങ്കിൽ മനുഷ്യനു പെട്ടെന്ന് ഉത്തരം കിട്ടി എന്ന് വരികില്ല. നിർമ്മിതബുദ്ധി സൃഷ്ടിച്ച മായികലോകത്തിലാണവൻ. ഈ ഉൽക്കണ്ഠ അവനെ സമൂഹജീവിയായി നിലനിർത്തുന്നതിൽ വിഘാതം കൊണ്ടുചേർത്തേക്കാം. അവൻ കാണുന്ന മറ്റൊരാളും ഇതേ ഉൽക്കണ്ഠയിലാണെന്നുള്ള അറിവ് ആ ആളുമായി സൗഹൃദം സ്ഥാപിക്കുന്നതിനു തടസ്സമിട്ടേക്കാം. നിർമ്മിതബുദ്ധിയുടെ ലോകം മനുഷ്യനെ വെറും വ്യക്തി മാത്രമാക്കി നിലനിറുത്തിയേക്കാം.

വിശ്വാസങ്ങൾ വികലമാക്കപ്പെടുന്നു

വിശ്വാസങ്ങൾ രൂപീകരിക്കപ്പെടുന്നത് ലോകത്ത് കിട്ടാവുന്ന ഒരു ചെറിയ ഉപവർഗ്ഗത്തിലുൾപ്പെടുന്ന വിവരങ്ങളിൽ നിന്നോ വസ്തുതകളിൽനിന്നോ ആണ്. ഒരിക്കൽ ഈ വിശ്വാസം കൂടുതൽ ദൃഢതയേറുമ്പോൾ അത് മാറപ്പെടാതിരിക്കാനോ പുതുക്കിയെടുക്കപ്പെടാതിരിക്കാനോ മനസ്സ് വാശിപിടിക്കും. ഉത്പാദന നിർമ്മിതബുദ്ധി

(പുതിയ കാര്യങ്ങൾ നിർമ്മിച്ചെടുക്കാൻ കഴിവുള്ള AI-generative AI) നിലവിലുള്ള വിവരങ്ങൾ, അവയുടെ മുൻവിധികളും പക്ഷപാതങ്ങളും അവയെ ചുറ്റിപ്പറ്റി മെനഞ്ഞെടുത്ത വ്യാജപ്രമാണങ്ങളും ഒക്കെ ആധാരമാക്കിയാണ് പ്രദർശിതമാകുന്നത്. ഇത് വളരെ നിസ്സന്ദേഹതയിയന്നതോ വിശ്വാസം ഉറപ്പിക്കാവുന്നതോ ആയി അനുവാചകന് അനുഭവപ്പെടുകയാണ്. സത്യമെന്ന് ബോദ്ധ്യപ്പെടുത്താനുള്ള കഴിവ് അത്രമാത്രമുണ്ട് നിർമ്മിതബുദ്ധിക്ക്. വളരെ 'ഹൈപ്പ്' കൂടിയതും (over-hyped) സത്യബന്ധമില്ലാത്തതും അതിശയോക്തി പെരുപ്പിച്ചതുമായ ശേഷി അതിനെ മനുഷ്യനു സാധിക്കുന്ന യുക്തിക്കപ്പുറം പ്രതിഷ്ഠിക്കാനിടയാക്കുന്നു.

ഇന്ന് പരക്കെ അംഗീകരിക്കപ്പെട്ട പലേ generative AIകളും Open AIയുടെ GPT, ഗൂഗിളിന്റെ Bard, OpenAIയുടെ DALL-E, Stable Diffusion, Midjourney ഇവയൊക്കെ പൊതുജനത്തിന്റെ തീവ്രശ്രദ്ധ ആകർഷിക്കപ്പെട്ടതും പരക്കെയുള്ള അംഗീകാരം നേടിയെടുക്കുകയും ചെയ്തിട്ടുള്ളതാണ്. എന്നാൽ ഈ മാതൃകകളൊക്കെ നിലവിലുള്ള പൊതുബോധങ്ങളിൽനിന്ന് രൂപീകരിക്കപ്പെട്ടിട്ടുള്ളതാണ്. അവയിൽ ലൈംഗിക മുൻവിധികൾ, (gender bias), വംശീയവും വർഗ്ഗപരവും ആയ സ്റ്റീരിയോടൈപ്പുകൾ (racial and class stereotypes) ഒക്കെ അടങ്ങിയിട്ടുണ്ട്. ഈ പ്രോഗ്രാമുകൾ പരിശീലിക്കപ്പെട്ടത് ഇത്തരം പ്രതിലോമകരമായ വിവരങ്ങൾ അടങ്ങിയ ആധാരസാമഗ്രികളിൽനിന്നാണ്.

അരികുവൽക്കരിക്കപ്പെട്ടവരുടെ വിഭാഗമാണ് ഏറ്റവും കൂടുതൽ മുൻ വിധികളിൽ പെട്ടുപോകുന്നത്. ഇത്തരം generative AIയുടെ വാസ്തുവിദ്യയ്ക്ക് സത്യമേത് മിഥ്യയേത് എന്ന് തിരിച്ചറിയാനുള്ള ശേഷി നഷ്ടപ്പെട്ടതാണ്. പക്ഷേ ഈ നിർമ്മിതബുദ്ധിയുടെ പുറം പ്രദർശനം എന്തും ബോദ്ധ്യപ്പെടുത്തുന്ന രീതി കൈക്കൊള്ളുന്നതിനാൽ വിശ്വാസയോഗ്യമെന്ന തോന്നൽ ഉളവാകുന്നുണ്ട്. ഇവിടെ വികലവും വികൃതവുമായ വിശ്വാസങ്ങൾ ഉടലെടുക്കുകയായി. മനുഷ്യരുടെ ചിന്താഗതികളിലും പരസ്പര വ്യവഹാരങ്ങളിലും പലപ്പോഴും അസന്ദിഗ്ദ്ധത പ്രകടമാണെങ്കിലും ('എന്നാണ് എനിക്ക് തോന്നുന്നത്' എന്ന മട്ടിലുള്ള വെളിപ്പെടുത്തലുകൾ) generative AI നിശ്ചയദാർഢ്യമാണ് പ്രകടമാക്കുന്നത്, അത് സത്യമല്ലെങ്കിൽക്കൂടി. ഇത് സമൂഹത്തിൽ ശാശ്വതവൽക്കരിക്കപ്പെടുന്നു.

ജോലിയില്ലാത്തവരുടെ ലോകം

പ്രസിദ്ധചരിത്രകാരനും ചിന്തകനുമായ യുവാൽ നോവ ഹരാരി ഈ വിഷയത്തെക്കുറിച്ച് പലപ്പോഴും വാചാലനായിട്ടുണ്ട്. നിർമ്മിതബുദ്ധി ഏറ്റെടുത്ത ലോകക്രമത്തിൽ മനുഷ്യന് അധികമൊന്നും

ചെയ്യേണ്ടതായി വരുന്നില്ല, ജോലി എന്നതിന്റെ ആവശ്യവും നില നിൽപ്പും ഇന്നത്തെ സാമ്പത്തികക്രമത്തിന്റേതാണ്, അത് നശ്വര വുമല്ല. പണത്തിന്റെ മൂല്യത്തിൽ മാറ്റങ്ങൾ വരാൻ പോകുകയാണ്. ജോലി ചെയ്യാതെ ജീവിക്കാനുള്ള സാഹചര്യങ്ങൾ ഒത്തുവരാൻ സാധ്യതകളുണ്ട്. ഭരണകൂടം സമൂഹത്തിന്റെ ക്ഷേമവും ആയുരാരോ ഗ്യവും സംരക്ഷിക്കാൻ തുനിഞ്ഞിറങ്ങിയേക്കും. അല്ലെങ്കിൽ വളരെ പുതിയ, ഇപ്പോൾ ചിന്തിക്കാൻ കഴിയാത്ത സാമൂഹ്യ/സാമ്പത്തിക ക്രമങ്ങൾ ഉടലെടുത്തേക്കാം. രാജഭരണം മാത്രമുണ്ടായിരുന്ന മദ്ധ്യ കാലഘട്ടത്തിൽ ആരെങ്കിലും ജനായത്തഭരണത്തെപ്പറ്റി പരാമർശി ച്ചാൽ ആരും വിശ്വസിക്കില്ല എന്ന രീതിയിൽ. എന്നാൽ നിർമ്മിത ബുദ്ധി സർവ്വപ്രചലിതമായി മേൽക്കൈ നേടുന്നതുവരെ ഇതിനുള്ള തയ്യാറെടുപ്പുകളും പരിശീലനങ്ങളും വേണ്ടിയിരിക്കുന്നു. മാറ്റത്തിന്റെ കാലഘട്ടം തീർച്ചയായും പ്രയാസമേറിയതായിരിക്കും. വിഭ്രമത്തിന് ഇടയാകുന്ന വിധം. ഈ വിഭ്രാന്തിയേയും മാനസികസംഘർഷങ്ങ ളേയും നേരിടാനുള്ള കരുക്കൾ നീക്കിയില്ലെങ്കിൽ, വൻസമൂഹത്ത കർച്ച എന്ന വിപത്ത് സംഭാവ്യമത്രെ. പക്ഷേ പല ദുർഘട പരി ണാമഘട്ടങ്ങളെ അതിജീവിച്ച മനുഷ്യൻ ഉയിർത്തെഴുന്നേൽക്കും എന്ന ശുഭാപ്തിവിശ്വാസം അസ്ഥാനത്തല്ല. വ്യവസായവിപ്ലവ കാലത്തും അതിനുശേഷം ഉടനെയും വൻമാറ്റങ്ങളെ അഭിമുഖീകരിച്ച അനുഭവസമ്പത്ത് നമുക്കുണ്ടെന്നുള്ളത് ആശ്വാസകരമാണ്. ഇത്ത വണ ആഗോളപരമായും നിശിതമായ ആഘാതപരമായും കൂടിയ പരിമാണം ഉൾച്ചേർന്നതായിരിക്കും എന്ന വ്യത്യാസമുണ്ട്.

സർഗ്ഗശക്തി എവിടെ?

ചാറ്റ് ജി പി റ്റി ഒന്നാന്തരം കവിതയെഴുതും കഥ പറഞ്ഞുതരും പുതിയ സിനിമയുടെ കഥയും സംഭാഷണവും ചമൽക്കാരപൂർണ്ണ മായി ആവിഷ്കരിക്കും. DALL-E വരയ്ക്കുന്ന ചിത്രങ്ങൾ സാൽവ ദോർ ദാലിയെ വെല്ലുന്നതായിരിക്കും. മനോഹരഗാനം കമ്പോസ് ചെയ്യുന്ന 'ബോട്'കൾ ഉണ്ട്. പക്ഷേ ഇവയൊന്നും പുതിയ ആവി ഷ്കാരങ്ങളല്ല. നിലവിലുള്ളവയെ പരിശോധിച്ച് അവയ്ക്ക് പുതിയ പകർപ്പുകൾ സമർത്ഥമായി സൃഷ്ടിക്കപ്പെട്ടതാണ്. വിയർപ്പോ രക്തമോ അണിഞ്ഞ വിരലുകളാൽ എഴുതപ്പെട്ട കവിതകളോ കഥ കളോ അല്ല. അനുഭവങ്ങളുടെ കണ്ണീർവീണ കടലാസിൽ എഴുത പ്പെട്ട വിങ്ങുന്ന വാക്കുകൾ അല്ല. ഭ്രാന്തിന്റെ മൂർച്ഛന്യതയിൽ വര യ്ക്കപ്പെട്ട ആ അനുഭവം പ്രോജ്ജ്വലിപ്പിക്കുന്ന ചിത്രങ്ങൾ അല്ല. ഉൽസാഹത്തിമിർപ്പിന്റെ പരമോന്നത മുഹൂർത്തത്തിൽ, വേദനയുടെ പരമകാഷ്ഠയിൽ കമ്പോസ് ചെയ്യപ്പെട്ട സംഗീതമല്ല. തനത് സർഗ്ഗ ശക്തിയുടെ ചൂടും ചൂരും ആത്മാവ് പകർന്നാണ് മനുഷ്യൻ ആ സവിശേഷതയിൽത്തന്നെ വിലയനം പ്രാപിച്ച് പരിണമിച്ച് ഇന്നോളം

എത്തിയത്. സർഗ്ഗശക്തിയുടെ ന്യൂനീകരണം സമൂഹത്തിന്റെ പൊതുസൈക്കിനെ ബാധിക്കുന്നതാണ്, ആത്മശോഷണത്തിനു വഴിവെക്കുന്നതാണ്. സ്നേഹത്തിന്റേയും പ്രേമത്തിന്റേയും അനുകമ്പയുടെയും സഹാനുഭൂതിയുടെയും ആധാരമാണ് സർഗ്ഗാത്മകത, അതിന്റെ അഭാവം മാനുഷികതയുടെ നിലനിൽപ്പിനെത്തന്നെ ബാധിക്കുന്നു. പക്ഷേ ഒന്ന് ശ്രദ്ധിക്കേണ്ടതുണ്ട്: ആത്യന്തികമായി നിർമ്മിതബുദ്ധി നമുക്ക് കാണിച്ചു തരും എന്തൊക്കെ അതിനു ചെയ്യാൻ പറ്റുകയില്ല എന്നത്. അങ്ങനെ നമ്മൾ ആരെന്നും നമുക്ക് എന്താണ് പ്രദാനം ചെയ്യുവാൻ സാധിക്കുന്നത് എന്നും വെളിവാക്കിത്തരികയാണ്.

മനുഷ്യനെവിടെ?

മനുഷ്യൻ അടിയറവ് പറയേണ്ടി വരുമോ താമസിയാതെ? പല ആശങ്കകളും അസ്ഥാനത്താണെന്ന് വാദിക്കുന്നവരുമുണ്ട്. കമ്പ്യൂട്ടറുകൾക്ക് 10,000 വാക്കുകൾ ഒരു നിശ്ചിതസമയത്ത് കൈകാര്യം ചെയ്യാൻ സാധിക്കും. ഏകദേശം രണ്ടോ മൂന്നോ മില്യൺ ന്യൂറോണുകൾ ചെയ്യുന്ന പണി. മനുഷ്യമസ്തിഷ്കത്തിൽ ബില്യൺ കണക്കിനാണ് ന്യൂറോണുകൾ. ഇവ തമ്മിൽ കെട്ടുപിണഞ്ഞ് വലയങ്ങൾ തീർക്കുന്നത് അപരിമേയമായ രീതിയിലാണ്. അതുകൊണ്ട് ഒരു സൂപ്പർ കമ്പ്യൂട്ടറിനും തലച്ചോറിനെ വെല്ലാൻ സാദ്ധ്യമല്ല. കമ്പ്യൂട്ടറുകളാവട്ടെ, വളരെ ലളിതമായ വലയങ്ങൾ സൃഷ്ടിക്കുന്നവ മാത്രമാണ്. പക്ഷേ സ്വയം തീരുമാനങ്ങളെടുക്കുന്ന യന്ത്രങ്ങൾ വന്നു കഴിഞ്ഞു. ഇവയെ നിർബാധം അഴിച്ചുവിടുന്ന ഭരണാധികാരികളോ വ്യവസായ മേധാവികളോ വികാരരഹിതരായ യന്ത്രങ്ങളെക്കൊണ്ട് മനുഷ്യരെ ഉന്മൂലനം ചെയ്യിച്ചേക്കുമെന്ന ഒരു ഭീതി വേണമത്രെ. ഇപ്പോൾത്തന്നെ AIയ്ക്ക് വളരെ മാരകമായ വൈറസുകളെ നിർമ്മിക്കാനുള്ള മാർഗ്ഗങ്ങളുണ്ടെന്ന് തെളിഞ്ഞിട്ടുണ്ട്. യുദ്ധത്തിനു വേണ്ടി നിർബാധം നരഹത്യ നടത്താൻ പ്രോഗ്രാം ചെയ്ത റോബോട്ടുകൾ അനുസരണയില്ലാതെ അത് തുടർന്നാൽ വംശനാശത്തിലേക്ക് അത് നയിക്കും എന്ന് സൂചനകൾ നൽകുന്നവർ കുറവല്ല.

■

അവസാനത്തെ മനുഷ്യൻ

മറ്റ് പലേ മനുഷ്യ സ്പീഷീസുകളുമായി സഹവസിച്ചിട്ടുണ്ട് നമ്മൾ. ഹോമോ ജീനസുകളിൽ സാപിയൻസ് ആണ് നാം. നിയാൻഡെർതാൽ ഉൾപ്പെടെ പല മനുഷ്യർ ഉണ്ടായിരുന്നു നമ്മോടൊപ്പം 40,000 വർഷങ്ങൾക്കു മുൻപുവരെ. പക്ഷേ ഒരേ ഒരു മനുഷ്യ സ്പീഷീസ് നിലനിന്നത് ഹോമോ സാപ്പിയൻസ് മാത്രം. മറ്റുള്ളവരെല്ലാം പരിണാമത്തോട് തോറ്റ് അന്തർദ്ധാനം ചെയ്തു. അവസാനത്തെ മനുഷ്യർ ആണ് നമ്മൾ. പ്രതികൂല സാഹചര്യങ്ങൾ തളർത്താത്തവൻ. മറ്റ് സമാന്തര സ്പീഷീസുകൾക്ക് പറ്റാത്തത് സാധിച്ചെടുത്തവൻ.

ഇന്നത്തെ നമ്മുടെ അതിജീവനത്വരയ്ക്കും ദൃഷ്ടാന്തങ്ങളുണ്ട്. പരിണാമത്തിന്റെ മത്സരങ്ങളിൽ തോറ്റുപോവാതിരിക്കാനുള്ള പോംവഴികളൊക്കെ അതേ പരിണാമം സംഭാവന ചെയ്ത മസ്തിഷ്കത്തെ ഉപയോഗിച്ച് കണ്ടുപിടിക്കാൻ സാധിക്കുന്ന സ്പീഷീസ് ആണ് മനുഷ്യർ. അർബുദരോഗത്തെ നമ്മൾ കീഴടക്കിത്തുടങ്ങിയിരിക്കുന്നു. ഇപ്പോൾ മരണനിരക്ക് കുറവാണ്.

ആൽസൈമേഴ്സ് അസുഖത്തിനു ഫലപ്രദമായ മരുന്ന് ഈയിടെ എത്തിയിട്ടുണ്ട്. നമ്മുടെ ഹൃദയം മാറ്റിവെയ്ക്കാൻ എളുപ്പമായിത്തുടങ്ങി, അത് കിട്ടിയില്ലെങ്കിൽ പന്നിയുടെ ഹൃദയം പ്രത്യേകം വളർത്തിയെടുത്ത് തുന്നിപ്പിടിപ്പിക്കാം. പലേ മാരകരോഗങ്ങളും ഇന്ന് സമൂഹങ്ങളെ ആകെ തുടച്ചുനീക്കുന്നില്ല. വസൂരി മിക്കവാറും ഇല്ലാതായിട്ടുണ്ട്, ക്ഷയരോഗവും നിയന്ത്രണത്തിലാണ്. ആയുസ്സ് കൂടുന്നു, അധികം താമസിയാതെ 120 വയസ്സു വരെ ജീവിച്ചിരിക്കുന്നത് സാധാരണമായേക്കും. ഉപദ്രവകാരികളായ ജീനുകളെ മാറ്റിയെടുക്കാനോ ഇല്ലാതാക്കാനോ സാധിക്കും. ജനിതകരോഗങ്ങളായ ഹീമോഫിലിയയും അരിവാൾ രോഗവും മറ്റും വരുതിയിലാക്കാം. 'കീഴടക്കിപോൽ മർത്ത്യൻ പ്രകൃതിയെ' എന്ന് കവികൾ പണ്ടേ പാടിക്കഴിഞ്ഞിരിക്കുന്നു. തലച്ചോറിലെ ന്യൂറോൺ വലക്കണ്ണികളെ അതേപടി പകർത്തുന്ന യന്ത്രങ്ങൾ നിർമ്മിച്ച് അവരെക്കൊണ്ട്

നമുക്ക് പറ്റാത്ത കാര്യങ്ങൾ ചെയ്യിപ്പിച്ചെടുക്കുന്നു. Neural networks ഇന്ന് കമ്പ്യൂട്ടർ പദമാണ്.

സമൂഹശൃംഖല (Social Network) രക്ഷിച്ചെടുത്ത മനുഷ്യൻ

മറ്റു മനുഷ്യസ്പീഷീസുകളിൽനിന്ന് വ്യത്യസ്തമായി എന്തുകൊണ്ട് ഹോമോ സാപ്പിയൻസ് അതിജീവനമത്സരത്തിൽ വിജയിച്ചു എന്നതിന്റെ കാരണങ്ങൾ രസാവഹമാണ്. വാസ്തവത്തിൽ നിയാൻഡെർതാലർ ആണ് തണുപ്പുമായി പരിചയിച്ചത്, അതിജീവനത്തിനു സാദ്ധ്യതയിയന്നവർ. യൂറേഷ്യ മുഴുവൻ പടർന്നിരുന്നവർ. തെക്കുകിഴക്കെ ഏഷ്യയിൽ ജീവിച്ചിരുന്ന ഹോമോ എറക്റ്റസും നമ്മളേക്കാൾ കാലാവസ്ഥാവ്യതിയാനങ്ങൾ പരിചയിച്ചവരായിരുന്നു. നമ്മളാവട്ടെ ആഫ്രിക്കയിൽനിന്ന് പുറത്തുകടക്കാൻ ധൈര്യപ്പെട്ടവർ ആയിരുന്നില്ല, 200,000 വർഷങ്ങൾക്ക് മുൻപു മാത്രമാണ് അത് സംഭവിച്ചത്. എന്നാൽ 40,000 കൊല്ലങ്ങൾക്കു മുൻപ് ബാക്കി ഹോമോ സ്പീഷീസുകളൊക്കെ ഇല്ലാതായി നമ്മൾമാത്രം രക്ഷപ്പെട്ടു. ഹോമോ എറക്റ്റസ്, ഹോമോ നിയൻഡെർതാലെൻസിസ്, ഹോമോ നാലെഡി ഇങ്ങനെ ഏഴ് ഹൊമോ ജീനസിൽ അവസാനം അതിജീവിച്ചവർ നമ്മൾ മാത്രമാണ്. പരിഷ്കൃതമായ ഉപകരണങ്ങൾ ഉണ്ടാക്കാനോ ചിത്രങ്ങൾ വരയ്ക്കാനോ കഴിവുകളുള്ളവരായിരുന്നു മറ്റവരും.

അതിബുദ്ധി ഒന്ന് മാത്രമല്ല, നമ്മെ അവരിൽനിന്ന് വ്യത്യസ്തമാക്കിയത്. നമ്മുടെ തന്നെ അരക്ഷിതാതോന്നലുകളും മറ്റുള്ളവരെ ആശ്രയിക്കാനുള്ള അഭിനിവേശവും സഹതാപവിചാരങ്ങളും കെട്ടുറപ്പുള്ള സമൂഹം കെട്ടിപ്പടുക്കാൻ അടിസ്ഥാനമാകുകയും അതുവഴി പ്രതികൂലാവസ്ഥകളെ നേരിടാൻ എളുപ്പമാവുകയും ചെയ്തു. ശരീരപ്രകൃതിയും ഇതിനുവേണ്ടി മാറ്റിയെടുക്കപ്പെട്ടു, സൗമ്യമായ മുഖവും ചെറിയ പല്ലുകളും പതിഞ്ഞ പുരികക്കൊടികളും അയഞ്ഞ ശരീരപ്രകൃതിയും എല്ലാം ഇതിനു തുണയേകി. ദൂരെയുള്ള മനുഷ്യരുമായിട്ടും ഇടപഴകി, ആവശ്യം വന്നാൽ. മനുഷ്യകുലം ലോകമെമ്പാടും പരന്നപ്പോൾ ഈ സഹവർത്തിത്വവും സ്നേഹവും അതത് ഇടങ്ങളുമായി ഇണങ്ങിച്ചേരാനും സഹായിച്ചു. അന്യരോടുള്ള വെറുപ്പും ഭയവും നിയന്ത്രിക്കാൻ ഒരു ജീൻ ഉണ്ട്: BAZ1B. ഈ ജീനിന്റെ പ്രവർത്തനം നിയന്ത്രിക്കപ്പെട്ടില്ലെങ്കിൽ പേടിയും വിദ്വേഷവും ഉളവാകും. മനുഷ്യരിൽ ഈ ജീൻ അത്ര ഉണർന്നിട്ടില്ല. കാലാവസ്ഥാവ്യതിയാനങ്ങളിലോ മറ്റ് പ്രകൃതിക്ഷോഭങ്ങളിലോ അകപ്പെടുമ്പോൾ ഈ social networking അതിരുവിട്ട് സഹായത്തിനെത്തി. മറ്റ് മനുഷ്യകുലങ്ങൾക്ക് സമൂഹസ്നേഹം എന്നുള്ളത് കമ്മിയായിരുന്നതിനാൽ പിടിച്ചുനിൽക്കാനായില്ല.

ഈ സ്നേഹവായ്പ്പ് ലോകത്തെ സുന്ദരമാക്കിയിട്ടുണ്ട്. വിനിമയം എളുപ്പമായപ്പോൾ നമ്മൾ സഞ്ചാരം തുടങ്ങി, പലേ രാജ്യനിവാസികളുമായി ബന്ധങ്ങളിൽ ഏർപ്പെട്ടു. ഇത് ശാസ്ത്രചിന്തയ്ക്കും പഠനങ്ങൾക്കും വഴിവെച്ചു. പ്രകൃതിയെ കീഴടക്കി കലയും സംസ്കാരവും സമൂഹത്തിൽ അന്തർനിഹിതമായി. ആർക്കും പറ്റാത്തരീതിയിൽ നമ്മൾ രോഗങ്ങളെ വെല്ലുവിളിച്ചു. 'സനാഥയായി ഭൂമി' എന്ന് കവികൾ പാടി. മറ്റ് ഗ്രഹങ്ങൾ 'പറഞ്ഞയയ്ക്കൂ... മനുഷ്യരെ ഒരിക്കൽ... ഇതിലേകൂടി എന്നും പാടി.

പക്ഷേ ഇന്ന് ഇതിനു വലിയ വില കൊടുക്കേണ്ടി വന്നിരിക്കയാണ്. രാജ്യങ്ങളും അതിർത്തികളും നിർമ്മിക്കപ്പെടുകയും സ്വാർത്ഥത വേരുറയ്ക്കുകയും നിർഭാഗ്യവശാൽ ഇതിനോടൊപ്പം സംജാതമായി. മനുഷ്യർ ഇന്ന് പ്രതിസന്ധിയിലാണ്.

ഗയ്യ സിദ്ധാന്തം (Gaia Theory)
പ്രകൃതിയും ജൈവലോകവും

ജീവജാലങ്ങളും പ്രകൃതിയുമായി അഭേദ്യബന്ധമാണുള്ളതെന്നും ജൈവലോകപ്രവർത്തികൾ സാവധാനം അചേതനമായ പ്രകൃതിയെ ബാധിക്കുമെന്നും അത് അനുയോജ്യരീതികളിൽ പ്രതിപ്രവർത്തിക്കും എന്നൊക്കെയുള്ള അനുമാനങ്ങളാണ് ആധുനികമായ ഗയ് യ സിദ്ധാന്തം. 'ഗയ്യ ഗ്രീക് പുരാണത്തിലെ ഭൂമാതാ ആണ്, നമ്മുടെ ഭൂമിദേവി സങ്കൽപ്പത്തിനു സമാന്തരം. ഭൂമി സ്വനിയന്ത്രണത്തിലുള്ള, ലയബദ്ധവും പൊരുത്തം ചേർന്നതും പരസ്പരവ്യവഹാരത്തിൽ ഏർപ്പെടുന്ന ചേതനയുള്ളതും അചേതനയുള്ളതുമായ വസ്തുക്കളുടെ സങ്കലനം നിർവ്വഹിക്കുന്നതുമായ ഗ്രഹം ആണെന്ന് ഗയ് യ സിദ്ധാന്തം വാദിക്കുന്നു.

ജൈവലോകത്തിന്റെ വ്യവഹാരങ്ങൾ അജൈവലോകത്തിന്റെ പെരുമാറ്റങ്ങളുമായി സാത്മീകരിക്കുകയും അവ പ്രതിപ്രവർത്തനത്തിൽ ഏർപ്പെടുകയും ചെയ്യുന്നു എന്ന് വാദം. ഉദാഹരണത്തിനു കടലിലെ വെള്ളത്തിന്റെ ലവണാംശം നിലനിറുത്താനാണത്രെ പവിഴപ്പുറ്റുകൾ ലവണങ്ങൾ സ്രവിക്കുന്നത്. പക്ഷേ പരിണാമത്തിന്റെ ചിന്താപദ്ധതികളോട് യോജിച്ച് പോകുന്ന ഒന്നല്ല ഈ സിദ്ധാന്തം എന്നും ഡാർവിൻ സിദ്ധാന്തത്തോട് ഇടഞ്ഞു നിൽക്കുന്നതുമാണിത് എന്ന് ശാസ്ത്രജ്ഞർ വാദിച്ചു. പിന്നീട് ഇരുകൂട്ടരും സമവായത്തിൽ എത്തുകയാണുണ്ടായത്.

എന്തായാലും പ്രകൃതിയോട് മനുഷ്യൻ ക്രൂരത കാണിക്കുന്നെന്നും പ്രകൃതി തിരിച്ചടിച്ചു തുടങ്ങി എന്നും മറ്റുമുള്ള ആലോചനകളിൽ എത്തിയിട്ടുണ്ട് ഇന്ന് ചിന്താലോകം. കാലാവസ്ഥാ വ്യതിയാനം ഉളവാക്കുന്ന ദുഷ്ഫലങ്ങൾ അനുഭവിക്കുകയാണ് മനുഷ്യ

കുലം. ആഗോളതാപനക്കെടുതികൾ കൃത്യമായി ദൃഷ്ടമാണ്. ജല ദൗർലഭ്യം ഇനി വരുന്ന കാലത്തെ ഏറ്റവും വലിയ ദുരന്തം ആയിരിക്കുമത്രേ, തീക്ഷ്ണമായ പ്രകൃതിക്ഷോഭങ്ങളും. കെടുതികളിൽപ്പെട്ട വരാൽ വൻകുടിയേറ്റങ്ങൾക്ക് സാദ്ധ്യതയേറുന്നു, ലോകവ്യവസ്ഥ അട്ടിമറിക്കപ്പെടുന്നു, വൻ സംഘർഷങ്ങൾക്ക് കാരണമേറുന്നു എന്നൊക്കെ വിചിന്തനങ്ങൾ വ്യാപകമാണ്.

ആറാമത്തെ വംശനാശം

ഉൽക്കകൾ പതിച്ചോ അഗ്നിപർവ്വതങ്ങൾ പുകഞ്ഞുപൊട്ടിയോ വേണമെന്നില്ല വംശനാശങ്ങൾ സംഭവിക്കാൻ. കാലാവസ്ഥാവ്യതിയാനങ്ങൾ ഏൽപ്പിച്ച ആഘാതങ്ങൾ തീർച്ചയായും ജീവലോകത്തെ ബാധിക്കും. മനുഷ്യർ അഹന്തയാലും അത്യാർത്തിയാലും കടന്നു കയറ്റങ്ങൾ നടത്തി ഇല്ലാതാക്കിയ ജന്തു/സസ്യജാലങ്ങൾ ഏറെയാണ്. ഇത്രയും പെട്ടെന്ന് പരന്നു പടർന്ന ഇത്രയും സമർത്ഥമായി പ്രത്യുൽപ്പാദനം നടത്തുന്ന മറ്റൊരു ജന്തു ഇല്ല തന്നെ. എത്തിയിടത്ത് എല്ലാം ആവാസവ്യവസ്ഥയിൽ മാറ്റങ്ങളുണ്ടാക്കി, ഭൂതലം മാറ്റി മറിച്ചു, ജൈവപ്രകൃതിക്ക് വെല്ലുവിളി സമ്മാനിച്ചു. ചെന്നിടത്തൊക്കെ വൻരീതിയിൽ വംശനാശങ്ങൾ സംഭവിച്ചു, സംഭവിച്ചു കൊണ്ടിരിക്കുന്നു. ആഹാരസമ്പാദനത്തിനല്ലാതെ മറ്റ് ജീവികളെ ഹനിക്കുന്ന മറ്റൊരു ജീവി ഇല്ല. സ്വീകരണമുറിയിലെ അലങ്കാരങ്ങൾക്കായി മൃഗങ്ങളെ വകവരുത്തി അവയുടെ കൊമ്പുകൾ അവിടെ പ്രതിഷ്ഠിക്കുന്നത് മറ്റു ജീവികളുടെ ജീവിതചര്യകളിൽപ്പെടുന്നതേ അല്ല. സാങ്കേതികത വരുതിയിലായി, തോക്ക് കണ്ടുപിടിക്കപ്പെട്ടു, വെറും വിനോദത്തിന് അതിലെ ഉണ്ടകൾ പാഞ്ഞു, നിരുപദ്രവികളായ ജന്തുക്കൾ നഷ്ടമായി.

രസനയിൽ പലേ സ്വാദുകൾ പരിണാമം വെച്ചു കൊടുത്തത് വൈവിദ്ധ്യമുള്ള ഭക്ഷണങ്ങൾ കഴിച്ച് അതിജീവനം സാദ്ധ്യമാക്കാനാണ്, പക്ഷേ അതിനു അടിമപ്പെട്ട് കാടുകൾ വെട്ടിത്തെളിച്ച് അവിടെ സ്വാദിഷ്ടാഹാരത്തിനുള്ള സസ്യങ്ങളെ മാത്രം വളർത്തി. അതോടെ പല ജന്തുജാലങ്ങൾ ഇല്ലാതായി. ചെടികളിലും കായ്കനി മരങ്ങളിലും ലോഭമന്യേ വിഷം തളിച്ചു, യുദ്ധം എന്നൊരു രസികത്തിൽ ആകൃഷ്ടനായി പരസ്പരം കൊന്ന് രസിച്ചു, സ്വന്തം സ്പീഷീസിനെ മൊത്തമായി കൊല്ലുന്ന മറ്റൊരു ജീവിയും ഇല്ല. പക്ഷേ ഈ ഇടപെടലുകൾ ജന്തു/സസ്യജാലത്തെ ബാധിച്ചത് കണക്കിലെടുത്തില്ല. അഞ്ച് വംശനാശങ്ങൾ സംഭവിച്ചിട്ടുണ്ട്, ജൈവലോകചരിത്രത്തിൽ. മിക്കവാറും സർവ്വനാശത്തിന്റെ വക്കിൽ എത്തിയിട്ടുണ്ട് മനുഷ്യരടക്കം പല ജീവികളും. വളരെ സാവധാനം പ്രത്യുൽപ്പാദനം നടത്തുന്ന, മാമൊത് (mammoth), ഭീമൻ സ്ലോത് (giant sloth) എന്നിവയൊക്കെ

മനുഷ്യരുടെ ആക്രമണത്താലാണ് ഇല്ലാതായത്. മനുഷ്യനാവട്ടെ ഉല്പാദനം തീവ്രമാക്കിയവരാണ്. ആഗോളതാപനം ഇന്ന് പല സസ്യ/ജന്തുക്കളേയും ഇല്ലാതാക്കുന്നുണ്ട്. പ്രസിദ്ധ എഴുത്തുകാരി എലിസബത്ത് കോൽബെർട്ട് അവരുടെ 'The Sixth Extinction'ൽ ഇങ്ങനെ എഴുതുന്നു: "മറ്റ് അഞ്ച് വംശനാശങ്ങളുടെ അനുപാതത്തിൽ ആണോ എന്ന് ഇപ്പോൾ പറയാൻ സാധിക്കുകയില്ലെങ്കിലും മനുഷ്യരുടെ ഈ ചെയ്തികളെ ആറാം വംശനാശം എന്ന് വിളിക്കുകതന്നെ ചെയ്യാം."

ജീൻ എഡിറ്റിങ്ങ് പരിണാമനിയമങ്ങളോട് വെല്ലുവിളി

പ്രകൃതിയോട് സമരസപ്പെട്ട്, അതിന്റെ വരുംവരായ്കയ്ക്കനുസരിച്ച് രൂപപ്പെടുന്നതാണ് പരിണാമത്തിന്റെ അതിജീവന തന്ത്രങ്ങൾക്കാധാരം. മോളിക്യുലാർ അടിസ്ഥാനത്തിൽ ഡി.എൻ.എ.യിൽ വരുന്ന മാറ്റങ്ങൾതന്നെ പരിണാമമൂലകം. എന്നാൽ മനുഷ്യനു തോന്നുംപടി ഇത് സാദ്ധ്യമാക്കുന്ന വേലയാണ് ജീൻ എഡിറ്റിങ്ങ്. ജീൻ സന്നിവേശപ്രകാരം മഞ്ഞ നിറത്തിലുള്ള പന്നികളെ പണ്ടേ നിർമ്മിച്ചെടുത്തിട്ടുണ്ട്. മനുഷ്യൻ. പക്ഷേ ഇന്ന് പല അസുഖങ്ങൾക്കും ഏറ്റവും ഫലപ്രദമായ ചികിത്സയുമാണ് ഈ തന്ത്രം മൂലം സാധിച്ചെടുക്കുന്നത്. ജനിതക അസുഖങ്ങൾ പലതും മാറപ്പെടുന്നുണ്ട് ജീൻ എഡിറ്റിങ്ങ് മൂലം. ക്യാൻസറിനു ചികിത്സയും സാദ്ധ്യമാണത്രെ. പെട്ടെന്ന് പഴുത്തുപോകാത്ത തക്കാളിയും കറുത്ത് പോകാത്ത കൂണും കൂടുതൽ എണ്ണ ഉൽപ്പാദിപ്പിക്കുന്ന പലതരം കുരുക്കളും വിപണിയിൽ എത്തിക്കഴിയുക വരെ ചെയ്തിരിക്കുന്നു. ചൈനയിൽ ജീൻ എഡിറ്റിങ്ങ് വഴി എയിഡ്സ് വൈറസ് ബാധിക്കാത്ത കുഞ്ഞുങ്ങളെ സൃഷ്ടിച്ചു, ഈയിടെ. സ്വന്തം സ്പീഷീസിനെ ഇഷ്ടാനുസരണം മാറ്റിയെടുക്കുക, അതും ചുരുങ്ങിയ കാലത്തിനുള്ളിൽ എന്നത് പരിണാമനിയമങ്ങൾക്കപ്പുറമാണ്. മറ്റൊരു ഒരു സ്പീഷീസും ചെയ്യാത്തതാണിത്. ഇതിന്റെ വരും വരായ്കകൾ അപരിമേയമാണ്.

നിർമ്മിതബുദ്ധി എന്ന ഇതര മസ്തിഷ്കം

ഗ്രാഹ്യത്തിലും കണക്കുകൂട്ടലുകളിലും വിവരശേഖരണത്തിലും വിശകലനത്തിലും മനുഷ്യമസ്തിഷ്കത്തെ വെല്ലു വിളിച്ചിരിക്കുന്നു മനുഷ്യർ തന്നെ നിർമ്മിച്ചെടുത്ത നിർമ്മിതബുദ്ധി (Artificial Intelligence, AI). വിഷമം പിടിച്ച സർജറികൾ ഇന്ന് റോബോട്ടുകൾ നിഷ്പ്രയാസം ചെയ്തെടുക്കും. കാറുകൾ നിർമ്മിക്കും. വണ്ടി ഓടിക്കും, ചതുരംഗക്കളിയിൽ ജയം നേടും നിർമ്മിതബുദ്ധി ഉപകരണങ്ങൾ. ആയിരക്കണക്കിനു പ്രമാണങ്ങൾ നിമിഷങ്ങൾക്കകം

വായിച്ച് ഒന്നാന്തരം ലേഖനം എഴുതിത്തരും ChatGPT പോലത്തെ ആപ്പുകൾ. ദൈനംദിനജീവിതത്തിന്റെ അവശ്യഭാഗമായിത്തീർന്നിട്ടുണ്ട് നിർമ്മിതബുദ്ധി. നിങ്ങളുടെ മൊബൈൽ ഫോണിലെ പല ആപ്പുകളും നിർമ്മിതബുദ്ധിപ്രകാരം പ്രവർത്തിക്കുന്നതാണ്. തലച്ചോറിൽ ഘടിപ്പിച്ച എലക്ട്റോഡുകൾ വഴിയോ ചിപ്പുകൾ വഴിയോ തളർന്നുപോയ കൈകാലുകൾക്ക് ചലനശേഷി ആർജ്ജിക്കാം, മിണ്ടാൻ വയ്യാത്തവർക്ക് യന്ത്രങ്ങൾ വഴി സംസാരിക്കാം. മാറിച്ചിന്തിക്കാനും തീരുമാനങ്ങൾ എടുക്കാനും കഴിവുള്ള generative AI നിലവിൽ വന്നിട്ടുണ്ട്.

ശാസ്ത്രസത്ത വിപത്തായി മാറുമ്പോൾ

ശാസ്ത്രം വൻ രീതിയിൽ രക്ഷിച്ച സ്പീഷീസ് ആണ് നമ്മൾ. അതേ ശാസ്ത്രം നാശകാരി ആകാം എന്നുള്ളതാണ് ഈയിടത്തെ ചരിത്രം നമുക്ക് പറഞ്ഞുതരുന്നത്. ശാസ്ത്രം വിശുദ്ധവും നിർമ്മലവുമായ ഉദ്ദേശ്യലക്ഷ്യങ്ങളോടെയാണ് പ്രപഞ്ചസത്യങ്ങൾ വെളിവാക്കിത്തരുന്നത്, തന്നിട്ടുള്ളത്. അത് ധ്വംസനത്തിനു വേണ്ടി ഉപയോഗിക്കുന്നത് മനുഷ്യന്റെ കുടിലബുദ്ധി. വിമാനം കണ്ടുപിടിച്ച റൈറ്റ് സഹോദരന്മാരിലെ ഓർവിൽ റൈറ്റ് രണ്ടാംലോകമഹായുദ്ധത്തിലെ വിമാനം ഉപയോഗിച്ചു നടത്തിയ (ബോംബുകൾ വർഷിക്കാനുള്ള ഉപകരണം) വൻമനുഷ്യക്കുരുതിയെപ്പറ്റി ഇങ്ങനെ എഴുതി: "ലോകത്ത് നെടുനാളത്തെ സമാധാനം ഉല്പന്നമാക്കുന്ന എന്തോ ഒന്നാണ് ഞങ്ങൾ കണ്ടുപിടിച്ചതെന്ന് ആശിക്കാൻ മാത്രം ഞങ്ങൾ ധൈര്യപ്പെട്ടു. ഇല്ലാ, എനിക്ക് യാതൊരു വിഷമവും ഇല്ല, ഞാൻ ഈ കണ്ടുപിടിത്തത്തിന്റെ ഭാഗമായി എന്നതിൽ, പക്ഷേ മറ്റാരും എന്നെപ്പോലെ നിന്ദിക്കുകയോ വിലപിക്കുകയോ ചെയ്യുകില്ല, അതുകൊണ്ട് വന്ന വൻ നാശനഷ്ടങ്ങളെ."

മറ്റൊരു പ്രധാന കണ്ടുപിടിത്തമായ അണുവിഘടനം (atomic fission) ഫിസിക്സിനെ വിപ്ളവകരമായ ഒരു ദിശാമാറ്റത്തിനു സഹായകമായതാണ്. റൈറ്റ് സഹോദരർ ആവിഷ്കരിച്ച വിമാനത്തിൽ നിന്ന് ഈ തത്ത്വം ഉപയോഗിച്ച് നിർമ്മിച്ചെടുത്ത, ലക്ഷക്കണക്കിന് ആൾക്കാരെ ഇല്ലാതാക്കിയ ആറ്റം ബോംബ് വർഷിക്കപ്പെട്ടു എന്നതും വൻ ഐറണിയാണ്. അണുവിസ്ഫോടനം എന്ന പ്രപഞ്ചസത്യത്തെ കണ്ടുപിടിച്ചതിന്റെ കൂലി. ശാസ്ത്രസത്യങ്ങൾ കൂട്ടക്കുരുതിക്ക് ഉപയോഗിക്കുന്നത് മനുഷ്യസഹജമായിത്തീർന്നിരിക്കുന്നു. ഇന്ന് യുദ്ധങ്ങളിലെ പ്രധാന ആയുധോപകരണങ്ങൾ നിർമ്മിതബുദ്ധി ഉപയോഗിച്ച്, മനുഷ്യസഹായമില്ലാതെ പ്രവർത്തിക്കുന്നവയാണ്. റോബോട്ടുകൾക്കോ ഡ്രോണുകൾക്കോ ലോകത്തെവിടെയും ബോംബ് വർഷിക്കാം. സ്വന്തം തീരുമാനങ്ങൾ എടുക്കുന്നവയാണ് ഇന്നത്തെ generative AI പ്രോഗ്രാമുകൾ. റഷ്യ-ഉക്രൈൻ

യുദ്ധത്തിൽ ഇവ ഉപയോഗിക്കപ്പെട്ടും കഴിഞ്ഞു. മനുഷ്യന്റെ ജീവൻ മരണ തീരുമാനങ്ങൾ നിർമ്മിതബുദ്ധിയാണ് ഏറ്റെടുക്കുന്നത് എന്നത് ഭീതിദമാണ്. ലോകത്തെ ജീവജാലങ്ങളെ മുഴുവൻ ഇല്ലാതാക്കാനുള്ള ശക്തി നിർമ്മിതബുദ്ധിക്ക് ഉണ്ട് എന്നത് ഒരു സത്യം തന്നെയാണ്.

ജീൻ എഡിറ്റിങ്ങും ഇന്ന് പേടിക്കേണ്ട വ്യവസ്ഥ ആയി മാറിക്കഴിഞ്ഞിരിക്കുന്നു. ചൈനയിൽ ഭ്രൂണാവസ്ഥയിൽ ജീൻ എഡിറ്റ് ചെയ്ത് മാറിയ മനുഷ്യനെ (എയ്ഡ്സ് വൈറസ് ബാധ ഏൽക്കാത്ത) സൃഷ്ടിച്ചു കഴിഞ്ഞിരിക്കുന്നു. ക്രൗര്യം മാത്രം കൈമുതലായുള്ള ഭരണാധികാരികൾക്ക് അവർക്ക് വേണ്ടപ്പെട്ട സ്വഭാവവിശേഷങ്ങൾ ഉള്ള മനുഷ്യരെ സൃഷ്ടിക്കാനുള്ള അവസരം കൃത്യമായി തെളിഞ്ഞിരിക്കയാണ്. അക്രമാസക്തി കൂടുതലായുള്ള, അല്ലെങ്കിൽ വികാരങ്ങളില്ലാത്ത ആളുകളെ ഒരു രാജ്യത്ത് കൂടുതലായി നിർമ്മിച്ചെടുക്കാം, വിധ്വംസനത്തിനു ഉപയോഗിക്കാം. മനുഷ്യകുലത്തിന്റെ നാശത്തിലേക്ക് വഴിതെളിക്കാം. ലോകചിന്ത ഇത്തരം കാര്യങ്ങളിൽ കേന്ദ്രീകരിക്കേണ്ട കാലമാണിത്.

എന്നാൽ ചരിത്രത്തിലെ ഏറ്റവും നീണ്ട സമാധാന കാലഘട്ടം ഇപ്പോഴാണ് എന്ന് പ്രസിദ്ധ ചരിത്രകാരൻ യുവാൽ നോവ ഹരാരി വീക്ഷിക്കുന്നു. രണ്ടാം ലോകമഹായുദ്ധം കഴിഞ്ഞ് 75 വർഷങ്ങളോളമായി, മറ്റൊരു വൻ യുദ്ധം സംഭവിച്ചില്ല. ഒരു മഹാമാരി വന്നതിനെ ശാസ്ത്രസഹായത്താൽ പെട്ടെന്ന് വാക്സിൻ നിർമ്മിച്ച് നേരിട്ടു. പക്ഷേ ഭരണാധികാരികളുടെ മനസ്സിൽ എന്തൊക്കെ കുത്സിതചിന്തകളാണ് ഉടലെടുക്കുന്നത് എന്നത് പ്രവചിക്കാൻ വയ്യ.

ഓരോ കാലാവസ്ഥാവ്യതിയാനങ്ങളും നമ്മളെ അതിനനുരൂപമായി പരിണമിപ്പിച്ച് അതിജീവനം സാദ്ധ്യമാക്കിയിട്ടുണ്ട്. അനുകൂല രൂപാന്തരണം (adaptation) ആണ് പരിണാമത്തിന്റെ കാതൽ. എന്നാൽ ഇന്ന് നമ്മൾ തന്നെ കാലാവസ്ഥാ വ്യതിയാനം നിർമ്മിച്ചെടുക്കുകയാണ്. മറ്റ് ജീവികളെ നശിപ്പിക്കുകയാണ്, നമ്മളേയും. ചുരുങ്ങിയ കാലഘട്ടംകൊണ്ട് വികസിച്ച മസ്തിഷ്കം വമ്പൻ പ്രകൃതിനിർദ്ധാരണങ്ങൾ സാധിച്ചെടുക്കുന്നു എങ്കിലും ക്രൗര്യവും വെറുപ്പും അതിന്റെ കൂടപ്പിറപ്പാണ്. അവസാനത്തെ മനുഷ്യന്റെ സമയമാകുന്നുവോ?

■

www.ingramcontent.com/pod-product-compliance
Lightning Source LLC
Chambersburg PA
CBHW031348230926
51848CB00002B/431
* 9 7 8 8 1 9 7 7 6 5 1 9 3 *